सामाजिक कार्यकर्त्यांसाठी
कौशल्य प्रशिक्षण

सामाजिक कार्यकर्त्यांसाठी कौशल्य प्रशिक्षण

एक माहितीपुस्तक

संपादन
सुधा दातार • रुमा बावीकर • गीता राव
नागमणी राव • उज्ज्वला मसदेकर

TATA INSTITUTE OF SOCIAL SCIENCES
ESTD. 1963
SAGE | bhasha
Los Angeles | London | New Delhi
Singapore | Washington DC | Melbourne

Originally Published Jointly with the Tata Institute of Social Sciences in 2010 in English by SAGE Publications India Pvt Ltd as *Skill Training for Social Workers: A Manual*

This edition published in 2017 by

SAGE Publications India Pvt Ltd
B1/I-1 Mohan Cooperative Industrial Area
Mathura Road, New Delhi 110 044, India
www.sagepub.in

SAGE Publications Inc
2455 Teller Road
Thousand Oaks, California 91320, USA

SAGE Publications Ltd
1 Oliver's Yard, 55 City Road
London EC1Y 1SP, United Kingdom

SAGE Publications Asia-Pacific Pte Ltd
3 Church Street
#10-04 Samsung Hub
Singapore 049483

Tata Institute of Social Sciences
P.O. Box 8313
V.N. Purav Marg
Deonar, Mumbai 400 088

Published by SAGE Publications India Pvt Ltd, Translation Project Coordinated by TranslationPanacea, Pune.

ISBN: 978-93-528-0477-1 (PB)

Translator: Dr. Vidya Hardikar Sapre

SAGE Team: Mahesh Sachane, Siddharth Khandekar

जेव्हा मी ऐकतो, तेव्हा विसरतो
जेव्हा मी ऐकतो आणि पाहतो तेव्हा माझ्या लक्षात राहते
जेव्हा मी ऐकतो, पाहतो आणि मनन करतो तेव्हा मला समजते
जेव्हा मी ऐकतो, पाहतो, मनन करतो आणि कृती करतो तेव्हा मी आत्मसात करतो
जेव्हा मी ऐकतो, पाहतो, मनन करतो आणि वारंवार कृती करतो तेव्हा मी कुशल बनतो

आमच्या विद्यार्थ्यांना, ज्यांच्या सहभाग आणि प्रतिसादामुळे
आमचा कौशल्य प्रशिक्षणावरील विश्वास दृढ झाला.

आमच्या संस्थेच्या सर्व संचालकांना, ज्यांनी आमच्या कौशल्य प्रशिक्षण क्षमतांवर
श्रद्धा आणि विश्वास दर्शविला आणि त्यांनी आमचे प्रयत्न शब्दांकित करण्यास प्रोत्साहन दिले.

अनुक्रमणिका

सारिणी व चौकटी यांची सूची

सारिणी

चौकटी

आकृत्यांची सूची

अध्ययनसरावांची सूची

छायाचित्रांची सूची

परिशिष्टांची सूची

प्रस्तावना

'सामाजिक कार्यकर्त्यांसाठी कौशल्य प्रशिक्षण': एक माहितीपुस्तक, हे कर्वे समाजसेवा संस्थेने तयार केले आहे. संस्थेतील अध्यापक आणि संस्थेबाहेरील तज्ज्ञ यांनी चालविलेल्या कौशल्य प्रयोगशाळांच्या तपशीलवार टिपणातून हे माहितीपुस्तक तयार झाले आहे. गेली अनेक वर्षे संस्थेत चालवली जाणारी कौशल्य शिक्षण प्रयोगशाळा म्हणजे शिक्षणातील स्वयंरचित असा एकमेव अध्यापनप्रकार असून तो कर्वे संस्थेचा एक चिन्हदर्शक मानबिंदू ठरला आहे.

या पुस्तकाचा संस्थेच्या मर्यादा ओलांडून झालेला अनौपचारिक प्रसार, त्याच्या उपयुक्ततेची साक्ष देतो. किंबहुना हे पुस्तक प्रकाशित करण्याच्या कर्वे समाजसेवा संस्था आणि टाटा समाजशास्त्र शिक्षण संस्था यांच्या संयुक्त प्रयत्नांना कारणीभूत ठरली ती या माहितीपुस्तकाच्या सुप्त शक्तीला मिळालेली मान्यता. सेजसारख्या प्रख्यात आंतरराष्ट्रीय प्रकाशन संस्थेने प्रकाशन करण्याची तयारी दर्शवली ती या मान्यतेमुळेच.

समाजकार्य प्रशिक्षणार्थींसाठी असलेली हे माहितीपुस्तक म्हणजे; पाठ्यपुस्तकी ज्ञान, खेळ, आकलन, 'स्व'-सजगता ('स्व'ची जणीव), संवेदन क्षमता, संप्रेषण, व्यक्ती व गटांबरोबर काम अशा विषयांवरील अध्ययनसरावांचा समावेश असलेले सर्वसमावेशक पुस्तक आहे. यातील कौशल्य प्रशिक्षण प्रयोगशाळा अध्याय म्हणजे या प्रशिक्षणाचा अविभाज्य आणि अनिवार्य भाग आहे. विशेषतः पहिल्या वर्षासाठी या प्रयोगशाळा सत्रातून जे शिक्षण होते ते दुसऱ्या वर्षी पक्के होते. विविध विषय, नाट्यभूमिका (रोल प्ले), गाणी, जीवनातील किंवा समाजकार्य क्षेत्रातील उदाहरणे घेऊन केलेला अभ्यास, पथनाट्ये, 'स्व'ची जाणीव, 'स्व'विकास यांवरील सराव, 'स्वॉट' विश्लेषण, (स्ट्रेन्थ, वीकनेसेस, ऑपर्च्युनिटीज, थ्रेट्स) (बलस्थाने, कमकुवत जागा, संधी, धोके), संप्रेषण, उद्दिष्टे ठरविणे, वेळेचे नियोजन, आणि तणाव नियोजन या विषयांवरील अध्ययनसराव या गोष्टींमुळे हे कौशल्यशिक्षण माहितीपुस्तक समृद्ध झाले आहे. आंतरव्यक्तिक संप्रेषण (व्यक्ती-व्यक्तींमधील परस्पर संवाद) कौशल्यांपासून ते माध्यमांचा उपयोग करण्यापर्यंत क्षेत्र कार्य प्रशिक्षणात अनेक प्रकारची संप्रेषण कौशल्ये विद्यार्थ्यांत विकसित होतात. 'कौशल्य प्रशिक्षण' हा शास्त्रीय पद्धतीने आणि व्यावसायिक कुशलतेने अध्यापन केला जाणारा शिक्षण प्रकार आहे. सामाजिक कार्यकर्त्यास अत्यावश्यक अशा व्यावसायिक आणि वैश्विक पात्रता अंगी बाणवण्यासाठी कौशल्य प्रशिक्षण कारणीभूत होते.

कौशल्य विकासाचे पाठ अशा प्रकारे तयार केले आहेत ज्यामुळे प्रत्येक विद्यार्थ्याला अध्ययनसरावात भाग घेण्याची संधी मिळते. विद्यार्थ्यांचा प्रत्येक टप्प्यात सक्रिय सहभाग असतो त्यामुळे 'प्रत्यक्ष करून' पाहण्याच्या अनुभवातून त्यांना समाजकार्याचे बारकावे समजण्यास मदत होते आणि त्यामुळे आत्मविश्वास निर्माण होतो. ज्ञान, कौशल्ये, कल आणि आवड आणि दृष्टिकोनांच्या पायाभूत गुणांना बळकटी येते.

विशेषतः समाजकार्य करण्यासाठी उपयुक्त अशा कौशल्य प्रयोगशाळा सत्रात एकसूत्रीपणा आणि दर्जेदारपणा आणण्यासाठी, त्या अधिक बळकट करण्याच्या दृष्टीने, विद्यार्थी, व्यावसायिक आणि अध्यापकांसाठी हे माहितीपुस्तक मोलाची भर घालणारे ठरणार आहे. समाजकार्य अध्यापक, विद्वान आणि विद्यार्थ्यांच्या उपयोगासाठी लागणाऱ्या देशी व स्थानिक पाठ्यपुस्तकांची आणि शैक्षणिक साहित्याची कमतरता भरून काढण्यासाठी हे माहितीपुस्तक बरेच उपयुक्त ठरणार आहे.

या माहितीपुस्तकाच्या संपादक मंडळात असलेल्या सुधा दातार, रुमा बावीकर, गीता राव, नागमणी राव, उज्ज्वला मसदेकर आणि ग्रंथात लेखन करणाऱ्या अंजली मायदेव, अनुराधा पाटील; कर्वे संस्थेचे अध्यापक सदस्य, आणि आनंद पवार, समीर दात्ये, मंजुषा दोशी व विद्या घुगरी हे अतिथी अध्यापक यांचा विशेष सन्मानपूर्वक उल्लेख करून त्यांना धन्यवाद दिले पाहिजेत. त्यांनी या माहितीपुस्तकात मोलाचे योगदान केले आहे.

शेवटचे पण अत्यंत महत्त्वाचे, टाटा शैक्षणिक न्यासाने दिलेल्या आर्थिक साहाय्यासाठी मी त्यांचा उल्लेख करणे अतिशय महत्त्वाचे आहे. रेखा माम्मेन आणि त्यांच्या टाटा संस्थेतील सहकाऱ्यांनी, आणि 'सेज' प्रकाशन संस्थेने हे माहितीपुस्तक संपादित करून प्रकाशित करण्यासाठी जे कष्ट घेतले त्यांचेही मनःपूर्वक आभार.

समाजकार्य प्रशिक्षणासाठी आवश्यक अशा देशी सामग्रीची मोठी दरी भरून काढणाऱ्या या महत्त्वाच्या माहितीपुस्तकासाठी हे प्रारंभीचे मनोगत लिहिताना मला अतिशय आनंद होत आहे.

डॉ. दीपक वालोकर

संचालक,

कर्वे समाजसेवा संस्था, पुणे

उपोद्घात

२००३ मध्ये, इंटर युनिव्हर्सिटी कॉन्सरटीयम फॉर इंटरनॅशनल सोशल डेव्हलपमेंट (आययूसीआयएसडी) ची परिषद भारतात आयोजित करण्यासाठी मुंबई येथील टाटा इन्स्टिट्यूट ऑफ सोशल सायन्सेसला (टीआयएसएस), आलेल्या निमंत्रण पत्राने याचा प्रारंभ झाला. या आयोजनासाठी निर्माण केलेल्या उत्साही परिषद समितीने ठरवले की, 'समाजकार्य शिक्षणातील सामाजिक विकासाचा दृष्टिकोन अधिक सुधारणे' (एनहान्सिंग द सोशल डेव्हलपमेंट पर्स्पेक्टिव इन सोशल वर्क एज्युकेशन) या प्रकल्पाचा एक भाग म्हणून अनेक गोष्टींचा समावेश करून परिषदेची उभारणी करावी. समाजशिक्षणाच्या अभ्यासक्रमाचा पुनर्विचार हा त्यातील एक उपक्रम होता.

कोणत्याही अन्य व्यवसायाप्रमाणे समाजकार्य हे सतत विकसित होत असते आणि समाजाच्या बदलत्या गरजांनुसार त्याची व्याख्या बदलण्याचा प्रयत्न होत असतो. टीआयएसएसने प्रथम जो अभ्यासक्रम विकसित केला तो त्याचे संस्थापक क्लिफर्ड मॅनशार्ड यांच्या १५ वर्षांच्या भारतातील क्षेत्र अनुभवावर आणि अमेरिका व ब्रिटनमध्ये विकसित केलेल्या अभ्यासक्रमावर आधारित होता (देसाई २००२). तेव्हापासून अभ्यासक्रमात अनेक बदल झाले आहेत आणि आताचा अभ्यासक्रम म्हणजे पदवीपातळीवरील संपूर्ण अभ्यासक्रमात नियोजनबद्ध बदल आणि विशेष आणि स्वतंत्र अभ्यासक्रमात वेळोवेळी केलेले अनौपचारिक बदल यांचे मिश्रण आहे.

आज जागतिकीकरणाची प्रक्रिया आणि त्यातून उद्‌भवणाऱ्या समस्या यामुळे समाजकार्याचे केवळ स्थानिकीकरणच नव्हे तर आंतरराष्ट्रीयीकरण करण्याच्या धोरणांची आवश्यकता आहे. भारतात एकीकडे तंत्रज्ञानातील बदल आणि त्यांचा परिणाम आणि दुसरीकडे पारंपरिक सरंजामशाही पद्धतीचा समाज आणि मनोवृत्ती अशा दुहेरी वास्तवाला सामोरे जावे लागते. उदारीकरण, खाजगीकरण आणि जागतिकीकरण यांची प्रक्रिया आणि ती घडवून आणणाऱ्या संस्था यातून गुलामगिरीची नवी रूपे आपल्याला दिसतात. लोकशाही बळकट करण्याची समाजाची भूमिका अधिकाधिक सुस्पष्ट होत आहे आणि तिला मान्यता मिळत आहे.

समाज, राष्ट्र आणि बाजारपेठेतील बलस्थाने यांच्यातील परस्परप्रक्रिया ध्यानात घेऊन त्यांचा विकासप्रक्रिया आणि समाजकार्याच्या या संदर्भातील आदर्शवाद यांच्याशी समन्वय घातला पाहिजे असे विकास कार्याच्या दृष्टिकोनातून लक्षात आले. म्हणून आदर्शवाद, दृष्टिकोन, पद्धती, प्रणाली, ग्राहक आणि नव्याने उदयाला येणारी क्षेत्रे यांची समाजकार्य शिक्षण आणि समाजकार्य यांच्या प्रत्येक संदर्भातून तपासणी करण्यासाठी निवड करण्यात आली.

विविध मार्गदर्शक कार्यशाळा आणि विविध समाजकार्य शिक्षण संस्थांचे अध्यापक, शिक्षक आणि सामाजिक कार्यकर्ते यांच्याबरोबर घेतलेल्या बैठकी यातून आम्ही असा निष्कर्ष काढला की पुढील विषयांचा ऊहापोह केला जावा:

१. स्थानिक पुस्तके आणि शैक्षणिक साधने यांची अल्पता भरून काढणे
२. नव्या सामाजिक आणि आर्थिक वास्तवाला सामोरे जाण्यासाठी यथायोग्य धोरणे आणि आनुषंगिक कार्यपद्धती विकसित करण्याची आवश्यकता.
३. या क्षेत्राच्या गरजा आणि सामाजिक व तांत्रिक कौशल्ये यांची सांगड घालण्यासाठी अभ्यासक्रम, क्षेत्रकार्य पद्धती, शिक्षण पद्धती व संशोधन पद्धती यांची पुनर्रचना करणे.
४. समाजकार्यतज्ज्ञ आणि समाजकार्यकर्ते यांचा प्रतिसाद आणि अनुभव यांना या मंचावर आणण्याची आवश्यकता.
५. उपयोजित सिद्धान्ताच्या विकासावर भर देण्याची गरज.

समाजकार्य शिक्षक आणि सामाजिक कार्यकर्ते तीन दशकांहूनही अधिक काळ सांगत आहेत, की भारतीय संदर्भचौकटीशी निगडित अशा समाजकार्यविषयक प्रकाशित साहित्याची कमतरता आहे. अप्रकाशित स्थानिक साहित्य, विद्यार्थ्यांचे गृहपाठ, व्यक्ती अथवा घटनेचा अभ्यास करणारे लेख, अहवाल असा अनेक गोष्टींचा भरपूर साठा विद्यार्थ्यांसाठी शैक्षणिक साधने म्हणून वापरला जातो, परंतु हे साहित्य औपचारिकरीत्या प्रकाशित झालेले नाही. ज्ञानसंवर्धनाला आधार देऊ शकणारी लेखन व प्रकाशनयंत्रणा अगदी समाजकार्य शिक्षण संस्थांतील प्राध्यापकांनाही उपलब्ध नाही, हे त्याचे एक कारण आहे.

दुसरा मुद्दा म्हणजे समाजकार्यकर्ते हे बहुतेक वेळा प्रत्यक्ष कार्यक्षेत्रात जास्त कुशल असतात आणि त्यांना काम करणे हे जास्त सोयीचे वाटते आणि कदाचित म्हणून त्यांना या प्रकारच्या लेखनासाठी वेळ काढणे अवघड वाटते.

वस्तुनिष्ठ शिक्षण आणि व्यक्तीनिष्ठ अनुभवांवर आधारित शिक्षण यांचा समन्वय घालणारी पुढील चार पुस्तके प्रकाशित करण्याच्या प्रस्तावाला टाटा शिक्षणसंस्था न्यासाने पाठबळ दिले:

१. *अमूर्ताकडून मूर्ताकडे: समाजकार्याच्या प्रायोगिक शिक्षणासंबंधी सिद्धान्ताला संदर्भचौकट देणारे पुस्तक*
२. *समाजकार्यकर्त्यांसाठी कौशल्य शिक्षण: माहितीपुस्तक*
३. *रूढ प्रघातांच्या माध्यमातून संशोधन: टाटा समाजशास्त्र शिक्षण संस्थेचा अनुभव*
४. *समाजकार्य शिक्षणाच्या साहाय्याने परिवर्तन: या क्षेत्रातील कथने*

सद्यः भारताच्या संदर्भचौकटीशी सुसंगत अशी अभ्यासक्रमाची साधने व योजना यांचा परामर्श घेऊन त्यांची एकत्र बांधणी करण्यासाठी; विविध क्षेत्रातील आणि संदर्भातील कार्यक्षेत्रे आणि शैक्षणिक अनुभव संघटित करणे हे या पुस्तकांचे उद्दिष्ट आहे. समाजकार्य शिक्षण आणि शैक्षणिक विकास या क्षेत्रातील दोन सर्वसाधारण भागांची प्रामुख्याने निवड केली गेली:

१. समाजकार्य सिद्धान्ताचे भारतीय संदर्भचौकटीत रूपांतर.
२. समाजकार्याच्या अभ्यासकांचा कौशल्य विकास.

सामाजिक कार्याच्या रिंगणातील दोन सर्वसाधारण संदर्भचौकटी निश्चित केल्या गेल्या:

१. सामाजिक संस्थांनी पुढाकार घेऊन सुरू केलेले क्षेत्र कृती प्रकल्प.
२. विद्यापीठांच्या संदर्भापलीकडे जाऊन उत्क्रांत झालेले सामाजिक कार्य.

या चार संकल्पनांपैकी तीन टाटा समाजशास्त्र शिक्षण संस्थेच्या विद्याशाखेने घेतले. समाजकार्य विद्यार्थ्यांच्या कौशल्य विकासविषयक प्रकाशनावर काम करण्यासाठी पुण्याच्या कर्वे समाजसेवा संस्थेला पाचारण केले. शेवटच्या दोन संकल्पनांवरील

प्रकाशनाचे काम अजून चालू आहे. समाजकार्य सिद्धान्ताचे भारतीय संदर्भचौकटीत रूपांतर ही पहिली संकल्पना ही *इंडिअन जर्नल ऑफ सोशल वर्क* [१]च्या संपादित आवृत्तीत प्रसिद्ध झाली.

'समाजकार्याच्या अभ्यासकांचे कौशल्य प्रशिक्षण आणि विकास' हे माहितीपुस्तक म्हणजे कर्वे समाजसेवा संस्थेबरोबर केलेले संयुक्त प्रकाशन आहे. कर्वे समाजसेवा संस्थेच्या अध्यापकांनी गेली कित्येक वर्षे त्यांच्या विद्यार्थ्यांसह कौशल्य प्रशिक्षणाच्या कार्यशाळा घेतल्या आहेत. प्रत्येक वर्षी विद्यार्थ्यांना दिलेल्या अध्ययनसराव सत्रातून त्यांनी अध्ययनसरावांचे प्रमाणित संच तयार केले आहेत. या सराव संचांना माजी विद्यार्थी आणि अन्य लोकांकडून प्रचंड मागणी आहे असेही आम्हाला समजले. टाटा समाजशास्त्र शिक्षण संस्थेच्या प्रकल्प गटाने हे माहितीपुस्तक आणखी पुढे विकसित करून प्रकाशित करण्यासाठी कर्वे संस्थेच्या संपादक गटाबरोबर काम केले. त्यासाठी त्यांना काही संशोधनासाठी, संपादनाची तसेच आणि दृक श्राव्य साधने आणि सहायकांची मदत दिली. सेज प्रकाशन, नवी दिल्ली या प्रकाशनाकडे जाण्यापूर्वी हा ग्रंथ टाटा समाजशास्त्र शिक्षण संस्थेच्या प्रकाशन गटाच्या तपासणीतून गेला.

या प्रकल्पाच्या निष्पत्तीमुळे समाजकार्य शिक्षणसंस्थांना आपल्या अभ्यासक्रमांची उजळणी आणि पुनर्रचना करण्यास आणि कामात व अध्यापनात उपयुक्त असे स्थानिक, देशी क्षेत्रातले अभ्यासक्रम तयार करण्यास मदत व्हावी अशी आशा आहे. समाजकार्य आणि समाजकार्य शिक्षण यांची सांगड घालण्यासाठी विद्यार्थी, समाजकार्य शिक्षक आणि सामाजिक कार्यकर्ते यांना या प्रकाशनांचा प्रशिक्षण स्रोत म्हणून उपयोग होण्याच्या हेतूने हे ग्रंथ प्रकाशित केले आहेत.

नीना बार्न्स कोन्थ, लक्ष्मी डी. जाधव, आणि अजिता मंजेश्वर या आमच्या प्रकल्पाच्या सदस्या म्हणजे या पुस्तकाचे आधारस्तंभ आहेत. टाटा शिक्षण न्यासने दिलेल्या आर्थिक आधाराबद्दल आम्ही त्यांचे अतिशय ऋणी आहोत. त्यांच्याशिवाय हा प्रकल्प झालाच नसता.

रेखा माम्मेन
प्रकल्प संचालिका
उप प्राध्यापिका (वरिष्ठ श्रेणी)
समाजकार्य शिक्षण संस्था
टाटा समाजशास्त्र संस्था, मुंबई

[१] LJSW Vol 69, Issue No.2, April 2008.

कृतज्ञता

समाजकार्याशी जवळचा संबंध असलेल्या समाजकार्य शिक्षकांपैकी आम्हा पुष्कळ जणांना वाटले की समाजकार्यासाठी आवश्यक कौशल्ये आणि दृष्टिकोनाविषयी प्रशिक्षणार्थींमध्ये जाणिवा विकसित करण्याची आवश्यकता आहे. या विचाराने आम्हाला कौशल्यप्रशिक्षण अभ्यासक्रम विकसित करण्यास उद्युक्त केले. कौशल्यप्रशिक्षणातून मिळालेले निष्कर्ष आणि अनुभव यातून आम्हाला हे माहितीपुस्तक करण्याची प्रेरणा मिळाली. हे पुस्तक अनेक व्यक्तींच्या अनेक वर्षांच्या प्रयत्नातून निर्माण झाले आहे. आम्ही त्या सर्वांचे ऋणी आहोत.

सुरुवातीलाच आम्हाला टाटा इन्स्टिट्यूट ऑफ सोशल सायन्सेस (टाटा समाजशास्त्र प्रशिक्षण संस्था) चे आभार मानायला आवडेल. विशेषतः रेखा माम्मेन आणि सुधा गणपती यांनी हे पुस्तक तयार करून प्रकाशित करण्यासाठी संपादकमंडळाला सातत्याने प्रोत्साहन दिले. आमच्या प्रयोगशालेय वर्गांसाठी यथायोग्य, नावीन्यपूर्ण छायाचित्रे देऊन वर्गात चैतन्य आणले याबद्दल श्री. सावंत यांना धन्यवाद. आम्ही आणि संस्था यांच्यामधील विविधप्रकारे दुवा म्हणून काम करण्याबद्दल श्रीमती अजिता यांचे आभार. नकाशांचे सहकार्य दिल्याबद्दल श्री. कृष्णन आणि तक्ते/आकृत्या बनवून मराठी शब्द टंकलिखित करण्याबद्दल श्री. विजयेंद्र सिंग यांनाही धन्यवाद.

माहितीपुस्तकाच्या आधीच्या आवृत्तीचे अत्यंत कष्ट घेऊन परीक्षण केल्याबद्दल आमच्या सहकारी परीक्षकांचे आम्ही अत्यंत ऋणी आहोत. या पुस्तकाचा आशय आणि दर्जा उंचावण्यास त्यांनी केलेल्या सर्वसमावेशक सूचनांची आम्हाला मदत झाली.

कर्वे समाजसेवा संस्था (कर्वे इन्स्टिट्यूट ऑफ सोशल सर्व्हिसेस (KINSS) ची व्यवस्थापन समिती, आणि आमचे माजी संचालक डॉ. चेरियन कुरियन यांचा ऋणनिर्देश आम्ही करत आहोत. त्यांचे उत्तेजन आणि पाठिंबा यामुळे आम्हाला हे पुस्तक तयार करून प्रकाशित करायला मदत झाली.

KINSS च्या माजी संचालिका डॉ. सुनंदा कौशिक यांचा विशेषत्वाने उल्लेख केला पाहिजे. हे माहितीपुस्तक तयार करण्यासाठी कौशल्यविकास प्रयोगशाळेचे प्रलेखन करण्यामागील प्रेरणा त्यांची.

निर्मला निकेतन कॉलेज ऑफ सोशलवर्कच्या निवृत्त अध्यापिका कालिंदी मुजमुदार यांनी कौशल्यप्रशिक्षणात सहभाग पद्धतींचा वापर यासंबंधीचे प्रशिक्षण संस्थेच्या काही अध्यापकांना दिले. त्यांच्याकडून आम्ही शिकलो त्या सर्व गोष्टी, आणि या माहितीपुस्तकात समाविष्ट केलेले काही खऱ्या प्रसंगाचे अनुभव देणारे खेळ व कविता याबद्दल आम्ही कृतज्ञ आहोत.

सुमती गोडबोले, मेघना मराठे आणि रश्मी तामुली या आमच्या माजी सहअध्यापकांनी केलेल्या योगदानाची आम्ही नोंद घेत आहोत. त्यांनी पूर्वी घेतलेल्या कार्यशाळांच्या कामातून त्या सर्वांनी या माहितीपुस्तकातील आशयात भर घातली आहे. हे माहितीपुस्तक तयार करण्याची ही कामगिरी हाती घेताना त्यांच्या मोलाच्या सूचनांची मदत झाली. आमचे सहअध्यापक अनुराधा पाटील, विशाल करुणा, अंजली मायदेव आणि शर्मिला सहदेव यांचा संपूर्ण कामात मोठाच आधार मिळाला.

श्रीमती सुनिता पांडे आणि श्रीयुत अविनाश शिर्के यांनी या माहितीपुस्तकाच्या आधीच्या आवृत्तीचे वाचन करून (दोघेही माजी विद्यार्थी असून आता शिक्षक आहेत) अनेक उपयुक्त सूचना केल्या. माहितीपुस्तकाची गुणवत्ता उंचावण्यासाठी त्यांनी केलेल्या या मदतीबद्दल आम्ही त्यांचे आभारी आहोत.

आमच्या प्रत्येक वर्गाच्या विद्यार्थ्यांनी कौशल्य प्रशिक्षण प्रयोगशाळात उत्साहाने भाग घेतला आणि आमच्यापुढे आव्हाने उभी केली. त्या प्रत्येक वर्गाच्या प्रेमळ आठवणीसह आणि कृतज्ञतापूर्वक आम्हाला त्यांचा श्रेयनिर्देश करावासा वाटतो. त्यामुळे आम्हाला अध्यापन सत्रात ऐनवेळी सुधारणा करण्यास प्रोत्साहन मिळाले आणि आमच्या अनुभवात भर पडली. विद्यार्थी म्हणजे आमच्या प्रयोगाचा कणा आणि ते आमच्याकडून जितके शिकतात तितकेच आम्ही त्यांच्याकडून शिकतो.

अनेक वर्षे आमच्या विविध कार्यशाळा चालवणाऱ्या आणि आमच्या साधनसामग्री समृद्ध करणाऱ्या खालील व्यक्तींबद्दल आम्हाला मनापासून कृतज्ञता वाटते.

१.	नाट्य खेळ	माधव वझे
		विद्या तांबोळी
		मंजुषा दोशी
२.	पथनाट्य	विलास चाफेकर
		समर नखाते
		उज्ज्वला परांजपे
		नीलिमा बाळे
		डॉ. अनंत लागू
		लक्ष्मी नारायण
		आनंद पवार
		विलास लोंढे
		पथनाट्य सादर करणारे गट:
		ड्रॉपर ग्रुप, पुणे
		ग्रुप ऑफ स्ट्रीट चिल्ड्रन ऑफ पुणे
		(निरंतर शिक्षण, प्रौढ शिक्षण आणि विस्तार विभाग ना. दा. ठाकरसी विद्यापीठ, पुणे, भटक्या मुलांसाठी प्रकल्प म्हणजे प्रोजेक्ट ऑन स्ट्रीट चिल्ड्रन)
		अंधश्रद्धा निर्मूलन समिती, पुणे
		फील्ड वर्कर्स ऑफ मोबाइल क्रेश (फिरते पाळणाघर कार्यकर्ते संस्था), पुणे
		कागद, काचपत्रा कष्टकरी पंचायत, पुणे
		अक्षर आंदोलन, पुणे महानगरपालिका
		सहमत, नवी दिल्ली
३.	फलक बनवणे आणि प्रदर्शन	नीलिमा चितळे
		वसुधा सरदार
४.	गाणी आणि अन्य संवादात्मक दृक माध्यमे	पूर्णिमा चिकरमाने

५.	पारंपरिक माध्यमे	उत्तम झगडे
६.	चित्रफितींचा उपयोग	जया मोडक
		सुमेधा लेले
		माधवी अभ्यंकर आणि 'सोफोश' गट
७.	बोलक्या बाहुल्या	मंजुषा दोशी
	(कठपुतळी माध्यम)	विद्या तांबोळी
		जे. वैशंपायन
८.	गाणी, कथाकथन आणि	रेणुताई गावसकर
	नाट्यीकरणाचा	डॉ. सुनिता कुलकर्णी
	मुलांबरोबर काम करताना	(कै.) लीला भागवत
	उपयोग	शोभा भागवत

आमच्या कौशल्य प्रयोगशाळांशी जे अजूनही संबधित आहेत आणि ज्यांनी हे पुस्तक लिहिण्यात योगदान दिले त्यांचेही आम्ही ऋणी आहोत:

१. अनुराधा पाटील—संपर्क संवाद कार्यशाळा
२. अंजली मायदेव—छायाचित्रांची भाषा
३. आनंद पवार—पथनाट्य
४. मंजुषा दोशी—कठपुतळी आणि रंगभूमी खेळ
५. विद्या तांबोळी—कठपुतळी
६. समीर दात्ये—समाजकार्यात महाजालाचा उपयोग

विविध माध्यमांचा उपयोग करताना आम्ही सामाजिक संदेश असलेल्या गाण्यांचा संग्रह केला. पारंपरिक प्रकार, पथनाट्य संहिता आणि सामाजिक संदेश असलेली कीर्तने करणाऱ्या कार्यकर्त्यांनी ही लिहिली. क्षेत्र कार्यकर्ते आणि सामाजिक चळवळींचे कार्यकर्ते यांच्याकडून ही गाणी घेतली असल्यामुळे ती मराठीत आहेत. आता हे माहितीपुस्तक पूर्ण झाल्यामुळे आम्ही विचार केला की दोन्ही भाषांवर प्रभुत्व असलेल्या आणि माध्यमांबद्दलची जाणकारी असलेल्या व्यक्तीने या गीतांचा इंग्रजीत अनुवाद केला तर योग्य ठरेल. ह्या कामासाठी चपखल अशा श्रीमती विद्या वैद्य यांचे आम्ही अत्यंत ऋणी आहोत.

टाटा इन्स्टिट्यूट इन सोशल सायन्सेस यांनी २००३ साली हे माहितीपुस्तक छापण्याची विनंती केली. हे पुस्तक २००९ मध्ये मुद्रित होत आहे. कर्वे इन्स्टिट्यूट इन सोशल सायन्सेस (कर्वे समाजशास्त्र संस्था) चे सध्याचे संचालक डॉ. दीपक वालोकर यांनी ही प्रकिया तार्किकदृष्ट्या शेवटास नेण्यास आम्हाला मनापासून पाठिंबा दिला.

KINSS आणि TISS च्या ग्रंथालय आणि प्रशासकीय विभागांनी आम्हाला अनेक लहानमोठ्या बाबतीत सहकार्य केले. संबधित अशा सर्वांना आमचे धन्यवाद. शेवटी (म्हणून महत्त्व कमी नव्हे) हे पुस्तक तयार करण्याचे पद्धतशीर आणि नेटके काम केल्याबद्दल लक्ष्मी व्होरा आणि अरुण वासनकर यांचे आभार.

संपादक

परिचय

सामाजिक कार्य हा लोकांबरोबर काम करण्यासाठी विशेष ज्ञान लागणारा व्यवसाय आहे. समाजकार्याच्या पायाभूत मूल्यांनी निश्चित केलेली कौशल्ये, प्रवृत्ती आणि ज्ञानाचा एकत्रित उपयोग समाजकार्यात अंतर्भूत असतो. डॉक्टर अब्राहम फ्लेक्सनर यांनी म्हटले आहे की, 'अतिविशिष्ट शैक्षणिक विद्याशाखेच्या माध्यमातून संवाद साधता येण्याचे तंत्र अवगत असणे हा व्यावसायिकांसाठी असलेल्या निकषांपैकी एक महत्त्वाचा निकष आहे.' सामाजिक कार्याच्या व्यवसायात, व्यावसायिक कामगिरीसाठी आवश्यक असलेल्या कौशल्ये सांगता येतात. ही कौशल्ये सतत पारखून त्यात सुधारणा केली जाते.

कोणत्याही इंग्रजी शब्दकोशात आपल्याला कौशल्य या शब्दाची व्याख्या सापडते. बऱ्याच शब्दकोशातील कौशल्य या शब्दाची व्याख्या: प्रभुत्व, सततच्या सरावाने आलेली कार्यक्षम कुशलता अशी आहे. जॉन्सनच्या म्हणण्याप्रमाणे (१९९५) 'सराव हा घटकज्ञान आणि मूल्ये यांना एकत्र आणून काळजी आणि आवश्यकता यांना प्रतिसाद म्हणून त्यांचे कृतीत रूपांतर करतो.' याचा अर्थ असा की एका विवक्षित उद्दिष्टासाठी किंवा कृतीसाठी वर्तनाच्या व्यामिश्र घडणीचा अंतर्भाव कौशल्यात असतो. सामाजिक कार्यकर्ता उद्दिष्टपूर्तीच्या हेतूने हस्तक्षेप करण्याची आपली क्षमता आपल्या कौशल्यांमधून दाखवून देतो. म्हणून एखाद्या विवक्षित परिस्थितीत वापर करावा लागतो अशा विशिष्ट वर्तणुकीचा आविष्कार म्हणजे कौशल्य.

कौशल्याचा उपयोग बहुतेक वेळा अंतःप्रेरणेतून, व्यावहारिक बुद्धिचातुर्यातून होताना दिसला तरी; अनुभव आणि उपलब्ध संधी यातून कौशल्ये अधिक प्रगत आणि विकसित करता येतात. यात एखाद्याच्या क्षमता, स्वभाव यांचा जाणीवपूर्वक आणि शिस्तबद्ध उपयोगही अंतर्भूत असतो. निरीक्षकाच्या देखरेखीखाली क्षेत्र कार्यानुभव घेताना मिळालेल्या समाजकार्याच्या प्रशिक्षणाचा शिस्तबद्ध अनुभवातून प्रशिक्षणार्थीची कौशल्ये काही अंशी प्रगत होण्यास मदत होते. पण प्रत्यक्ष जीवनात काम करताना 'गरजू'कडे लक्ष केंद्रित करावे लागते आणि कार्यकर्ता म्हणून स्वतःच्या प्रगतीला दुय्यम स्थान मिळते.

वर्गात मिळणाऱ्या सैद्धान्तिक म्हणजे पुस्तकी पाठातून कौशल्यांचे मर्यादित ज्ञान मिळू शकते. परंतु जेव्हा आपण म्हणतो की कौशल्य म्हणजे निपुणता आणि कृतिक्षमता असते, तेव्हा वर सांगितलेल्या दोन्ही प्रशिक्षण पद्धतीत पुढील मर्यादा असण्याची शक्यता असते:

- क्षेत्रकार्य करताना त्यात मानवी परिमाण असल्यामुळे प्रशिक्षणार्थींना आपली कौशल्ये विकसित करण्यासाठी 'चुका आणि शिका' पद्धत किंवा त्याच 'गोष्टीचा वारंवार सराव करणे' या पद्धती वापरता येत नाहीत.
- संकल्पनांचे शिक्षण वर्गात घेताना प्रशिक्षणार्थींचा सहभाग कमी असतो कारण कोणतीही गोष्ट समजावून घेण्यासाठी मुख्यत्वे ज्ञान आणि माहिती ही केंद्रस्थानी असावी लागतात.

संपूर्ण समाजाच्या संदर्भातील मानवाची वर्तणूक यावर सामाजिक कार्याच्या सैद्धान्तिक बाजूचा भर असतो. विकासाची उद्दिष्टे गाठण्यासाठी आवश्यक अशी समस्याजन्य परिस्थिती, त्यावरील उपाय, धोरणे यांचे पृथक्करण यांचं ज्ञान व दृष्टिकोनही सैद्धान्तिक ज्ञानातून दिला जातो. समाजकार्याचा सैद्धान्तिक भाग हा समाजकार्याच्या तत्त्वज्ञानावर आधारित आहे, त्यातून प्रत्यक्ष समाजकार्य कसे करावे याची तत्त्वे उदयास आली आहेत. ही तत्त्वे कृतिकौशल्यात अनुवादित करण्यासाठी कृतिप्रयोगशाळेचा मंच असतो. म्हणजे 'करा आणि शिका'! प्रयोगशाळेतील अनुभव अध्ययनातून व्यक्तिगत 'स्व' आणि व्यावसायिक 'स्व' यांचा विकास करण्यास लागणारी अंतर्दृष्टी मिळवली जाते. सामाजिक कार्याची उद्दिष्टे साध्य करण्यासाठी योग्य अशी समाजकार्य कौशल्ये कशी आवश्यक आहेत याची अंतर्दृष्टी प्रशिक्षणार्थींना मिळते. समाजकार्यात तंत्रांचा वापर करताना प्रशिक्षणार्थींना कौशल्य विकसनाच्या प्रत्येक अवस्थेतून नेण्यासाठी आम्ही प्रयोगशाळा पद्धतीची निवड करतो. याशिवाय प्रयोगशाळा पद्धतीचा उपयोग करताना प्रशिक्षणार्थींमध्ये एक अढळ आत्मविश्वास येईपर्यंत प्रयोगशाळेत प्रयोग करण्यास पुरेसा वाव मिळतो. कौशल्यांचा उपयोग सोदाहरण दाखवण्यासाठी प्रात्यक्षिके दाखवता येतात.

प्रत्यक्ष कार्यक्षेत्रात येऊ शकणाऱ्या अनिश्चिततेची शक्यता कमी करण्यासही प्रयोगशाळा पद्धतीची मदत होते. तुलनेने सुरक्षित वातावरणात, मुद्दाम निर्माण केलेल्या प्रसंगातून शिकण्यासाठी आणि मनन करण्यासाठी प्रयोगशाळा पद्धती समाजकार्य प्रशिक्षणार्थींना मदत करते. सूत्रसंचालककांकडून मिळणाऱ्या माहितीच्या सामग्रीमुळे प्रशिक्षणार्थी प्रत्यक्ष घटना, परिस्थिती प्रयोगशाळेत आणून अभिनयातून सराव करू शकतात. निरीक्षण प्रक्रिया, तिथल्या तिथे मिळणाऱ्या प्रतिसादामुळे परिस्थिती हाताळण्याच्या प्रक्रियेतील त्रुटी ओळखणे आणि एखादी गोष्ट पुन्हा शिकण्याची संधी मिळणे यामुळे प्रशिक्षणार्थींची प्रत्यक्ष प्रसंग हाताळण्याची तयारी होण्यास मदत होते. प्रशिक्षणार्थी आत्मपरीक्षण करण्यासही शिकतात. गटशिक्षण आणि बरोबरीच्या लोकांचा आधार या दोन गोष्टी प्रयोगशाळेत महत्त्वाच्या असतात आणि त्या आत्मपरीक्षणाच्या प्रक्रियेला हातभार लावतात. बरोबरीच्या लोकांचा प्रतिसाद आणि पाठिंबा यामुळे केवळ स्वतःच्या मर्यादा स्वीकारण्यास मदत होते एवढेच नाही तर स्वतःमध्ये असलेली गुणवत्ता बळकट होण्यासही मदत होते, कारण बरोबरीच्या लोकांकडून मान्यता मिळते आणि गुणांचे कौतुक होते.

अशा प्रकारे प्रयोगशाळा सत्रे कल्पनाशक्तीला चालना देतात. या प्रक्रियेतून शब्द आणि क्रिया यांच्या परिणामावर चिकित्सक चिंतन शक्य होते आणि त्यातून प्रशिक्षणार्थींची संवेदनक्षमता, समानुभूती विकसित होतात, तसेच स्वतःची बलस्थाने आणि स्वतःच्या मर्यादा ओळखण्याची प्रशिक्षणार्थींची क्षमता वाढते. याबरोबरच त्यांना स्वतःची भीती आणि चिंता यावर मात करण्यास याचा उपयोग होतो, कारण कार्यक्षेत्रातील प्रत्यक्ष परिस्थिती जाणीवपूर्वक हाताळण्यासाठी त्यांची अधिक चांगली तयारी झालेली असते. प्रयोगशाळेमुळे प्रशिक्षणार्थींना समाजकार्याचे पाठ्यपुस्तकी ज्ञान व्यवहारात कसे वापरावे ते समजण्यास साह्य होते.

हे माहितीपुस्तक म्हणजे अनेक वर्षांच्या अनुभवांचे आणि प्रयोगशाळा सत्रांतील कौशल्य प्रशिक्षणावर चिकित्सकपणे केलेल्या चिंतनाचे एकत्रित फलित आहे. हे अनुभव आणि चिंतन पद्धतशीरपणे लिहून, परिष्कृत करून, उपयोग करून, प्रशिक्षणाची उद्दिष्टे साध्य करण्यास योग्य ठरेल अशी विकसित केली आहेत.

त्यामुळे हे माहितीपुस्तक पुढील मुद्द्यांवर केंद्रित केली आहे:

१. 'स्व'बद्दलच्या जाणिवांचा विकास. म्हणजे स्वतःची जीवनमूल्ये, दृष्टिकोन, क्षमता आणि प्रतिभा यांचे आकलन, विकास आणि गरज पडल्यास बदल करण्यास प्रशिक्षणार्थींना सक्षम करणे.
२. मानवी समस्यांबद्दलची संवदनक्षमता विकसित करणे.
३. परिणामकारक साहाय्यबंध प्रस्थापित करण्यास आवश्यक अशा क्षमता बळकट करणे.
४. प्रभावी हस्तक्षेपासाठी साह्यभूत होणारी संप्रेषण कौशल्ये विकसित करणे.
५. पद्धतीसिद्धान्ताचा कोणाच्या तरी मार्गदर्शनाखाली नियंत्रित वातावरणात सराव करण्याच्या संधी उपलब्ध करून देणे.

प्रशिक्षण संपल्यावर एखादा परिपूर्ण कौशल्ये असलेला सामाजिक कार्यकर्ता होईल अशी अपेक्षा करू शकत नाही, पण आपण असे म्हणू शकतो की या सर्व अनुभवांमुळे प्रत्यक्ष काम करताना स्वतः प्रशिक्षणार्थी सामाजिक कार्यकर्ता अधिक आत्मविश्वासाने कार्य करण्यास सुसज्ज होईल.

या माहितीपुस्तकाचे तीन भाग आहेत. पहिला भाग लोकांबरोबर काम करण्यासाठी आवश्यक त्या व्यक्तिगत कौशल्यांचा पाया निर्माण करतो. स्वतःबद्दलचे यथायोग्य ज्ञान होणे, आकलनासाठी मनाची कवाडे खुली करणे, पूर्वग्रह आणि अनाठायी आग्रहीपणा यावर मात करता येणे आणि साहाय्यबंध निर्माण करण्यासाठी स्वतःचा संवेदनक्षमतेने उपयोग करता येणे या गुणांचा विकास प्रशिक्षणार्थींमध्ये कसा करता येईल, यावर या भागाचा भर आहे.

आकलन या विषयात प्रशिक्षणार्थींना स्वतःबद्दलचे आणि दुसऱ्याबद्दलचे वस्तुनिष्ठ आकलन करण्यास प्रवृत्त केले जाते. गरजू व्यक्तींना समजून घेऊन त्यांच्याकडे समानुभूतीने पाहता येण्याच्या क्षमतांचा विकास होण्याच्या दृष्टीने संवेदनक्षमता या विषयावरील अध्ययनसराव तयार केला आहे. आकलन, 'स्व' ची जाणीव आणि संवेदनक्षमता या विषयांवरील कार्यशाळा या 'लोकांबरोबर काम करण्याच्या कौशल्यप्रशिक्षणासाठी' पूर्वअट आहे. या विषयांचे अध्ययनसराव हे एकमेकांना पूरक असल्यामुळे ते एकत्रितपणे घेतले जावेत. हे विषय पायाभूत विषय असल्यामुळे ते कौशल्य प्रशिक्षणाच्या सुरुवातीला घेतले जावेत.

संप्रेषण हा विषय दोन भागांत विभागला आहे. प्रत्येक भागाचे दोन उपविभाग आहेत. पहिला विभाग हा संप्रेषण या प्रक्रियेच्या वर्णनावर केंद्रित केला आहे आणि त्यानंतर दोन संबंधित कार्यशाळा आहेत. पहिल्या कार्यशाळेत विद्यार्थ्यांना संप्रेषण म्हणजे काय याच्या प्राथमिक संकल्पना आणि त्यांचे तपशील समजावून सांगितले जातात. दुसऱ्या कार्यशाळेत संप्रेषण होण्यातील अडचणी आणि अडथळे कोणते आणि त्यावर मात कशी करावी हे सांगितले जाते.

दुसऱ्या विभागातील पहिला उपविभाग 'दृक्‌श्राव्य माध्यमांचा उपयोग' यावर आहे. दुसरा उपविभाग 'संप्रेषणासाठी अभिनव माध्यमे' यावर आहे. प्रत्येक माध्यमासाठी वेगळी कार्यशाळा घेण्याची आवश्यकता आहे. या माध्यमांचा आवाका काय असतो आणि प्रत्येक माध्यमाची पूर्वतयारी करून परिणामकारक संप्रेषणासाठी ती माध्यमे कशी वापरावीत याबद्दलच्या विकसित कौशल्यांची जाणीव होणे हे या कार्यशाळांच्या अखेरीस विद्यार्थ्यांकडून अपेक्षित असते.

पद्धती याबद्दलचा शेवटचा विभाग तीन सराव पद्धती विशद करतो, व्यक्ती आणि कुटुंबे यांच्याबरोबर काम करणे, गटांबरोबर काम करणे आणि समाजांबरोबर काम करणे. मदतकार्य करताना व्यक्तीबरोबर काम करण्यासाठी आवश्यक ती कौशल्ये विकसित करण्यावर 'व्यक्तीबरोबर काम' या विषयावरील प्रशिक्षण घटकाचा भर आहे. त्यामुळे गरजू व्यक्तीशी होणाऱ्या पहिल्या संभाषणापासून ते प्रकल्प संपेपर्यंत लागणारी कौशल्ये यांचा समावेश प्रशिक्षण घटकात केलेला आहे. 'नाट्यभूमिकेच्या मार्गाने' प्रशिक्षणार्थी विविध टप्प्यातून जातो: माहिती गोळा करणे, माहितीची चाचपणी करणे, त्यातून समस्येचे निदान करणे आणि उपचाराची उद्दिष्टे आणि योजना आखणे. ही अध्यापन सत्रे पाठ्य ज्ञानाचा कौशल्यपूर्ण उपयोग, तत्त्वे, साधने आणि तंत्रे यांचा एकत्रित उपयोग यावर भर देतात.

गटाबरोबर कार्य या विषयाचे दोन भाग आहेत. समाजकार्य संस्थेचे कार्य, उद्दिष्टे आणि आवाक्याच्या संदर्भात लक्ष्य असलेला गट निर्देशित करणे या प्रक्रियेपासून सुरुवात करून पहिल्या भागात तीन मुख्य क्षेत्रांवर लक्ष केंद्रित केले जाते. गटातील सदस्यांच्या आवडीनिवडी, समस्या आणि गरजा यांचा विचार करून पूर्ण करता येतील अशी उद्दिष्टे विकसित करणे आणि त्यासाठी लागणारी कौशल्ये विकसित करणे यावर अध्ययनसरावाचा जोर असतो. प्रशिक्षणार्थींना ही उद्दिष्टे साध्य करता यावीत यासाठी त्यांना योग्य अशा उपक्रम, अध्ययनसराव आणि खेळ यातून प्रवृत्त करण्याचे काम या विषयातून केले जाते. हे करताना प्रशिक्षणार्थीला गट विकासाच्या विविध टप्प्यातून नेण्याचा प्रयत्न केला जातो. उदा: आरंभीचा परिचय व ओळख, प्रत्यक्ष कार्य आणि शेवट. या विषयाचा दुसरा घटक गटांबरोबर करण्याच्या उपक्रम आणि खेळांचा असतो. गट कार्याची उद्दिष्टे साध्य करण्यासाठी प्रशिक्षणार्थींना

अधिक कार्यक्षम व परिणामकारक बनवणे यासाठी हा घटक असतो. या घटकात गट कार्याच्या नोंदी करण्यासाठीची तंत्रे आणि साधने यांचे ज्ञानही दिले जाते.

समाजाबरोबर कार्य हा विषय सामाजिक पातळीवर विविध उपक्रम विकसित करण्यासाठी आणि प्रारंभीचे संबंध प्रस्थापित करण्यासाठी लागणाऱ्या कौशल्यांवर भर देतो. या पद्धतीचा समावेश असलेल्या सुरुवातीच्या एककांतून प्रशिक्षणार्थींना समाजाचे आकलन आणि त्याचे महत्त्व कळण्यासाठी कोणत्या गोष्टी लागतात याची अंतर्दृष्टी मिळते. तसेच समाजाशी संपर्क कसा साधावा आणि समाजाशी नातेबंध कसे जुळवावेत, याचेही ज्ञान प्रशिक्षणार्थीला होते. समाजात उपक्रम कसे करावेत आणि प्रगतीसाठी कार्यक्रम कसे विकसित करावेत हे नंतरच्या कार्यशाळांमधून प्रशिक्षणार्थीला उमजते. यामधून समाजाबरोबर काम करण्यासाठी आवश्यक गुणधर्म आणि दृष्टिकोन समजणे, समाजघटकांची स्थाने निश्चित करणे, समाजाचे विश्लेषण करणे, कार्यक्रमाची योजना करणे याचे ज्ञान प्रशिक्षणार्थीला होते.

या कार्यशाळा म्हणजे कौशल्य विकासातील फक्त सुरुवातीचे बिंदू आहेत हे समजणे खूप महत्त्वाचे आहे. कार्यशाळांतील शिक्षण हे प्रत्यक्ष क्षेत्रकार्याच्या पर्यवेक्षणांद्वारे वारंवार बिंबवले जाणे आणि शिक्षणाचे उपयोजन प्रत्यक्ष कामात परिवर्तित होणे आवश्यक आहे.

या माहितीपुस्तकातील प्रयोगशाळा सत्रात आमच्या संस्थेने मिळवलेले अनुभव प्रतिबिंबित झालेले आहेत. अन्य संस्थांनी त्यांच्या प्रशिक्षणात हे अनुभव उचलावेत आणि त्यांच्या कार्यशाळा चालविताना येणारे अनुभव आम्हाला सांगावेत. यामुळे परस्पर शिक्षणाची प्रकिया चालू राहील व कौशल्य विकसन प्रयोगशाळांची सत्रे अधिक प्रगत होऊन अधिक परिणामकारक होतील. प्रशिक्षणार्थींचे कौशल्य शिक्षणांचे घटक आणि सामाजिक कार्यकर्त्यांचे कौशल्य घटकही विकसित होण्यास या माहितीपुस्तकाचा हातभार लागेल अशी आशा आहे.

सूत्रसंचालकासाठी टिपणी

हे माहितीपुस्तक कौशल्य प्रशिक्षणासाठी उपयोगात आणली जाणार आहे आणि याची विशिष्ट उद्दिष्टे व अपेक्षित परिणाम असल्यामुळे खालील मार्गदर्शक तत्त्वे उपयुक्त ठरावीत.

१. सूत्रसंचालन कोणी करावे? या माहितीपुस्तकाचा उपयोग करणारी सूत्रसंचालक व्यक्ती शक्यतो समाजकार्य प्रशिक्षक असावी आणि त्याच्या/तिच्या कामाच्या कालखंडात त्या व्यक्तीने एकदा तरी कौशल्य प्रशिक्षण घेतलेले असावे. कौशल्य शिक्षण हा समाजकार्य शिक्षणाचा महत्त्वाचा भाग आहे आणि कौशल्ये शिक्षणाद्वारे विकसित करता येऊ शकतात या गोष्टींबद्दल त्याची/तिची ठाम धारणा असली पाहिजे.

२. सूत्रसंचालक म्हणून काम करणाऱ्या व्यक्तीचे भाषेवर प्रभुत्व असले पाहिजे, ती व्यक्ती सजग आणि सतर्क असली पाहिजे आणि नव्या कल्पनांबद्दल स्वागतशील असली पाहिजे. गटाबरोबर काम करता येणे आणि लोकांना आपल्याबरोबर नेता येणे हे सूत्रसंचालकाचे आवश्यक गुण आहेत. प्रयोगशाळा सत्रे चैतन्यपूर्ण होण्यासाठी सत्रार्थींमध्ये उत्साह निर्माण करून त्यांचा सहभाग वाढविण्याची क्षमता सूत्रसंचालकात असली पाहिजे.

३. प्रशिक्षण कार्यशाळा घेण्यापूर्वी सूत्रसंचालकाने संपूर्ण माहितीपुस्तकाचे बारकाईने वाचन केलेले असावे.

४. ज्या विषयाचे प्रशिक्षण द्यायचे त्या विषयाच्या सैद्धान्तिक ज्ञानात सूत्रसंचालक निपुण असला पाहिजे.

५. त्याला/तिला संपूर्ण पाठाचा परिचय असला पाहिजे आणि त्याने/तिने प्रशिक्षण सामग्री तयार ठेवली पाहिजे.

६. प्रत्येक पाठसत्र क्रमवार चालवले पाहिजे. त्याचा प्रारंभ उद्दिष्टांपासून व्हावा आणि सांगता फलितांचे स्पष्टीकरण करून आणि सारांश सांगून व्हावी.

७. कौशल्य पाठसत्रे सूत्रसंचालकांच्या गटाने चालवली तर अधिक परिणामकारक होतात. पाठसत्राच्या विविध भागांचे सूत्रसंचालन करणे, एकमेकांचे निरीक्षण करून एकमेकांना पूरक काम करणे, आणि एकवाक्यतेचे, एकाच तालाचे वातावरण निर्माण करणे या जबाबदाऱ्या सूत्रसंचालकांच्या गटाने एकत्रित विचार करून उचलणे महत्त्वाचे आहे. म्हणून त्या प्रत्येक पाठसत्राचे नियोजन त्यांनी एकत्रित केले पाहिजे.

८. कौशल्य प्रशिक्षणाच्या सत्रांना प्रारंभ करण्यापूर्वी पुढील गोष्टींवर कार्यशाळा चालवल्या पाहिजेत: आकलन, 'स्व'सजगता म्हणजे 'स्व'ची जाणीव, संवेदनक्षमता, संप्रेषण.

सूत्रसंचालकांनी काय करावे आणि काय करू नये

१. कौशल्यप्रयोगशाळेच्या सत्रापूर्वी संबंधित विषयाचा पाठ्यपुस्तकी अभ्यास वर्गात पूर्ण झाला आहे याची सूत्रसंचालकाने खात्री करावी. पहिल्या वर्षीच्या पाठ्यक्रमात अभ्यासाला तो पाठ्यविषय नसेल तर त्या विषयाचा गोषवारा सांगून आणि पाठ्यविषयाशी संबंधित पैलूंची आणि त्यांच्या त्या क्षेत्रातील उपयोजनाची ओळख करून द्यावी.

२. कार्यशाळा चालविताना सूत्रसंचालकाने आत्मविश्वास आणि सहजता दाखवली पाहिजे. त्यासाठी जे साध्य करायचे त्याबद्दलची स्पष्टता आणि संपूर्ण पूर्वतयारी असली पाहिजे.

३. प्रायोगिकता आणि अभिनवता यांच्या भरपूर संधी सूत्रसंचालकाने उपलब्ध करून दिल्या पाहिजेत.

४. प्रत्येक भागात दिलेले प्रसंग हे उदाहरणांदाखल आहेत. आपल्या प्रशिक्षणार्थींचा कार्यक्षेत्रातील अनुभव लक्षात घेऊन सूत्रसंचालकाने प्रसंग निर्माण करावेत.

५. सूत्रसंचालकाने प्रशिक्षणार्थींना प्रत्येक पाठ्यभागाच्या चौकटीच्या मर्यादेत जास्तीत जास्त लवचीकता आणि स्वातंत्र्य द्यावे.

६. सूत्रसंचालकाने साध्या कृतिपाठापासून सुरुवात करावी आणि नंतर नाट्यभूमिकांच्या माध्यमाचा अवलंब करत करत गुंतागुंतीच्या प्रसंगाकडे जावे.

७. प्रशिक्षणार्थीला ऐच्छिक भाग घेता येण्यासाठी मुबलक संधी आणि क्षेत्र उपलब्ध करून द्यावे. सूत्रसंचालकाने सकारात्मक आणि भीती वाटणार नाही असे वातावरण निर्माण करावे.

८. स्वयंसेवकांनी पुढे येऊन भाग घेतला तर सूत्रसंचालकांनी त्यांचे गुणग्रहण आणि कौतुक करावे.

९. सूत्रसंचालकाने जास्तीत जास्त लोकांना भाग घेण्यासाठी उत्तेजन द्यावे. पण जर काही प्रशिक्षणार्थींना सहजपणे भाग घेणे जमत नसेल तर सूत्रसंचालकाने त्यांना सक्ती करू नये.

१०. आपल्या कार्यक्षेत्रातील प्रसंगांची उदाहरणे प्रयोगशाळेसाठी घेऊन येण्यास प्रशिक्षणार्थींना उत्तेजन द्यावे.

११. प्रयोगशाळा म्हणजे व्यक्तींना लक्ष्य ठरवून त्यांचा बळीचा बकरा बनवण्याचे व्यासपीठ होणार नाही, याची सूत्रसंचालकाने काळजी घेतली पाहिजे.

१२. भाग घेणाऱ्या कुण्या एकावर लक्ष केंद्रित करण्यापेक्षा त्या अध्ययन सत्रातील शाब्दिक आणि शब्दापलीकडच्या वागणुकीवर चर्चा करावी.

१३. प्रतिक्रिया आणि चर्चांमुळे काहींच्या मनात, "कोणी आपल्यावर हल्ला करीत आहे", अशी भावना निर्माण होऊन त्यांची काहीशी बचावात्मक वर्तणूक दिसेल. सूत्रसंचालकाने अशी परिस्थिती संवेदनक्षमतेने हाताळली पाहिजे.

१४. कोणत्याही परिस्थितीत सूत्रसंचालकाने न्यायनिवाडा करण्याची भूमिका घेऊ नये.

१५. कधीकधी एखाद्या अध्ययन सत्रातून चर्चा पुढे जाण्यास अपेक्षित असे काही घडत नाही. अशा वेळी अपेक्षित निष्कर्ष मिळवण्यासाठी सूत्रसंचालकाने परिस्थिती योग्य दिशेने वळवले पाहिजे.

१६. सत्रात (अध्यापन-अध्ययन) सतत सुधारणा होण्याच्या दृष्टीने प्रत्येक सत्र संपल्यावर सहभागी अध्ययनार्थी आणि अध्यापन गटाचे सदस्य यांच्याकडून प्रतिक्रिया घेण्यासाठी, सूत्रसंचालकाने काही पद्धतशीर व्यवस्था निर्माण केलेली असावी.

सूत्रसंचालकाने कोणकोणत्या भूमिकांसाठी सुसज्ज असले पाहिजे ते पुढील आकृतीत स्पष्ट होईल.

आकृती १ सूत्रसंचालकाची भूमिका

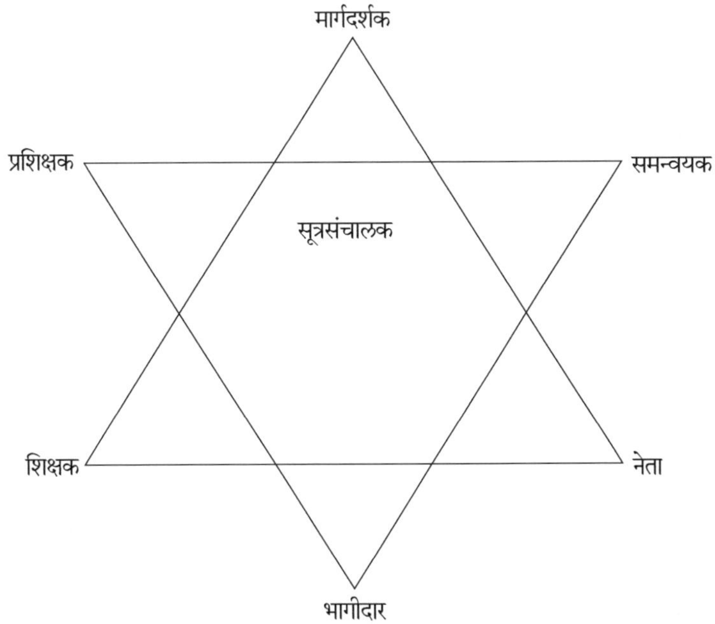

स्रोत: या माहितीपुस्तकाच्या संपादकांनी वरील आकृती तयार केली आहे.

समाजकार्य कौशल्यशाळा सत्रांचे नियोजन

कौशल्यप्रयोगशाळेचे वेळापत्रक खूप महत्त्वाचे आहे. आकलन, 'स्व'ची जाणीव, संवेदनक्षमता आणि संप्रेषण या पहिल्या चार कार्यशाळा प्रशिक्षण काळाच्या सुरुवातीच्या महिन्यात असल्या पाहिजेत. उदा. जर शैक्षणिक वर्ष जूनमध्ये सुरू होत असेल आणि क्षेत्रनियुक्त्या जुलैपासून सुरू होत असतील तर ह्या कार्यशाळा जूनमध्ये नियोजित केल्या पाहिजेत. या कार्यशाळांमुळे दोन हेतू साध्य होतात. एक म्हणजे 'कौशल्यप्रयोगशाळा' या कार्यक्रमाअंतर्गत चालवल्या जाणाऱ्या वर्षभरातील सर्व कार्यशाळा आणि सत्रांसाठी समाजकार्य प्रशिक्षणार्थींची पूर्व तयारी होते. दुसरे म्हणजे स.का.प्र च्या क्षेत्रनियुक्तीसाठीही त्यांची या कार्यशाळांमुळे पूर्वतयारी होते.

शैक्षणिक कार्यक्रमाच्या पहिल्या महिन्यात चालविण्याच्या या कार्यशाळांचे वेळापत्रक पुढीलप्रमाणे असू शकते.

१. आकलन	अर्ध्या दिवसाची कार्यशाळा
२. 'स्व'ची जाणीव	दीड दिवसाची कार्यशाळा
३. संवेदनक्षमता	दीड दिवसाची कार्यशाळा
४. संप्रेषण	दोन दिवसांची कार्यशाळा

एका आठवड्याच्या अंतराने या कार्यशाळा असाव्यात त्यामुळे समाजकार्य प्रशिक्षणार्थींना त्यांच्या अनुभवांवर विचार करण्यास वेळ मिळतो. ह्या सर्व कार्यशाळा एकच एकक आहेत असे मानले जावे. त्यामुळे प्रत्येक कार्यशाळेचा प्रारंभ आधीच्या कार्यशाळेच्या उजळणी व परीक्षणाने व्हावा आणि शेवट पुढील कार्यशाळेशी दुवा जोडणारा असावा. आकलन या पहिल्या कार्यशाळेत सूत्रसंचालकाने 'स्व-विकास' या अध्ययन विषयाची उद्दिष्टे सांगावीत.

'दृक्श्राव्य साधनांचा वापर' याविषयावरील कार्यशाळा या 'स्वतंत्र सत्रे' म्हणून विचारात घ्याव्यात आणि त्या दुसऱ्या सहामाहीत अथवा त्यापैकी काही दुसऱ्या शैक्षणिक वर्षात आयोजित करता येतील.

१.	दृक् माध्यमे	अर्ध्या दिवसाची कार्यशाळा
२.	दृक्श्राव्य माध्यमे	अर्ध्या दिवसाची कार्यशाळा
३.	नावीन्यपूर्ण माध्यमे	दोन दिवसांची कार्यशाळा
४.	पथनाट्य	एका दिवसाची कार्यशाळा
५.	कठपुतळी (कळसूत्री बाहुल्या)	एका दिवसाची कार्यशाळा

कार्यपद्धतीवरील कार्यशाळा या क्षेत्रकार्यातील अपेक्षा आणि पाठ्यपुस्तक वर्ग यांवर अवलंबून असतील. साधारणपणे पहिल्या वर्षीच्या पहिल्या सहामाहीत प्रशिक्षणार्थींना समाज म्हणजे काय ते समजावे, त्यांनी एखाद्या व्यक्ती किंवा घटना अभ्यासावर काम करावे आणि गट निर्देशन करावे अशी अपेक्षा असते. म्हणूनच "समाजाबरोबर काम" या विषयावरील पहिली कार्यशाळा पहिल्या वर्षीचे कार्य'क्षेत्र सुरू होताच नियोजित केली जावी.

पद्धतींवर आधारित कार्यशाळा एकाच वेळी चालवू नयेत. या कार्यशाळा शैक्षणिक कार्यक्रमाच्या पहिल्या वर्षी पहिल्या आणि दुसऱ्या सहामाहीत वेगवेगळ्या वेळी विखरून चालवाव्यात. 'समाजाबरोबर काम' या विषयाशी संबंधित प्रत्येकी अर्ध्या दिवसाच्या दोन किंवा तीन कार्यशाळा क्षेत्रप्रशिक्षण सुरू झाल्यावर दुसऱ्या आठवड्यात घ्याव्यात.

'व्यक्तींबरोबर काम' आणि 'गटांबरोबर काम' या विषयांवरील कार्यशाळा एकाच वेळी असायला हरकत नाही. पाठ्यपुस्तकी अध्ययन वर्गात या पद्धतींच्या प्राथमिक तत्त्वांवर आणि संकल्पनांवर चर्चा झाल्यावर या कार्यशाळा घ्याव्यात.

व्यक्तींबरोबर काम

१.	प्राथमिक माहिती मुलाखत	२ तास	पहिली सहामाही
२.	(प्रश्नाचे) सामाजिक निदान	३ तास	दुसरी सहामाही
३.	उपचार म्हणजे उपाय	३ तास	दुसरी सहामाही

गटांबरोबर काम

१.	गटकार्याचे नियोजन	३ तास	पहिली सहामाही
२.	गटांशी प्रारंभीचा संपर्क	२ तास	पहिली सहामाही
३.	वर्तणूक बदलण्यासाठी उपक्रम चालवणे	अर्ध्या दिवसाची कार्यशाळा	दुसरी सहामाही
४.	गटांचे विसर्जन	२ तास	दुसरी सहामाही

समाजांबरोबर काम

१.	समाजात प्रवेश	२ तास	पहिली सहामाही
२.	समाज समजावून घेणे (तीन सत्रात विभागणे)	६ तास	पहिली सहामाही
३.	समाजात सभा घेणे	२ तास	दुसरी सहामाही

कार्यशाळांचा क्रम महत्त्वाचा आहे. परंतु त्या किती दिवस घ्याव्यात हे त्या संस्थेच्या शैक्षणिक कार्यक्रमावर अवलंबून राहील.

प्रत्येक अध्ययन विषय सत्राच्या शेवटी सूत्रसंचालकाने लेखी प्रतिसाद घ्यावा किंवा प्रत्येक सहामाही अखेर प्रशिक्षणार्थींना लेखी प्रतिसाद देण्यास सांगावे. परीक्षणाचा नमुना परिशिष्ट अ १ मध्ये दिला आहे. सूत्रसंचालकांनी त्यांचे स्वतःचे मूल्यमापन निकष स्वतंत्रपणे विकसित करावेत. मिळालेल्या प्रतिसादांचे विश्लेषण करावे आणि आलेल्या सूचनांचा विचार शक्यतो पुढील वर्षीच्या नियोजनात करावा.

परिशिष्ट अ १ विद्यार्थ्यांचा अभिप्राय: कौशल्य प्रशिक्षण प्रयोगशाळा

१. कौशल्य प्रयोगशाळेत आयोजित केल्या गेलेल्या कार्यशाळांची यादी द्या:

२. कौशल्य प्रयोगशाळेच्या उद्दिष्टे तुम्हाला स्पष्ट आहेत का? (फक्त एकावर खूण करा):

स्पष्ट ☐ काहीशी स्पष्ट ☐ अस्पष्ट

३. वर्षभरात आयोजित केलेल्या विविध कार्यशाळांतून कौशल्य प्रशिक्षणाची उद्दिष्टे साध्य झाली असे तुम्हाला वाटते का?

– बऱ्याच मोठ्या प्रमाणावर झाली ☐

– त्यांपैकी काही साध्य झाली ☐

– अजिबात साध्य झाली नाहीत ☐

– सांगता येणार नाही ☐

४. कोणती कार्यशाळा तुम्हाला सर्वाधिक आवडली? (कारणे द्या)

५. तुम्हाला न आवडलेल्या कार्यशाळांची यादी करा. (कारणे द्या)

६. सर्व कार्यशाळा खालीलप्रमाणे होत्या असे तुम्हाला वाटते का?

व्यवस्थित नियोजन केलेल्या	होय	☐	नाही	☐
विषयाला धरून	होय	☐	नाही	☐
समजण्यास सोप्या	होय	☐	नाही	☐

७. आयोजित केलेल्या कार्यशाळांविषयी काही सूचना.

८. नवीन कार्यशाळांविषयी काही सूचना

९. तुमच्या क्षेत्रकार्यात ह्या कार्यशाळांचा उपयोग आहे असे तुम्हाला वाटते का?

होय ☐ नाही ☐ नक्की माहीत नाही ☐

१०. कार्यशाळेत शिकलेल्या माहितीचा क्षेत्रकार्यात कसा वापर केला त्याचा तपशील द्या.

कार्यशाळेचे नाव तुम्ही कार्यशाळेतील माहिती कशी वापरली?

नोंद: हा फक्त अभिप्रायाचा नमुना आहे. प्रत्येक संस्थेच्या गरजेनुसार त्यात बदल करून घेता येतील.

प्रकरण १

कौशल्य प्रशिक्षणातील प्रयोगशाळा पद्धत समजून घेणे

सुधा दातार आणि रुमा बावीकर

समाजकार्यात काही कौशल्ये अगदी मूलभूत असतात. म्हणून कौशल्य ही संकल्पना काय आहे, हे समाजकार्य प्रशिक्षणार्थींना अगदी सुरुवातीलाच समजावून सांगितले पाहिजे. आपली औपचारिक शिक्षणपद्धती शिक्षणार्थींना शिकण्याच्या प्रक्रियेत भाग घेण्यास उत्तेजन देत नसल्यामुळे पुढे येणाऱ्या कार्यशाळांत सर्वत्र वापरल्या जाणाऱ्या सहभाग पद्धतीची ओळख प्रशिक्षणार्थींना करून द्यावी लागते.

खालील परिच्छेदांतून प्रशिक्षणार्थींना प्रयोगशाळा कौशल्यांची ओळख करून देण्याची प्रक्रिया स्पष्ट होते. त्याचा प्रशिक्षणार्थींना कार्यशाळांच्या मालिकेचा पूर्वपरिचय करून घेण्यासाठी उपयोग होईल.

उद्दिष्टे:

१. समाजकार्य प्रशिक्षणार्थींना (स.का.प्र.) प्रयोगशाळा पद्धती समजावून घेण्यास मदत करणे.
२. स.का.प्र. ना समाजकार्यासाठी आवश्यक असणाऱ्या सर्व कौशल्यांचे आकलन होण्यास मदत करणे.
३. समाजकार्य करताना आवश्यक ती कौशल्ये मिळवण्यासाठी स.का.प्र.चा कार्यशाळेतील सहभाग किती महत्त्वपूर्ण आहे, ते समजावून घेण्यास स.का.प्र.ना मदत करणे

लागणारा वेळ: ३ तास.
साहित्य: सूत्रसंचालकाने पुढील विषयांसाठी दृक् साहित्य-ओव्हरहेड प्रोजेक्टर ट्रान्सपरन्सीज किंवा तक्ते-तयार करावे.

१. समाजकार्य व्यवहारातील कौशल्ये म्हणजे काय, यांच्या व्याख्या.
२. समाजकार्यासाठी लागणाऱ्या मूलभूत कौशल्यांची यादी.

पद्धती:

१. विचारमंथन.
२. भूमिकानाट्य पद्धत.
३. लहान गटचर्चा.

अध्ययनसराव १.१ कौशल्य संकल्पना

सहभागी संख्या: सर्व.
कृती:

१. सहभागींना 'कौशल्य' या शब्दाला प्रतिसाद देण्यास सांगा. (विचारमंथन पद्धत)
२. सहभागींनी दिलेल्या प्रतिसादांची यादी करा.
३. त्यातून समाजकार्याशी निगडित असे प्रतिसाद निवडा.
४. कौशल्य म्हणजे काय आणि त्याच्या समाजकार्याच्या संदर्भातील अनेक व्याख्यांची सविस्तर चर्चा करा.

समारोप: समाजकार्यासाठी कौशल्ये महत्त्वाची असतात. विविध मार्गांनी त्या कौशल्यांचा विकास करता येतो.

अध्ययनसराव १.२ प्रयोगशाळेत शिकण्याची प्रक्रिया

उद्दिष्टे:

१. लोकांशी संबंध प्रस्थापित करणे आणि लोकांबरोबर काम करणे यासाठी आवश्यक असलेली कौशल्ये कोणती ते समजण्यासाठी स.का.प्र. ना मदत करणे.
२. लोकांकडून आलेले प्रतिसाद आणि आत्मपरीक्षण यांतून मिळणाऱ्या लाभांचा अनुभव घेण्यास स.का.प्र.ना मदत करणे.
३. कौशल्ये आत्मसात करून विकसित करण्याची प्रक्रिया समजावून घेण्यास स.का.प्र.ला मदत करणे

पद्धती: भूमिकानाट्य पद्धत.
वेळ: १ तास.
सहभागींची संख्या: कार्यक्षेत्राच्या परिस्थितीवर अवलंबून राहील.
खाली काही उदाहरणे दिली आहेत.

१. संस्थेत अनौपचारिक शिक्षणाचा वर्ग चालतो, आणि प्राचार्यांना भेटून शाळा सोडलेल्यांची यादी मिळवण्यास स.का.प्र.ला सांगितले आहे.

२. क्षेत्रकार्याच्या पहिल्या दिवशी *बालवाडी* शिक्षकां[१]कडून संस्थेची प्राथमिक माहिती गोळा करण्याचे काम स.का.प्र.ला दिले आहे.
३. निवासी बालकाश्रमाच्या पर्यवेक्षकांनी स.का.प्र.ला मुलांशी संवाद करण्यास सांगितले आहे.

सहभागींना भूमिका करण्यासाठी स्वतःच पुढे येण्यास सांगावे. तयारीसाठी वेळ द्यावा. नंतर गटांना त्या भूमिका सादर करण्यास सांगावे. ते झाल्यावर निरीक्षकांना या प्रक्रियेबद्दल त्यांच्या प्रतिक्रिया देण्यास सांगावे.

१. कार्यकर्त्याने त्या प्रसंगाची हाताळणी कशी केली?
२. त्याने/तिने त्या प्रसंगासाठी तयारी केली होती, असे तुम्हाला वाटते का? तुम्ही ते कसे ओळखले?
३. त्याने/तिने स्वतःचा परिचय कसा करून दिला?
४. त्याने/तिने माहिती कशी मिळवली?
५. प्रेक्षकाने कसा प्रतिसाद दिला?

नंतर भूमिका वठवणाऱ्यांना त्यांच्या नाट्यावर विचार करण्यास आणि मिळालेल्या अभिप्रायाच्या संदर्भात संपूर्ण प्रक्रियेचा आढावा घ्या. ह्या अभिप्राय आणि चिंतनाच्या आधारावर ज्या गोष्टीत बदल करणे आवश्यक आहे त्या अधोरेखित करा. शेवटी इतरांनी केलेल्या विशिष्ट सूचना लक्षात घेऊन पुन्हा भूमिकानाट्य करायला स्वयंसेवकांना सांगा. त्यांच्या भूमिकेतील बदलांचे निरीक्षण करून स्वयंसेवकांना त्याची पोच द्या.

खालील गोष्टींवर भर द्या.

१. हे प्रसंग मुद्दाम निर्माण केलेले असल्यामुळे त्याची पुनरावृत्ती करता येते.
२. पर्याय शोधण्यासाठी अभिप्रायाची मदत होते आणि आपले वागणे बदलण्यासाठी त्यांचा उपयोग होतो.
३. प्रसंगाचा वस्तुनिष्ठतेने आढावा घेतल्यानेही फायदा होऊ शकतो.

चर्चेची संगती प्रयोगशाळा पद्धतीशी लावून सूत्रसंचालकाने चर्चेचा सारांश सांगावा. त्यामुळे सहभागी झालेल्या प्रत्येकास फायदा होतो. आपल्या भावना दुसऱ्यांना सांगणे आणि प्रतिक्रिया देणे यामुळे एकमेकांना आधारभूत वातावरण तयार होते.

कधी कधी नवीन शिक्षणार्थी भूमिकानाट्यात काम करण्यासाठी पुढे येण्यास लाजतो आणि त्यामुळे त्या भूमिकेसाठी अंतर्भूत असणाऱ्या कौशल्यांचा विकास होत नाही. संस्था किंवा महाविद्यालयात आवश्यक सोयी असतील तर कौशल्ये दाखविणाऱ्या चित्रफिती दाखवून प्रशिक्षक प्रशिक्षणार्थीला कौशल्यांचे निरीक्षण करून नोंदी ठेवण्यास सांगू शकतील. समुपदेशन सत्रे, स्वयंसहायता गटाची गट बैठक आणि आरोग्य शिक्षण सत्र अशा विषयांचे चित्रण करणाऱ्या चित्रफितींचा उपयोग करता येईल.

---

[१] हे पूर्व प्राथमिक एकक आहे.

अध्ययनसराव १.३ प्रयोगशाळेत शिकण्याची प्रक्रिया

उद्दिष्ट: स.का.प्र. ला कौशल्य प्रशिक्षण कार्यशाळांची उद्दिष्टे समजण्यासाठी मदत करणे.
पद्धत: लहान गट चर्चा.
वेळ: ४० मिनिटे.
कृती: वर्गाचे लहान गट पाडा (८ ते१० सदस्य)

१. प्रयोगशाळा सत्रातून काय अपेक्षा आहेत हे प्रत्येक गटाला लिहिण्यास सांगा.
२. प्रत्येक गटाला त्यांच्या अपेक्षा मांडण्यास सांगा.

सूत्रसंचालक प्रयोगशाळा सत्रांची खालील उद्दिष्टे ठळकपणे दाखवून गटचर्चेचा सारांश सांगू शकतो.

१. स्वयंशिक्षणाच्या प्रक्रियेत स्वेच्छेने भाग घेण्साठी स.का.प्र.ला मदत करणे.
२. सरावाने आपली क्षमता विकसित करता यावी म्हणून स.का.प्र.चा आत्मविश्वास वाढवण्यासाठी स.का.प्र.ला मदत करणे.
३. समाजकार्यासाठी आवश्यक असणाऱ्या प्राथमिक कौशल्यांचा आवाका समजावून घेण्यासाठी स.का.प्र.ला मदत करणे. त्याचबरोबर एखाद्या पद्धतीसाठी आवश्यक असणारी विशिष्ट कौशल्ये समजून घेण्यास मदत करणे.

सूत्रसंचालक स.का.प्र.ना समाजकार्यासाठी लागणाऱ्या प्राथमिक कौशल्यांची यादी करण्यास मदत करू शकतो:

१. एखादी गोष्ट समजून घेण्यास लक्षपूर्वक ऐकण्याचे श्रवणकौशल्य.
२. ज्यामुळे समस्येची उकल होण्यास मदत होते, अशी माहिती बाहेर काढून यथायोग्य माहितीकोष तयार करण्याचे कौशल्य.
३. परिणामकारक हस्तक्षेप करण्यासाठी आवश्यक असणाऱ्या संबंध निर्माण करण्याचे कौशल्य.
४. मूल्यमापन करण्याच्या प्रक्रियेत उपयुक्त ठरणाऱ्या व्यक्त आणि अव्यक्त वर्तनाचे निरीक्षण करण्याचे कौशल्य.
५. ज्यात व्यक्त बोली आणि देहबोली यांच्या उपयोगाचा अंतर्भाव असेल अशी संवाद कौशल्ये आणि श्रवणकौशल्ये त्यातून सकारात्मक आंतरव्यक्तीसंबंध विकसित होतात. हे सक्रीय श्रवणही आहे आणि त्यामुळे समजावून घेण्याच्या प्रक्रियेसाठी लागणारी उचित संप्रेषण शैली विकसित होते.

सर्व कौशल्ये तीन प्रकारात विभागता येतील—बोधात्मक कौशल्ये, प्रक्रियात्मक कौशल्ये, अन्योन्यक्रियात्मक कौशल्ये.

बोधात्मक कौशल्ये ही बौद्धिक कौशल्ये असतात. योग्य निदानापर्यंत पोहोचण्यासाठी करावी लागणारी चाचपणी आणि त्या चाचपणीसाठी लागणारी संबंधित माहिती मिळवण्यासाठी समाजकार्यकर्त्याला बोधात्मक कौशल्ये असावी लागतात. समाजकार्यकर्त्यात मूल्यमापन आणि निदान ही सर्वोच्च बोधात्मक कौशल्ये असावी लागतात. हस्तक्षेप करण्याच्या उद्दिष्टांत पक्षपात करणे, त्यांच्यात प्राधान्यक्रम ठरवणे ही बोधात्मक कौशल्ये असू शकतात. चिकित्सक आणि चिंतनात्मक वैचारिक क्षमता वाढवून बोधात्मक कौशल्ये विकसित करता येतात. स्वतःबद्दलचे व दुसऱ्यांबद्दलचे नेमके ज्ञान आणि सामाजिक समस्या, नातेबंध व त्यातील प्रश्न यांचे आकलन होण्यासाठी बोधात्मक कौशल्यांची आवश्यकता असते.

समाजकार्यविषयक उपक्रम हे विवक्षित अशा तर्कशुद्ध, पद्धतशीर आणि शास्त्रीय क्रमशः कृतींवर आधारित असतात. त्यामुळे समाजकार्यकर्त्याला काही कृतिप्रधान कौशल्यांची आवश्यकता असते. उदा. माहिती गोळा करणे ही समाजकार्याच्या सर्व पद्धतीतील

एक पायरी असते. त्यामुळे हस्तक्षेप करण्याचे धोरण ठरवण्याआधी पद्धतशीरपणे माहिती गोळा करण्याची कौशल्ये असावी लागतात. सर्व पद्धतीत काही कृती समान असतात. एखादा व्यक्ती अभ्यास करताना त्या व्यक्तीचा इतिहास जाणून घेणे ही पहिली पायरी असते, परंतु गटविषयक समाजकार्यात मात्र गरजांचे मूल्यमापन सर्वांत प्रथम करावे लागते. वस्तुस्थितीची माहिती गोळा करणे, समस्येत पद्धतशीर हस्तक्षेप करणे, एखाद्या गोष्टीचे नियोजन, मूल्यमापन आणि परिपूर्तीसाठी लागणारी कौशल्ये तसेच नोंद ठेवण्याची कौशल्ये इत्यादी काही कौशल्ये ही सर्वसाधारण कृतिकौशल्यात येतात.

अन्योन्यक्रिया साधण्याची कौशल्ये समाजकार्यात सर्वांत महत्त्वाची आहेत. कारण अन्योन्यक्रिया हे सर्व प्रकारच्या सामाजिक प्रश्नांमध्ये हस्तक्षेप करण्याचे मुख्य माध्यम आहे. समाजकार्यकर्त्याच्या वागणुकीत त्याची अन्योन्यक्रियात्मक कौशल्ये प्रतिबिंबित झालेली दिसतात. निरीक्षणशक्ती, श्रवणकौशल्य, मुलाखत घेण्याचे कौशल्य, अर्थपूर्ण नातेबंध प्रस्थापित करण्याचे कसब, ही त्याची काही उदाहरणे. 'संप्रेषण' या एका विस्तृत श्रेणीत ती कौशल्ये अंतर्भूत आहेत.

सूत्रसंचालकाने कौशल्य प्रयोगशाळा वर्गांची वार्षिक योजना आणि त्या वर्गात वापरल्या जाणाऱ्या विविध पद्धतींची चर्चा करणे आवश्यक आहे. विशेषतः,

१. भूमिकानाट्य पद्धत.
२. गटचर्चा.
३. सादरीकरण.
४. स्वाध्याय.
५. खेळ.
६. प्रात्यक्षिके.
७. दृक्श्राव्य पद्धती.

सूत्रसंचालकाने या कार्यशाळेचा समारोप खालील वाक्याने करावा:
आपण जेवढे जास्त करतो तेवढे जास्त शिकतो. सहभाग ही अध्ययनाची गुरुकिल्ली आहे. आपण सर्व जण प्रभावशाली समाजकार्यकर्ते होण्यासाठी एकत्र अध्ययन करू या!

विभाग १

स्वयंविकास

स्वयंविकासाचा अर्थ

एखाद्या व्यक्तीमध्ये असलेले अनेक पैलू, गुण आणि क्षमता यांचे एकत्रीकरण आणि एक कार्य करणारी व्यक्ती म्हणून ते जास्तीत जास्त परिणामकारक रीतीने कसे वापरता येतील याचा विचार म्हणजे स्वयंविकास.

सामाजिक कार्यकर्ते म्हणून आपण स्व-विकासाकडे पुढील संदर्भचौकटीतून पाहतो.

१. **स्वतःबद्दल वास्तववादी संकल्पना असणे:** याचा अर्थ स्वतःबद्दलचे सकारात्मक आणि निरोगी गुणग्रहण, स्वतःच्या क्षमतांची आणि मर्यादांची योग्य जाणीव, स्वतःबद्दलच्या नकारात्मक आणि अवास्तव कल्पनांवर मात.

२. **स्वतःवर आतून नियंत्रण मिळवणे:** याचा अर्थ 'स्व'म्हणजे काय याची निरपेक्ष व्याख्या करण्याची क्षमता. 'दुसऱ्यांना आपल्याबद्दल काय वाटते' त्याचे रंग या स्वतःबद्दलच्या समजुतीला लागू नयेत.

३. **स्वतःच्या बोधात्मक, भावनात्मक आणि वर्तनात्मक पैलूंचे आकलन:** याचा अर्थ स्वतःच्या भावनांबद्दल संवेदनाक्षम असणे, भावनिक प्रतिसाद उत्कटपणे व्यक्त करता येणे, विविध प्रसंगात योग्य प्रकारे वागता येण्याच्या क्षमतांच्या विविध श्रेणींचा विकास करता येणे.

४. **स्वतःमधील विविध पैलूंचा समन्वय साधता येणे:** आपल्या भावनिक प्रतिक्रिया आणि बौद्धिक प्रक्रिया यांचे प्रतिबिंब म्हणजे आपली वागणूक. त्यामुळे आपल्यातील बौद्धिक, भावनिक आणि वर्तणूक संबंधित पैलूंचा समन्वय साधणे यांचा यात समावेश होतो.

सामाजिक कार्यकर्त्यांना स्वयंविकासाची आवश्यकता

१. स्वतःतील स्वत्वाची जाणीव होण्यासाठी स्वतःबद्दलचे स्पष्ट ज्ञान मदत करते. त्यामुळे आपल्यातील अपुरेपणाची भावना आणि शंका दूर होण्यास मदत होते. परिणामतः आपल्या भूमिकेबद्दल आणि व्यावसायिक कामगिरीतील सुधारणेबद्दल स्पष्टता येते.
२. स्वतःला समजून घेणे म्हणजे आत्मविश्वास वाढवणारे घटक आणि बलस्थाने कोणती ते समजणे, स्वतःचे उत्तम प्रकटीकरण कोणत्या प्रसंगी होते ते समजणे, स्वतःपेक्षा अगदी वेगळ्या लोकांशी नातेबंध कसे प्रस्थापित करावेत ते समजणे.
३. स्वतःला स्वीकारणे आणि स्वतःबद्दल आदर वाटणे हा दुसऱ्या व्यक्तीची एकमेवता, दुर्बलता, गुणवत्ता आणि स्वभावातील गुंतागुंत समजण्याचा पाया आहे. आपण दुसऱ्यांचा ते आहेत तसा स्वीकार करू शकलो नाही तर आपल्याला त्यांच्या अनुभवांची किमत कळणार नाही आणि त्या अनुभवांचा उपयोग त्यांच्या स्वतःच्या विकासासाठी करण्यास आपण त्यांना प्रोत्साहन देऊ शकणार नाही. स्वतःचा स्वीकार आणि स्वतःचा आदर यांचा परस्परसंबंध खालील आकृतीवरून स्पष्ट करता येईल.

आकृती S१.१ स्वतः आणि अन्य यांचा परस्परसंबंध

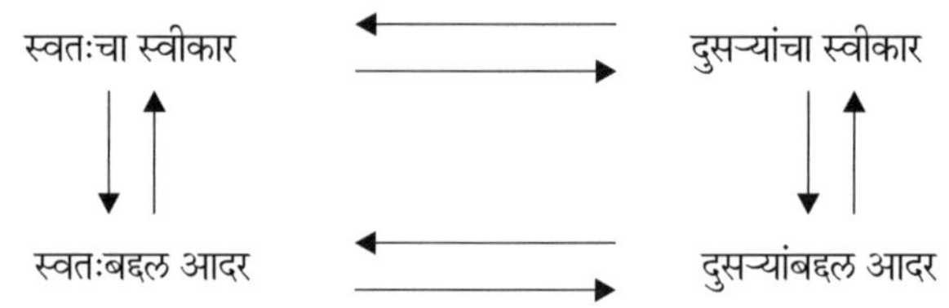

स्रोत: या माहिती ग्रंथाच्या संपादकांनी बनवलेली आकृती.

दुसऱ्या व्यक्तीच्या 'समग्र' व्यक्तित्त्वाबद्दल आस्था, म्हणजे आदर. दुसऱ्यांबद्दलची आस्था हा समाजकार्याचा मूलभूत पाया आहे.

स्वयंविकासाबद्दलचे ज्ञान, समज ही दुसऱ्या व्यक्तीची विकासप्रक्रिया समजून घेण्याची संदर्भचौकट असू शकते. "मी कसे शिकतो आणि वाढतो" या प्रश्नाचे उत्तर समाजकार्यकर्त्याला देता आले पाहिजे. त्यामुळे दुसरे कसे शिकतात आणि त्यांचा विकास कसा होतो याबद्दलची समाजकार्यकर्त्याची जाण वाढण्यास मदत होते.

स्वतःबद्दलच्या सजगतेतून व्यक्ती लवचीक आणि उदारमनाची होते. समाजकार्यकर्त्याला दुसऱ्यांशी विश्वासाचे स्नेहबंध जोडण्यास या गुणांची मदत होते.

स्वयंविकासासाठी कार्यशाळा

या स्वयंविकासाच्या विभागात खालील विषयांवर ३ अनुखंड (मॉड्यूल्स) असतील:

१. 'आकलन' म्हणजे काय?
२. 'स्व' सजगता अथवा 'स्व'ची जाणीव
३. संवेदनाक्षमता

स्वयंविकास हे प्रत्येकाचे ध्येय आहे. व्यावसायिक गरजा जाणीवपूर्वक विकसित केल्या पाहिजेत. व्यक्तिमत्त्वाचा एक महत्त्वाचा घटक म्हणजे 'आकलन'. आकलनाच्या प्रक्रियेतून आपण आपल्याभोवतीचे जग समजून घेत असल्याने आणि त्याचा अन्वयार्थ लावत असल्याने आपली जीवनमूल्ये, दृष्टिकोन, आपल्या वर्तणुकीसंबंधीचे आपली स्वतःची समज आणि दुसऱ्यांच्या वागणुकीचे ज्ञान आपल्या आकलनशक्तीवर आणि त्याच्या अन्वयार्थावर अवलंबून असते. म्हणून आपले आकलन कसे होते हे समजून घेणे ही स्वयंविकासाची पहिली पायरी आहे.

तसेच, 'स्व'सजगता ही अखंड चालणारी आणि सतत बदलणारी प्रक्रिया आहे. दुसऱ्याबरोबर परस्परसंवाद होत असताना, समाजकार्य प्रशिक्षणार्थींनी सतत त्यांच्या स्वतःच्या भावना, दृष्टिकोन आणि वर्तणूक तपासली पाहिजे. 'स्व'सजगतेवरील अध्ययनसराव प्रशिक्षणार्थींना टप्याटप्याने 'स्व'सजगता ही प्रक्रिया समजण्यास मदत करतो.

संवेदनक्षमता हीदेखील दुसऱ्यांना मदत करण्यासाठी आवश्यक अशी गुणवत्ता आहे. आपले दृष्टिकोन आणि आपली जीवनमूल्ये दुसऱ्यांसमवेत होणाऱ्या आपल्या वर्तणुकीवर परिणाम करत असतात, आणि त्यामुळे त्यांचा आपल्या दुसऱ्यांसमवेत असणाऱ्या नातेबंधावर परिणाम होतो. म्हणून 'स्व'चा हेतूपूर्ण उपयोग हे सामाजिक कार्यातील महत्त्वाचे साधन आहे. आकलन, स्वसजगता आणि संवेदनक्षमता या तीन कार्यशाळांमुळे प्रशिक्षणार्थींना स्वतःकडे जाणीवपूर्वक पाहण्यास चालना मिळावी. ती त्यांच्या वर्तणुकीतील आणि कृतीतील बदलातून प्रतिबिंबित व्हावी. ती त्यांच्या व्यावसायिक आयुष्यातही अखंडपणे चालू राहावी म्हणून या तीन कार्यशाळा एकत्रितपणे एक अध्यायस्वरूपात चालवल्या जाणे महत्त्वाचे आहे.

पुढे येणाऱ्या कार्यशाळा, मग त्या परस्पर संवादांवर (संप्रेषणावर) असोत की पद्धतींतील कौशल्यविकासावर असोत; त्या पुन्हा पुन्हा 'स्व'च्या व्यावसायिक विकासावर केंद्रित असतात, कारण 'कुशल कार्यकर्ता' म्हणजे 'स्व'ची सजगता असलेला, समाजकार्याची जीवनमूल्ये आणि दृष्टिकोन अंगी बाणलेला व्यावसायिक समजला जातो.

या कार्यशाळांतून प्रशिक्षणार्थींना खालील प्रश्नांना सामोरे जावे लागेल:

- मला भोवतीच्या जगाचे आकलन कसे होते?
- माझ्या भावना आणि विचारांबद्दल मी जागृत आणि उदार आहे का?
- 'मी परिपूर्ण नाही', हे स्वीकारण्याची माझी तयारी आहे का?
- माझी ओळख होतानाच्या प्रक्रियेतील वेदनांना सामोरे जाण्याची माझी तयारी आहे का?
- माझ्या भावना, विचार आणि वर्तणूक बदलण्यासाठी पर्यायी योजना आणि धोरणे उत्क्रांत करण्याची लवचीकता माझ्यात आहे का?

या प्रश्नांना तोंड देण्याने आणि त्या बाबी स्वतःमध्ये असण्याची जाणीव झाल्याने प्रशिक्षणार्थींना याची दखल घ्यावी लागेल की कोणताही बदल घडवून आणताना एखाद्या व्यक्तीला कोणकोणत्या अंतर्गत प्रतिकारास आणि अडथळ्यास तोंड द्यावे लागते.

यावरून असे म्हणता येईल की या तीन कार्यशाळांचा दुहेरी फायदा आहे—एक म्हणजे 'स्व'ची ओळख होईल आणि व्यावसायिक अपेक्षांनुसार स्वतःमध्ये बदल घडवून आणता येतील. दुसरे म्हणजे, येणाऱ्या प्रश्नांना सामोरे जाताना आणि स्वतःमध्ये बदल करून त्या समस्यांवर मात करण्याचे प्रयत्न करणाऱ्यास; (ज्यांच्यासाठी समाजकार्य करायचे) त्या ग्राहकांच्या विचार आणि भावनांबाबत अंतर्दृष्टी येईल.

प्रकरण २

आकलन म्हणजे काय?

सुधा दातार

तपशीलांचे निरीक्षण करणे, ते लक्षात ठेवणे आणि त्यातून योग्य त्या संबधित तपशीलांची निवड करून त्यांचा अर्थ लावणे, आणि त्याचा लेखी अथवा तोंडी अहवाल देता येणे ही कौशल्ये सामाजिक कार्यकर्त्याकडे असणे आवश्यक असते. ही कौशल्ये मुख्यत्वेकरून आपल्या सामाजिक आकलनावर अवलंबून असतात.

आपल्या व्यक्तिमत्त्वात आणि संवाद क्षमतेत आकलनशक्तीची भूमिका किती महत्त्वाची असते हे समजावून घेण्यासाठी आपल्याला सर्वप्रथम 'आकलन' ही संकल्पना आणि आकलनावर परिणाम करणारे घटक समजावून घेणे आवश्यक आहे.

आकलन याचा अर्थ

आकलन म्हणजे आपल्या आजूबाजूच्या वास्तवाचे एका किंवा अधिक ज्ञानेंद्रियांच्या आणि मनाच्या साहाय्याने निरीक्षण करणे, ते लक्षात घेणे आणि समजून घेणे. बहुतेक वेळा आपल्याला जगाचे जे आकलन होते त्यावर आपली वर्तणूक अवलंबून असते. मानवी वर्तणुकीला अनुभवविश्वाचा संदर्भ असतो—आजूबाजूचे जग कसे दिसते, ऐकू येते, कसे भावते, नाकाला कसे जाणवते, त्याची चव कशी असते—आकलन होण्याची प्रक्रिया ही बाह्यविश्वातून मिळालेल्या प्रेरणांचे पृथक्करण करण्याची प्रक्रिया असते. आकृती २.१ मध्ये ही प्रक्रिया दाखवली आहे.

आकृती २.१ प्रक्रियेच्या पायऱ्या

संवेदना ⟶ निवड ⟶ ओळख ⟶ फरक

स्रोत: डेम्बर १९६०.

आकलन प्रक्रिया ही निवड करणारी प्रक्रिया आहे. म्हणजे व्यक्तीला निवडक गोष्टींचे आकलन होते. संपूर्णातून विशिष्ट गोष्टींची निवड खालील गोष्टींवर अवलंबून असते.

सजगता (ध्यान)

आकलनावर परिणाम करणारा हा महत्त्वाचा घटक आहे. सजगतेमुळे आकलनाचे केंद्र आणि परीघ असे दोन भाग होतात.

उदा: आपण क्रिकेटचा सामना पाहतो तेव्हा आपले ध्यान चेंडूवर केंद्रित होते आणि इतर गोष्टी परिघावर जातात. आपले ध्यान किंवा लक्ष स्थिर नसते. ते सतत बदलते असते. ते एका गोष्टीवरून दुसऱ्या गोष्टीवर जाते. उदा: आपण एखादी कादंबरी वाचताना मग्न झालो तर आपल्या पोटदुखीचा कदाचित विसर पडेल!

ध्यानावर किंवा लक्ष देण्यावर व्यक्तीच्या बाह्य आणि आंतरिक घटकांचा परिणाम होतो. बाह्य घटकांत पुढील गोष्टींचा समावेश होतो:

१. प्रसंग/समस्येची तीव्रता.
२. प्रसंग/समस्यांची पुनरावृत्ती.
३. प्रेरणांमधील विरोध.
४. शारीरिक हालचाल.
५. अनुभवाचे नावीन्य.

आंतरिक घटकांत पुढील गोष्टींचा समावेश होतो:

१. स्वारस्य.
२. मन:स्थिती.
३. हेतू.
४. जीवनमूल्ये.
५. पूर्वग्रह.
६. साचेबद्धपणा.

हे उदाहरणांनी समजण्यास खालील अध्ययनसराव मदत करतील.

अध्ययनसराव २.१ अपघात दाखवणारे छायाचित्र किंवा अपघाताची वार्ता किंवा एखादी संकटग्रस्त परिस्थिती यावर प्रतिक्रिया

उद्दिष्टे:

१. वास्तव अथवा घटनेबद्दलचे आपले स्वत:चे अर्थ लावण्यात साहाय्यभूत होणाऱ्या घटकांची अंतर्दृष्टी मिळवणे.
२. आकलन हे निवडक असते हे समजणे.

सहभागी संख्या: सर्व. १०/१२ सदस्यांचे लहान लहान गट करावे.
साहित्य: संकटग्रस्त परिस्थिती दाखवणारे छायाचित्र (अथवा अन्य साहित्य). (प्रत्येक गटास १)
वेळ: ४५ मिनिटे
कृती:

१. वर्गाचे लहान गट करावे.
२. प्रत्येक गटास १ छायाचित्र देऊन पाहण्यास सांगावे.
३. प्रत्येक सदस्यास छायाचित्राचे तपशील लिहिण्यास सांगावे.
४. सदस्यांनी आपापल्या गटात प्रतिक्रिया सांगाव्यात.
५. सर्व सहभागींबरोबर चर्चा करावी.

चर्चेसाठी मुद्दे:

१. छायाचित्रातील तपशील लक्षात येण्यास कोणते आंतरिक व बाह्य घटक उपयोगी ठरले?
२. छायाचित्राचे कोणते भाग सर्वांत जास्त वेळा लक्षात आले? का?
३. प्रतिक्रिया वेगवेगळ्या होत्या का? का?
४. वास्तव एकच असूनही लोकांचे आकलन वेगवेगळे का झाले?

चर्चा करताना, आकलन बरोबर अथवा चूक असे नसते. ते व्यक्तिसापेक्ष, आणि म्हणून निवडक म्हणजे व्यक्तीने कळत नकळत पसंत केलेल्या घटकांवर अवलंबून असते, यावर भर द्यावा.

अध्ययनसराव २.२ पाण्याच्या तापमानाचे आकलन

उद्दिष्टे: आकलनावर होणारा भूतकाळातील अनुभवांचा परिणाम जाणून घेणे.
सहभागी: २
साहित्य: पाण्याने भरलेले तीन पेले: एक बर्फाळ पाण्याचा, एक सर्वसाधारण तापमानाच्या पाण्याचा, एक गरम पाण्याचा.
वेळ: १५–२० मिनिटे.
कृती:

१. एका सहभागी व्यक्तीला बर्फाळ पाण्यात बोटे बुडवण्यास सांगावे व दुसऱ्यास गरम पाण्यात बोटे बुडवण्यास सांगावे.
२. तीस सेकंदांनंतर त्यांना बोटे पाण्याबाहेर काढून दोघांना एकाच वेळी सर्वसाधारण तापमानाच्या (नळाच्या) पाण्यात बोटे बुडवण्यास सांगावे.
३. प्रत्येक व्यक्तीला तिसऱ्या पेल्यातील नळाच्या पाण्याच्या तापमानाचे वर्णन करण्यास सांगावे.

चर्चेसाठी मुद्दे:

१. समान तापमानाचे पाणी दोघांना वेगळ्या वेगळ्या तापमानाचे का वाटले?
२. वास्तवातील एखाद्या घटनेशी याचा संबंध लावता येतो का?

चर्चेत ह्या मुद्द्यांवर भर द्यावा: आकलन नेहमी पुर्वानुभवांवर आधारित असते. म्हणून ते व्यक्तिसापेक्ष असते.

अध्ययनसराव २.३ अपेक्षा आणि आकलन

आपण कोणी भेटायला येण्याची अपेक्षा करत असलो तर आपल्याला जे आवाज ऐकू येतात ते दारावर टकटक केल्याचे किंवा पावलांचे आहेत, असा अर्थ आपण लावतो. कोणी येणार असणे अपेक्षित असेल तर ते आल्यावर लगेच आपल्याला पावलांचे आवाज ऐकू येतात किंवा दारावरची टकटक ऐकू येते.
उद्दिष्टे:

१. आपल्या अन्वयार्थ लावण्यावर अनुभवांच्या क्रमांचा परिणाम कसा होतो ते समजावून घेणे.
२. आकलनावर अपेक्षांचा परिणाम कसा होतो ते जाणून घेणे.

सहभागी संख्या: सर्व
साहित्य: अक्षरांचे मोठे केलेले तक्ते (आकृती २.२ ए) आणि अंकांचे तक्ते (आकृती २.२ बी)
वेळ २०–३० मिनिटे
कृती:

१. प्रथम अक्षर तक्ते दाखवून सहभागींना ते वाचण्यास सांगावे.
२. नंतर अंक तक्ते दाखवून ते वाचण्यास सांगावे.
३. शेवटी दोन्ही तक्ते एकदम दाखवून '१३' या अंकातील आणि 'B' या अक्षरामधील साधर्म्य स्पष्ट करावे.

चर्चेचे मुद्दे: १३ आणि B मध्ये साधर्म्य असूनही त्या आकृती वेगळ्या का वाटल्या?
पुढील मुद्दा स्पष्ट करावा: जरी बाह्य उत्प्रेरकांमध्ये साधर्म्य असले तरी आकलन वेगळे असू शकते कारण आधी शिकलेल्या अनुक्रमांमुळे वेगळी पूर्वानुमाने होती.

अध्ययनसराव २.४ सर्वंकष आकलन शक्तीचा विकास

आकलन हे केवळ ऐन्द्रिय म्हणजे इंद्रियजन्य अनुभवांची बेरीज नसते तर तथ्यांची सुसंगत रचना असते. ही मानवाची एक सामान्य प्रवृत्ती आहे. खालील सर्व अध्ययनसरावातून वास्तव घटनांची संगती लावण्याचे विविध प्रकार दाखवता येतील.

उद्दिष्ट: वास्तव घटनांची सुसंगती लावून संपूर्ण आकलन करण्याचा मार्ग समजावून घेणे.
सूत्रसंचालकांसाठी नोंद: सूत्रसंचालकांना या माहितीपुस्तकातील अथवा मानसशास्त्राच्या पाठ्यपुस्तकातील अन्य छायाचित्रे वापरता येतील.
आकृतीवर आधारित आकलन:
दैनंदिन जीवनातही आपल्याला भिंतीवर लावलेली चित्रे दिसतात पण चित्रामागची भिंत दिसत नाही. कधीकधी दोन आकार एकत्र केले की वेगळ्याच आकाराचा बोध होतो (आकृती २.३).

आकृती २.२ए अक्षर तक्ता

आकृती २.२बी अंक तक्ता

स्रोत: मॉर्गन आणि इतर, १९८६.

आकृती २.३ चेहरा आणि/किंवा पुष्पपात्र

स्रोत: गोल्डस्टाईन ब्रुस, १९९९.

वास्तवातही, समस्या ज्या पार्श्वभूमीवर उद्‌भवते त्या पार्श्वभूमीच्या संदर्भात आपण समस्या पाहिली पाहिजे. यालाच सर्वंकष आकलन असे म्हणतात.

गटविभागणी

उत्प्रेरकांना एका आकृतिबंधात बसवणे हादेखील तथ्यांची संगती लावण्याचा एक प्रकार असतो. सान्निध्य, सारखेपणा आणि एकसंधपणा या गोष्टी संगती लावण्याच्या प्रक्रियेची दिशा ठरवतात. आपण लोकांना एका गटात घालतो ते याच आधारावर. उदा: सर्व गौरवर्णी लोक सुंदर असतात किंवा घाऱ्या डोळ्यांचे लोक लबाड असतात.

लोकांना गटात अथवा एका साच्यात बसवताना आपल्या सांस्कृतिक पार्श्वभूमीचेही काही योगदान असते. त्यामुळे "छाप" तयार होतात.

काही चिन्हांना काही लोकांसाठी विशिष्ट अर्थ असतो आणि ही चिन्हे विशिष्ट भावना निर्माण करतात. उदा: 'स्वस्तिक' या चिन्हाचे भारतातील आणि जर्मनीतील अर्थ वेगवेगळे होतील.

काही गोष्टींची दिशा बदलली किंवा जागा बदलली तर आपल्याला वेगळ्या प्रकारचे आकलन होते.

सहभागींना पुढील दोन आकृत्या दाखवा. दोहोंपैकी एका चौरसाची मांडणी वेगळी असलेली आकृती व बाणाच्या टोकांची दिशा बदललेल्या दोन समान लांबीच्या रेघा. दोन चौरसातला एक पत्त्यातील चौकट सारखा भासतो. दुसरा चौरस भासतो. त्याचप्रमाणे दोन समान लांबीच्या रेघा वेगळ्या लांबीच्या आहेत असे वाटते.

आकृती २.४ स्थितिबदलाचा आकलनावर प्रभाव पडतो

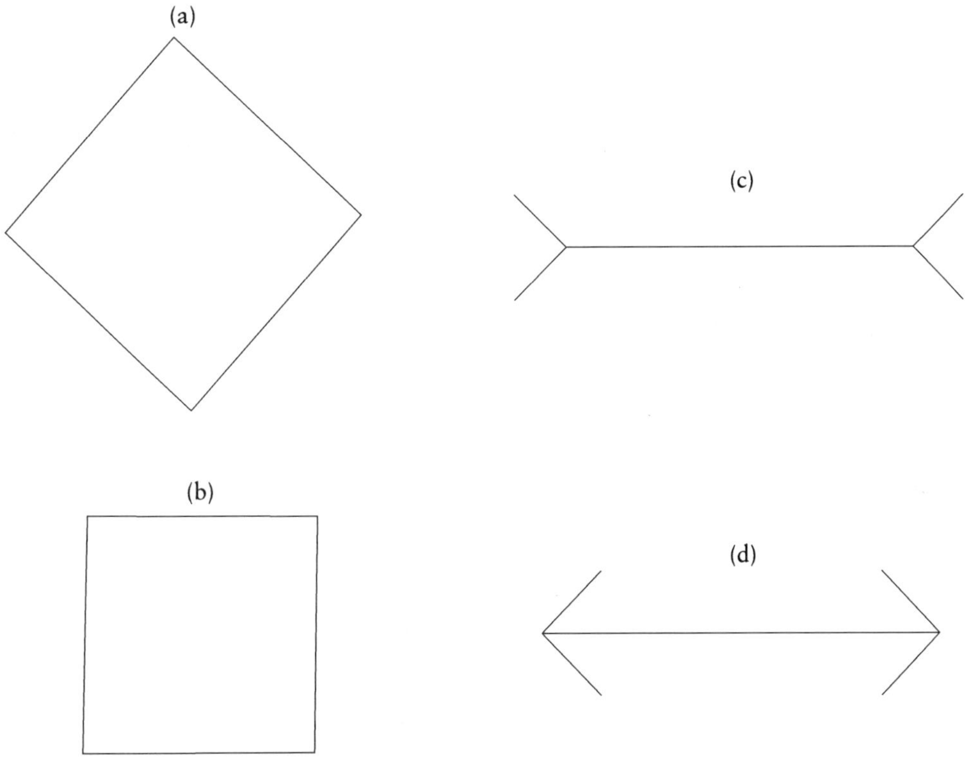

स्रोत: आकृती २.४ (a आणि b) बोरिंग, एडविन गेरिग्ज, हर्बर्ट तँगफेल्ड आणि हॅरी वेल्ड, १९६३. फाउंडेशन्स ऑफ सायकॉलॉजी. मुंबई: एशिया पब्लिशिंग हाउस.
आकृती २.४ (c आणि d) कोसलिन, स्टीफन मायकेल आणि रॉबिन एस रोझेनबर्ग. २००८. तिसरी आवृत्ती. सायकॉलॉजी इन कॉन्टेक्स्ट: द ब्रेन, द पर्सन, द वर्ल्ड. नवी दिल्ली, डॉर्लिंग किंडर्स्ली)

आकलनातील विपर्यास: पुष्कळदा अर्धवट झालेल्या समजुतीवरून परिस्थितीचे सर्व सामान्यीकरण करणे किंवा निष्कर्ष काढणे अशी प्रवृत्ती दिसते. याला भ्रम किंवा गैरसमजूत म्हणतात. निरीक्षणातील भ्रम पुढीलप्रमाणे असतात.

१. वस्तुस्थितीचा एक भाग म्हणजेच संपूर्ण परिस्थिती आहे अशी गैरसमजूत.
२. 'हे' किंवा 'ते' प्रकारची गैरसमजूत. उदा: एखादी व्यक्ती चांगली तरी किंवा वाईट तरी. अशी समजूत योग्य नाही. कारण माणसे ही चांगल्या आणि वाईट अशा दोन्ही प्रकारचे मिश्रण असतात.
३. एखाद्या गोष्टीच्या काही भागांवरच लक्ष केंद्रित करून उरलेल्या भागांकडे दुर्लक्ष करणे.

अध्ययनसराव २.५ काळे वर्तुळ

उद्दिष्टे:

१. जेव्हा आपण ठळकपणे जाणवणाऱ्या सत्यावर लक्ष केंद्रित करतो तेव्हा आपण वास्तवाच्या अन्य घटकांकडे दुर्लक्ष करण्याची शक्यता असते, हे समजणे.
२. वास्तवाच्या आकलनातून संपूर्ण परिस्थिती प्रतिबिंबित झाली पाहिजे, हे समजणे.

सहभागी संख्या: सर्व.
साहित्य: १२" × १२" आकाराचा एक पांढरा चित्र काढण्याचा कागद.
एक इंच व्यासाचे वर्तुळ काढून ते संपूर्ण काळ्या रंगाने रंगवा.

आकृती २.५ काळे वर्तुळ

स्रोत: ट्रेनिंग ॲनिमेटर्स इन कॉन्शन्टायझेशन अँड एज्युकेशन (१९७५) मधील जेम्स, भइसे, मारी, ब्रायन (ट्रेस टीम), जनसेवा मंडळ, नंदुरबार (महाराष्ट्र) द्वारा प्रकाशित

वेळ: २० ते ३० मिनिटे.
कृती:

१. सर्व सहभागींना काळा ठिपका दिसेल अशा प्रकारे कागद धरा.
२. त्यांना फक्त एक प्रश्न विचारा, "तुम्हाला काय दिसते?"
३. काळ्या वर्तुळाबद्दल सांगितली जाणारी जास्तीत जास्त निरीक्षणे नोंदवा.

चर्चेसाठी मुद्दे:

१. बहुसंख्यांनी त्यांचे लक्ष कशावर केंद्रित केले?
२. प्रत्येकाने तिथेच लक्ष का केंद्रित केले?

चर्चेत पुढील गोष्टी ठळकपणे मांडा:

१. ठरावीक निवड करणाऱ्या आकलनामुळे वास्तवाचा विपर्यास होतो.
२. सर्वांगीण आकलनामुळे संपूर्ण वास्तव समजण्यास मदत होते.

साचेबंद विचार:
या प्रकारे विचार करण्याची पद्धती तथ्यांमध्ये व्यक्तिसापेक्ष माहितीची भर घालते. त्याची परिणती वास्तवाची अतिशयोक्ती होण्यात होऊ शकते. बाहेरील उत्तेजकांबद्दलच्या आपल्या विचारप्रक्रियांवर आपल्या समजुतींचा नेहमी प्रभाव पडतो.

अध्ययनसराव २.६ वास्तव ते भ्रम

उद्दिष्टे:

१. आपले दृष्टिकोन, जीवनमूल्ये आणि विचार कोणत्या प्रकारे वस्तुस्थितीचा विपर्यास करतात ते समजणे.
२. भ्रमालाच वस्तुस्थिती समजण्याची प्रक्रिया कशी होते ते समजणे.

सूत्रसंचालकासाठी नोंद: एखाद्या प्रशिक्षणार्थी कलाकाराला चित्र काढण्यास सांगावे आणि या अध्ययनसरावासाठी वापरावे.

सहभागी संख्या: सर्व
साहित्य: मोठ्या तक्त्याच्या आकाराच्या कागदावर हॅट घातलेल्या आणि ब्रीफकेस हातात घेतलेल्या माणसाचे चित्र काढा (आकृती २.६).
कृती:

१. चित्र फलकावर लावावे.
२. सहभागींना चित्रात काय दिसते त्याची यादी करण्यास सांगावी.

वेळ: २० ते ३० मिनिटे.

आकृती २.६   ब्रीफकेस घेतलेला माणूस

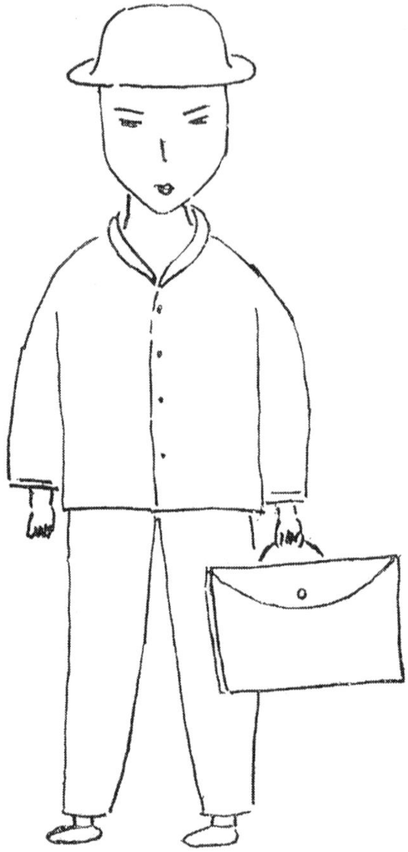

स्रोत: रुमा बावीकर

चर्चेचे मुद्दे:

१. निष्कर्ष कसे काढले जातात?
२. निष्कर्ष कशावर बेतलेले असतात?
३. या निष्कर्षांवर आपला विश्वास का असतो?
४. या निष्कर्षांचा आपल्या प्रतिसादांवर काय परिणाम होतो?

चर्चेत पुढील मुद्दे ठळकपणे मांडावेत:

१. व्यक्तिसापेक्ष आकलनातून काढलेल्या निष्कर्षांमुळे अपूर्ण आणि चुकीचे प्रतिसाद मिळतात.
२. इतरांबरोबर सकारात्मक नातेसंबंध निर्माण करण्यात ते अडथळा आणू शकतात.

सारिणी २.१ मध्ये वास्तवापासून भ्रमाकडे हा चमत्कार स्पष्ट दिसतो.

सारिणी २.१ वास्तवापासून भ्रमाकडे हा चमत्कार

काय घडले	*अ काय म्हणतो*		*ब काय म्हणतो*	*भाष्य*
प्रसंग	मी पाहिले की...	वस्तुस्थिती हॅट घातलेली हाती हाती ब्रीफकेस घेतलेली व्यक्ती आकृती २.६	मी पाहिले की...	काही नाही
पहिला निष्कर्ष	हा ब्रीफकेस घेतलेला घेतलेला माणूस आहे.		हा ब्रीफकेस घेतलेला घेतलेला माणूस आहे.	कारण ती पुरुषाचे कपडे घातलेली स्त्रीही असू शकते.
दुसरा निष्कर्ष	तो काम घरी नेत आहे.		हेर कधी कधी ब्रीफकेसेस वापरतात.	हे वेगळ्याच दिशेने चालले आहे.
तिसरा निष्कर्ष	हा काम घरी नेत आहे म्हणजे तो फारच समर्पित वृत्तीचा माणूस आहे.		हा माणूस हेर निघाला तर मला आश्चर्य वाटणार नाही.	मूल्य निवाडा
चौथा निष्कर्ष	जो माणूस समर्पित वृत्तीचा आहे तो यशस्वी असलाच पाहिजे आणि तो आपल्या समाजाचा ठेवा आहे.		या देशात खूप हेर पसरले आहेत आणि त्यासंबंधी आपण जर काही केले नाहीतर आपण संकटात सापडू	विधानांवर मत व्यक्त करणे.
वगैरे वगैरे				दिशाभूल करणारे आणि चुकीकडे नेणारे

स्रोत: मॉर्गन आणि इतर. १९८६.

पुढील मुद्दे स्पष्ट करून या भागाचा समारोप करता येईल:

१. जेव्हा आपल्याला वास्तवाचे आकलन होते तेव्हा आपल्या भावना आणि विचारप्रक्रियांचा परिणाम वास्तवाचा अर्थ लावण्यावर होतो. त्यामुळे आपले आकलन विपर्यस्त होऊ शकते.

२. आकलनातील विपर्यासांचा आपल्या नातेसंबंधावर आणि ग्राहकांशी होणाऱ्या संवादावर विपरीत परिणाम होऊ शकतो.

३. आपले आकलन तपासून पाहण्यासाठी खालील प्रयत्न केले पाहिजेत.

   (अ) परिस्थितीची सर्व बाजूंनी तपासणी करावी. सर्व बाजू समजणे महत्त्वाचे आहे.

   (ब) आपण लावलेले अन्वयार्थ, समजुती इतरांच्या अन्वयार्थाबरोबर तपासून घेणे.

४. वस्तुनिष्ठ विचारक्षमता वाढवणे, न्यायनिवाडा न करण्याची वृत्ती यामुळे वास्तवाची यथायोग्य ओळख होण्यास आपल्याला मदत होईल.

'आकलन' या विषयावरील अध्ययनसरावातून स्वतःला आणि भोवतीच्या जगाला समजून घेण्यात या निरंतर प्रक्रियेच्या योगदानाची जाणीव होण्यास प्रशिक्षणार्थींना मदत होईल तसेच पुढच्या स्व-सजगतेच्या घटकासाठी त्यांची तयारीही होईल.

प्रकरण ३

‘स्व’ची जाणीव

सुधा दातार, रुमा बावीकर आणि गीता राव

‘स्व’ या संकल्पनेचा अर्थ

माणसाच्या व्यक्तिमत्त्वाचा सर्वांत महत्त्वाचा भाग म्हणजे ‘स्व’ तःची प्रतिमा. ही ‘स्व’प्रतिमा म्हणजे माणूस जाणीवपूर्वक स्वतःला कसा ओळखतो, त्याची जागरूकता.

ज्याबद्दल माणसाला जाणीव किंवा जागृती असते तो स्वतःचा भाग म्हणजे स्वतःबद्दलची संकल्पना. स्वतःचे गुणधर्म, भावना, दृष्टिकोन, जीवनमूल्ये आणि क्षमता यांचे स्वतःला झालेले आकलन या ‘स्व’च्या संकल्पनेत असते. माणसाने स्वतःचे केलेले चित्रण-रेखाटन-म्हणजेही ‘स्व’ची संकल्पना. जरी व्यक्तिमत्त्वाचा गाभा तोच राहिला तरी काळानुसार ‘स्व’ची संकल्पना बदलू शकते किंवा विकसित होऊ शकते. हे परिस्थितीच्या प्रभावामुळे आणि जीवनातील अनुभवांमुळे होते. प्रत्येक माणसाला स्वतःची खास स्वतंत्र संकल्पना असते, हे ओळखणे खूप महत्त्वाचे आहे.

अध्ययनसराव ३.१ स्वतःला ओळखा

उद्दिष्टे:

१. प्रशिक्षणार्थी कार्यकर्त्यांना त्यांच्या स्वतःच्या व्यक्तिमत्त्वाची वैशिष्ट्ये ज्ञात करून घेण्यास सक्षम करणे.
२. स्वतःला व्यक्त करणे आणि स्वतःला प्रकाशात आणण्यात संकोचामुळे कसे अडथळे येतात ते प्रशिक्षणार्थी कार्यकर्त्यांना समजण्यास मदत करणे.

साहित्य: कागद, पेन्सिली.
सहभागी संख्या: सर्व.
वेळ: २० मिनिटे.

कृती:

१. सर्व सहभागींना त्यांच्याबद्दलचे त्यांना आवडणारे ५ गुण आणि न आवडणारे ५ गुण लिहिण्यास सांगा.
२. दोन मिनिटानंतर विचारा की, "आपण लिहिलेले वाचण्यास कोण तयार आहे."

चर्चेचे मुद्दे:

१. तुम्ही कोणते गुण लगेच लिहिले?
२. तुम्हाला सर्व १० गुण—अवगुण लिहिता आले का?
३. जर नसेल तर का?
४. स्वतःबद्दलची जी वैशिष्ट्ये आपल्याला आवडत नाहीत ती नकारात्मक म्हणजे अवगुण का वाटतात?
५. गुण पटकन का लिहिता येतात आणि अवगुण लिहायला वेळ का लगतो?
६. काहींना यादी पूर्ण करणे का शक्य झाले?
७. ही यादी मोठ्याने वाचत असताना, स्वतःची न आवडणारी वैशिष्ट्ये वाचताना काय वाटले?
८. आपल्या आवडीनिवडींचे मूळ काय आहे?

आपण काही मर्यादेपर्यंत स्वतःला ओळखतो. पण आपण स्वतःबद्दलचे सर्व ज्ञान जाणीवपूर्वक मनाच्या पृष्ठभागावर आणलेले नसते. कधी कधी आपल्यातील सकारात्मक वैशिष्ट्ये कोणती आणि नकारात्मक गुणवैशिष्ट्ये कोणती याबाबत आपल्या मनात गोंधळ असतो. स्वतःला अधिक चांगल्या प्रकारे ओळखण्यास विशेषणांच्या यादीची मदत होऊ शकते.

अध्ययनसराव ३.२ विशेषणांची यादी

उद्दिष्टे:

१. प्रशिक्षणार्थींना स्वतःबद्दल समजण्यास मदत करणे.
२. सकारात्मक आणि नकारात्मक गुणांबद्दल त्यांच्या मनात स्पष्टता येण्यास मदत करणे.

साहित्य: विशेषणांची यादी (परिशिष्ट ए३.१)
सहभागी: सर्व.
वेळ: ३० मिनिटे.
कृती:

१. विशेषण यादी सर्वांना वाटा.
२. प्रशिक्षणार्थींना यादी वाचून त्यातील त्यांचे चपखल वर्णन करणाऱ्या गुणांवर खुणा करण्यास सांगा.
३. प्रशिक्षणार्थींच्या मदतीने या गुण विशेषणांचे 'सकारात्मक', 'नकारात्मक' व 'तटस्थ' असे वर्गीकरण करा.
४. प्रशिक्षणार्थींनी स्वतःच्या गुणांवर खुणा केलेल्या आपापल्या गुणवत्ता यादीतून त्यांना सकारात्मक आणि नकारात्मक गुणविशेषणे मोजण्यास सांगा.

चर्चेचे मुद्दे:

१. स्वतःमधील आणखी किती गुणविशेष आपण ओळखले?

२. कोणते सकारात्मक? कोणते नकारात्मक? आणखी काही नकारात्मक गुणविशेषणे लक्षात आल्यावर काय वाटले?
३. या अध्ययनसरावातून आपल्याला काय समजले?

अध्ययनसराव ३.३ आरशातील प्रतिबिंब

उद्दिष्टे: प्रशिक्षणार्थींना स्वतःला ओळखण्याची प्रक्रिया समजण्यास मदत करणे.
सहभागी: २.
साहित्य: १०" × ६" आकाराचे दोन आरसे.
वेळ: ३० मिनिटे
कृती:

१. एका सहभागीला चेहऱ्यासमोर नाकाला चिकटून आरसा धरून आरशात पाहायला सांगा आणि स्वतःला स्वतःबद्दल काय दिसते त्याचे टिपण करायला सांगा.
२. नंतर सहभागीला आरसा अशा तऱ्हेने हलवण्यास सांगा की त्याला स्वतःचा जास्त भाग दिसेल. आता स्वतःबद्दल काय दिसते त्याची नोंद करण्यास सांगा.
३. दुसऱ्या सहभागीला दुसरा आरसा धरायला सांगा आणि पहिल्या सहभागीला दोन्ही आरश्यांच्या मदतीने स्वतःबद्दल काय काय दिसते याची नोंद करण्यास सांगा.
४. आता पहिल्या सहभागीला दुसऱ्याने आरसा धरलेला असताना "आपल्याला आणखी काय दिसावे असे वाटते" त्याप्रमाणे दुसऱ्याला आरसा धरण्याच्या सूचना द्यायला सांगा आणि काय दिसते त्याच्या पहिल्या सहभागीला नोंदी करण्यास सांगा.

चर्चेचे मुद्दे:

१. या सर्व परिस्थितीत कोणकोणते फरक होते?
२. प्रत्येक वेळी काय काय दिसले?

पुढील मुद्दे स्पष्ट करावेत:

१. आपण जर व्यक्तिनिष्ठ असलो तर आपण स्वतःबद्दलच्या समजाचा विपर्यास करू शकतो.
२. आपण स्वतःला जरी समजून घेतले तरी आपल्या स्वतःच्या एकट्याच्या प्रयत्नांना मर्यादा असतात.
३. स्वतःला समजण्यासाठी आपल्याला दुसऱ्यांची मदत लागते.
४. स्वतःला समजण्यासाठी माणसाला दुसऱ्याबरोबर संवाद करावा लागतो आणि दुसऱ्यांची मदत घेण्याची तयारी लागते.

स्रोत: डेव्हिड, डब्ल्यू. जॉन्सन. *रीचिंग आउट -इंटरपर्सनल इफेक्टिवनेस अँड सेल्फ अॅक्च्युअलायझेशन* ३०१.१५ जे५०आर पृष्ठ २२.

अध्ययनसराव ३.४ स्वतःबद्दल मोकळेपणा

सूत्रसंचालकासाठी टिपणी: गटातील सदस्यांची एकमेकांशी ओळख नसेल तर हा सराव करणे अवघड होते.

उद्दिष्टे:

१. प्रशिक्षणार्थींना त्यांच्या वागणुकीचे नमुने, वैशिष्ट्ये ओळखण्यास मदत करणे.
२. दुसऱ्यांना सांगण्याची तयारी होण्यास उत्तेजन देणे.
३. स्वतःबद्दलचे इतरांचे आकलन-मत समजणे.
४. स्वतःने स्वतःचे केलेले आकलन आणि दुसऱ्यांना आपल्याबद्दल झालेले आकलन यातील फरक ओळखणे.

साहित्य: विधानांच्या याद्यांच्या प्रती (परिशिष्ट ए ३.२) व पेन्सिली.
सहभागी: सर्व.
वेळ: २० मिनिटे.
कृती:

१. प्रत्येक सहभागीला आपल्या विश्वासाचा एक सदस्य निवडण्यास सांगून जोड्या लावा.
२. प्रत्येक सहभागीला विधान यादी व पेन्सिल द्या.
३. स्वतःला लागू पडणारी विधाने पाहून त्यावर त्यांना स्वतंत्रपणे खुणा करायला सांगा.
४. सहभागींना आपली यादी त्यांच्या त्यांच्या जोडीतल्या भागीदाराला दाखवायला सांगा. जोडीदारांना त्यांच्या प्रतिक्रिया म्हणून 'मान्य/अमान्य' या कलमात खुणा करण्यास सांगा. कोणतेही प्रश्न न विचारता किंवा त्याबद्दल प्रतिक्रिया न दर्शवता या खुणा कराव्यात. जोडीतील प्रत्येकाने आपली यादी दुसऱ्याला दाखवली पाहिजे.

चर्चेचे मुद्दे:

१. जोडीतील साथीदारांनी एकमेकांची 'प्रकटीकरणे' कशी स्वीकारली?
२. मोकळेपणा या प्रक्रियेत अवघडलेपणावर सहभागी मात करू शकले का?
३. आपण निवडलेल्या विश्वासू मित्रांना यादी वाचून दाखवल्यावर त्याने किंवा तिने अमान्यता दर्शवल्यावर आपल्याला काय वाटले?

जो-हॅरीच्या चौकटीचा अंशतः उपयोग करून वरील सरावाची संकल्पना आकृती ३.१ मध्ये दर्शवली आहे.

आकृती ३.१ स्वतःबद्दलचे प्रकटीकरण

सार्वजनिक 'स्व'	स्वतःला माहिती असलेला दुसऱ्यांना माहिती असलेला	
लपलेला 'स्व'	स्वतःला माहिती असलेला दुसऱ्यांना माहिती नसलेला	

स्रोत: डग्लस, १९७६.

दुसऱ्यासमोर स्वतःचे प्रकटीकरण करण्याचा प्रयत्न आपण या सरावातून केला आहे.

स्वतःची 'स्वतः'बद्दलची संकल्पना वास्तववादी आणि आदर्शवादी असू शकते. स्वतःबद्दलच्या आदर्शवादी संकल्पनेची व्याख्या पुढीलप्रमाणे आहे: स्वतःमध्ये जाणीवपूर्वक हव्याशा वाटणाऱ्या गुणवैशिष्ट्यांची आणि भावनिक अवस्थांची पद्धतशीर मांडणी (रॉजर १९६१). 'स्व'च्या संकल्पनेतील आदर्शांपर्यंत पोहोचण्याचा आपण प्रयत्न करतो. परंतु ते पुष्कळ अवघड असते.

स्वतःबद्दलच्या वास्तववादी संकल्पनेसाठी दुसऱ्यांकडून माहिती घेणेही आवश्यक असते. स्वतःची माहिती दुसऱ्याला सांगण्यात माणसाला मोकळेपणा वाटला पाहिजे आणि त्याच वेळी स्वतःबद्दल दुसऱ्याकडून माहिती घेण्याची तयारी पाहिजे.

अध्ययनसराव ३.५ आरशातील प्रतिबिंब (एकमेकांबद्दलचे आकलन)

सहभागी: सर्व.

साहित्य: कागद, पेन्सिल.

कृती:

१. प्रत्येक सदस्याला स्वतःबद्दलचे ५ सकारात्मक आणि ५ नकारात्मक गुण लिहिण्यास सांगा.
२. प्रत्येकाला आपल्या २ ओळखीच्या आणि विश्वासू सहभागींची निवड करण्यास सांगा. अशा तऱ्हेने तिघांचा एक असे गट बनवा.
३. गटातील प्रत्येकाला दुसऱ्या दोघांबद्दलचे ५ सकारात्मक व ५ नकारात्मक गुण वेगवेगळ्या कागदावर लिहिण्यास सांगा. प्रत्येकाला त्या त्या व्यक्तीचे नाव या गुणावगुण यादीवर लिहायला सांगा.
४. नंतर ज्याच्याबद्दल लिहिले त्या त्या व्यक्तीला तोच कागद देण्यास सांगा.
५. आता प्रत्येकाला स्वतःबद्दलची स्वतः केलेली यादी व दुसऱ्याकडून मिळालेल्या (दोन) याद्या वाचून त्यातील साम्ये आणि फरक समजून घेण्यास सांगा.
६. तिघांच्या गटातील प्रत्येक सदस्यास त्याने लिहिलेली यादी एकमेकांना वाचून दाखवण्यास सांगा.

चर्चेचे मुद्दे:

१. याद्या मिळाल्यावर प्रत्येकाची पहिली प्रतिक्रिया काय होती?
२. दुसऱ्यांच्या गुणावगुणाबद्दल लिहिताना प्रत्येकाला काय वाटले?
३. दुसऱ्यांना मोठ्याने वाचून दाखवताना प्रत्येकाला काय वाटले?

चर्चेनंतर प्रत्येकाने स्वतःची 'जो हॅर' चौकट भरावी.(आकृती ३.२)

माणसाने स्वतःचे केलेले प्रकटीकरण आणि दुसऱ्यांकडून मिळणारा प्रतिसाद यामुळे स्वतःची सार्वजनिक प्रतिमा मोठी होते. वाढणारी सार्वजनिक 'स्व'ची प्रतिमा तुटक रेषेने दाखवली आहे.

यावरून आपण खालील गोष्टी शिकलो.

१. आपल्याला स्वतःबद्दलची माहिती असते त्यानुसार आपण वागतो (ही आपली स्वतःबद्दलची संकल्पना).
२. दुसऱ्यांना आपल्याविषयी जे कळते त्यानुसार ते आपल्याशी वागतात (त्यांना आपल्याबद्दल झालेले हे आकलन).

ह्या दोन समजुती एकसारख्या असतीलच असे नाही.

आकृती ३.२ जो-हॅरी चौकट

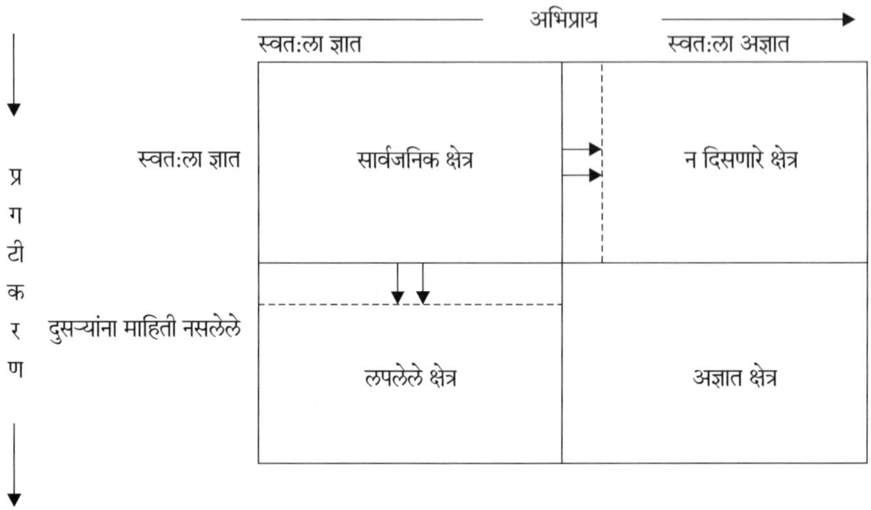

स्रोत: डग्लस १९७७, पान ११३.

- जेव्हा आपली काही लोकांशी जवळीक निर्माण होते, तेव्हा स्वतःचे प्रकटीकरण करण्याची आपली तयारी असते. त्यामुळे आपली सार्वजनिक प्रतिमा विस्तारते आणि आपल्यातील दडलेला 'स्व'चा भाग आकुंचित होतो.
- आपल्याला माहीत नाही असे दुसऱ्यांना आपल्याबद्दल काय माहिती आहे आणि काय वाटते याची माहिती आपण या प्रक्रियेत शोधतो.
- जेव्हा दुसरे त्यांची आपल्याविषयीची मते प्रदर्शित करतात, तेव्हा त्याला 'अभिप्राय 'असे म्हणतात.

हा अभिप्राय कसा दिला जावा?

१. तो नम्र शब्दात द्यावा. एकदम अंगावर ओतू नये!
२. तो मुद्देसूद आणि स्पष्ट असावा.
३. तो वर्णनात्मक असावा, परीक्षणात्मक नसावा.
४. तो वेळेवर व योग्य वेळी द्यावा.
५. त्यात समजावून घेण्याचा हेतू असावा.
६. त्यात स्वतःच्या दुसऱ्याविषयी भावना व्यक्त केल्या जाव्यात. पण दुसऱ्याच्या वागणुकीवर हेत्वारोप केले जाऊ नयेत.

अभिप्राय सकारात्मक किंवा नकारात्मक असू शकतो. पण आपण त्यावर अंतर्मुख होऊन आत्मनिरीक्षण केले तर आपल्याला माहिती नसलेला, न दिसणारा 'स्व'चा भाग कमी होऊन आपला सार्वजनिक 'स्व' विस्तारतो. त्यासाठी दोन्ही व्यक्तींमध्ये आपापसात देवघेव असली पाहिजे. जर दुसऱ्या व्यक्तीचा विचार न करता (एकदम) हा अभिप्राय सार्वजनिक रीत्या दिला गेला तर त्यातून तीव्र भावनिक उद्रेक उफाळू शकतात.

अध्ययनसराव ३.६ अपमानाबद्दल प्रतिक्रिया

उद्दिष्ट: अपमानास्पद परिस्थितीबद्दल एखाद्या व्यक्तीच्या प्रतिक्रिया समजावून घेणे.
सहभागी: सर्व.
वेळ: २० मिनिटे.
साहित्य: अपमानाबद्दल प्रतिक्रियांच्या यादीच्या प्रती (परिशिष्ट ए ३.३) व पेन्सिली.
कृती:

१. यादीच्या प्रती (परिशिष्ट ए ३.३) सर्वांना वाटा.
२. प्रत्येकाला स्वतःला लागू पडणाऱ्या प्रतिक्रियांवर खुणा करण्यास सांगा.

चर्चेचे मुद्दे:

१. या प्रतिक्रिया आपल्या नातेबंधांवर कितपत परिणाम करतात?
२. कोणत्या प्रकारचे अभिप्राय जास्त स्वीकारणीय असतील?
३. अभिप्राय देणाऱ्या व्यक्तींवर आपले नियंत्रण असते का?
४. आपल्या प्रतिक्रियेचे स्वरूप बदलण्यास कोणते घटक कारणीभूत असतात?
५. एखादी व्यक्ती अभिप्रायाला सामोरी कशी जाते?

यावर भर द्या: राग, वैरभाव, खिन्नता, पेटून उठणे, हमरीतुमरी, अंग काढून घेणे, धक्का, सूड, ठोशास ठोसा भावना इ. भावनिक प्रतिक्रिया असू शकतात. 'योग्य' किंवा 'अयोग्य' प्रतिक्रिया अशी त्यांची कप्पेबंद विभागणी करता येत नाही.

अभिप्रायाला तोंड देण्याचे मार्ग:

- लक्षपूर्वक ऐका.
- अभिप्रायाशी संबंधित वस्तुस्थितीचा शोध घ्या आणि सत्य घटकांची नोंद घ्या.
- आवश्यक असेल तर स्वतःची बाजू मांडा.
- दुसऱ्याच्या भावना समजावून घेण्याचा (आणि त्याचे विश्लेषण करण्याचा) प्रयत्न करा.
- सहमत व्हायचे की नाही हे तुम्ही ठरवू शकता.
- तुम्ही अभिप्रायाशी सहमत असाल तर बदल करण्याची तयारी दाखवा.
- तुम्ही अभिप्रायाशी सहमत नसाल तर तुमचे मत वस्तुस्थितीवर आधारित असावे, अहंकार किंवा स्वाभिमानावर आधारित असू नये.
- बदल करण्याबाबत असणाऱ्या तुमच्या मर्यादांची चर्चा तुमच्या विश्वासातील व्यक्तीबरोबर करा.

आपले जीवनसाथी किंवा महत्त्वाचे कुटुंबीय आणि अधिकारी व्यक्ती, सहकारी यांसारखे अन्य लोक आणि अन्य औपचारिक गटांकडून आपल्याला अभिप्राय मिळतो. सतत होणाऱ्या अन्योन्यक्रियांमुळे आपल्याला अभिप्राय मिळत असतो. त्यामुळे आपल्याला असे म्हणता येईल की स्वतःबद्दलची संकल्पना ही कायमची नसते. ती सतत बदलत जाते. आपण माहितीची भर घालतो. आपण आपल्या सर्व अनुभवांवर नेहमी, सातत्याने चिंतन करतो, अंतर्मुख होऊन विचार करतो. आपला 'स्व'चा गाभा पुष्कळच स्थिर असतो. आपली स्वतःबद्दलची सकारात्मक प्रतिमा आपल्या मनात असण्यासाठी स्वतःबद्दलची समतोल ओळख महत्त्वाची असते. स्वतःबद्दलची सकारात्मक प्रतिमा स्वतःबद्दल एक 'आरामशीर' अशी सुखाची भावना वाटण्यास मदत करते. परिणामी या 'स्व'च्या जाणिवेचा आपल्या स्वतःबद्दलच्या आणि दुसऱ्या बद्दलच्या विचारांवर, भावनांवर आणि प्रवृत्तींवर प्रभाव पडतो. आपली जीवनमूल्ये आपल्या इतरांशी असलेल्या नातेबंधांवर थेट परिणाम करतात. ती आपल्या वागणुकीची मार्गदर्शक असतात.

म्हणून 'स्व' जाणिवेच्या प्रक्रियेचा जीवनमूल्यांवर विचार आणि मनन करणे हा महत्त्वाचा भाग असतो. जीवनमूल्याची व्याख्या आहे, 'ज्या श्रद्धेने व्यक्ती प्राधान्याने वागते ती श्रद्धा.'

जीवनमूल्यांची वैशिष्ट्ये पुढीलप्रमाणे:

१. ती शिकलेली असतात.
२. एकमेकांशी संबंधित असतात.
३. तुलनेने स्थिर आणि चिवट असतात.
४. बदलू शकतात, पण बदलण्यासाठी जोर जबरदस्तीचा उपयोग होत नाही.
५. जीवनमूल्ये ही वस्तुस्थितीचे घटक निवडण्यात मदत करतात आणि गाळणी सारखी असतात.
६. मूल्यमापन करणे हे त्यांचे कार्य असते.
७. स्वतःबद्दलच्या आणि इतरांबद्दलच्या सकृतीचे मापदर्शक असतात.

अध्ययनसराव ३.७ प्रसंगांबद्दल प्रतिक्रिया

उद्दिष्ट: एकाच घटनेला प्रतिसाद देताना विविध व्यक्तींचे भिन्न दृष्टिकोन कसे परिणाम करतात ते समजणे.
वेळ: ३० मिनिटे.
सहभागी: सर्व.
साहित्य: वृत्तपत्रातील बातम्यांची कात्रणे, उदा. दहशतवाद, जातीयवादी घटना, रेल्वेचा अपघात आणि नैसर्गिक आपत्ती इ.
सूचना:

१. बातमी वाचून सहभागींना त्यांच्या प्रतिक्रिया लिहिण्यास सांगा.
२. नंतर सहभागींना वर्गासमोर त्या मोठ्याने वाचण्यास सांगा.

चर्चेचे मुद्दे:

१. या प्रतिक्रिया काय दर्शवतात?
२. या प्रतिक्रियांवरून आपण जीवनमूल्ये आणि पूर्वग्रहांची यादी करू शकतो का?

यावर भर द्या:

१. जीवनमूल्यांचा आपल्या विचारांवर आणि कृतींवर परिणाम होतो.
२. जीवनमूल्ये जाणीवपूर्वक व्यक्त केली जात नाहीत.
२. घटनेचे अर्थ लावणे किंवा त्याबद्दलच्या प्रतिक्रिया व्यक्त करणे यावर जीवनमूल्यांचा काय प्रभाव असतो याची जाणीव एखाद्या व्यक्तीला असतेच असे नाही.

अध्ययनसराव ३.८ गोष्ट पूर्ण करा

उद्दिष्टे:

१. व्यक्तीच्या जीवनमूल्यांविषयी आणि प्रत्येकाच्या मूल्यांतील फरकांविषयी समजावून घेणे आणि त्यातील सखोलता जाणणे.
२. जीवनमूल्ये आणि दृष्टिकोनामुळे समस्या निराकरण प्रक्रिया, निर्णय प्रक्रिया इ. वर कसा परिणाम होतो याची समज विकसित करणे.

सहभागी: सर्व.
साहित्य: प्रत्येकासाठी कागद व पेन.
वेळ: ३०–४५ मिनिटे.
कृती:

१. शेवट नसलेली एक कथा संपूर्ण वर्गाला वाचून दाखवा (परिशिष्ट ए.३.४).
२. भाग घेतलेल्या प्रत्येकाला कथेचा शेवट लिहायला सांगा.
३. काही सहभागींना त्यांचे लेखन वाचून दाखवण्यास सांगा.

चर्चेचे मुद्दे:

१. एकाच गोष्टीला इतके वेगवेगळे शेवट का आहेत?
२. कथेचा शेवट कोणत्या शब्दात व्यक्त केला आहे?
३. शेवटचा सूर काय आहे?
४. आपल्या अर्थ लावण्यावर आपल्या जीवनमूल्यांचा परिणाम किती होतो?
५. जीवनमूल्ये तपासून पाहण्याची आवश्यकता आहे का?

पुढील मुद्द्यांवर पुन्हा एकदा भर देऊन या कार्यशाळेचा शेवट करा.

१. आपली स्वतःबद्दलची संकल्पना सकारात्मक अथवा नकारात्मक असू शकते आणि ती आपल्याला स्वतःचे मूल्यमापन करण्याकडे घेऊन जाते. आपला आत्मसन्मान म्हणजे आपण स्वतःच स्वतःच्या केलेल्या किमतीची धारणा असते. आत्मसंकल्पना आणि आत्मसन्मान यातील दरी स्वतःशी व इतरांशी संवाद केल्याने कमी करता येते. हीच स्वतःची जाणीव निर्माण करण्याची प्रक्रिया.
२. स्वतःबद्दलची जाणीव अथवा स्वजागृती करण्याची प्रक्रिया, वास्तवाचा स्वीकार आणि बदलण्याची तयारी या गोष्टी जाणीवपूर्वक बदलल्यास दृष्टिकोन आणि मूल्ये बदलू शकतात.
३. स्वतःची जाणीव आपल्या सर्वांगीण, एकात्म व्यक्तिमत्त्व विकासाच्या संधीचे दरवाजे उघडते. एकात्म व्यक्ती म्हणजे काय ते पुढील आकृतीत दाखवले आहे (आकृती ३.३).

आकृती ३.३ एकात्म व्यक्तिमत्त्व

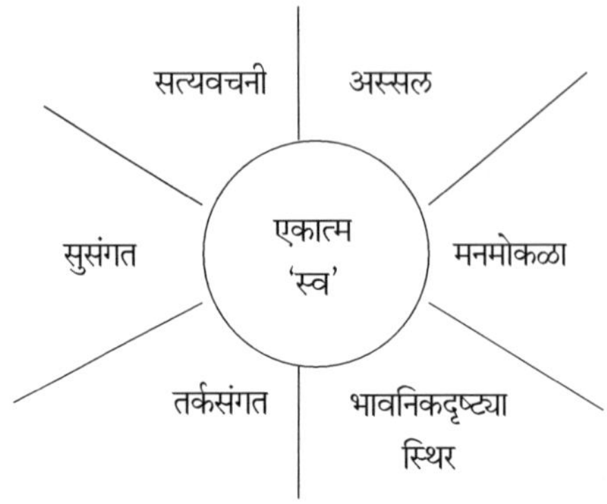

स्रोत: या माहितीपुस्तकाच्या संपादकांनी काढलेली आकृती.

४. 'स्व'ची जाणीव 'स्व'च्या विकासाचा किंवा आत्मविकासाचा पहिला टप्पा आहे. 'मी करू शकत नाही' या नकारात्मकतेकडून "मी करू शकतो" या सकारात्मकतेकडे हा टप्पा नेतो. आत्मविकासाची ही गुरुकिल्ली आहे.
५. स्वतःबद्दलची सकारात्मक प्रतिमा मनात असलेली व्यक्ती सर्वसाधारणपणे:

   (अ) स्वतःला यथायोग्य, सुरक्षित, मनमोकळी आणि तृप्त (समाधानी) समजते.
   (आ) दुसऱ्यांना स्वतंत्र एकमेव समजून त्यांच्या विकासास वाव देते आणि
   (इ) नातेबंध प्रस्थापित करण्यात सहजता वाटणारी, आपले दुसऱ्यांबरोबर वाटून घेणारी, मतभिन्नता समजून सहन करून भिन्नतेचे स्वागत करणारी असते.

ह्या स्व-जाणिवेच्या अध्ययनसरावांमुळे प्रशिक्षणार्थींमध्ये 'स्व'विकासाची किंवा आत्मविकासाची प्रक्रिया सुरू होते. आत्मविकासाची उद्दिष्टे ठरविताना त्यांना जाणीवपूर्वक या 'स्वतःला समजून घेण्याचा' उपयोग करण्याची आवश्यकता आहे. दुसऱ्या व्यक्तीच्या गरजा, भावना आणि वर्तणूक यांबद्दलची संवेदनक्षमता असल्याशिवाय स्वतःची ओळख पूर्ण होऊच शकत नाही. म्हणून 'संवेदना' या विषयावरील प्रकरणाचा प्रपंच केला आहे.

परिशिष्ट अ ३.१ विशेषणांची यादी

१. डौलदार
२. आनंदी
३. बुद्धिमान
४. आक्रमक
५. दयाळू
६. कर्कश्श
७. निर्भय
८. कलात्मक
९. आवडता
१०. सुखी
११. पद्धतशीर
१२. कंजूष
१३. बेजबाबदार
१४. आकर्षक
१५. खट्टू
१६. त्रासदायक
१७. उत्साही
१८. निष्काळजी
१९. दोषदर्शी
२०. बढाईखोर
२१. साधा
२२. आत्मविश्वासू
२३. न्यायबुद्धीचा
२४. अधीर
२५. दुष्ट
२६. स्वच्छ
२७. औपचारिक
२८. बडबड्या
२९. आळशी
३०. प्रेमळ
३१. विश्वासार्ह
३२. सजग, सतर्क
३३. हिकमती, युक्तिबाज, धडपड्या
३४. नम्र, नेमस्त
३५. क्षुल्लक गोष्टींवरून असंतुष्ट होणारा
३६. हट्टी
३७. नाजूक
३८. मैत्री करणारा
३९. संदिग्ध
४०. धाडसी

(पुढे चालू....)

(पुढे चालू....)

४१. अस्थिर
४२. सचिंत
४३. लोकांत मिसळणारा
४४. सरस, वरच्या दर्जाचा
४५. चौकस, जिज्ञासू
४६. हावरट
४७. स्पष्टवक्ता
४८. छाप पाडणारा
४९. अबोल, शांत
५०. आशावादी
५१. जोमदार
५२. मूर्ख
५३. सक्रिय, कार्यशील
५४. अप्रामाणिक
५५. चटकन भावनेच्या आहारी जाणारा
५६. चतुर
५७. लाजाळू
५८. वादावादी करणारा
५९. ईर्षाळू, मत्सरी
६०. शिस्तशीर
६१. महत्त्वाकांक्षी
६२. भांडकुदळ
६३. आत्मनिर्भर
६४. ताणयुक्त, तणावयुक्त
६५. इच्छा असलेला
६६. कार्यक्षम
६७. विचारी
६८. गंभीर
६९. संशयी
७०. अनुकंपा असलेला, सहानभूती असणारा
७१. संशोधक वृत्तीचा
७२. प्रामाणिक
७३. दुबळा
७४. संतुष्ट
७५. सहनशील
७६. आदर्शवादी
७७. कडक
७८. आज्ञाधारक
७९. कामचुकार
८०. विनोदी
८१. खट्याळ

(पुढे चालू....)

(पुढे चालू....)

८२. अस्वस्थ
८३. अधिकार गाजवणारा
८४. स्वार्थी
८५. उद्धट
८६. निश्चयी
८७. वक्तशीर
८८. उदारमतवादी
८९. धोकेबाज
९०. तरतरीत, हुशार

स्रोत: डॅफ्ने लेनॉक्स. १९८२. *रेसिडेन्शिअल ग्रुप थेरपी फॉर चिल्ड्रन.* लंडन अँड न्यूयॉर्क: टॅव्हिस्टॉक पब्लिकेशन.

परिशिष्ट अ ३.२ आंतरव्यक्ती आकलन

ज्या गोष्टी तुम्हाला आणि/किंवा मित्राला लागू होतात, त्यांच्यावर खुणा करा.

तुम्ही ती व्यक्ती आहात का जी ______________	स्वत:	मित्र	संमती आहे	संमती नाही
१. यशस्वी होईपर्यंत प्रयत्न करते				
२. बातम्या लक्षपूर्वक ऐकते.				
३. गटात क्रियाशील सहभाग घेते.				
४. नेहमी दुसऱ्याच्या बोलण्यात व्यत्यय आणते.				
५. घाई घाईत निर्णय घेते.				
६. कामसू आहे.				
७. दुसऱ्यानी प्रथम नमस्कार करेपर्यंत थांबते.				
८. स्वत: एकट्याने काम करणे पसंत करते.				
९. भविष्याची फिकीर न करता मजा करायला आवडते.				
१०. सहसा लोक हे विश्वासार्ह असतात अशी तिची श्रद्धा असते.				
११. लोकांना आपला अनाठायी गैरफायदा घेऊ देते.				
१२. वागायला कठीण असते (तिच्याशी वागणे, संबंध ठेवणे अवघड असते.)				
१३. इतरांची मदत मागते.				
१४. स्वत:वर संतुष्ट असते.				
१५. तणावाखाली काम करताना संतुलन बिघडते.				
१६. फारच स्वावलंबी, स्वतंत्र वृत्तीची असते.				
१७. चटकन, सहजपणे मैत्री करते.				
१८. कशाला नाही म्हणणे तिला कठीण जाते.				
१९. गुपित स्वत:जवळ ठेवू शकत नाही.				
२०. भावनांना आवर घालता येत नाही.				
२१. गंभीर आहे.				
२२. दुसऱ्यांच्या सूचना ऐकण्यास आणि त्यांचा स्वीकार करायला तयार असते.				
२३. दुसऱ्यांना आधार देते.				
२४. स्वत:च्या कामगिरीची व्यक्तिश: जबाबदारी घेते.				
२५. तिला आराम करणे, सैलावणे कठीण जाते.				

परिशिष्ट अ ३.३ अपमानाबद्दल प्रतिक्रिया

जेव्हा कोणी (शिक्षक किंवा सहकारी) दुसऱ्यांच्या उपस्थितीत तुमचा अपमान करतात तेव्हा तुम्ही ________________
(पुढीलपैकी जे तुम्हाला लागू आहे त्यावर खुणा करा.):

१. रागावून उलटता.
२. हसत सुटता.
३. दुसऱ्याचा उलटा अपमान करता.
४. तुमच्या कोशात शिरता आणि लोकांशी बोलणे बंद करता.
५. वाचन करता, गाणे गाता, फिरायला जाता, रेडिओ ऐकता, दूरदर्शन पाहता.
६. शांततेत जाऊन प्रार्थना करता.
७. शांत बसता आणि सर्व झाल्यावर त्या अपमान करणाऱ्या माणसाशी या विषयावर चर्चा करता.
८. त्या माणसाचे चारित्र्य हनन करण्याची मोहीम सुरू करता.
९. त्या माणसाला काही काळ टाळता.
१०. रडू लागता.
११. रुसून बसता किंवा रागाने धुमसत राहता.
१२. या पेक्षा वेगळे काही (असेल तर विशद करा.)

स्रोत: लेखकांनी तयार केलेली यादी.

परिशिष्ट अ ३.४ गोष्ट पूर्ण करा

एका दूरच्या खेड्यात एक जोडपे राहत होते. नवरा गंभीर आजारी झाला. रात्र वादळी होती आणि शेजारच्या गावात राहणाऱ्या, सार्वजनिक आरोग्य अधिकारी डॉक्टरकडून औषधे घेऊन येणे अवघड होते. बायकोने एका ट्रक ड्रायव्हरला लिफ्ट देण्याची (ट्रकमधून घेऊन जाण्याची) विनंती केली. तिने त्याच्याबरोबर झोपण्याच्या अटीवर ट्रक ड्रायव्हर तिला घेऊन जाण्यास तयार झाला. ती अट पूर्ण करायला तयार झाली आणि डॉक्टरकडून वेळेत औषधे घेऊन आली. तिचा नवरा संपूर्ण बरा झाला. काही दिवसांनी नवऱ्याला या प्रसंगाबद्दल कळते. त्याला वाटते...

स्रोत: लेखकांनी तयार केलेला मजकूर.

प्रकरण ४

संवेदनक्षमता विकास

रुमा बावीकर आणि नागमणी राव

समाजकार्य हा लोकांना मदत करण्यासाठी असलेला व्यवसाय असल्यामुळे व्यक्ती-व्यक्तींच्या परस्पर नातेबंधांवर अवलंबून असतो. ज्यांना मदत करायची त्या ग्राहकांशी अर्थपूर्ण आणि हेतुपूर्ण असे नातेबंध निर्माण करणे हे सामाजिक कार्यकर्त्यासाठी आवश्यक असते. नातेबंध हे केवळ माहिती गोळा करण्यासाठीच नव्हे तर ग्राहकामध्ये बदल घडवून आणण्यासाठी उपयुक्त असे साधन आहे.

ग्राहकाला योग्य प्रतिसाद देण्याची क्षमता सामाजिक कार्यकर्त्यानि स्वतःमध्ये विकसित केली तर नातेबंध निर्माण करण्यास त्या क्षमतेचा उपयोग होतो. 'योग्य प्रतिसाद' कार्यकर्त्याच्या संवेदनक्षमतेचे प्रतिबिंब आहे.

संवेदनक्षमता म्हणजे काय?

संवेदनक्षमता म्हणजे इंग्रजीतील सेन्सिटिव्हीटी. हा शब्द 'सेन्स' या शब्दापासून निर्माण झाला. सेन्स म्हणजे संवेदना–शब्द, स्पर्श, रूप, रस, गंध ह्या पाच संवेदनांच्या मदतीने सजीव प्राण्याला आपल्या भोवतालच्या बाह्य जगाचे ज्ञान होते. बाह्य जगातील सूक्ष्म फरकही जाणवण्याची किंवा त्यास प्रतिसाद देण्याची क्षमता म्हणजे संवेदनक्षमता.

समाजकार्याच्या संदर्भातील संवेदनक्षमतेच्या अर्थाचे पुढील पैलू असतात:

१. कार्यकर्त्याची ग्रहणशक्ती.
२. परिस्थितीची समानुभूतीपूर्वक समज.
३. बारकावे आणि त्यांचे सूक्ष्म भेद जाणण्याची क्षमता.

ग्राहकाच्या गरजा समजावून घेऊन त्या गरजांनुसार समानुभूतीने प्रतिसाद देता येण्याची क्षमता अशी आपण संवेदनक्षमतेची व्याख्या करू शकतो.

संवेदनक्षमतेने प्रतिसाद दिला तर ग्राहकाला वाटते की, कोणीतरी आपल्याला समजावून घेत आहे आणि तो/ती मनातून आश्वस्त होते.

संवेदनक्षमतेचा आविष्कार पुढील गोष्टींतून होतो.

१. शब्द—प्रत्यक्ष बोलून.
२. शब्दांपलीकडला संवाद—चेहऱ्यावरील भाव, स्पर्श, कृती, आवाजाची जातकुळी किंवा शब्दांत डोकावणारा सूर.
३. लेखन प्रकारातून.

बोधात्मक जाणीव आणि भावना या दोन्ही गोष्टी आपल्या संवेदनक्षमतेत महत्त्वाची भूमिका बजावतात.

संवेदनक्षमतेची मदत कशी होते?

जर कार्यकर्ता संवेदनक्षम असेल तर तो/ती ग्राहकाला (म्हणजे ज्याला मदत हवी आहे त्या माणसाला) आपलं मन मोकळं करण्यास मदत करू शकतो/ते. कार्यकर्त्याची संवेदनक्षमता त्याला/तिला व्यक्ती, समूह किंवा समाजाच्या परिस्थितीचे सर्वांगीण आकलन होण्यास मदत करते (आकृती ४.१).

आकृती ४.१ संवेदनक्षमतेचे मूल्य

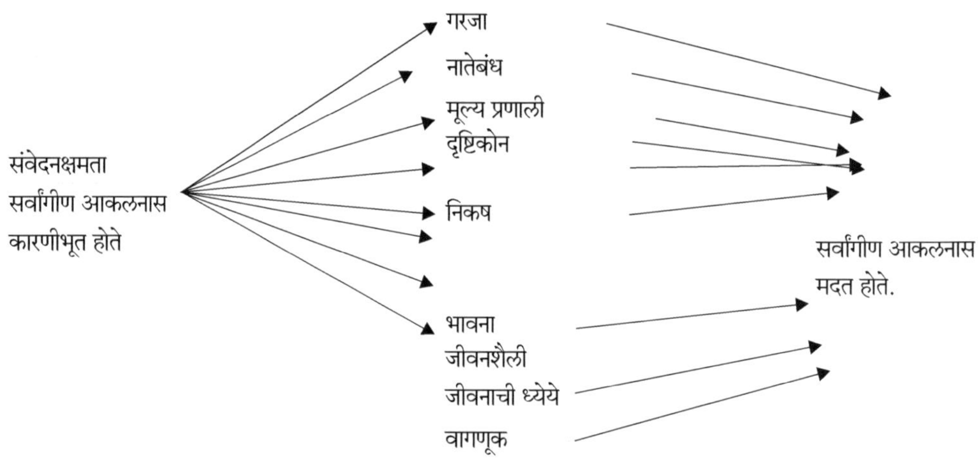

स्रोत: माहितीपुस्तकाच्या संपादकांनी ही आकृती तयार केली आहे.

समजूतदारपणाने दुसऱ्याला समजून घेता येते आणि तो प्रभावशाली सूत्रसंचालक म्हणून काम करू शकतो.

'संवेदनक्षमता' या गुणाचा विकास करता येतो. त्यासाठी आत्मपरीक्षण करण्याची तयारी आणि बाहेरून येणाऱ्या प्रतिक्रियांना प्रतिसाद देण्याचे जागृत प्रयत्न या गोष्टींची आवश्यकता असते. या क्षमतेचा विकास करण्यासाठी समाजकार्य प्रशिक्षणार्थींना (स.का.प्र.) पुढील पद्धतींचा उपयोग होऊ शकेल:

१. सामाजिक कार्यक्षेत्रातील व्यक्ती अभ्यासाचे वाचन करणे.
२. कार्यक्षेत्राची पाहणी करण्यासाठी भेटी देणे.
३. व्यावसायिक समाजकार्यकर्ते प्रत्यक्ष कार्यक्षेत्रात कसे काम करतात त्याची निरीक्षणे करणे.
४. आपले सहकारी आणि व्यावसायिक कार्यकर्ते यांच्याबरोबर अनुभवांची चर्चा करणे.

कार्यशाळा घेणे ही पद्धत स.का.प्र.ना त्यांची संवेदनक्षमता वाढविण्यास अत्यंत उपयुक्त ठरते.
या कार्यशाळेची उद्दिष्टे पुढीलप्रमाणे:

१. 'संवेदनक्षमता' ही संकल्पना समजावून घेण्यास स.का.प्र.ना मदत करणे.
२. संवेदनक्षम होण्यासाठी उपयुक्त घटक कोणते ते समजावून घेणे. ते घटक म्हणजे:

   (अ) समाजकार्यकर्त्याच्या भूमिकेबद्दल स्पष्टता.
   (आ) सूक्ष्म निरीक्षण आणि व्यक्ती, समूह किंवा समाजाच्या एकमेवतेचा स्वीकार.
   (इ) वंचितांच्या किंवा दुःखात असलेल्या माणसाच्या भावना आणि विचार समजून घेणे.
   (ई) 'मदत देणे' (मदत करणे) आणि 'मदत घेणे' यातील फरक समजून घेऊन या दोन भूमिकांतील परस्परप्रेरणा समजणे.
   (उ) संवेदनक्षमतेला झाकोळणारी आपली जीवनमूल्ये, पूर्वग्रह, किंवा आपल्या मनाचे कल समजावून घेऊन त्यांचे सतत परीक्षण करण्याची गरज समजून घेणे.

३. संवेदनक्षम कार्यकर्ता बनण्यासाठी स.का.प्र. मध्ये 'इच्छा' निर्माण करणे.

कार्यशाळा दोन भागांत विभागता येतील:

भाग १: 'संवेदनक्षमता' ही संकल्पना समजावून घेणे.
संवेदनक्षमतेत भर घालणारे घटक कोणते ते माहिती करून घेणे. दोन 'स्वतः करा' प्रकारच्या अध्ययनसरावांनी सूत्रसंचालकाने ही कार्यशाळा सुरू करावी.

भाग २: 'मदत घेणे' आणि 'मदत देणे' यांचे आकलन होणे. संवेदनक्षमतेत भर घालणारे घटक कोणते ते समजणे. सूत्रसंचालकाने 'स्वतः करा'या दोन स्वाध्याय सरावांनी ही कार्यशाळा सुरू करावी.

भाग १

अध्ययनसराव ४.१ दुसऱ्यांबरोबर संबंध प्रस्थापित करण्याबद्दल मोकळेपणा

उद्दिष्ट: जवळीक साधता येण्यासाठी आवश्यक गुणवत्ता कोणत्या, ते समाजकार्य प्रशिक्षणार्थींना समजण्यास मदत करणे.
सहभागी संख्या: सर्व.
वेळ: ३० मिनिटे
साहित्य: काही नाही.

कृती:

१. कोणाशी संवाद करताना आपल्याला मोकळेपणा वाटतो, त्यांची नावे लिहिण्यास प्रशिक्षणार्थींना सांगा.
२. कोणाशी बोलताना मोकळेपणा किंवा सहजता वाटत नाही त्यांचीही नावे लिहिण्यास सांगा.
३. दोन्ही याद्यांसाठी कारणे लिहिण्यास सांगा.
४. सहभागी झालेल्यांना वरील गोष्टी करण्यासाठी १५ मिनिटे वेळ द्या.

वरील काम पूर्ण झाल्यावर सूत्रसंचालकाने काही प्रशिक्षणार्थींना केवळ कारणे मोठ्याने वाचून दाखवण्यास सांगावे. फळ्यावर दोन रकान्यात ही कारणे लिहावीत.

मला सहजपणा का वाटतो?	सहजपणा का वाटत नाही?

चर्चेचे मुद्दे:

१. एखाद्या माणसाबद्दल मोकळेपणा, सहजपणा वाटावा असे सर्वसाधारण गुण कोणते?
२. आपल्या स्वत:मध्ये हे गुण विकसित करता येतील का?
३. यापैकी आपल्यात असणारे गुण आपल्याला ओळखता येतात का?

दुसऱ्याबद्दलची गुणग्राहकता आणि विश्वास निर्माण करण्यास आवश्यक अशा सर्वांत महत्त्वाच्या गुणांना सुस्पष्ट करीत या चर्चेचा समारोप करा. हे गुण सहजपणाने नातेबंध प्रस्थापित करण्यास उपयुक्त असतात.

'संवेदनक्षमता' या शब्दाबद्दल पुष्कळदा संभ्रम असतो. आपल्याकडे आलेल्या बाह्यप्रेरणांना (बोलणे वा कृती) प्रमाणाबाहेर भावनिक प्रतिसाद देणाऱ्या व्यक्तीला कधीकधी चुकीने संवेदनक्षम समजले जाते.

परंतु संवेदनक्षमता प्रतिबिंबित होते ती व्यक्तीची समस्या समानुभूतीने समजून घेण्यात! संवेदनक्षमता ही अतिरंजित प्रतिक्रियेपेक्षा यथायोग्य प्रतिसादातून दिसून येते.

प्रशिक्षणार्थींनी त्यांचे स्वतःचे प्रतिसाद तपासून पाहावेत. त्यासाठी पुढील अध्ययनसराव द्यावा.

अध्ययनसराव ४.२ माझी प्रतिक्रिया

सहभागी: सर्व.
वेळ: ४५ मिनिटे.
साहित्य: सरावाच्या प्रती. प्रत्येक सहभागीसाठी एक.
कृती: प्रशिक्षणार्थींना पुढील सरावातील प्रश्नांना व्यक्तिशः उत्तरे देण्यास सांगा.

तुमच्या भावना स्पष्ट करणाऱ्या शीर्षकाखाली खूण करा.

अनुक्रम	*विधान*	*नेहमी*	*कधी कधी*	*क्वचित*	*कधीच नाही*
१.	माझा शेजारी त्याच्या बायकोला मारताना दिसला तर मला त्याला थोपवावेसे वाटते.				
२.	मला कोणी रागावले तर मी खिन्न होतो/ते.				
३.	माझ्या महाविद्यालयीन काळापासूनचे माझे जवळचे मित्र घटस्फोट घेत आहेत हे मला समजते तेव्हा मला खूप वाईट वाटते.				
४.	माझ्या मित्राला अपघात झाला आहे. मी माझ्या कुटुंबीयांना सांगतो की, "थोडे दिवस तुमचे तुम्ही बघा, म्हणजे मी मित्राबरोबर राहून त्याची काळजी घेऊ शकेन."				
५.	मी स्त्रियांवरील बलात्कार आणि खुनाच्या बातम्या वाचतो तेव्हा मला वाटते की, परिस्थिती बदलण्यासाठी मी काहीतरी केले पाहिजे.				
६.	गरिबी आणि दुष्काळामुळे आत्महत्या केलेले शेतकरी बेजबाबदार आहेत असे मला वाटते.				
७.	माझे मित्र एकमेकांशी भांडताना पहिले की मला त्यांना थांबवावेसे वाटते.				
८.	झोपडपट्टीतले लोक गलिच्छ वातावरणात राहतात. ते पाहून त्यांना ती राहणी सहन कशी होते त्याचे मला आश्चर्य वाटते.				
९.	समाजातील जातीय आणि धार्मिक दंगली वाढत चालल्या आहेत. त्यामुळे मला असुरक्षित वाटते.				
१०.	मला एखाद्या कार्यक्रमातत भाग घेण्याची संधी दिली जात नाही. तेव्हा मला आपण दुर्लक्षित आहोत असे वाटून राग येतो.				

१. हा सराव प्रशिक्षणार्थींनी पूर्ण केल्यावर सर्वांबरोबर चर्चा कराआणि फळ्यावर प्रतिसादांचा आलेख काढा.

२. त्यानंतर पुढील मुद्द्यांवर चर्चा करा.

(अ) केवळ स्वतःबद्दल संवेदनक्षमता असणे आणि दुसऱ्यांबद्दल संवेदनक्षमता असणे यात कोणता फरक आहे?

(आ) कोणत्या प्रकारची संवेदनक्षमता असणे जास्त उपयुक्त?

(इ) मी दिलेल्या प्रतिसादांपैकी कोणत्या विषयातील प्रतिसाद बदलणे मला आवश्यक वाटते?

(ई) गरजू लोकांबरोबर काम करताना कोणत्या प्रकारची संवेदनक्षमता जास्त उपयुक्त असते आणि का?

लोकांबरोबर काम करताना आपल्या संवेदनक्षमतेची कक्षा स्वतःपलीकडे नेली पाहिजे या मुद्द्यावर भर देऊन या चर्चा सत्राचा समारोप करा.

समाजकार्यात आपल्याला समाजातील उपेक्षित गटांची सर्वांत जास्त काळजी करावी लागते. सामाजिक कार्यकर्ता जर संवेदनक्षम असेल तरच एखाद्या गोष्टीपासून वंचित राहणे म्हणजे काय आणि त्याचा वागणुकीवर काय परिणाम होतो ते समजू शकेल. प्रशिक्षणातून या समाज गटांचे दर्शन झाल्यामुळे संवेदनक्षमता वाढू शकते.

अध्ययनसराव ४.३ भाग घेण्याची इच्छा

उद्दिष्टः एखाद्याला आपल्या वागणुकीचे परिणाम काय होतात याची खात्री नसते तेव्हा त्याच्या भावनांचा वेध घेण्यास प्रशिक्षणार्थींना सक्षम करणे.
साहित्यः काही नाही.
वेळः ३० मिनिटे.
सहभागीः १०
कृतीः

१. ५ स्वयंसेवकांना पुढे येण्यास सांगा.
२. नंतर आणखी ५ स्वयंसेवकांना पुढे येण्यास सांगा. पण त्यांना काही धोका पत्करावा लागेल अशी सूचना द्या.

चर्चेचे मुद्देः

१. स्वयंसेवकांचा प्रत्येक गट कसा पुढे आला?
२. स्वयंसेवकांना या प्रक्रियेतील त्यांच्या भावना व्यक्त करण्यास सांगा.
३. काही स्वयंसेवक का बिचकले?
४. भाग घेण्यात धोका पत्करावा लागेल हे माहिती असूनही काही स्वयंसेवक का पुढे आले?

चर्चेचे पुढील मुद्दे स्पष्ट कराः

१. कोणतीही कृती करण्यामुळे परिस्थितीत काही बदल होतात. परिस्थितीत बदल म्हणजे त्यात संभाव्य धोका आलाच, कारण आपल्याला त्या बदलाचे परिणाम माहिती नसतात. धोका पत्करण्यामागील दृष्टिकोनाची तपासणी व्यक्तीने केली पाहिजे.
२. सामाजिक कार्यकर्ता म्हणून, जगात वेगवेगळ्या प्रकारचे लोक असतात हे आपण समजून घेतले पाहिजे.

   (अ) धोका पत्करण्याची तयारी असलेले.
   (आ) धोका पत्करण्यास घाबरणारे.
   (इ) उदासीन वृत्तीचे बघे.

अशा दृष्टिकोनामागची कारणेही आपल्याला समजली पाहिजेत. अज्ञाताची भीती, उदासीन वृत्ती, आपण काहीच करू शकत नाही अशी हताश भावना, नैराश्यवादी वृत्ती, एखाद्या गोष्टीत रस नसणे, “मला काय त्याचे” किंवा “आपला काय संबंध”अशी वृत्ती, बघेपणा म्हणजे “लांबून गंमत बघायला आवडते” अशी वृत्ती इत्यादी अनेक कारणांमुळे काही कृती करण्यात खळखळ असू शकते.

म्हणून सामाजिक कार्यकर्त्याने लोकांचा विरोध समानुभूतीने हाताळला पाहिजे. आपण लोकांवर दबाव आणू शकत नाही. आपण त्यांना (लोकांना) निर्णय घेण्यास आणि अन्य पर्यायांचा विचार करण्यासाठी पुरेसा अवधी दिला पाहिजे. कोणताही बदल नेहमीच अवघड नि घाबरवणारा असतो ही गोष्ट नेहमी लक्षात ठेवली पाहिजे.

अध्ययनसराव ४.४ संधी

उद्दिष्टे:

१. समाजशिक्षण प्रशिक्षणार्थीमध्ये 'वंचना म्हणजे एखादी गोष्ट न मिळणे' याबद्दल आकलन निर्माण करणे.
२. आधारभूत साधने किंवा स्त्रोत, त्यांची उपलब्धता आणि असमान वितरण यासंबंधी आकलन निर्माण करणे.
३. समाजातील उपलब्ध 'आहे' आणि 'नाही' या संकल्पना, सर्व पातळ्यांवर असलेली असमानता आणि त्यांचा नातेबंध, भावना आणि प्रवृत्तींवर होणारा परिणाम या सर्वांचे विश्लेषण कसे करावे हे प्रशिक्षणार्थींना समजणे.

साधने:

१. तक्त्याच्या कोऱ्या कागदाचा ताव.
२. सहा–सात पेन्सिली.
३. दोन डझन रंगीत खडू किंवा रंगीत पेने.
४. आणखी काही उपलब्ध चित्रकलेचे किंवा रंग साहित्य.

वेळ: ४५ मिनिटे.
सहभागी: प्रत्येकी तीन जणांचा एक गट याप्रमाणे तीन गटात विभागलेले एकूण ९.
कृती:

१. १, २, ३ असे लिहिलेल्या तीन चिठ्ठ्या तयार करून घड्या घाला.
२. प्रत्येक गटाला एक चिठ्ठी उचलण्यास सांगा.
३. ज्या गटाला '१' लिहिलेली चिठ्ठी मिळाली त्या गटाने खेळ सुरू करावा.

प्रत्येक गटासाठी सूचना:

१. कागदावर लिहा किंवा चित्र काढा.
२. चित्र काढण्यासाठी अथवा लिहिण्यासाठी उपलब्ध असलेल्या साहित्यातील कोणतीही गोष्ट वापरा.
३. प्रत्येक गटाला कोऱ्या कागदावर काम करण्यास दोन मिनिटे मिळतील.

पहिल्या गटाने चित्रासाठी साधने घेतली की सूत्रसंचालकाने आणखी एका सूचनेची भर घालावी. ती सूचना म्हणजे पहिल्या गटाने जी साधने वापरली ती दुसऱ्या गटाला वापरता येणार नाहीत. हीच सूचना तिसऱ्या गटालाही लागू असेल.

चर्चेचे मुद्दे:

१. प्रत्येक गटाला कशी संधी मिळाली? ती संधी काही कारणांमुळे मिळाली की नशिबामुळे?
२. आपल्याला उपलब्ध असलेली जागा आणि साधने यांच्या बाबतीत प्रत्येक गटाची वागणूक कशी होती? या अंतर्गटांमधील क्रिया प्रतिक्रिया कशा होत्या?
३. प्रक्रियेत प्रत्येक गटाला आलेले भावनिक अनुभव कोणकोणते होते?
४. प्रत्येक गटाने दिलेल्या संधीचा उपयोग कसा केला?
५. गटसदस्यांनी 'दुसऱ्यांनाही संधी मिळण्याची आवश्यकता आहे' हा विचार केला का?

या चर्चेमुळे प्रशिक्षणार्थींना आपल्या वागणुकीबद्दल अंतर्मुख होऊन विचार करण्यास आणि दुसऱ्यांची वागणूक समजण्यास मदत होईल. 'समाजातील संधी आणि संधींची उपासमार यांच्या संदर्भातील सूक्ष्म आणि स्थूल पातळ्यांवरील असमानता' यातून स्पष्ट करावी. समाजशिक्षण प्रशिक्षणार्थींना हा सराव त्यांच्या स्वतःच्या क्षेत्रकार्यात करता येईल. विशेषतः खालील संदर्भात.

१. नेतृत्व प्रशिक्षण कार्यक्रम.
२. तळापासून काम करणाऱ्यांचे प्रशिक्षण.
३. समाज आणि संस्थांमधील जागृती प्रशिक्षण कार्यक्रम.

अध्ययनसराव ४.५ डोळ्यांना पट्टी बांधलेली व्यक्ती

उद्दिष्टे:

१. विकलांग लोकांबद्दलची संवेदनक्षमता विकसित करणे.
२. विकलांग माणसाशी नातेबंध निर्माण करताना आपल्या स्वतःच्या भावनांबद्दल अंतर्दृष्टी मिळवणे.
३. विकलांग व्यक्तीला दुसऱ्यांबरोबर वागताना वाटणाऱ्या भावना स्वतः अनुभवणे.

सहभागी: २
साहित्य: एक मोठा रुमाल.
वेळ: ४० मिनिटे.
कृती:

१. 'डोळ्यांवर पट्टी बांधायला कोण तयार आहे' हे सहभागींना विचारा.
२. पट्टी बांधलेल्या व्यक्तीला खोलीतील एका विशिष्ट ठिकाणी जावे लागेल.
३. रस्ता विविध अडथळ्यांनी भरेलला आहे.
४. 'डोळस' व्यक्तीने या अडथळ्यातून वाट काढण्यास डोळे बांधलेल्या व्यक्तीला मदत करायची आहे.
५. उरलेल्या गटाने या प्रक्रियेचे, 'डोळस' आणि डोळे बांधलेल्या व्यक्तीच्या वागण्याचे, परस्परप्रतिक्रियांचे निरीक्षण करावे.
६. या सरावाच्या शेवटी डोळ्यांवर पट्टी बांधलेल्या माणसापासून सुरुवात करून दोन्ही स्वयंसेवकांना या अनुभवाबद्दल स्वतःच्या आणि दुसऱ्यांच्या भावना व्यक्त करण्यास सांगावे.
७. नंतर निरीक्षकांना त्यांचा प्रतिसाद देण्यास सांगावे.

विकलांगतेबद्दल संवेदनक्षम असण्याची आवश्यकता आणि विकलांग लोकांना आधार देण्याची आवश्यकता, सर्वांत शेवटी स्पष्ट करावी. विकलांग व्यक्तीला सक्षम करण्याच्या प्रक्रियेला कसा हातभार लावावा याचे आणि विकलांग व्यक्तीचे आकलन होण्यास प्रशिक्षणार्थीला या सरावाची मदत होईल. चर्चेनंतर परिशिष्ट अ ४.१ व अ ४.२ मधील "प्रिय आई बाबा" आणि "मला सांग" या कविता मोठ्याने वाचून दाखवाव्यात.

अध्ययनसराव ४.५ जलदगती चाल — 'सत्तेची चाल'

उद्दिष्टे:

१. वर्ग, जात आणि लिंग याबाबतच्या असमानतांविषयीची संवेदनक्षमता निर्माण करणे.

२. भेदभाव आणि गौणता यांच्या रचनेतील घटकांचे विश्लेषण करण्याची क्षमता वाढवणे.

३. असमानता, भेदभाव आणि अन्याय यांविषयीची संवेदनक्षमता वाढवणे.

साहित्यः

१. चालण्यासाठी भरपूर रुंद जागा.

२. खडू.

३. तक्त्याचा कागद.

४. रेखाटनासाठी पेने.

५. हातात धरायचे फलक.

वेळ:१ तास.
सहभागी: १० (५ स्त्रिया व ५ पुरुष)
कृती:

१. सहभागींना पुढे येण्यास सांगावे.

२. सरावासाठी असलेल्या जागेच्या मध्यावर सरळ रेघ मारा.

३. गटाचे पुढीलप्रमाणे भाग करा.

(अ) वरच्या जातीतील श्रीमंत शेतकरी स्त्री/पुरुष.

(आ) भूमिहीन आदिवासी स्त्री/पुरुष.

(इ) दलित शेतमजूर स्त्री/पुरुष.

(ई) नागरी उच्च वर्गीय स्त्री/पुरुष.

(उ) नागरी अनौपचारिक क्षेत्रातील कामगार स्त्री/पुरुष.

४. प्रत्येकाला आपली भूमिका असलेला फलक हातात घेऊन मध्य रेषेवर उभे राहण्यास सांगा.

५. दिलेल्या एका विधानातील एका वेळी एक विधान वाचा आणि स्वयंसेवकांना पाऊल पुढे किंवा मागे घेऊ द्या.

६. वर्ग, जात आणि लिंगभेदामुळे समाजात निर्माण होणारे फरक या सरावानंतर स्पष्ट करा.

प्रशिक्षणार्थींसाठी सूचना:

१. प्रारंभी सर्व स्त्रीपुरुषांना आडव्या रेघेवर एकाच ओळीत उभे राहण्यास सांगा.

२. 'विधाना'वर केलेल्या प्रत्येक 'हो' अशा प्रतिसादास प्रत्येक व्यक्ती एक पाऊल पुढे टाकेल.

३. प्रत्येक 'नाही'ला एक पाऊल मागे टाकण्यास सांगावे.

४. प्रेक्षकांनी सहभागी झालेल्यांच्या हालचालींचे निरीक्षण करावे आणि आवश्यकतेनुसार त्या दुरुस्त कराव्यात.

५. दहा विधानांनंतर प्रत्येक व्यक्तीतील अंतर पाहावे.

विधाने: (स्थानिक परिस्थितीनुसार ही विधाने बदलावीत.)

१. माझ्या कुटुंबातील मी प्रबळ-सत्ताधारी व्यक्ती आहे.

२. मी मालमत्ता विकत घेऊन माझ्या नावे करता येते.

३. मला रात्री किंवा दिवसा मोकळेपणे हिंडता येते.

४. माझ्या मुलांच्या शिक्षण, लग्न इ. बाबतीतील निर्णय घेण्यात माझा प्रमुख भाग असतो.

५. मला लैंगिक अत्याचारांची भीती वाटण्याची गरज नाही.
६. मी पाहिजे तितके शिक्षण घेता येते.
७. माझ्या दैनंदिन जीवनासाठी मला आवश्यक वाटणाऱ्या सर्व चैनीच्या गोष्टी विकत घेण्यास मी समर्थ आहे.
८. मला राजकारणात सक्रिय सहभाग घेता येतो.
९. मला माझ्या जीवनसाथीची निवड करता येते.
१०. माझी समाजातील जागा समान पातळीवरील आहे आणि मी ती आनंदाने उपभोगू शकतो.

चर्चेचे मुद्दे:

१. भेदभाव आणि गौणत्व निर्माण करणरे घटक कोणते?
२. वर्ग, जात आणि लिंग यावर आधारलेली असमान समाजरचना आणि शोषण आणि अन्यायाला सहज बळी पडण्याची शक्यता.
३. विकासात मुक्त सहभागातील अडथळे.

चर्चेतून पुढील गोष्टी स्पष्ट करा: समाजातील असमानतेमुळे शोषण, अन्याय आणि हिंसा उदयाला येतात. असमानता दूर करायची तर समाजातील सत्ताहीनांना आणि गौण लोकांना निवडीचे स्वातंत्र्य नसते या गोष्टीबद्दल संवेदनक्षमता असणे आवश्यक असते. प्रजासत्ताक समाजात असमानता असणे चांगले नाही. म्हणून सामाजिक कार्यकर्त्यांनी समाजातील दुर्बल घटकांना समजून घेण्यावर लक्ष केंद्रित केले पाहिजे. समाजातील तळागाळाच्या, गौण घटकांबाबतीत घेतलेल्या भूमिकेतून सामाजिक कार्यकर्त्यांचा त्यांना अनुकूल असा दृष्टिकोन दिसला पाहिजे. त्यासाठी समानता, न्याय आणि शोषण न करणे ही जीवनमूल्ये आत्मसात केली पाहिजेत.

भाग २

अध्ययनसराव ४.७ मदत देणे, मदत घेणे

उद्दिष्टे:

१. समाजकार्य प्रशिक्षणार्थीला मदत देणे आणि मदत घेणे या दोन भूमिकांबद्दल अंतर्ज्ञान येण्यास मदत करणे.
२. मदत घेणाऱ्याच्या भावना काय असतात याचा अनुभव सकाप्रला समजण्यास मदत करणे.
३. सूत्रसंचालकाने 'मदत देणे' या विषयाने हे सरावसत्र सुरू करावे.

साहित्य: 'मदत देण्यास शिकणे' (परिशिष्ट अ ४.३) या सरावाच्या छायाप्रती
वेळ:

१. प्रपत्रे (फॉर्म्स) भरण्यासाठी ३० मिनिटे
२. संकलित प्रतिक्रियांवरील चर्चेसाठी ३० मिनिटे.

वरील ३० मिनिटांची ही सत्रे स्वतंत्रपणे घ्यावीत.

कृती:

१. सहभागींकडून प्रपत्रे भरून घ्यावीत.
२. प्रतिसाद एका तक्त्यावर एकत्रितपणे मांडावा.
३. पुढच्या सत्रात हा तक्ता समोर मांडून, सहायक म्हणून सकाप्रचे पूर्वग्रह आणि जीवनमूल्ये यांच्यावर भर देऊन प्रतिसादांवर चर्चा करावी.

मदत देणे:
'मदत देणे' या पहिल्या सराव भागावर पुढील मुद्द्यांना धरून चर्चा करावी.

विधान १ अ आणि १ ब:

- चुकीच्या गोष्टींची आपली यादी किती लांब आहे?
- जीवन हे नकारात्मक गोष्टींनी बनलेले आहे का?
- जीवनात नकारात्मक गोष्टी असल्या तरी पुष्कळ चांगल्या गोष्टी असतात.
- आपल्या व्यवसायात आपण चांगल्या सकारात्मक गोष्टी विसरतो आणि समस्यांकडे लक्ष केंद्रित करतो. आपली मनोधारणा अशी का होते?
- जेव्हा गोष्टी फसत जातात तेव्हाच माणसांना मदतीची गरज वाटते का?
- सकाप्रंनी दिलेल्या यादीनुसार मदतीच्या सकारात्मक कारणांवर भर द्या.

विधान २: प्राधान्य यादी
प्राधान्य यादीवरील चर्चेत खालील मुद्दे असावेत:

- आपली प्राधान्य यादी तयार करताना आपल्याला आपल्या भावना आणि विचार समजून घेणे का आवश्यक आहे?
- ग्राहकांचा स्वीकार आणि आदर यांच्यावर त्याचा परिणाम होईल का?
- व्यावसायिक परिस्थितीत किंवा जगात आपली व्यक्तिगत जीवनमूल्ये बाजूला ठेवणे आवश्यक आहे का?

विधान ३: मदत मागण्यातून काय दर्शवले जाते? ह्या विधानावर खालील मुद्द्यांना अनुसरून चर्चा होऊ शकते.

- मदत मागणारी व्यक्ती कशी आहे, काय आहे, कोण आहे हे समजण्याचे विविध मार्ग कोणकोणते असू शकतात?
- ग्राहकाबद्दलचे आपले आकलन आपण ग्राहकाला दिलेल्या प्रतिसादावर कसा परिणाम करते?

मदत मागण्यातील सकारात्मक दृष्टिकोन ठळकपणे दाखवून त्यावर चर्चा करा.
या संपूर्ण अध्ययनसरावाचा सारांश खालील मुद्द्यांनी करावा:

- सामाजिक कार्यकर्त्यांची दृष्टी केवळ समस्याप्रधान असू नये.
- गरजू व्यक्तीबद्दलचे आपले आकलन तपासून घेतले पाहिजे.
- आपण व्यक्तिगत आयुष्यात कोणत्या जीवनमूल्यांना प्राधान्य देतो किंवा व्यक्तिगत आयुष्यात कोणते निर्णय घेतो याचा परिणाम आपल्या व्यावसायिक जगातील नातेबंधांवर होता कामा नये.
- गरजू व्यक्तीबद्दलच्या आपल्या आकलनाचा परिणाम मदत करणाऱ्याच्या (कार्यकर्त्याच्या) जीवनमूल्यांबद्दलच्या आपल्या आकलनावर होतो.

मदत स्वीकारणे

'मदत घेणे किंवा स्वीकारणे' या दुसऱ्या अध्ययनसरावामध्ये खालील मुद्द्यांवर तपशीलवार चर्चा करावी:

- मदत घेताना आपण का कचरतो?
- आपण मदत मागण्यासाठी आपल्या परिचितांकडे—विशेषतः आपल्या मित्रांकडे—का वळतो?
- मदत घेताना आपल्या मनात कोणत्या भावना निर्माण होतात?
- मदत मागण्याचा निर्णय सोपा असतो का?

मदत देणे आणि मदत स्वीकारणे या दोन्ही अध्ययनसरावांचा समारोप करताना सूत्रसंचालक खालील मुद्द्यांचा उपयोग करू शकतो:

- मदत मागणे, स्वीकारणे यापेक्षा मदत करणे, मदत देणे सोपे असते.
- आपल्याला मदत घेताना मोकळेपणा वाटला तर आपण लोकांचे मदत मागणे मान्य करून त्यांना सकारात्मकतेने प्रतिसाद देऊ शकू.
- देणाऱ्यांची भूमिका म्हणजे उच्च पातळीवरची भूमिका असे असण्याची आवश्यकता नाही. 'देणारा' आणि 'घेणारा' या दोघांनाही या प्रक्रियेतून लाभ होतो आणि म्हणून ते दोघेही समान पातळीवर असतात.
- 'मदत घेणे' हा निर्णय सोपा नसतो.

सरावाचा समारोप करताना म्हणा की, गरजू माणसाच्या भावना आपण समजून घेतल्या पाहिजेत. त्याच्या/तिच्या प्रयत्नांचा आपण आदर केला पाहिजे आणि यथायोग्य प्रतिसाद दिला पाहिजे.

स्रोत: प्रिस्ले अँड मॅक्वायर, १९८३

अध्ययनसराव ४.८ काळा ठिपका (प्रकरण २ मधील आकृती २.५ पाहा)

जेव्हा आपण विकृतीची लक्षणे दाखवणाऱ्या व्यक्तीबरोबर काम करतो, तेव्हा आपण कदाचित केवळ व्यक्तीवरच लक्ष केंद्रित करण्याची शक्यता असते. एखादी व्यक्ती आणि तिची समस्या यावर शिक्का मारण्याची आपली प्रवृत्ती असते. ही समस्या उद्भवण्यास आणि परिणामी व्यक्तीच्या वागण्यास कारणीभूत असणारे घटक कोणते त्याकडे संपूर्णपणे दुर्लक्ष करण्याची आपली वृत्ती होऊ शकते. सामाजिक कार्यात सर्वांगीण दृष्टिकोनाचे अंतर्दृष्टी मिळविण्यासाठी हा अध्ययनसराव उपयुक्त आहे.

सहभागी: सर्व
साहित्य: मध्यभागी काळे वर्तुळ असलेला पांढरा कागद. वर्तुळ काळे रंगवलेले असावे.
वेळ: ३० मिनिटे
कृती:

१. सर्व प्रशिक्षणार्थींना एकाच वेळी दिसेल अशा तऱ्हेने कागद समोर धरावा.
२. सहभागींना दोन मिनिटात काय दिसते त्याची निरीक्षणे देण्यास सांगावे.
३. सर्व प्रतिसाद फळ्यावर लिहावेत.

चर्चेचे मुद्दे:

१. आपण केवळ काळ्या वर्तुळावरच आपले लक्ष कसे केंद्रित करतो आणि दिसणाऱ्या अन्य गोष्टींकडे दुर्लक्ष कसे होते?
२. आपण एखादी व्यक्ती आणि तिचे वर्तन परिस्थितीच्या संदर्भात पाहायला शिकले पाहिजे.

३. मदत करताना व्यक्तीला समग्रतेने समजावून घेणे महत्त्वाचे आहे.
४. आपण जेव्हा केवळ व्यक्ती/ग्राहक यांवरच लक्ष केंद्रित करतो तेव्हा आपली व्यक्तीवर शिक्का मारण्याची आणि त्या व्यक्तीबद्दल समजूत करून निष्कर्ष काढण्याची वृत्ती होण्याची शक्यता असते.

हा मुद्दा विशद करताना सूत्रसंचालकाने अनेक उदाहरणे देणे आवश्यक आहे. उदा., जेव्हा एखादे मूल रोज अंघोळ करत नाही तेव्हा त्याच्या आजूबाजूची परिस्थिती, पाण्याचे दुर्भिक्ष्य या गोष्टी विचारात न घेता, तेव्हा आपण त्याच्यावर 'घाणेरडा मुलगा' असा शिक्का मारून मोकळे होतो.

निष्कर्ष: 'संवेदनक्षमता' हा केवळ एका वेळेपुरता प्रयत्न नसतो. जे मन भोवतालच्या परिस्थितीबद्दल सजग असते ते नेहमीच संवादनशीलतेने प्रतिसाद देते. संवेदनक्षमता ही सांसर्गिक असते. मदत करणारा जर गरजू माणसाबद्दल संवेदनक्षम असेल तर परिणामत: गरजू व्यक्तीही आपल्या भोवतालाबद्दल, नातेबंधाबाबत आणि आजूबाजूच्या लोकांच्या गरजांबद्दल संवेदनक्षम होतो/होते. 'हास्य' ही कविता (परिशिष्ट अ ४.४) वाचा. सामाजिक कार्यात आवश्यक ती ठाम श्रद्धा आणि बांधीलकीची भावना विकसित करण्यास माणसाला संवेदनक्षमतेची मदत होते. 'बांधीलकी' आणि 'सावध' या कविता वाचा (परिशिष्ट अ ४.५ व अ ४.६).

स्वयंविकासाचे तिन्ही घटक आपण आकृती ४.२ मध्ये दाखवू शकतो.

आकृती ४.२ स्वयंविकास

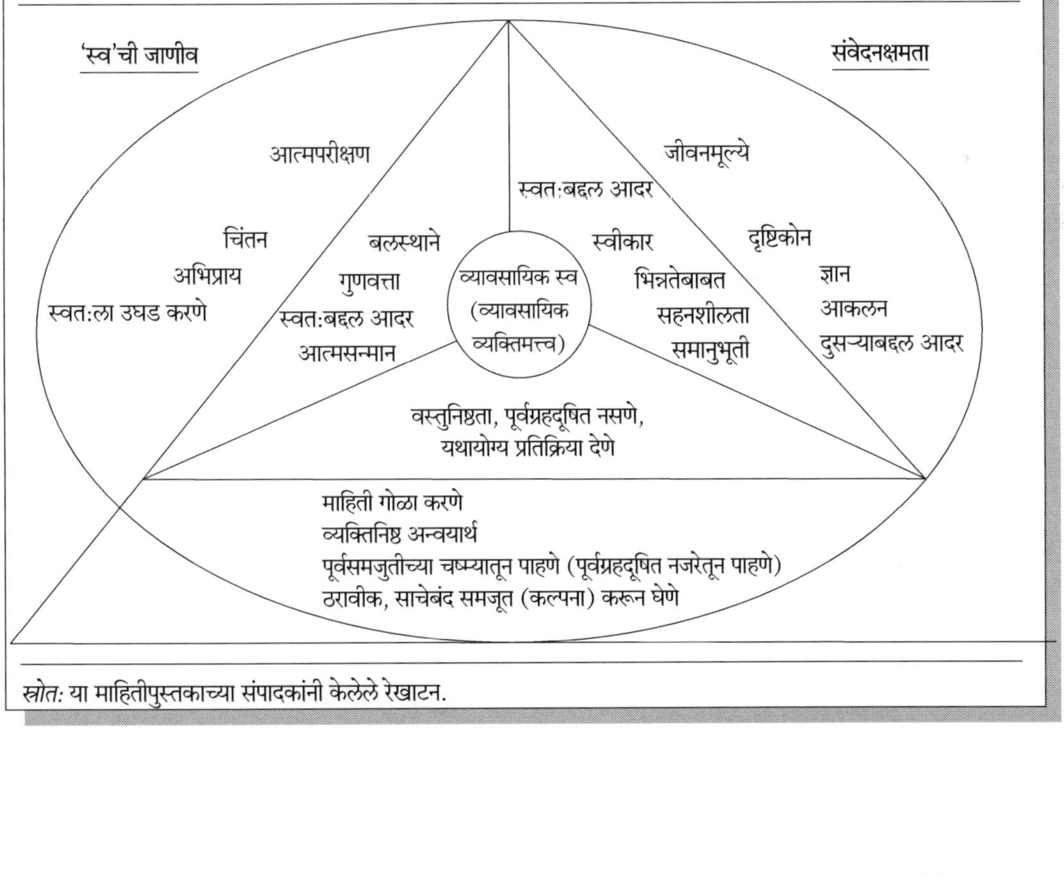

स्रोत: या माहितीपुस्तकाच्या संपादकांनी केलेले रेखाटन.

परिशिष्ट अ ४.१ प्रिय आई-बाबा

मुलगा: लढाई संपली,
मी घरी येतोय,
आई-बाबा तुम्हाला एक,
सांगायचं राहिलंय!

आहे माझा मित्र–जिवलग,
कुणी नाही त्याला,
घेऊन येऊ का माझ्यामागे,
त्याला घरी आपल्या?

आई: आण रे बाळ आण,
आमची हरकत कशाला?
तुझा मित्र येईल,
दोन दिवस राहील,

मुलगा: अगं आई, नाही एक-दोन दिवस,
मित्र येणार, राहाणार, हवे तितके दिवस,
आणि आई, तुला नाही घाबरवत,
पन ह्या लढाईत, त्यानं गमावलाय एक हात

आई: माझ्या बाळा, नको संकोच,
आण त्याला तुझ्यासंगत,
राहील आठ-पंधरा दिवस,
तरी होईल तुला सोबत

मुलगा: पण आई, एक ऐक
नंतर सांग, करशील काय?
कारण त्याचा लढता लढात
तुटून गेलाय एक पाय

आई: माझ्या बाळा, काय करणार?
सांगताना वाटतंय वाईट फार,
पण आम्हाला नाही हे जमणार,
पांगळ्याची जबाबदारी नाही घेता येणार

एक दिवस पत्र आले,
'मुलगा गेला' असे कळले
मृत्यूचे कारण जेव्हा वाचले,
तेव्हा आत्महत्या केल्याचे समजले

शवपेटीतून आला,
गुंडाळलेल्या राष्ट्रध्वजात,
मुलाचा मृतदेह,
नव्हता त्याला एक पाय अन् हात.

पुशदा एम (दहावी)
बिर्ला पब्लिक स्कूल

परिशिष्ट अ ४.२ 'मला सांग'

सांग मला, आभाळ रंगते कोणत्या रंगात?
किती उंच हे सारे पर्वत?
समुद्रावर नाचतात लाटा कशा?
लिलीहून गुलाब वेगला कसा?
रखरखत्या उन्हाचा रंग कोणता?
पाऊस पडतो थेंबांत, की झिमझिमता?
हिमधवल म्हणजे किती धवल?
आणि श्यामल रात्र किती श्यामल?
चिवचिवणारी चिमणी किती किती छोटी?
डरकाळणारा वाघोबा किती किती मोठा?
सखे, एक प्रश्न अखेरचा
कोणता रंग माझ्या केसांचा?
माझ्या डोळ्यात कसली हाक?
मी अंध, तूच बघून सांग.

लीला नाडकर्णी

परिशिष्ट अ ४.३ मदत करण्यास शिकणे: अध्ययनप्रारूप

देणे:

१. वाक्य पूर्ण करा

(अ) लोकांना मदतीची आवश्यकता असते कारण...

(१० कारणे द्या.)..

....

....

....

....

....

....

....

....

(ब) आजच्या समाजपद्धतीत काय चुकीचे आहे? ....

(५ वाक्ये लिहा.) ....

....

....

....

....

....

(पुढे चालू....)

(पुढे चालू....)

२. तुमच्या मदत करण्याच्या इच्छेनुसार तुमची प्राधान्ये लिहा ....

(अ) • पैशाची समस्या असलेली पेन्शनर व्यक्ती ( )
- पोलिओने ग्रस्त मूल ( )
- अविवाहित गर्भवती स्त्री ( )
- शालांत परीक्षेतील अपयशामुळे आत्महत्येचा प्रयत्न केलेला मुलगा ( )
- दारूने व्यसनग्रस्त माणसाची बायको ( )
- वेश्या व्यवसाय करणारी स्त्री ( )
- चोरी करताना पकडलेला ३० वर्षांचा माणूस ( )

(ब) पहिले आणि शेवटचे प्राधान्य यांच्या निवडीची कारणे द्या.

३. जेव्हा एखादी व्यक्ती दुसऱ्यांकडे मदतीची याचना करते तेव्हा त्यातून असे ध्वनित होते की (योग्य कारणावर बरोबर चिन्हाने खूण करा):

(अ) कमतरता
(ब) समस्या सोडवण्याचा अधिक चांगला मार्ग
(क) हताशपणा
(ड) स्वतःच्या समस्येबद्दलची जागरूकता
(इ) परावलंबित्व
(फ) समस्येची परिस्थिती स्वीकारण्याचा मोकळेपणा
(ग) अन्य (स्पष्ट करा.)

घेणे:

कल्पना करा की तुमची परीक्षा फी भरण्याची अखेरची तारीख उद्या आहे आणि

१. तुमची 'मनी ऑर्डर' आली नाही.
२. तुमचे पैसे संपले आहेत.

(अ) तुमची प्रतिक्रिया काय असेल?
(ब) या परिस्थितीत तुम्ही काय मदत घ्याल?
(क) इतर तुमच्याबद्दल काय विचार करतील असे तुम्हाला वाटते?
(ड) तुम्ही मदत घेणे टाळलेत तर त्याची कारणे काय आहेत?

परिशिष्ट अ ४.४ 'हास्य'

हास्य किती गमतीचे
येई जाळे सुरकुत्यांचे
जेव्हा ते चेहऱ्यावर पसरते
पण मावळे तेव्हा गुडूप होते
त्याच्या गूढ गुहेत लुप्त होते
तुम्हाला पुन्हा कधी न सापडते
हास्य काय करू शकते

ते जाणणे विस्मयाचे
मी तुमच्याकडे पाहून हसते
तेव्हा तुमच्याही चेहऱ्यावर ते पसरते
आणि एक हास्य दोघांना हसवते

मूळ कविता: एमिली डिकिन्सन
अनुवाद: विद्या हर्डीकर सप्रे

परिशिष्ट अ ४.५ बांधीलकी

मी एक हृदयभंग थांबवला
तर माझे जीवन कधी व्यर्थ ठरणार नाही.
मी एका जीवाच्या वेदना कमी केल्या
किंवा एकाचे दुःख शांतवले
किंवा एका पक्ष्याला शुद्धीवर आणून
त्याचे घरटे सावरले
तर माझे जीवन कधीही व्यर्थ ठरणार नाही

मूळ कवी: अज्ञात.

परिशिष्ट अ ४.६ 'सावधान'

सर्जनहो!
चालवता चाकू शरीरावर,
शोधत आजाराला, गुन्हेगाराला,
पण सांभाळा,
दुखवू नका, त्या खालच्या खऱ्या गुन्हेगाराला,
जीवनाला!
कार्यकर्त्यांनो!
मदत करता लोकांना,
वेधत त्यांच्या प्रश्नांना, गुन्हेगारांना,
पण सांभाळा,
दुखवू नका, त्या मागच्या खऱ्या गुन्हेगाराला,
माणसाच्या मनांना!

स्रोत: सर्व कविता निवृत्त प्राध्यापिका कालिंदी मुजुमदार, निर्मला निकेतन समाज शिक्षण महाविद्यालय, मुंबई यांनी एकत्र केल्या. संपादक या नात्याने आम्ही 'सावध' या कवितेत आणखी एक कडवे घातले आहे. ते कर्वे समाजसेवा संस्थेच्या प्रा. सुमती गोडबोले यांनी लिहिले.

विभाग २

संप्रेषण

संप्रेषणकौशल्ये विकसित करण्याचे मूल्य

संप्रेषण हे सामाजिक कार्यातील प्रमुख साधन आहे. ज्या कार्यकर्त्याला गरजू माणसाबद्दल सहानुभूती वाटते, तो विश्वासार्ह नातेबंध विकसित करण्यासाठी नेहमीच जाणीवपूर्वक योग्य शब्द, आवाज आणि देहबोलीचा उपयोग करेल. 'स्व'ची जाणीव या विषयावरील आधीच्या कार्यशाळांमुळेही, समाजकार्य प्रशिक्षणार्थींना त्यांच्या संप्रेषणकौशल्यांची बलस्थाने आणि मर्यादा यांची तपासणी करण्यास मदत होईल. परिणामतः प्रभावी संप्रेषणासाठी आवश्यक ती कौशल्ये वाढविण्यासाठी प्रशिक्षणार्थींना मदत होईल. संप्रेषणाशिवाय बदल अशक्य आहे असे आम्हाला ठामपणे वाटते. म्हणून या माहितीपुस्तकात संप्रेषण कौशल्ये विकरित करण्यावर भर दिला आहे.

आपला बराच संवाद मौखिक असला तरी शब्दांव्यतिरिक्त अन्य साधनेही आपल्या संदेशाला बळकटी आणतात, किंवा त्याला कमकुवत करतात किंवा संदेशात आणखी पुष्कळ भर घालतात. केवळ शब्दांपेक्षा, चेहऱ्यावरील भाव आणि वर्तणुकीने अगदी प्रवृत्तीही जास्त स्पष्ट व्यक्त होऊ शकतात. भावनेशिवाय नुसते शब्द हे निरर्थक उत्तेजकांसारखे असतात.

माणूस आणि भोवतालचा परिसर यांच्यामधील अन्योन्यक्रिया, अनुभवांची देवाणघेवाण, आणि अर्थपूर्ण अभिव्यक्ती संप्रेषणात सामावलेली असते. म्हणून संवादक हा सूक्ष्म निरीक्षक, संवेदनाक्षमतेने ऐकणारा (श्रोता) आणि भाषेवर प्रभुत्व असलेला असावा लागतो. प्रत्येक भाषेची स्वतःची एक सुप्त शक्ती असते आणि काही अंगभूत मर्यादाही असतात. चांगल्या संवादकाला भाषेचा वापर करण्यासाठी हे गुणधर्म माहीत असावे लागतात.

हा विभाग संप्रेषणाच्या दोन पैलूंनी व्यापला आहे: एक: संप्रेषणप्रक्रियेचे सैद्धान्तिक घटक आणि दोन: व्यक्तीशी, गटाशी आणि विविध परिस्थितीत संप्रेषण कौशल्ये विकसित करण्यासाठी आवश्यक असणाऱ्या विशिष्ट क्षमता. सामाजिक कार्यकर्त्याला करावी लागणारी विविध प्रकारची कार्ये आणि कराव्या लागणाऱ्या विविध भूमिका लक्षात घेऊन आम्ही या विभागात संप्रेषणाची व्यापक व्याप्ती, त्यासाठी लागणारी कौशल्ये आणि विविध परिस्थितीतील संप्रेषण सुधारण्याचे मार्ग अंतर्भूत केले आहेत. प्रकरण ५ मध्ये

दिलेला संप्रेषणाचा सैद्धान्तिक घटक एका विशिष्ट हेतूने निवडला आहे. त्यात समाजकार्यपद्धतीशी सुसंगत असा संप्रेषणाचा विवक्षित पैलू समाविष्ट केला आहे. पद्धतीवरील प्रयोगशाळा चालवताना त्यामधून कौशल्य शिक्षणही साधेल. केवळ संप्रेषण कार्यशाळा चालविण्यासाठी नव्हे तर प्रत्येक पद्धतीस योग्य अशी संप्रेषण कौशल्ये विकसित करण्यासाठीही या विभागातील प्रकरणांचा संदर्भ सूत्रसंचालकाने देणे आवश्यक आहे.

प्रकरण ५

संप्रेषणाची समज असणे: संप्रेषण सैद्धान्तिक चौकट

सुधा दातार, अनुराधा पाटील,
रुमा बावीकर आणि नागमणी राव

व्याख्या आणि संकल्पना

'संप्रेषणाच्या व्याख्या अनेक तज्ज्ञांनी केल्या आहेत. आपण त्यातील काही व्याख्यांचा विचार केला तर कदाचित आपल्याला या संकल्पनेमागचा विशाल दृष्टिकोन समजण्यास मदत होईल.

१. एका व्यक्तीने दुसऱ्या व्यक्तीपर्यंत माहिती आणि आकलन पोहचवणे ही प्रक्रिया म्हणजे संप्रेषण.
२. प्रत्यक्ष वा अप्रत्यक्षपणे, कळत नकळत संक्रमित केल्या जाणाऱ्या भावना, दृष्टिकोन आणि इच्छा याची गोळा बेरीज म्हणजे संप्रेषण.
३. एका व्यक्तीला दुसऱ्या व्यक्तीच्या मनात काही समजूत निर्माण करावीशी वाटते, तेव्हा ती करण्यासाठी व्यक्ती जे जे करते त्या सर्वांची गोळा बेरीज म्हणजे संप्रेषण. त्यात सांगणे, ऐकणे आणि समजावून घेणे या क्रिया सतत, पद्धतशीरपणे चालू असतात.
४. एका व्यक्तीकडून दुसऱ्या व्यक्तीकडे माहिती, कल्पना आणि दृष्टिकोन संक्रमित करण्याची कला. व्यक्ती आणि व्यक्तीभोवतालची परिस्थिती किंवा वातावरण यांच्यामधील ती अर्थपूर्ण अन्योन्यक्रिया असते.

माहिती किंवा संदेश देण्याची, ती कला आहे. संप्रेषण करणे म्हणजे माहिती पोहोचवणे, देणे, व्यक्त करणे, माहितीची देवाणघेवाण करणे. या प्रक्रियेत एका व्यक्तीला दुसऱ्या व्यक्तीच्या मनातील कल्पनांबद्दल जागरूक केले जाते आणि त्यानुसार ती व्यक्ती प्रतिसाद देते.

संप्रेषणाचा हेतू

हा हेतू एकसारखा, समान नसतो. प्रत्येक परिस्थितीनुसार हेतू बदलतो. हेतूचा संप्रेषणप्रक्रियेवर प्रभाव असतो. काही हेतूंची यादी खाली दिली आहे.

- माहिती आणि कल्पना दुसऱ्या व्यक्तीपर्यंत पोहोचवणे.
- सूचना देणे किंवा आज्ञा देणे.
- सल्ला, सूचना किंवा मार्गदर्शन देणे.
- दुसऱ्यांचे मन वळवणे, त्यांना प्रेरणा देणे आणि उत्तेजन देणे.
- दुसऱ्यांचे मनोबल वाढवणे.
- शिक्षण देणे, प्रशिक्षित करणे, कौशल्ये वाढवणे.
- इशारा देणे.
- प्रश्न सोडवणे.
- दृष्टिकोनात बदल घडवून आणणे.

संप्रेषणाची प्रक्रिया

संप्रेषणप्रक्रियेचे पाच घटक पुढीलप्रमाणे आहेत (क्लॉड आणि वॉरन, १९४९):

१. मूळस्रोत (प्रेषक).
२. संदेशवाहक (वाहिनी).
३. संदेश.
४. सेवार्थी—सेवा ग्रहण करणारा.
५. गंतव्य स्थान किंवा उद्दिष्ट.

संप्रेषणप्रक्रियेचा पद्धतशीर अभ्यास ॲरिस्टॉटलने केला. त्यात त्याने वक्ता, वक्तव्य आणि श्रोता हे तीन घटक दिले.

ग्रहण करणारी एक व्यक्ती अथवा व्यक्तींचा गट अथवा संस्था असू शकते. प्रेषक आणि सेवार्थी कसे काम करतात ते त्यांची कौशल्ये, प्रवृत्ती, ज्ञान, जीवनमूल्ये आणि समाजरचना यावर अवलंबून असते. संप्रेषणात हे घटक गाळणीचे काम करतात.

संदेश म्हणजे सादर केली जाणारी कल्पना. आशयाची पारख, रचना करावी लागते व तो अलग करावा लागतो. ज्या स्रोताकडून—प्रेषकाकडून—संदेश पाठवायचा त्या प्रेषकाला तो संदेश सुस्पष्टपणे माहिती असावा लागतो. तो प्रेषकाने सांकेतिक भाषेत रचून पाठवावा लागतो आणि सेवार्थीने सांकेतिक भाषेतील मूळ मजकूर पुन्हा जुळवावा लागतो.

संदेशवाहक (किंवा संदेशवाहिनी) म्हणजे संदेश पाठवणे आणि ग्रहण करणे यासाठी केलेला पंचेंद्रियांचा उपयोग. याचा अर्थ संदेश पाहिला, ऐकला, स्पर्शला जाऊ शकतो—त्याचा वास, चव, घेतली जाऊ शकते. संप्रेषणात जितक्या अधिक संदेशवाहिन्या भाग घेतील तितके ते संप्रेषण अधिक परिणामकारक होते.

खालील विधानातून संप्रेषणप्रक्रियेचे थोडक्यात वर्णन केले आहे:

कोण (मूळ स्रोत किंवा प्रेषक) कोणत्या कारणांसाठी, कोणत्या इंद्रियाच्या माध्यमातून (वाहक), *काय* (संदेश), कोणत्या *श्रोत्याला* (सेवार्थीला) सांगतो व त्यातून *कोणता परिणाम* होतो (मूळ प्रेषकाची उद्दिष्टे साध्य होण्यासाठी)!

संप्रेषणप्रक्रियेच्या खालील पायऱ्या आहेत.

१. प्रेषकाला संदेश सुचणे.
२. संदेशाला सांकेतिक स्वरूप देणे (तोंडी अथवा दृश्य).
३. वाहकाद्वारे संदेश प्रसारित करणे.
४. सेवार्थीला संदेश मिळणे.
५. संदेशाचा अर्थ उलगडणे, म्हणजे शब्दांकडून कल्पनेकडे जाणे.
६. सेवार्थीची कृती: माहिती साठवणे अथवा कृतिशील प्रतिसाद देणे.
७. प्रतिसाद: सेवार्थी प्रेषकाला देतो (पुष्कळदा जिच्याकडे दुर्लक्ष केले जाते ती ही महत्त्वाची पायरी आहे).

संप्रेषणप्रक्रियेची वैशिष्ट्ये

संप्रेषण ही सतत चालू असणारी गोष्ट आहे

या प्रक्रियेत आपण सतत गुंतलेले असतो. आपण सतत आपल्या आजूबाजूच्या परिस्थितीतून संकेतांचे अर्थ आपल्या मनात लावत असतो आणि आपले संदेश संकेतांद्वारे पाठवत असतो. "संप्रेषणाची ही प्रक्रिया एका ठिकाणी सुरू होते आणि दुसऱ्या ठिकाणी संपते," हा गैरसमज आहे. ती प्रक्रिया सलग-सतत चालणारी, चक्राकार असते.

संप्रेषण ही दुतर्फी प्रक्रिया असते

सेवार्थी संदेश घेतो आणि प्रेषकाला अर्थपूर्ण प्रतिसाद पाठवतो. बोलणाऱ्याकडे ऐकणाऱ्याची प्रतिक्रिया आली नाही आणि त्यानुसार बोलणाऱ्याने आपला संदेश लवचीकपणे बदलला नाही तर संप्रेषणाचे वर्तुळ पूर्ण होऊ शकत नाही.

व्यक्तिमत्त्वांमधील भेदांमुळे किंवा भिन्न भिन्न जीवनमूल्यांमुळे सेवार्थी प्रेषकाशी तीव्रपणे असहमत असू शकतो. प्रेषकाबद्दल सेवार्थीचे ठाम दुमत होऊ शकते, ते त्याच्या व्यक्तिमत्त्वातील भेदांमुळे किंवा त्यांच्या. जर सेवार्थीची प्रतिक्रिया संप्रेषणप्रक्रियेच्या चक्रातून प्रेषकापर्यंत पोहोचवली गेली तर परस्परांना समजून घेणे अधिक चांगले होते. प्रतिसाद हा संप्रेषणाचा गाभा आहे (आकृती ५.१, ५.२, ५.३ आणि ५.४).

आकृती ५.१ संप्रेषणप्रक्रिया

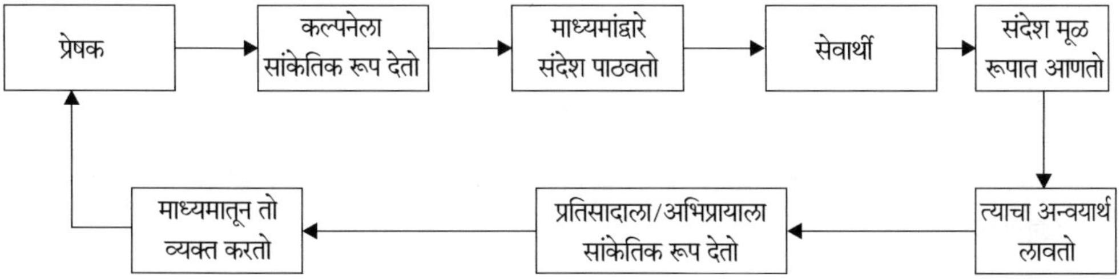

स्रोत: माहितीपुस्तकाच्या संपादकांनी बदल केल्यानुसार.

संदेश परतून (प्रेषकापर्यंत) येण्याची ही प्रक्रिया म्हणजे प्रतिसाद. संदेशाचा लावलेला अन्वयार्थ काय समजण्यास त्यामुळे मदत होते.

सेवार्थी आपल्या देहबोलीतून (निःशब्द किंवा अशब्द प्रतिसाद), लिखित स्वरूपात, हावभाव करून अथवा प्रत्यक्ष बोलून प्रतिसाद देऊ शकतो. सेवार्थीने काय, कसा प्रतिसाद दिला त्याचे नीट निरीक्षण करून अथवा त्याचे बोलणे लक्षपूर्वक ऐकून त्याप्रमाणे आपला संदेश बदलण्यासाठी प्रेषकाने सजग आणि सतर्क असणे आवश्यक आहे. आपल्या स्वतःच्या संदेशातूनही आपल्याला प्रतिसाद मिळत असतो. आपल्याला आपला आवाज ऐकता येतो आणि आपण गैरसमज टाळण्याच्या दृष्टीने आपला स्वर किंवा उच्चार बदलू शकतो. आपले लिखाण पूर्ण झाल्यावर आपण ते वाचतो आणि दुरुस्त करतो.

संप्रेषणप्रक्रियेच्या या वर्तुळात सेवार्थी आणि प्रेषक यांच्या भूमिकांची अदलाबदल होत असते त्यामुळे प्रेषक हाही सेवार्थी होतो आणि प्रतिसाद देतो.

प्रतिसाद कसा द्यावा:

१. प्रतिसाद मोघम असण्याऐवजी विवक्षित असावा.
२. तो पटवून द्यावा पण लादू नये.
३. तो त्वरित द्यावा पण तरीही योग्य वेळ पाहून द्यावा.
४. तो आपल्या गरजांचे शमन करण्यासाठी नसून प्रेषकाला मदत करण्याच्या दृष्टीने व्यक्त केला जावा.
५. तो यथायोग्य आणि प्रमाणबद्ध असावा.

आकृती ५.२ एकेरी संवाद

टीप: प्रेषक ऐकून घेण्यास तयार नाही. त्याला/तिला वाटते की संदेश देणे एवढाच संप्रेषणाचा उद्देश आहे.

आकृती ५.३ दुहेरी (दुतर्फी) संवाद

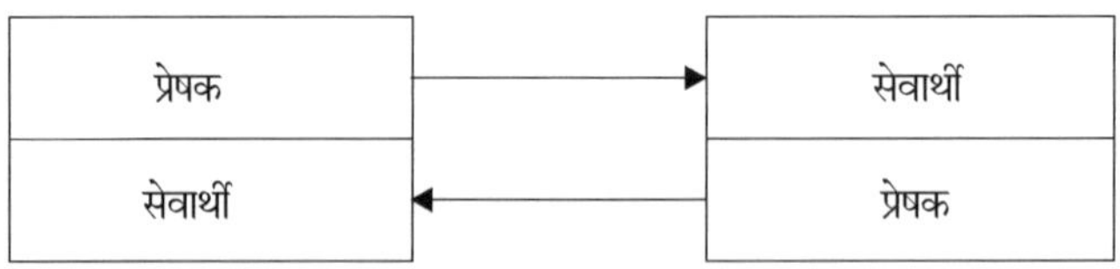

स्रोत: माहितीपुस्तकाच्या संपादकांनी बदल केल्यानुसार.
टीप: संप्रेषणप्रक्रियेत, प्रतिसाद स्वीकारून, प्रेषक हादेखील सेवार्थी होतो.

संप्रेषणात प्रत्येक परिस्थिती एकमेव असते

एकाच संदेशाचा परिणाम वेगवेगळ्या परिस्थितीत वेगवेगळा होतो. एका सेवार्थीला जे आवडते, 'भावते' ते तसे दुसऱ्याला वाटेलच असे नाही. त्यामुळे प्रतिसादही एकमेव असतो.

संदेशाचे नेहमीच दोन घटक असतात

१. वस्तुस्थिती: वस्तुनिष्ठ किंवा निरपेक्ष सत्य आणि बोधात्मक बाजू.
२. भावना: व्यक्तिनिष्ठ सत्य बोलून अथवा न बोलता व्यक्त केलेल्या.

संप्रेषणाचे मार्ग किंवा वाहिन्या

आपण संप्रेषणासाठी—अभिव्यक्तीसाठी पंचेंद्रिये वापरतो. ही पंचेंद्रिये नेहमी एकापेक्षा अधिक अशी एकत्रितपणे वापरली जातात. (म्हणजे एका वेळी एकच इंद्रिय वापरले जाते असे नाही.) संप्रेषणाचा हेतू अथवा उद्दिष्ट यानुसार संप्रेषणात दोन प्रकारच्या वाहिन्या वापरल्या जातात.

संप्रेषणाच्या दुहेरी वाहिन्या

१. समोरासमोर
   द्वंद असलेली किंवा द्विधा परिस्थिती
   मनोविकाराची, समाज-विकाराची नाट्य-उपचार पद्धती
   प्रात्यक्षिके, इत्यादी
२. अंतरावरील—'दूर वाहिनी'
   पत्रे
   फॅक्स
   इमेल

दुहेरी वाहिनीची वैशिष्ट्ये

१. औपचारिक अथवा अनौपचारिक.
२. जास्त लवचीक असते.
३. प्रतिसादामुळे तिच्यात त्वरित बदल करता येतो.

संप्रेषणाच्या एकेरी किंवा एकतर्फी वाहिन्या

१. लेखी
   (अ) परिपत्रके
   (ब) सूचना
   (क) वृत्तपत्र
   (ड) पुस्तके
   (इ) छापील मजकूर
   (फ) माहिती पत्रके
   (ग) पत्रके
   (ह) हस्तपत्रके (हस्ते वाटण्याची पत्रके.)

२. दृश्य
   - *(अ)* तक्ते
   - *(ब)* फलक
   - *(क)* छायाचित्रे
   - *(ड)* चित्रे
   - *(इ)* नकाशे
   - *(फ)* चित्रपट्टिका (स्लाईड)
   - *(ग)* पुतळे
   - *(ह)* आकृती

३. श्रवण/श्राव्य
   - *(अ)* नभोवाणी (रेडियो)
   - *(ब)* ध्वनिफिती (कसेटस)
   - *(क)* ध्वनिमुद्रिका
   - *(ड)* घंटा
   - *(इ)* गजर

४. दृक्‌श्राव्य
   - *(अ)* चित्रफ़िती (व्हिडीओ) आणि दूरदर्शन
   - *(ब)* चित्रपट
   - *(क)* नाट्य
   - *(ड)* ललित कलांची अभिव्यक्ती (नाटके, एकपात्री प्रयोग, अभिवाचन इ.)
   - *(इ)* कळसूत्री बाहुल्यांचे खेळ (कठपुतळी)
   - *(फ)* पथनाट्ये
   - *(ग)* प्रात्यक्षिके

विविध वाहिन्यांचा उपयोग

संप्रेषणासाठी विविध वाहिन्या किंवा संदेशमाध्यमांचा उपयोग करणे नेहमीच अधिक चांगले असते. आपण प्राथमिक स्वरूपाचा संदेश नेहमी एका वाहिनीतून अथवा एका माध्यमाद्वारे पाठवतो. उदा. आपण एखाद्या व्यक्तीशी बोलतो तेव्हा आपल्या आवाजाच्या लहरी प्राथमिक संदेश पाठवतात. पण चेहऱ्यावरील भाव आणि दिलेल्या संदेशाचे त्या पूर्वीच्या संदेशाशी नाते अशा दुसऱ्या अनेक वाहिन्या किंवा माध्यमे असतात. अगदी प्राथमिक संदेशही अनेक पातळ्यांवर माहिती पोहोचवतो. तो सेवार्थीला अर्थ लावण्यासाठी शब्द देतो. प्रेषक काही शब्दांवर जास्त जोर देतो. शब्द ठरावीक स्वरात आणि ठरावीक अंतराने उच्चारले जातात, त्यामुळे संदेशाच्या समग्र अर्थात भर पडते. प्रेषकाच्या आवाजाची गुणवत्तासुद्धा (खोल आवाज, वरच्या पट्टीतला आवाज, कर्कश्श आवाज, भरदार आवाज, खालच्या पट्टीतील आवाज, मोठा, मृदू) प्रेषकाबद्दलची माहिती आणि त्याला काय सांगायचे–पोहोचवायचे आहे ते सांगते.

समूहासाठी असलेल्या संप्रेषणातही अनेक वाहिन्या असतात. उदा. वर्तमानपत्रातील बातमी. ती केवळ शब्दांतूनच नव्हे तर मथळा, बातमीची जागा, पान क्रमांक, (कोणत्या पानावर आहे.), छायाचित्रे वापरली आहेत का, इ. तून व्यक्त केली जाते. या सर्व गोष्टी शब्दांपलीकडे जाऊन बरेच काही सांगतात.

या अनेक वाहिन्या प्रेषक स्थानाकडून गंतव्य स्थानाकडे समांतर जात असतात. हे समांतर संबंध गुंतागुंतीचे असले तरी त्यांना एक विवक्षित आकार—आकृतिबंध–असतो. प्रेषक आवश्यकतेनुसार अनेक समांतर माध्यमे वापरून आपला मुद्दा ठासून सांगू शकतो. तो/ती जर तोंडी संप्रेषण करत असेल तर एखाद्या शब्दावर जोर देईल, त्या शब्दाआधी किंचित थांबेल, हावभाव करेल, दृष्टिक्षेप टाकून डोळ्यांचा उपयोग करेल, किंवा तो/ती एक सोडून सर्व संकेत समांतर पद्धतीने वापरेल–उदा. तो/ती एखाद्या शब्दावर अशा पद्धतीने जोर देईल की त्याचा अर्थ वेगळाच होईल. एखादा जेव्हा म्हणतो, "छान काम केलंस हं"... ते तो अशा प्रकारे म्हणेल की त्यातून उपहास किंवा संशय असा दुसराच अर्थ व्यक्त होतो!

संप्रेषणाचे प्रकार

संप्रेषणात सामील झालेले लोक, त्यांची आकलन पातळी आणि ग्रहण क्षमता, ग्रहण करण्याची तयारी, लोकांचे (समाजातील) स्थान, लोकांची त्या वेळेची परिस्थिती, संप्रेषणपद्धती अशा अनेक दृष्टिकोनातून संप्रेषणाचे प्रकार करता येतात. या सर्वांची मिळून तयार झालेली ही संदर्भचौकट प्रेषकाला संप्रेषणाचे संदेश देण्यासाठी आवश्यक असणाऱ्या क्षमता प्रत्यक्षच दाखवते. त्यामुळे प्रभावी प्रेषक होण्यासाठी प्रत्येक प्रकारच्या संप्रेषणाचे वैशिष्ट्य समजून घेणे महत्त्वाचे आहे.

शाब्दिक संप्रेषण

शाब्दिक संप्रेषण हा आपल्या दैनंदिन जीवनाचा भाग असतो. ती क्षमता आपण शिकलेले असतो. बोलण्याची पद्धती आणि भाषिक क्षमता यामुळे कधीकधी लोकांबद्दल काही समजुती होतात, ग्रह बनतात.

शाब्दिक संप्रेषण एका व्यक्तीचे दुसऱ्या व्यक्तीबरोबर होते किंवा व्यक्तीचे गटाबरोबर अथवा व्यक्तीचे समुदायाबरोबर होते. प्रसारमाध्यमेही शाब्दिक साधनांचा उपयोग करतात.

भावना, मते, विचार, दृष्टिकोन इ. व्यक्त करण्यास शब्द वापरले जातात. शब्दांच्या उपयोगातून प्रेषकाचे व्यक्तिमत्त्व प्रत्यक्ष अथवा अप्रत्यक्षरीत्या व्यक्त होते. शाब्दिक संप्रेषणात शब्दांचा योग्य वापर अतिशय महत्त्वाचा असतो. शब्द एकदा तोंडातून गेला की परत घेता येत नाही.

शब्दांमुळे नाती तुटतात किंवा जुळतात. शब्दांमुळे नकारात्मक भावना उफाळू शकतात किंवा माणसाला शांत करता येते. आपल्या सर्व क्रियांचा शब्द हा पाया आहे.

शाब्दिक संप्रेषणाचे दोन घटक आहेत.

१. बोधात्मक–वास्तव.
२. भावनात्मक–भावनिक.

हे घटक एकमेकांशी संबंधित असतात आणि एकमेकांवर प्रभाव टाकत असतात. सत्यस्वरूप म्हणजे वास्तवाबद्दलची माहिती आपल्या भावनांवर परिणाम करते. परिणामी या उद्दीपित झालेल्या भावना बोधात्मक आशयावर परिणाम करतात.

शाब्दिक संप्रेषण तोंडी किंवा लेखी असते. जेव्हा व्यक्ती खूप दूर असते किंवा एकाच वेळी अनेक लोकांपर्यंत पोहोचायचे असते, तेव्हा लेखी संप्रेषण वापरले जाते. लेखी स्वरूपातील संप्रेषण हे अधिक चांगल्या शब्दात, अचूक, नेमके, स्पष्ट असते आणि त्याचा परिणाम पुष्कळ काळपर्यंत असू शकतो. आपण लेखी संप्रेषणाचा उपयोग पुष्कळ प्रमाणात करतो. म्हणून आपण या संप्रेषणाची क्षमता विकसित करणे हे महत्त्वाचे आहे.

परिणामकारक लेखी संप्रेषणासाठी मार्गदर्शक तत्त्वे:

१. अर्थ स्पष्ट असावा.
२. लहान वाक्ये वापरा.
३. वाचकाचा शब्दसंग्रह वापरा (वाचकाला समजतील असे शब्द वापरा.).
४. अप्रत्यक्ष बोलण्यापेक्षा प्रत्यक्ष थेट बोला आणि कर्तरी प्रयोग करा.
५. नकारात्मक विधाने करण्याऐवजी सकारात्मक विधाने करा.
६. वस्तुनिष्ठ वाक्प्रचार वापरण्याऐवजी व्यक्तिवाचक वाक्प्रचार आणि व्यक्तिवाचक सर्वनामे वापरा.
७. माहिती स्पष्ट करण्यासाठी आणि सुलभ-सोपी-करण्यासाठी आकृती, उदाहरणे आणि तक्ते वापरा.
८. कल्पनांची तर्कशुद्ध, सुसंगत मांडणी करा.
९. शब्द कमी वापरा.

लेखन हे एक कौशल्य आहे, ते केवळ सरावाने आणि मिळालेल्या अभिप्रायाचा जाणीवपूर्वक उपयोग करून विकसित करता येते. लेखी संप्रेषण वाचल्याशिवाय पूर्ण होत नाही. वाचनासाठी एकाग्रता आवश्यक असते.

अशब्द किंवा शब्दांविण अशाब्दिक संप्रेषण

आपण जेव्हा बोलतो, तेव्हा केवळ भाषाच वापरत नाही तर आपल्या चेहऱ्यावरचे हावभाव, हातवारे, शरीराच्या हालचाली, ढबी किंवा देहबोली हे सर्व वापरतो. आपल्या शाब्दिक संप्रेषणापासून आपल्या शारीरिक हालचाली किंवा आपली देहबोली वेगळी करता येत नाही. आपले शाब्दिक संप्रेषण जोरकस करण्यास किंवा त्यास पुष्टी देण्यास देहबोलीचा उपयोग होतो. हे विशेषतः समोरासमोर बसून केलेल्या संप्रेषणाच्या बाबतीत खरे आहे. उदा. डोळा मिचकावणे, खांदे उडवणे, पाठीवर थाप मारणे, टाळ्या वाजवणे इ. शरीराचा वापर संप्रेषणप्रक्रियेस साहाय्यभूत होऊ शकतो किंवा त्यात अडथळा निर्माण करू शकतो हे प्रेषकाला समजले पाहिजे.

देहबोलीचे घटक

शारीरिक दिसणे, ठेवण आणि लकबी: सेवार्थीवर याची प्रथमदर्शनी छाप पडते. शरीराची ठेवण—उंची, वजन, केशरचना अशा प्रत्येक गोष्टीतून काही संदेश दिला जातो म्हणून बाह्यरूप हे सेवार्थीच्या परिस्थिती आणि संस्कृतीनुसार ठेवले पाहिजे.

शारीरिक हालचाली: सावकाश आणि संयमित हालचाली व्यक्तीचा आत्मविश्वास दर्शवते. हिसके देत केलेल्या असंयमित हालचाली असे दर्शवतात की व्यक्तीला स्वतःबद्दल खात्री नाही, आत्मविश्वास नाही. आपल्या संस्कृतीत विशिष्ट हालचाली आणि लकबींचा काही अर्थ लावलेला असतो. तो अर्थ प्रत्येक संस्कृतीत वेगवेगळा असू शकतो. काही हावभावांना वैश्विक अर्थ आहे आणि सगळीकडे त्यांचा अर्थ सारखाच लावला जातो. उदा.:

- हस्तांदोलन—अभिवादन
- खांदे उडवणे—'मला नाही माहिती' असा आशय
- पुढे झुकणे—रस घेणे
- मागे झुकणे—रस नाही
- मान हलवणे—संमती
- मान डोलावणे—संमती

चेहऱ्यावरील भाव: बोलताना आपल्या चेहऱ्यावरील भाव आपल्या भावना दुसऱ्यांपर्यंत पोहोचवतात. न बोलताही आपल्या चेहऱ्यावरील भाव संदेश पोहोचवतात. असे म्हणतात की, "माणसाची जीभ असत्य बोलू शकते पण माणसाचा चेहरा कधीही खोटे सांगत नाही." भुवया, डोळे आणि ओठ हे शब्दाविण संप्रेषणात वापरले जातात. चेहऱ्यावरील हावभावांवर संस्कृतीचा प्रभाव असतो.

आवाज: आवाजाची पट्टी स्त्रीत्व किंवा मर्दानीपणा दाखवते. काही स्वर काही संदेश दर्शवतात. मृदू स्वर आणि कर्कश्श स्वर काही संदेश देतात. ते केवळ शब्दात व्यक्त करता येत नाहीत. संप्रेषणात आवाजाची पट्टी आणि शक्ती–मोठेपणा–हे महत्त्वाचे असतात. कुजबुज, गुप्तता किंवा जवळीक दाखवते. तर मोठा आवाज राग, द्वेष, आक्रमकता दर्शवतो. त्यानुसार सेवार्थीला संदेशाचा अर्थ समजतो आणि तो ग्रहण केला जातो.

दृष्टिक्षेप–दृष्टभेट: डोळ्यांनी योग्य प्रकारे संपर्क साधून प्रेषक आणि सेवार्थी यातील अंतर कमी होते. एकमेकांकडे योग्य प्रकारे पाहिल्यामुळे प्रतिसादाला प्रोत्साहन मिळते, गुंतवणूक (विषय अथवा व्यक्ती अथवा प्रसंगात) दर्शवली जाते, अंतर कमी होते आणि संप्रेषणात मोकळेपणा येतो–दरवाजे उघडले जातात. जेव्हा नजर टाळली जाते तेव्हा अंतर वाढते किंवा प्रेषक आणि सेवार्थी यांतील दरी वाढते, समाजाशी संपर्क कमी होतो, भावना व्यक्त करण्यात आडपडदा निर्माण होतो आणि सेवार्थीला संकोचल्यासारखे, विचित्र वाटते. मोकळेपणा वाटत नाही.

व्यक्तिगत कक्षा: संप्रेषणाच्या प्रक्रियेत किती लोक सामील आहेत आणि संप्रेषणाची गुणवत्ता कशी आहे यावर ही व्यक्तिगत कक्षा अवलंबून असते. ही कक्षा राखली नाही तर त्याची परिणती माणसे आपल्या भोवती संरक्षक कवच उभे करण्यात होऊ शकते आणि संप्रेषणात अडथळा निर्माण होतो. हलून, लांब जाऊन, अंग ताठ करून, मागे झुकून आणि निर्जीव, वस्तूमध्ये धरून (काल्पनिक) अंतर वाढवून हे दर्शवले जाते.

स्पर्श: स्पर्श हा प्रेषकाच्या संदेशाचा भाग असतो. मुलांबरोबर किंवा अपंग व्यक्तींबरोबर संवाद करताना स्पर्श अतिशय उपयुक्त असतो. स्पर्श वेगवेगळ्या भावना व्यक्त करतो–प्रेमळपणा, आधार, कौतुक किंवा राग. स्पर्शांमुळे भावनांचे अनेक आविष्कार आणि छटा दाखवता येतात. स्पर्शाचा संकेत हा परस्पर भावनिक देवाणघेवाण दाखवतो. उदा. हस्तांदोलन किंवा सेवार्थीची पाठ थोपटणे.

निष्कर्ष

परिपूर्ण संप्रेषणाचे विभाजन खालीलप्रमाणे करता येईल.

१. शाब्दिक संप्रेषण हे केवळ ७% असते.
२. अशाब्दिक संप्रेषण ९३% असते. त्याचे आणखी भाग करायचे तर देहबोली ५८%, स्वर आणि आवाज ३५%. संप्रेषणात शाब्दिक आणि अशाब्दिक अभिव्यक्ती परस्परांशी जुळणे महत्त्वाचे आहे.

संदेश पोहोचवताना शाब्दिक आणि अशब्द अभिव्यक्ती परस्परांशी सुसंगत असल्या पाहिजेत. तशा त्या संदेशाशीही सुसंगत असल्या पाहिजेत. प्रेषकाने यांचा तोल सांभाळण्यास शिकले पाहिजे.

औपचारिक संप्रेषण

अशा प्रकारचे संप्रेषण हे कोणत्याही औपचारिक संघटनेचा भाग असते. संघटनेतील प्रशासनाच्या उतरंडीत व्यक्ती कोणत्या हुद्द्यावर आहे, कुठे आहे, त्या व्यक्तीला कोणता संदेश द्यायचा आहे यावर त्याच्या संप्रेषणाचे माध्यम, पद्धत आणि रीत ठरते. ती लेखी किंवा तोंडी असू शकते. ती वर जाणारी किंवा खाली जाणारी असू शकते. सूचना, आज्ञा, माहिती, पद्धती आणि इशारे देणे व

ते अनुसरणे ही विशिष्ट उद्दिष्टे औपचारिक संप्रेषणातून साध्य करायची असतात. प्रतिसाद देणे हासुद्धा औपचारिक संप्रेषणाचा महत्त्वाचा पैलू आहे.

अनौपचारिक संप्रेषण

अनौपचारिक गटातील दैनंदिन संप्रेषणाचा हा एक भाग असतो. औपचारिक वातावरणातील औपचारिक संप्रेषणातून अनौपचारिक संप्रेषणसुद्धा होत असते. हे असे घडते कारण औपचारिक संप्रेषणात व्यक्तिगत नातेबंधांना जागा नसते. त्यामुळे लोकांना स्थिरस्थावर होऊन त्यांच्या कामात मोकळेपणा येण्यास मदत होते. अनौपचारिक संप्रेषणामुळे तयार होणाऱ्या गट आणि उपगटांना त्यांचे त्यांचे स्वतःचे नियम आणि मूल्ये असतात.

कधी कधी अनौपचारिक संप्रेषणातून किंवा गप्पांतून 'अफवा' कंड्या पसरतात. किरकोळ गप्पाटप्पातून अशा अफवा पिकतात म्हणून त्या चंचल असतात, सतत बदलत असतात आणि विपर्यस्त असतात. पुष्कळदा असे "ऐकले का?" किंवा "कानावर आले" अशा प्रकारचा संवाद अर्धवट असतो आणि म्हणून अपूर्ण असतो. अशा प्रकारच्या 'गावगप्पा' किंवा संप्रेषण अतिउत्साही आणि असुरक्षित काळात जास्त होत असते. अशा गप्पा-अफवा-फार वेगाने पसरतात.

'ऐकीव' प्रकारच्या गप्पांचा एक नकोसा प्रकार म्हणजे वदंता–अफवा–आवई! अशी हूल कोणताही पुरावा नसताना पसरवली जाते. वदंता पसरवणे हे अयोग्य आणि असमंजस प्रकारचे संप्रेषण आहे. बहुधा ते चूक असते म्हणून नकोसे असते. म्हणून आपल्याला अफवा योग्य प्रकारे हाताळता आल्या पाहिजेत. खाली काही मार्गदर्शक तत्त्वे दिली आहेत:

- 'अफवा' म्हणजे काय ते माहिती करून घ्याः ही कोणत्याही पुराव्याशिवाय पसरवली जाणारी कोणाची तरी मते असतात. दोन घटक अफवा पसरवतात. त्या विषयाचे महत्त्व आणि अस्पष्टता, अनिश्चितता किंवा संशय.
- 'अफवा' केव्हा अपेक्षित असते ते माहिती करून घ्याः राष्ट्रीय आणीबाणीत, युद्धात, आपत्तीत (नैसर्गिक/मानवनिर्मित), दोन समाज गटातील दंगलीत, अन्न तुटवड्यात (दुष्काळात), संपकाळात, इ. काळात अफवा उठतात. थोडक्यात काही मोठे संकट येते तेव्हा. या सर्व महत्त्वाच्या घडामोडींमुळे घबराट निर्माण होते, द्वेष वाढतो आणि इतर भडकावणाऱ्या भावना निर्माण होतात. त्यामुळे वस्तुस्थिती लोकांपर्यंत पोहोचवणे कठीण जाते.
- अफवा या पूर्वग्रहांवर जगतात हे जाणाः माणसाला अनिश्चितता आणि संदिग्धतेच्या वातावरणात राहायला आवडत नाही. त्यामुळे पुरावा नसतो तेव्हा आपण पुरावा दाखवण्याचा प्रयत्न करतो. हा पुरावा वस्तुस्थिती–सत्यावर आधारित नसतो तर तो आपल्या 'मनातून' आलेला आपल्या पूर्वग्रहांमुळे तयार झालेला असतो. अफवांवरील सर्वोत्तम उपाय म्हणजे अचूक माहितीचा ओघ सतत चालू ठेवणे.
- अफवेवर आधारित कृती कधीही, पुन्हा सांगतो, कधीही करू नकाः वस्तुस्थिती शोधून काढा, तिचा विपर्यास करणारे कोण ते शोधून काढा–त्यांचा माग काढा आणि संप्रेषण अधिक अचूक होण्यास मदत करा.

परस्पर संवादाच्या दिशा किंवा पातळ्या

१. वरून खाली.
२. खालून वर.
३. आडवी.
४. तिरकी.

वरून खाली संप्रेषण

हा संवाद सर्वसाधारणपणे अधिकारी व्यक्तीकडून कनिष्ठ व्यक्तीकडे होतो, म्हणून पुष्कळसा औपचारिक असतो. तो साधन म्हणून वापरला जातो आणि त्यात खुल्या अभिव्यक्तीचा भाग कमी असतो. वरून खाली पद्धतीने होणाऱ्या परस्पर संवादात पाच भाग असतात आणि ते खालील आकृतीत दाखवले आहेत (आकृती ५.४ पाहा):

आकृती ५.४ वरून खाली संप्रेषण

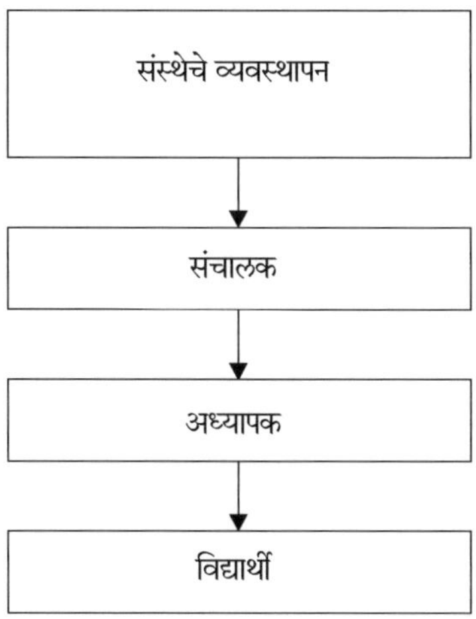

स्रोत: या माहितीपुस्तकाच्या संपादकांनी बदल केल्यानुसार.

१. संघटनेची धोरणे.
२. संघटनेची कार्यपद्धती.
३. उद्दिष्टे आणि मूळ तत्त्वे.
४. कामाच्या सूचना.
५. कामाबद्दलचा अभिप्राय.

आपल्या दैनंदिन जीवनात कुटुंबातही असे वरून खाली संप्रेषण होताना दिसते. ते प्रत्येक कुटुंबातील व्यक्तींच्या नातेसंबंधाप्रमाणे प्रत्येक कुटुंबात वेगवेगळ्या प्रकारे होऊ शकते.

खालून वर संप्रेषण

अशा प्रकारचे संप्रेषण हे एक साधन म्हणून वापरले जात नाही तर ते जास्त अभिव्यक्तीसंपन्न असते. म्हणजे हाताखालचे लोक काय विचार करतात आणि त्या लोकांना काय वाटते ते पोहोचवले जाते. त्या भावना त्यांच्याबद्दल, त्यांच्या नोकरीच्या हुद्द्याबद्दल, पगाराबद्दल, कामगिरीबद्दल अथवा समस्यांबद्दल असू शकतात. कोणी काय कसे करायला हवे याबद्दलच्या कल्पना आणि सूचनाही खालून वर पोहोचवल्या जातात. केलेल्या कामाचा अहवाल देणे हा अशा प्रकारच्या खालून वर संप्रेषणाचा महत्त्वाचा कार्यभाग असतो (आकृती ५.५).

आकृती ५.५ खालून वर संप्रेषण

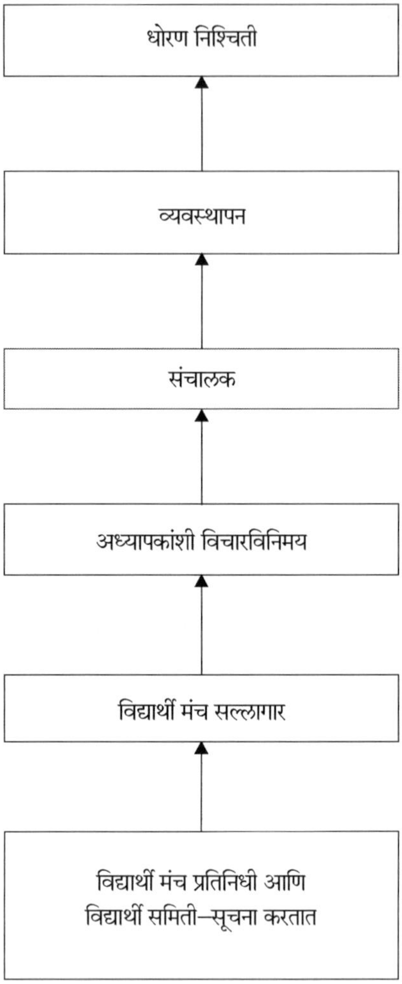

स्रोत: माहितीपुस्तकाच्या संपादकांनी बदल केल्यानुसार.

आडवे संप्रेषण

अशा प्रकारच्या संवादवाहिन्या सामाजिक आणि भावनिक आधार होऊ शकतात आणि कृतींचा समन्वय साधण्यास उपयुक्त ठरतात. म्हणून असा आडव्या वाहिन्या खुल्या ठेवणे आवश्यक आहे. असे संप्रेषण हे समाजासाठी प्रभावी प्रेरणा असते. आपल्या दैनंदिन जीवनात ते आवश्यक असते. अशा प्रकारचे आडवे संप्रेषण औपचारिक किंवा अनौपचारिक दोन्ही प्रकारचे असू शकते. ते समान पातळीवरील समान लोकांत होते (आकृती ५.६).

आकृती ५.६ आडवे संप्रेषण

स्रोत: या माहितीपुस्तकाच्या संपादकांनी बदल केल्यानुसार.

तिरके संप्रेषण

जेव्हा लोक प्रचलित आणि मान्य असलेल्या संवादवाहिन्यांच्या पलीकडे असणाऱ्या लोकांशी संप्रेषण करतात तेव्हा असे तिरके संप्रेषण होते. उदाहरणार्थ, क्षेत्र कार्याच्या नेमलेल्या पर्यवेक्षकाऐवजी दुसऱ्या प्राध्यापकांना क्षेत्र कार्यासंबंधी अडचणी विचारणे (आकृती ५.७).

आकृती ५.७ तिरके संप्रेषण

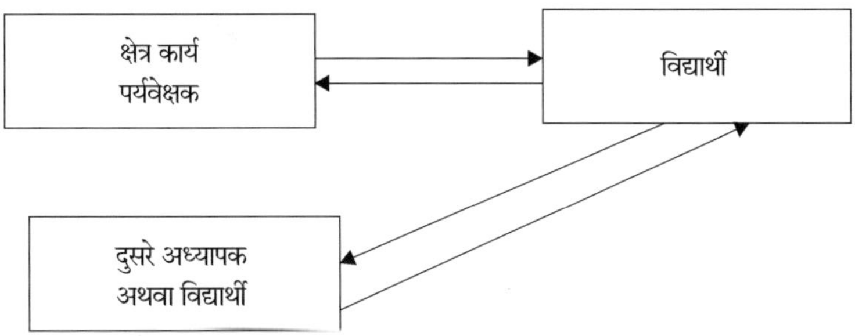

स्रोत: या माहितीपुस्तकाच्या संपादकांनी बदल केल्याप्रमाणे.

संप्रेषणाचे वर्गीकरण

ग्रहणकर्त्यांच्या संख्येनुसार

एखादा संवादक एका वेळी किती ग्रहणकर्त्यांशी संप्रेषण करतो त्याचा परिणाम परस्परसंप्रेषणावर होतो. ग्रहणकर्त्यांच्या संख्येनुसार आपण संप्रेषणाचे खालीलप्रमाणे वर्गीकरण करू शकतो:

१. स्वत:बरोबर (आत्मसंवाद किंवा स्वत:शी संवाद).
२. एकाचा एकाबरोबर (दोन व्यक्तीतील संवाद).
३. एकाचा गटाबरोबर.
४. एकाचा समूहाबरोबर.

हे विभाग आपण V आकाराच्या सलग पटावर मांडू शकतो (आकृती ५.८).

आकृती ५.८ ग्रहणकर्त्यांच्या संख्येनुसार संप्रेषणाचे वर्गीकरण

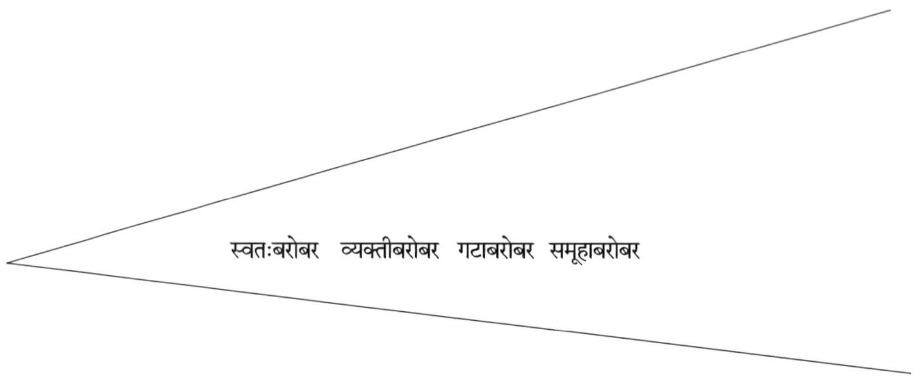

स्रोत: या माहितीपुस्तकाच्या संपादकांनी बदल केल्याप्रमाणे.

या आकृतीत आपण डावीकडून उजवीकडे जातो तसे हळूहळू चार मोठे बदल घडतात.

१. लोकसंख्या एकापासून लाखोपर्यंत वाढत जाते तशी संप्रेषणाची प्रक्रिय गुंतागुंतीची होत जाते.
२. संवादातील संदेशाचा रोख हा व्यक्तिगत संदेशापासून दूर जाऊन अधिक सर्वसामान्य होत जातो.
३. यात सहभागी झालेले लोक शारीरिक आणि भावनिकदृष्ट्या एकमेकांपासून दूर जातात.
४. गुंतागुंतीच्या मांडणीची आणि गुंतागुंतीच्या तांत्रिक साधनांची आवश्यकता वाढते.

हे सर्व भेद असले तरी संप्रेषणाचे मूलभूत रूप आणि प्राथमिक घटक तेच राहतात.

स्वतःशी संवाद

'स्व' ची जाणीव या प्रकरणात स्वतःची जाणीव निर्माण होण्यासाठी स्वतःशी संवादाचा उपयोग कसा करावा ते दिले आहे. जर स्वतःशी संवाद हा आत्मचिंतन आणि प्रतिसाद यावर आधारित असेल तर तो अन्य तीन प्रकारचे संवाद शक्य करतो.

व्यक्तींमधील संवाद (एकाचा एकाशी संवाद)

आपल्या दैनंदिन जीवनात बरेचसे संवाद या प्रकारचे असतात. त्यात दोन व्यक्तीना सहभागी केले जाते. प्रेषक आणि सेवार्थी. या दोन व्यक्तींमधील ही अन्योन्यक्रिया असते (आकृती ५.९).

आकृती ५.९ दोन व्यक्तींमधील संवाद

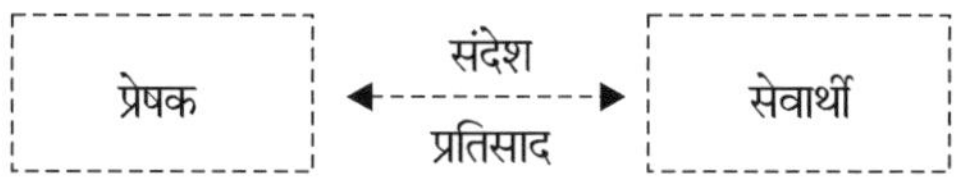

स्रोत: या माहितीपुस्तकाच्या संपादकांनी बदल केल्याप्रमाणे.

येथे दोन्ही भूमिका या एकमेकांत गुंतलेल्या असतात आणि म्हणून दोघांनाही प्रेषक आणि सेवार्थी या दोन्ही भूमिका एकाच वेळी कराव्या लागतात. संप्रेषणाचे परिणामकारक चक्र चालू राहण्यासाठी दोन्ही व्यक्तींचे सूर जमावे लागतात.

संप्रेषण करणाऱ्या दोन्ही व्यक्तींचे एकत्रित अनुभव पुढील दोन वर्तुळांनी दाखवले आहेत (आकृती ५.१०). प्रेषकाने संदेश सांकेतिक स्वरूपात बदलणे आणि सेवार्थीने तो सांकेतिक रूपातून मूल रूपात परिवर्तित करणे हे सर्व दोघांपैकी प्रत्येकाच्या अनुभवाच्या संदर्भाने होते. दोन वर्तुळांची सामायिक क्षेत्रे जेवढी मोठी तेवढे संप्रेषण सोपे. जर दोन व्यक्तींचे काही सामायिक अनुभव नसतील तर ही दोन वर्तुळे एकमेकांशी जुळत नाहीत. त्यावेळी संप्रेषण अवघड असते. जेव्हा एखादा तंत्रज्ञ एखाद्या अनभिज्ञ माणसाशी बोलतो किंवा एखादा शहरी माणूस आदिवासी माणसाशी त्याला न समजणाऱ्या भाषेत किंवा त्याला न समजणाऱ्या विषयावर बोलू पाहतो, तेव्हा असे होते. संदेशाचे सांकेतिकीकरण महत्त्वाचे असते आणि तो कसा पोहोचवला जातो हेही महत्त्वाचे असते.

आकृती ५.१० संप्रेषणातील समज आणि गैरसमज

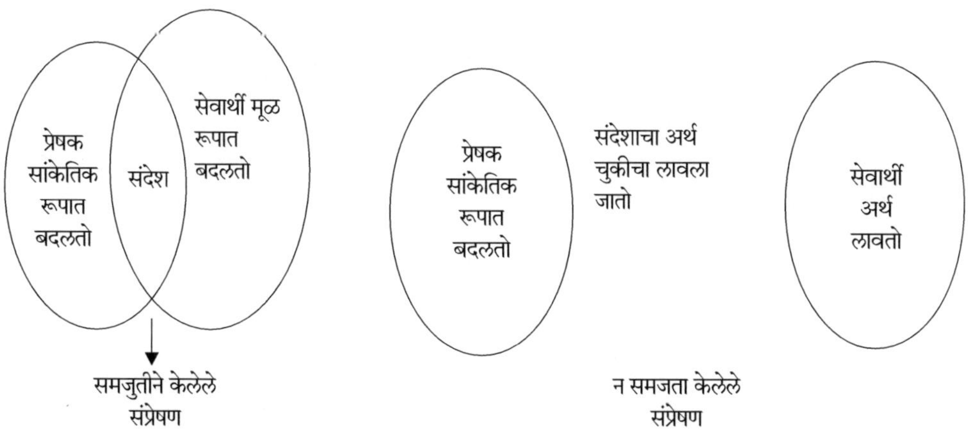

स्रोत: या माहितीपुस्तकाच्या संपादकांनी बदल केल्याप्रमाणे.

संप्रेषणावर प्रेषकाच्या व्यक्तिमत्त्वाचा प्रभाव असतो. त्याचप्रमाणे सेवार्थीच्या व्यक्तिमत्त्वाचा प्रभाव स्वीकारशीलता आणि त्याचा अन्वयार्थ यावर पडतो.

संदेशाला चाळण्या लावणाऱ्या घटकांत वय, लिंग, शिक्षण, संस्कार, जीवनमूल्ये, दृष्टिकोन, संस्कृती, पूर्वानुभव इत्यादी घटक असतात (आकृती ५.११).

आकृती ५.११ संप्रेषणातील चाळण्या

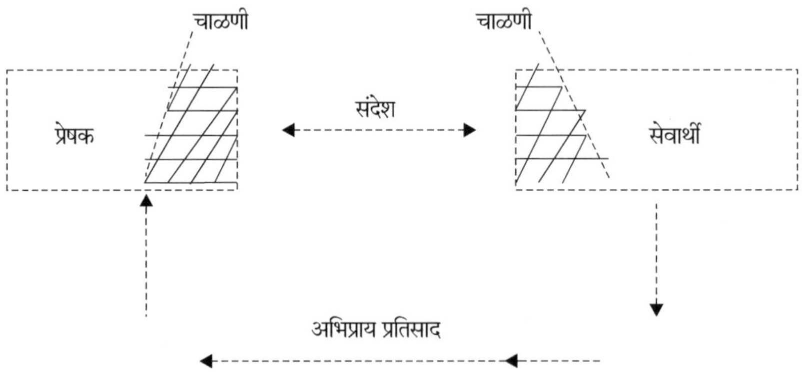

स्रोत: या माहितीपुस्तकाच्या संपादकांनी बदल केल्याप्रमाणे.

प्रेषकाला या चाळण्यांची जाणीव असणे आवश्यक कारण त्यांच्यावर संदेशाचा काय अन्वयार्थ लावला जातो आणि काय प्रतिसाद मिळतो ते अवलंबून असते. कोणतेही संप्रेषण प्रतिसादाशिवाय पूर्ण होत नाही. प्रतिसाद समजण्यासाठी आणि त्याप्रमाणे आपली पुढील कृती करण्यासाठी व्यक्तीला निरीक्षण आणि श्रवण कौशल्ये आत्मसात करावी लागतात. जेव्हा एखादे नाते सुधारण्यासाठी संवाद माध्यमाची उपचारपद्धती वापरली जाते तेव्हा हे महत्त्वाचे असते.

संप्रेषकासाठी श्रवण क्षमता आवश्यक असते. ऐकावे कसे ते जाणीवपूर्वक आणि प्रयत्नपूर्वक शिकावे लागते. संवादक कसा आणि काय ऐकतो आहे ते प्रतिसादावरून कळते.

१. समानुभूतीने ऐका—बोलणाऱ्याला मोकळेपणाने व्यक्त होण्यास पुरेसा वेळ द्या आणि त्याच्याबद्दल आदर दाखवा.
२. संयमपूर्वक ऐका—बोलणाऱ्याकडे बघून, ऐकताना इतर सर्व गोष्टी बाजूला ठेवून, आपल्याला ऐकण्याची इच्छा आहे हे दाखवा.
३. भावना समजून घ्या—बोलणाऱ्या व्यक्तीच्या बोलण्यातील बौद्धिक आशयाबरोबरच त्याच्या भावनाही समजून घ्या.
४. बोलणे मध्येच थांबवून अडथळे आणू नका—ऐकणाऱ्याच्या डोक्यातील निरनिराळ्या गोष्टीमुळे किंवा सभोवतालच्या वातावरणामुळे अडथळे येऊ शकतात, ते टाळा.
५. जे बोलून व्यक्त केलेले नाही, तेही ऐका—देहबोली आणि संवादातील शांतताही अर्थपूर्ण असते.

परिणामकारक श्रवणातील सामान्य अडथळे खालीलप्रमाणे असतात:

- बोलण्यातील आशय मुळातच नीरस, महत्त्वाचा नसलेला, संबंध नसलेला किंवा तुम्हाला आधीच माहिती असलेला आहे असे गृहीत धरणे.
- घाई, अधीरपणा हे ऐकण्यात अडथळा आणतात.
- ऐकणे हे निष्क्रिय आहे असा समज असणे.
- आपला दुबळेपणा दाखवणारी वागणूक.
- आपल्या आतून येणारे आणि वातावरणामुळे येणारे अडथळे.
- आपल्या स्वतःच्याच विचारात गढलेले असणे.
- सोयीस्कर विसर पडणे.
- (मजकूर) गाळणे.
- आशयाचा विपर्यास करणे.

दोन व्यक्तीतील परिणामकारक संप्रेषणासाठी केवळ ऐकणे महत्त्वाचे नसते. संप्रेषण ही अशी गतिमान प्रक्रिया आहे की तीत संप्रेषण करणाऱ्याचे संपूर्ण व्यक्तिमत्त्व अतिशय महत्त्वाचे असते. परिणामकारक संप्रेषणासाठी खालील मार्गदर्शक तत्त्वे उपयुक्त आहेत:

१. स्वतःशी बोलणे थांबवा.
२. तुमची ऐकण्याची इच्छा आहे हे दर्शवून द्या.
३. सेवार्थीला बोलण्यास उत्तेजन द्या (त्याला प्रेषक होऊ द्या.).
४. प्रामाणिक उत्तरे द्या. याचा अर्थ तुम्हाला नक्की काय म्हणायचे आहे ते सांगा (योग्य प्रतिसाद द्या.).
५. परिस्थितीच्या मागणीप्रमाणे तुमचे बोलणे बदला.
६. माणसाला शरम वाटेल, लाज वाटेल असे थेट प्रश्न विचारू नका.
७. बोलताना व्यावसायिक अंतर ठेवा आणि त्यासाठी अघळपघळ, अवाजवी बोलणे टाळा (उदा: कपड्यांवर, दिसण्यावर मत देणे).

शेवटी, संप्रेषण पूर्ण करण्यासाठी आणि नातेबंध अर्थपूर्ण करण्यासाठी जरी प्रेषक आणि सेवार्थी या दोघांचा सहभाग आवश्यक असला तरी शेवटी कार्यकर्त्यावर जास्त जबाबदारी असते. गरजू व्यक्तीला मदत करताना त्याला प्रेषक आणि सेवार्थी अशा दोन्ही भूमिका सतत घ्याव्या लागतात.

एकाचे गटाशी संप्रेषण

गटाशी संप्रेषण करताना एकसंध असा लहान गट असणे महत्त्वाचे असते. गट सदस्य हे सर्वसाधारणपणे निष्क्रिय नसतात, तर या संप्रेषणात सर्वांचा सक्रिय सहभाग असतो.

गटाच्या पाठिंब्यामुळे चर्चेला प्रेरणा मिळते. सहभागामुळे सामाजिक जाणिवांचा विकास होऊ शकतो. नवे ज्ञान मिळू शकते आणि प्रवृत्ती बदलू शकतात. माहिती आणि कल्पनांची मुक्त देवाणघेवाण होऊ शकते. विविध अन्योन्यक्रिया घडतात आणि प्रतिसाद मिळतात.

जो संप्रेषक असतो (म्हणजे कार्यकर्ता किंवा गटप्रमुख 'संवादक') त्याच्या वागणुकीचा गटातील वातावरणावर परिणाम होतो. एकाच्या गटाशी परस्परसंप्रेषणात कार्यकर्त्याची वागणूक आणि शैली महत्त्वाची असते. कारण एकाच वेळी सर्व गट सदस्यांना ती स्वीकारणीय वाटणे महत्त्वाचे असते.

जर एखाद्याने गटात लोकशाहीचा मार्ग स्वीकारला तर गटाचा सहभाग वाढतो. लोकशाही पद्धतीमध्ये संवादक हा सजग, पाठिंबा देणारा, प्रश्नाबद्दल काळजी असणारा आणि मदत करणारा असतो. तो सदस्यांच्या परस्पर नातेबंधाना उत्तेजन देतो, बोलण्याचे स्वातंत्र्य देतो, मधून मधून चर्चेचा सारांश सांगण्याचा प्रयत्न करतो. दुसऱ्यांना मान देतो, त्याचा समतेवर विश्वास असतो, दुसऱ्यांना संप्रेषणप्रक्रियेतील सहभागी म्हणून स्वीकारतो. वातावरण अनौपचारिक, मोकळे, आधार वाटणारे आणि सहकार्य करावेसे वाटणारे बनते. लोकांत एकोपा निर्माण होतो आणि त्यांना मोकळेपणा वाटतो. उत्साह वाढतो आणि गटचर्चा अधिक निर्माणशील, कृतिशील होते.

जर संवादकाची कार्यपद्धती एकसत्ताक असली तर सहभागास अडथळा निर्माण होतो. एकसत्ताक संवादक हा जोरकस असतो, वर्चस्व गाजवतो तो लोकांवर टीका करतो आणि कडक नियंत्रण ठेवण्याचा प्रयत्न करतो. त्याला (तिला) 'प्रवचन' देणे आणि लोकांवर आपली मते लादणे आवडते. तो किंवा ती नीट ऐकत नाही आणि आपले तेच खरे असे सतत म्हणण्याची वृत्ती असते.

जर हीच पद्धती सतत वापरली तर गटाचे वातावरण द्वेषपूर्ण, प्रतिकूल होते आणि सदस्यांचा सहभाग कमी होतो. सदस्य विभागले जातात आणि कधी कधी उदासीनता वाढते, रोगट स्पर्धा निर्माण होते. संवादकाच्या वागणुकीचा सहभागावर खालीलप्रमाणे परिणाम होतो:

१. सहभागी होणाऱ्या सदस्यांची संख्या वाढते किंवा कमी होते.
२. प्रत्येक सदस्याची योगदान करण्याची वारंवारिता बदलते.
३. गटाचा पाठिंबा चांगला असतो किंवा पुरेसा नसतो.
४. सदस्यांनी भाग घेण्याचे प्रमाण वाढते किंवा अडथळे आणण्याचे प्रमाण वाढते.
५. एकमेकांचे ऐकून घेण्याची इच्छा वाढते किंवा लोकांची सहनशक्ती कमी होते.

गटचर्चेतही संवादक म्हणजे गटचर्चा घेणारा प्रमुख हा चांगले निरीक्षण करू शकणारा आणि चांगल्यां प्रकारे ऐकून घेणारा असावा लागतो. सदस्यांना बोलते करण्यासाठी त्याला किंवा तिला अनेक भूमिका कराव्या लागतात. जेव्हा गटातील प्रत्येक सदस्याला चर्चेत भाग घेऊन आणि ऐकून समाधान मिळते तेव्हा एकाचे गटाशी संप्रेषण यशस्वी होते. याचे स्पष्टीकरण आकृती ५.१२ मध्ये दिले आहे.

समूहाबरोबर संप्रेषण (एकाचे अनेकांशी/गटाचे अनेकांशी)

जेव्हा समूहाशी समोरासमोर संभाषण करायचे असेल तेव्हा त्यासाठी व्यक्तीला वक्तृत्व कला आत्मसात करावी लागते. यासाठी लागणारी कौशल्ये व्यक्तीबरोबर किंवा गटाबरोबर बोलण्यासाठी आवश्यक असणाऱ्या कौशल्यांपेक्षा अधिक गुंतागुंतीची असतात.

परिणामकारक वक्ता होण्यासाठी पुढील निकष आहेत:

१. विषयाचे पुरेसे ज्ञान आणि माहिती वक्त्याला असणे.
२. हेतूची स्पष्टता असणे–केवळ माहिती प्रसारित करायची आहे की भावनिक आवाहन करून समूहाचे मत तयार करायचे आहे की श्रोत्यांना कृतीस उद्युक्त करायचे आहे.

हे औपचारिक संप्रेषण असल्यामुळे वक्त्याने व्याख्यानाची पुरेशी आधी तयारी केली पाहिजे.

कोणत्याही व्याख्यानासाठी पुढील घटकांचे आकलन महत्त्वाचे आहे:

१. आशय–व्याख्यानात किती माहिती असणे आवश्यक आहे.
२. जोर–काय भूमिका घ्यायची आहे

आकृती ५.१२ एकाचे गटाशी संप्रेषण

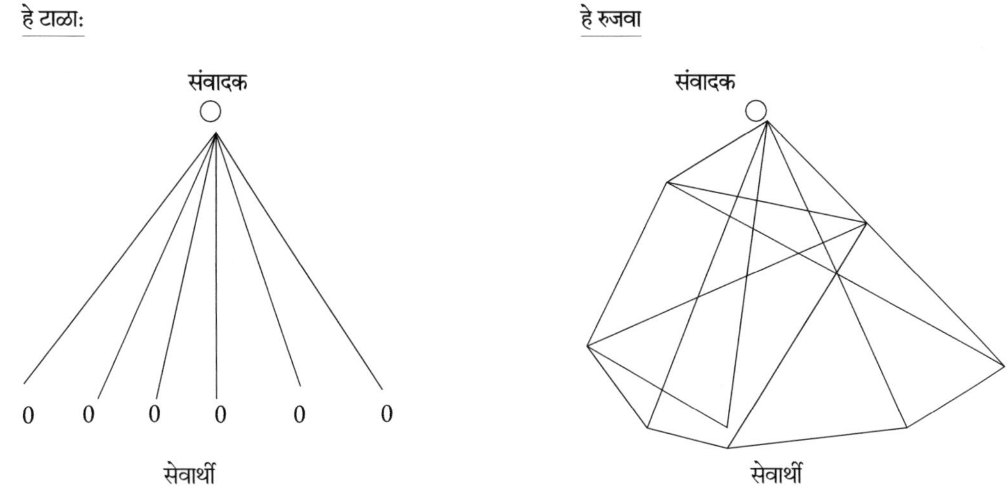

स्रोत: या माहितीपुस्तकाच्या संपादकांनी बदल केल्याप्रमाणे.

३. विवेचन—कोणते युक्तिवाद करायचे आहेत, कोणती उदाहरणे आणि दाखले द्यायची; कोणी या विषयाशी संबंधित मते मांडली असतील तर त्यांचे विचार काय आहेत त्याचे संदर्भ द्यावेत.
४. भाषणाचा मुख्य भाग—

(अ) प्रारंभ आणि प्रास्ताविक
(ब) गाभा: सर्वांत मुख्य मुद्दा
(क) पटतील असे दाखले देऊन त्या विषयास पुष्टी
(ड) शेवटी सारांश, उजळणी
(इ) निष्कर्ष: मुद्दे पुन्हा स्पष्ट करणे

व्याख्यात्याचे आवश्यक गुण

आत्मविश्वास, सभाधीटपणा, शांत आणि स्वनियंत्रित वृत्ती, शारीरिक दमसास, ज्ञान, नेमकेपणा, भाषेवर प्रभुत्व, विनोदबुद्धी, वेळ पाळण्याची जाणीव, स्वतःबद्दलची सकारात्मक प्रतिमा, लवचीक वृत्ती, संयम, योजकता, व्याख्यान विषय स्वतःला पटलेला असणे आणि व्याख्यानाची पूर्व तयारी करण्याची इच्छा. हे सर्व गुण केवळ बौद्धिक पातळीवर स्वीकारून चालत नाहीत तर ते प्रत्यक्ष व्याख्यानात प्रतिबिंबित व्हावे लागतात.

मोठ्याने वाचणे, आरशासमोर उभे राहून बोलणे आणि नंतर चिकित्सक प्रतिसाद देतील अशा मित्रांच्या लहान गटासमोर बोलून तयारी करून हे साध्य होऊ शकते. आपले स्वतःचे भाषण ध्वनिमुद्रित करून ते ऐकण्याचाही उपयोग होतो. त्यामुळे आपल्या आवाजाची फेक, चढउतार, स्वर यात बदल करण्यास उपयोग होतो.

अपुऱ्या तयारीचे खालील परिणाम होतातः

१. श्रोतृवृन्दाला विषय कळत नाही.
२. श्रोत्यांना परिचित अशी उदाहरणे हातात तयार नसणे.
३. विषयाची पुरेशी मांडणी न झाल्यामुळे ऐकणाऱ्याच्या मनात गोंधळ होतो.
४. महत्त्वाचे मुद्दे विसरल्यामुळे तेच तेच पुनःपुन्हा सांगितले जाते.
५. श्रोते कंटाळतात.

त्यामुळे व्याख्यात्याला घाबरल्यासारखी भावना होते, तो अडखळतो आणि त्याची श्रोत्यावरील पकड जाते.

व्याख्यात्याला खालील कौशल्ये आवश्यक आहेतः

१. देहबोली
   (अ) चेहऱ्यावरील हावभावांनी प्रेक्षकाच्या मनात भावना निर्माण करणे.
   (ब) हाताच्या हालचालींचा उपयोग करण्याचे कौशल्य.
   (क) शरीराच्या ठेवणीचा उपयोग (आत्मविश्वास आणि उत्साह दाखवणे इ.)
   (ड) श्रोत्यातील प्रत्येकाशी नजरानजर करणे.

२. वक्तृत्व आणि आवाजाची फेक
   (अ) बोलण्याचा वेग. (ऐकणाऱ्याचा गोंधळ होईल असे फार भरभर नको किंवा कंटाळा येईल असे अतिसावकाश नको.)
   (ब) बोलणे परिणामकारक होण्याच्या दृष्टीने मध्ये मध्ये किंचित थांबणे. पण ते बोलू का नको अशी भावना दाखवण्यासाठी किंवा भाषणाचा प्रवाहीपणा खंडित करण्यासाठी नसावे.
   (क) आशयाच्या प्रवाहीपणानुसार आवाजाची पट्टी बदलणे.
   (ड) श्रोतृवृन्दाच्या पातळीनुसार शब्दांचा वापर आणि ओघ इः
   (इ) व्याख्यानाला अन्य साधनांची जोड देणे.

३. श्रोतृवृंदाच्या प्रतिसादाचे निरीक्षण
   (अ) श्रोत्यांचे कितपत लक्ष आहे, त्यांना कंटाळा येत आहे का याचे निरीक्षण.
   (ब) व्याख्यानामुळे श्रोत्यांतून उमटणाऱ्या प्रतिसादाची नोंद घेणे.

४. प्रतिसादानुसार आयत्यावेळी बदल करण्याची कौशल्ये
   (अ) थांबणे.
   (ब) वेग आणि आवाजाची जात बदलणे.

(क) लक्ष वेधण्यासाठी काही विधान करणे. (एखादी गावगप्पा सांगणे अशासारखे.)

(ड) तुटक न वाटू देता व्याख्यान गुंडाळणे.

समूहाशी संप्रेषण करताना श्रोतृवृंद हा महत्त्वाचा घटक असतो. व्याख्यात्याने श्रोत्यांची पातळी आणि नाडी ओळखून हसतमुखाने, प्रसन्नपणे त्यांना सामोरे गेले पाहिजे. समूहाच्या वर्तणुकीचा सहसा अंदाज येत नाही. अगदी लहानसे, भावना उद्दीपित करणारे विधान संवाद थांबवू शकते. व्याख्यात्याला श्रोत्यांच्या मनाची तार छेडता आली पाहिजे. श्रोत्यांना जिंकले तरच व्याख्याता यशस्वी होतो.

संप्रेषणाच्या या सर्व सैद्धान्तिक घटकातून गेल्यावर सूत्रसंचालकाने लक्षात ठेवले पाहिजे की पुढील प्रकरणात दिलेल्या सर्व कार्यशाळांच्याद्वारे ही सर्व कौशल्ये पुनःपुन्हा जोर देऊन बळकट केली पाहिजेत.

प्रकरण ६

संप्रेषणावर कार्यशाळा

सुधा दातार, अनुराधा पाटील आणि रुमा बावीकर

कार्यशाळा १

समाजकार्य प्रशिक्षणार्थींना (सकाप्र) संप्रेषण म्हणजे काय त्याचे आकलन झाले पाहिजे आणि म्हणून ही कार्यशाळा पुढील दोन घटकांवर केंद्रित केली आहे.

१. संप्रेषणाची मूलतत्त्वे समजणे.
२. संप्रेषणप्रक्रिया आणि त्यात येणारे अडथळे.

या कार्यशाळेच्या शेवटी, चांगल्या संप्रेषणासाठी आवश्यक क्षमता कोणत्या आणि उद्दिष्टे साध्य करताना संप्रेषण हे साधन वापरताना सामाजिक कार्यकर्ता म्हणून आपली जबाबदारी काय हे सकाप्रना समजेल.

अध्ययनसराव ६.१ सामाजिक कार्यात संप्रेषणाचा हेतू

सहभागी: सर्व.
साहित्य: खडू आणि फळा.
वेळ: ३० मिनिटे.
कृती:

१. दैनंदिन जीवनातील संप्रेषणाचा हेतू काय असे प्रशिक्षणार्थींना विचारावे.
२. नंतर प्रशिक्षणार्थींना पुढील व्यक्तींशी संप्रेषणाची कारणे आणि हेतूंची यादी करण्यास सांगावे.

(*अ*) बायकोला मारहाण करणारा नवरा आणि केंद्रावर मदत मागण्यासाठी आलेली बायको किंवा
(*ब*) चोरी केल्यामुळे निरीक्षणकेंद्रात आणलेले मूल.

३. संप्रेषण करणाऱ्या कार्यकर्त्याचा हेतू ठळकपणे मांडण्यास प्रशिक्षणार्थींना सांगावे.
४. दोन्ही याद्या फळ्यावर लिहाव्यात.

चर्चेचे मुद्दे:

१. हेतूतील साम्ये आणि फरक कोणते?
२. हे फरक कशामुळे निर्माण होतात?

व्यावसायिक संप्रेषणातील पुढील हेतू ठळकपणे दाखवून सूत्रसंचालकाने त्यांचा सारांश सांगावा.

१. ग्राहकाबरोबर संवादाचा मार्ग प्रस्थापित करणे.
२. ग्राहकाला आश्वस्त करणे, जेणेकरून तो/ती कार्यकर्त्याचा विश्वासाने स्वीकार करेल आणि आपले अंत:करण मोकळे करण्यास तयार होईल.
३. बदलासाठी योग्य अंतर्दृष्टी निर्माण होऊन त्या दृष्टीने कृतीची योजना करण्यास ग्राहकाला मदत करणे.

संप्रेषणाच्या आशयाचे दोन भाग आहेत. पहिला बोधात्मक—म्हणजे वस्तुस्थितीवर आधारित घटक आणि दुसरा परिणाम घडवून आणणारा म्हणजे भावनिक घटक. हे दोन्ही घटक संप्रेषण परिणामकारक आणि पूर्ण करण्यात महत्त्वाची भूमिका बजावतात.

अध्ययनसराव ६.२ प्रसंग निवेदन

उद्दिष्ट: प्रशिक्षणार्थींमध्ये संप्रेषणाच्या दोन घटकांची जाणीव निर्माण करणे.
सहभागी: २.
वेळ: ३० मिनिटे.
साहित्य: लिखित स्वरूपातील एखादी नाट्यमय घटना.
कृती:

१. एका सहभागी प्रशिक्षणार्थीला घटना मोठ्याने, पण एकसुरीपणे वाचण्यास सांगा.
२. दुसऱ्या सहभागीला ती घटना नाट्यमय—चढ-उतारात वाचण्यास सांगा.

चर्चेचे मुद्दे:

१. कोणते निवेदन जास्त परिणामकारक आहे?
२. ते तसे का वाटले?

पुढील मुद्दा स्पष्ट करा: आपण आपल्या ग्राहकांशी बोलतो तेव्हा या दोन घटकांचा समतोल साधावा लागतो. जेव्हा ग्राहक आपल्याशी बोलतात तेव्हा आपण त्या संभाषणातील वस्तुस्थितीवर आधारित—बोधात्मक आणि भावनिक अशा दोन्ही घटकांची दखल घेऊन त्यानुसार आपला प्रतिसाद दिला पाहिजे.

संप्रेषणात अशाब्दिक संभाषण असते त्याला देहबोली असे लोकप्रिय नाव आहे:

जास्तीत जास्त जिवंत अशाब्दिक संवाद डोळ्यांमार्फत केला जातो. नजरानजर होणे अतिशय महत्त्वाचे असते. नजरेला नजर देण्याचा योग्य उपयोग जाणीवपूर्वक आत्मसात केला पाहिजे.

अध्ययनसराव ६.३ नजरानजर

उद्दिष्ट: प्रशिक्षणार्थींना नजरेला नजर देण्याचा परिणाम समजावून सांगणे.
सहभागी: २. एक पुरुष आणि एक स्त्री.
वेळ: २० मिनिटे.
कृती:

१. सहभागी झालेल्या दोघांना २/३ फूट अंतरावर एकमेकांसमोर उभे राहण्यास आणि डोळे न मिचकावता एकमेकांकडे दोन मिनिटे पाहण्यास सांगा.
२. या कृतीनंतर दोघांनाही या संपूर्ण प्रक्रियेतील त्यांच्या भावना व्यक्त करण्यास सांगा.

चर्चेचे मुद्दे:

१. नजरेला नजर देण्यातून कोणकोणत्या भावनांचा पट दर्शविला जातो?
२. कोणत्या प्रकारची नजरानजर लोकांना अस्वस्थ करते?
३. आपण समाजकार्यात नजरेला नजर भिडवण्याचा उपयोग कसा करू शकू?

संप्रेषणप्रक्रियेत आपले संपूर्ण शरीर महत्त्वाची भूमिका बजावत असते. शब्दांप्रमाणेच शारीरिक हालचालींचेही अर्थ लावले जातात.

अध्ययनसराव ६.४ घटनेची नक्कल करणे

उद्दिष्ट: देहबोलीचा अन्वयार्थ लावण्यासाठी कारणीभूत असणारे घटक समजण्यासाठी समाजकार्य प्रशिक्षणार्थींना मदत करणे.
सहभागी: सूत्रसंचालक एखाद्या घटनेची नक्कल करून दाखवतो आणि वर्ग त्याचे निरीक्षण करतो. "एक मनुष्य हत्तीला आंघोळ घालतो" अशा घटनेची नक्कल करायची आहे.
वेळ: २० मिनिटे.
कृती: सूत्रसंचालक ही घटना सावकाशपणे आणि तपशीलांसह हावभाव करून दाखवतो आणि वर्गाला त्यावेळी बारकाईने निरीक्षण करण्यास सांगितले जाते.
चर्चेचे मुद्दे:

१. सूत्रसंचालकाने काय केले?
२. कोणत्या हालचाली सहज समजल्या?
३. कोणत्या हालचाली समजण्यास कठीण होत्या?

४. ही नक्कल प्रत्येकाला समजण्यातील फरक कोणते व काय काय होते?
५. हावभावांचे अर्थ लावण्यात फरक का होता?

पुढील गोष्टींवर भर द्याः

१. संप्रेषणात शारीरिक हालचाली करताना काळजी घेतली पाहिजे.
२. पूर्वानुभव, संस्कृती, लिंगभेद, इ. गोष्टींचा अन्वयार्थ लावण्यावर परिणाम होतो.
३. ग्राहकांच्या गटांची सांस्कृतिक पार्श्वभूमी आणि अनुभव याबद्दल सामाजिक कार्यकर्त्याला पूर्ण जाणीव, सजगता असणे आवश्यक असते. कारण संदेशाचे अन्वयार्थ लावण्यासाठी या गोष्टी संदर्भ—पार्श्वभूमी—निर्माण करतात.
४. आपले संभाषण अधिक चांगल्या दर्जाचे करण्यासाठी आपल्याला देहबोलीचा उपयोग करता येणे शक्य आहे.

अध्ययनसराव ६.५ नेत्याला अनुसरा

उद्दिष्टः कृती ही शब्दांपेक्षा बोलकी असते हे समजण्यास सकाप्रना मदत करणे.
सहभागीः १०, त्यातील एकाला 'नेता' बनवावे.
वेळः ३० मिनिटे.
कृतीः

१. नेत्याला काही हालचाली करण्यास सांगा. उदा. हात उचलणे, हात वर करणे, किंवा हात गोलाकार फिरवणे.
२. गटातील उरलेल्या सदस्यांना नेत्याच्या हालचालींची नक्कल करण्यास सांगा.
३. या खेळानंतर नेत्याला सांगा की त्याने गटाला पुढील शारीरिक हालचाली करण्यासाठी गुंतागुंतीच्या सूचना द्याव्यात. त्यासाठी त्याने फक्त शब्दच वापरावेत आणि शारीरिक हालचाली करू नयेत.

चर्चेचे मुद्देः

१. वरील दोन परिस्थितीत प्रशिक्षणार्थींमध्ये कोणते फरक दिसले?
२. कोणत्या हालचाली अनुसरण्यास सोप्या होत्या?
३. सहभागींचा गोंधळ कधी आणि कसा झाला?

पुढील गोष्टी ठळकपणे मांडाः

१. संप्रेषणात आपण साधी सोपी भाषा वापरली पाहिजे.
२. ग्राहकाला आपल्या देहबोलीतूनही संदेश समजतो आणि त्याचा अर्थ लावणे सोपे असते.
३. आपण शाब्दिक आणि अशाब्दिक संप्रेषणातील समतोल साधला पाहिजे.

स्रोतः ट्रेनिंग ॲनिमेटर्स इन कॉनसनटायझेशन अँड एज्युकेशन (१९७५) (ट्रेस टीम) चे जेम्स, भैसे, मेरी, ब्रायन, प्रकाशक जनसेवा मंडळ, नंदुरबार (महाराष्ट्र)

प्रत्यक्ष मांडणीचा संप्रेषणावर प्रभाव

प्रेषकाच्या अशाब्दिक संप्रेषणाबरोबरच कार्यकर्ता ज्या वातावरणात मुलाखती घेतो, विशेषतः बैठकीची व्यवस्था, त्यातूनही काही संदेश ग्राहकापर्यंत पोहोचवतो. समाजकार्य प्रशिक्षणार्थींना वेगवेगळ्या प्रकारांनी बैठकीची रचना करण्यास सांगा आणि कोणती व्यवस्था ग्राहकाला बोलण्यासाठी मोकळेपणाची, आरामदायी वाटते त्याची नोंद करा. उदा. ग्राहक जमिनीवर आणि कार्यकर्ता खुर्चीवर बसण्याची व्यवस्था जास्त चांगली की दोघेही जमिनीवर बसून बोलले तर ते चांगले? सहभागींना विचारा की या दोन बैठकरचनांतून कोणते दोन वेगवेगळे संदेश पोहोचवले जातात? संप्रेषणाची प्राथमिक संकल्पना सांगताना भूमिकानाट्याचा उपयोग करता येईल.

उद्दिष्टे:

१. समाजकार्यात संप्रेषणाची योजना करण्याचे महत्त्व समजणे.
२. संप्रेषणातील शाब्दिक आणि अशाब्दिक घटकांच्या आकलनाची उजळणी करणे.
३. दुहेरी संप्रेषण वापरणे आणि संवाद चक्र पूर्ण करण्यासाठी प्रेषक आणि ग्राहक यांच्या भूमिका समजून घेणे.

घटना १

एक सामाजिक कार्यकर्ता झोपडपट्टीतील युवा मंडळात 'एड्स' या आजाराबद्दल व्याख्यान आयोजित करत आहे. तो युवा मंडळाच्या पदाधिकाऱ्यांना भेटत आहे.

सहभागी: तीन, त्यातील एक सामाजिक कार्यकर्ता

वेळ: २० मिनिटे तयारीसाठी
२० मिनिटे सादरीकरणासाठी
२० मिनिटे चर्चेसाठी

हे भूमिकानाट्य झाल्यावर पुढील मुद्द्यांच्या आधारे चर्चा करा.

१. कार्यकर्त्याने या भेटीची तयारी केली होती असे तुम्हास वाटते का? कशी?
२. त्याने यथायोग्य प्रश्न विचारले का? कोणत्या प्रकारे?
३. तो मुद्देसूद बोलला का?
४. त्याच्या चेहऱ्यावरील भावातून काय पोहोचवले गेले?
५. त्याचा सूर, आवाज कसा होता? त्यावरून काय सूचित केले गेले?
६. कार्यकर्ता लक्ष देऊन ऐकत होता का?
७. 'लक्षपूर्वक ऐकणे' हे कसे ओळखाल?
८. कार्यकर्त्याने यथायोग्य प्रतिसाद दिला का? कशा प्रकारे?
९. या संप्रेषणात काय त्रुटी होत्या?

पुढील मुद्दे अधोरेखित करा:

१. यथायोग्य नियोजन केले तरच संप्रेषणात सुस्पष्टता येते.
२. प्रतिसादाशिवाय संप्रेषण पूर्ण होत नाही.

३. जेव्हा बोलणे आणि ऐकणे हे दोन्ही योग्य मार्गांनी होते आणि एकमेकांपर्यंत पोहोचवले जाते तेव्हा संप्रेषण अधिक परिणामकारक होते.

घटना २

पोलिसांनी निरीक्षण गृहात दाखल केलेल्या १५ वर्षांच्या मुलीशी सामाजिक कार्यकर्ता बोलत आहे.
सहभागी: दोन.
वेळ: २० मिनिटे तयारीसाठी
२० मिनिटे सादरीकरणासाठी
२० मिनिटे चर्चेसाठी

हे भूमिकानाट्य झाल्यावर सूत्रसंचालकाने खालील मुद्द्यांवर चर्चा करावी:

१. कार्यकर्त्याने मुलाखत कशी सुरू केली—त्याच्या संप्रेषणप्रक्रियेत नियोजनाचे प्रतिबिंब उमटले होते का?
२. ग्राहकाला मोकळेपणा वाटावा यासाठी कार्यकर्त्याने काही केले का? कसे?
३. ग्राहकाला मोकळेपणा/अस्वस्थता वाटली असे शब्द आणि हावभाव यांची नोंद करा.
४. प्रश्नांची रचना कशी होत: शब्द, सूर, विधाने, हावभाव या संदर्भात सांगा.
५. कार्यकर्ता काळजीपूर्वक, नीट लक्ष देऊन ऐकत होता का? कार्यकर्ता काळजीपूर्वक ऐकत होता/नव्हता हे कोणत्या प्रकारे दिसले?
६. योग्य आणि अयोग्य प्रतिसाद कोण कोणते होते?

पुढील मुद्दे अधोरेखित करा:

१. चांगल्या प्रकारे–योग्य प्रकारे ऐकण्याचे महत्त्व.
२. प्रश्न विचारताना योग्य शब्द, सूर आणि विधाने वापरण्याचे महत्त्व.
३. दुहेरी संप्रेषणाला प्रोत्साहन देण्याचे महत्त्व.

यापूर्वी चर्चा केलेले मुद्दे पुन्हा सुस्पष्ट करण्यासाठी सूत्रसंचालकाने तक्ते आणि ओव्हरहेड प्रोजेक्टरच्या स्लाइड्स वापरून संप्रेषणाचे खालील घटक अधोरेखित करावेत:

१. संप्रेषणप्रक्रिया.
२. संप्रेषणातील चाळण्या.
३. ऐकण्याची तत्त्वे.
४. देहबोलीवरील तक्ते.
५. संप्रेषणातील प्रतिसादाचे महत्त्व.
६. उत्तम संप्रेषकाचे गुण.

संप्रेषणाचे प्रकार

सामाजिककार्यात कार्यकर्त्याला औपचारिक आणि अनौपचारिक असे दोन्ही प्रकारचे संप्रेषण करावे लागते. हे दोन्ही प्रकार तोंडी अथवा लेखी असू शकतात.

समाजकार्याच्या क्षेत्रात लेखी प्रकारचे संप्रेषण पुष्कळ प्रमाणात वापरले जाते सामाजिक कार्यकर्त्याला अनेक अहवाल आणि कागदपत्रे तयार करावी लागतात. त्याच वेळी त्याला पत्रे, अहवाल, कागदपत्रे इ वाचावीही लागतात. म्हणून आपण खूप दक्ष नसलो किंवा नीट न समजता वाचत असलो तरी वाचन आणि लेखन या दोन्ही क्षमता जाणीवपूर्वक विकसित केल्या पाहिजेत.

अध्ययनसराव ६.६ एकाग्रतेची चाचणी

उद्दिष्ट: प्रशिक्षणार्थींना त्यांच्या वाचनाच्या सवयीबद्दलची अंतर्दृष्टी देणे.
सहभागी: सर्व.
साहित्य: चाचणी परीक्षेचा कागद (परिशिष्ट अ ६.१)
वेळ: २० मिनिटे.
कृती:

१. सहभागींना चाचणीचे कागद वाटा.
२. स्वतंत्रपणे काम करून चाचणी दहा मिनिटात पूर्ण करून देण्यास सांगा.
३. प्रत्येक प्रश्नाला त्यांनी उत्तर/प्रतिसाद दिलाच पाहिजे.

दहा मिनिटांनी खालील मुद्द्यांवर चर्चा करा:

१. आपण सूचना काळजीपूर्वक वाचतो का?
२. आपण वाचताना घाई का करतो?
३. चाचणीतील शेवटची सूचना वाचताना तुम्हाला काय वाटले?

पुढील मुद्दे स्पष्टपणे मांडा:

१. अपुऱ्या वाचनामुळे गोंधळ, गैरसमज होतो.
२. एखादा संदेश समजावून घेताना किंवा एखादे काम करताना लक्षपूर्वक वाचण्याचे महत्त्व.

समाजकार्य प्रशिक्षणार्थींना औपचारिक लेखन क्षमता असण्याची आवश्यकता असू शकते. लेखनक्षमतांचा विकास करण्यासाठी खालील अध्ययनसराव घ्यावेत.

अध्ययनसराव ६.७ लेखन कौशल्ये

सूचना:

१. प्रशिक्षणार्थींचे लहान गट करावे (प्रत्येक गटात सहापेक्षा जास्त सदस्य नसावेत.).
२. प्रत्येक गटास औपचारिक लेखी संप्रेषणाचा सराव द्यावा.

खाली काही प्रसंगांची उदाहरणे दिली आहेत:

१. पत्रलेखन

प्रसंग १: तुम्ही निवासी शुश्रुषा संस्थेत काम करत आहात. पोलिसांनी संस्थेत एक मूल आणले आहे. त्याच्या पालकांना पत्र लिहायचे आहे.

प्रसंग २: तुम्ही समाजकेंद्रात काम करत आहात, आणि तुम्हाला एका मुलाच्या रुग्णालय खर्चासाठी सवलत मिळवायची आहे म्हणून ती केस तुम्ही आरोग्यसेवा कार्यकर्त्याकडे पाठवत आहात.

प्रसंग ३: तुम्हाला प्रकृती अस्वास्थ्यामुळे क्षेत्रकार्यासाठी जाणे शक्य नाही. तुमच्या क्षेत्रकार्य अधीक्षकास आवेदन पत्र लिहा.

२. कार्यक्रमाचा अहवाल

प्रसंग १: अंतिम परीक्षेत उत्तीर्ण झालेल्या मुलांचा पारितोषिक वितरण समारंभ तुमच्या संस्थेने केला. हा कार्यक्रम प्रायोजित करणाऱ्या संस्थेला थोडक्यात अहवाल पाठवायचा आहे.

प्रसंग २: कर्ज प्राप्तीसाठी योग्यता ठरविण्याची बचतगटांची बैठक झाली. त्या बैठकीचा अहवाल लिहा.

सहभागींना याचे गृहपाठ सादर करण्यास सांगा. त्यावर आधारित नमुने ठरवून त्यानुसार तक्ते करून ते वर्गात दाखवावेत.

कार्यशाळा २

संप्रेषणातील अडथळे

संप्रेषणप्रक्रिया कितीही चांगली समजली आणि तिचे सर्व प्रकारे नियोजन केले, तरी संप्रेषणात काही अडथळे येऊ शकतात. या प्रक्रियेवर अनेक घटकांचा परिणाम होतो. या कार्यशाळेची खालील उद्दिष्टे आहेत.

१. संप्रेषणात अडथळे आणि अडचणी आणणारे विविध घटक समजावून घेणे.
२. या अडथळ्यांचा संप्रेषणावर पडणारा प्रभाव समजावून घेणे.
३. हे अडथळे आणि अडचणी यांच्यावर मात कशी करावी त्याचे ज्ञान घेणे.

अडथळ्यांचे प्रकार

सर्वसाधारणपणे येणाऱ्या अडथळ्यांबद्दल सामाजिक कार्यकर्त्याला ज्ञान होणे आवश्यक आहे.

अर्थविचार (शब्दार्थ शास्त्र)

१. जेव्हा भाषा परिचयाची नसते आणि म्हणून भाषेत वापरल्या जाणाऱ्या संकल्पना समजत नाहीत. उदा. घरातून बाहेर पडताना एखादी व्यक्ती म्हणेल “मी येते!” ‘मी येते’चा शब्दशः अर्थ मी परत येते असा असला तरी “मी जाते” अशा अर्थाने तो वाक्य प्रयोग करण्याची पद्धत आहे. मराठीचा चांगला परिचय नसेल तर हे कळणे कठीण.

२. संदर्भ बदलला की एखाद्या शब्दाचा अर्थ बदलतो. उदा. इंग्रजीतील 'सेक्स' हा शब्द माणसाचा परिचय देणाऱ्या माहिती संदर्भात वापरला जातो तेव्हा त्याचा अर्थ व्यक्तीचे लिंग, ती 'स्त्री' किंवा 'पुरुष' आहे ते कळण्यासाठीची माहिती असा होतो. पण हाच शब्द स्त्रीपुरुष संबंधांच्या संदर्भात वापरतात तेव्हा त्यातून लैंगिक क्रिया असा अर्थ ध्वनित होतो.
३. एकाच शब्दाचे वेगवेगळ्या भाषेत वेगवेगळे अर्थ होतात. उदा. 'साला' शब्दाचा मराठी भाषेतील अर्थ शिवी असा होतो, गुजराती भाषेत या शब्दाने नाते दर्शवले जाते. साला म्हणजे बायकोचा भाऊ.
४. उच्चारसाधर्म्यामुळे शब्दाचा मूळ अर्थ हरवून जातो. उदा. एकदा लोक एका रुग्णालयात गोळा झाले, कारण त्यांनी ऐकले की एका महिलेला तीन तोंडांचे मूल झाले. (म्हणजे दत्तात्रेयाचा जन्म झाला!) खरी वार्ता होती 'तीन पौंडांचे बाळ झाले' पण कोणीतरी ऐकले की 'तीन तोंडांचे बाळ झाले' आणि म्हणून हा सगळा गोंधळ झाला.
५. लेखी संप्रेषणात जर शब्द चुकीच्या ठिकाणी तोडला किंवा जोडला किंवा दुसरेच अक्षर वापरले तर अर्थ बदलतो, उदा. साब आज मेर गये, साब अजमेर गये.
६. काही वाक्प्रचार किंवा म्हणी चुकीच्या संदर्भात वापरल्या जातात आणि त्यामुळे गोंधळ होतो. उदा. 'ते आज आपल्या सभेला येऊ शकत नाहीत' याऐवजी 'ते आज आपल्यात नाहीत' म्हटले तर त्याचा अर्थ ते जिवंत नाहीत असा होतो.
७. वाक्यातील शब्दाची जागा बदलली तर त्याच शब्दाचा अर्थ बदलतो. उदा: 'फक्त' शब्दाची मजा पाहा:

फक्त तो म्हणाला की, त्याचे तिच्यावर प्रेम होते.
तो फक्त म्हणाला की त्याचे तिच्यावर प्रेम होते.
तो म्हणाला की फक्त त्याचे तिच्यावर प्रेम होते.
तो म्हणाला की त्याचे तिच्यावर फक्त प्रेम होते.
तो म्हणाला की त्याचे फक्त तिच्यावर प्रेम होते.
तो म्हणाला की त्याचे तिच्यावर प्रेम फक्त होते.

(प्रमोद बात्रा यांच्या *मॅनेजमेंट थॉट्स* या पुस्तकावरून)

८. शासकीय भाषा वापरणे: ती ग्राहकाला समजण्यास अवघड जाते आणि त्यामुळे गैरसमज होऊ शकतो. किंवा प्रादेशिक भाषेचा वापर करण्याबद्दल आग्रह. अशा वेळी दुसऱ्या भाषेतील शब्द जास्त प्रचलित असतात. उदा: शासकीय कार्यालयातील नाम फलकांवर असलेले हुद्द्यांचे मराठी भाषांतर. इंजिनियर शब्दाऐवजी अनाकलनीय संस्कृत शब्द वापरलेला असतो. किंवा कधीकधी आरोग्य शिक्षण कार्यक्रमात बोलताना डॉक्टर्स वैद्यकीय शास्त्रातील इंग्रजीतील तांत्रिक शब्दप्रयोग वापरतात. ते वाक्यातील फक्त क्रियापदांसाठी देशी भाषा वापरतात.

भाषेतील शब्दाच्या अर्थांमुळे येणारे अडथळे अनेक प्रादेशिक उदाहरणे देऊन सांगता येतील.

शारीरिक अथवा प्रत्यक्ष अडथळे

प्रत्यक्ष अडथळे हे संदेशाचे प्रक्षेपण अथवा ग्रहण करण्यास उशीर करतात, ते थांबवतात, किंवा कमी करतात. उदा. प्रेषक आणि ग्राहक यांमधील अंतर, त्रासदायक गोंगाट, (ध्वनिवर्धक किंवा रहदारीचा आवाज) बसण्याची जागा आरामदायी नसणे, अपुरा प्रकाश, किंवा दृश्य अडथळेसुद्धा संप्रेषणप्रक्रियेत बाधा आणू शकतात.

अध्ययनसराव ६.८ आगपेटीच्या काड्यांनी भूमितीय रचना करणे

उद्दिष्टे:

१. संप्रेषणात विविध अडथळे अडचणी कशा आणतात ते समजून घेणे.
२. विविध प्रकारचे अडथळे ग्राहकाच्या समजुतीवर कसा परिणाम करतात ते समजून घेणे.

सहभागी: दोन
साहित्य: दृश्य अडथळा आणण्यासाठी एक पडदा आणि दोन काड्यापेट्या. खेळाडूंमध्ये काड्या कशाही वाटाव्या.
वेळ: ४० मिनिटे
कृती:

१. दोन्ही खेळाडूंमध्ये टेबल ठेवून एकमेकांसमोर दोन खुर्च्यांवर बसावे.
२. दोघांमध्ये अडथळा म्हणून एक पडदा ठेवावा.
३. एका खेळाडूने काड्यांची काही रचना करावी.
४. रचना करत असताना त्याने दुसऱ्या खेळाडूला सूचना द्याव्यात.
५. दुसऱ्या खेळाडूने सूचना ऐकून त्यानुसार रचना करावी.
६. त्याला प्रश्न विचारण्यास परवानगी नाही. त्याने फक्त सूचना पाळणे आवश्यक.
७. सूचना पुन्हा सांगायची नाही.

चर्चेचे मुद्दे:

१. ज्याने रचना बनवली त्याने संप्रेषणात काय सांगितले?
२. सूचना पाळताना ग्राहकाच्या मनात कोणत्या भावना आल्या?
३. रचनेत फरक असण्याची कारणे कोणती?

पुढील गोष्टी स्पष्ट करा:

१. अनेक प्रकारच्या अडथळ्यांमुळे संप्रेषण विपर्यस्त होते.
२. प्रेषकाने ग्राहकाच्या पातळीपासून संप्रेषणाला प्रारंभ केला पाहिजे.

व्यक्तिगत अडथळे

प्रेषकाची भावनिक परिस्थिती, वृत्ती, सामाजिक मूल्ये, बौद्धिक पातळी, कामात रस नसणे, स्मृती, अंतिम मतप्रदर्शन करण्याची इच्छा, प्रेषकाची पार्श्वभूमी, अशा विविध व्यक्तिगत घटकांमुळे संदेशाला वेडेवाकडे वळण लागते. या सर्व घटकांमुळे निवडक भागाचे आकलन होण्याचा प्रश्न येतो आणि संदेशाचा विपर्यास होतो. प्रेषक आणि ग्राहक यांना परस्पराबद्दल विश्वास वाटत नसेल तर तो घटकही संप्रेषणात अडथळे आणण्यास कारणीभूत होतो.

संप्रेषण हे एखाद्याच्या व्यक्तिमत्त्वातून अलग करता येत नाही. बऱ्याच वेळा आपण प्रत्यक्ष वस्तुस्थितीचे संप्रेषण करण्याऐवजी वस्तुस्थितीच्या अन्वयार्थाचे संप्रेषण करतो. ज्यातून व्यक्तिमत्त्वाचे घटक प्रतिबिंबित होतात अशी विविध विधाने करून सूत्रसंचालकाला वरील मुद्द्याचे प्रात्यक्षिक दाखवता येते आणि त्याचा संप्रेषणप्रक्रियेवर काय परिणाम होतो तेही दाखवता येते. उदा: दिलेल्या घटनेतील पुढील विधानावर सविस्तर चर्चा करता येईल: भूमिहीन कष्टकरी किंवा सर्वसामान्य कामगारांच्या मुलांसाठी असलेल्या बालवाडीतील मुलांच्या पालकांची सभा एक सामाजिक कार्यकर्ता घेत आहे. मुलांच्या डब्यात दिल्या जाणाऱ्या पदार्थांच्या सकसतेचे महत्त्व सांगताना कार्यकर्ता म्हणतो, "तुमच्या मुलांना व्यर्थ खर्चासाठी एक दोन रुपये देणे तुम्हाला परवडते. मग तुम्ही मुलांना डब्यात चांगले पदार्थ का नाही देऊ शकत?"

चर्चेचे मुद्दे: आवाजाचा स्वर, शब्दांचा उपयोग, चेहऱ्यारील हावभाव आणि दोषारोप, बचावात्मक वागणूक, किंवा आक्रमक वागणूक अशासारखे त्यांचे विपरीत परिणाम इत्यादींची चर्चा आवश्यक आहे. कार्यकर्ता आणि पालक यांच्यातील नातेबंधांवर त्याचा परिणाम कसा होतो हा मुद्दा स्पष्टपणे मांडावा.

सूत्रसंचालकासाठी टिपणी: वरील मुद्द्यांनुसार अनेक विधाने तयार करता येतील आणि वैरभाव, संशयीपणा, राग, अवास्तव अपेक्षा आणि पूर्वग्रह अशासारख्या व्यक्तिमत्त्वाच्या अनेक नकारात्मक घटकांचे विवरण करण्यासाठी ती मांडता येतील.

अपूर्ण संप्रेषणाचे परिणाम

संप्रेषणातील असे अडथळे संवाद पूर्ण करण्याच्या प्रक्रियेस विकृत वळण देतात. अपूर्ण संप्रेषणामुळे पुढील गोष्टी जन्माला येतात:

- अविश्वास
- गैरसमज
- गोंधळ
- द्विधावस्था
- निराशा
- प्रतिसाद देण्यास विरोध

ग्राहकावर विश्वास नसलेला प्रेषक ग्राहकाच्या समजुतीत गोंधळ निर्माण करतो. अशा प्रकारचा प्रेषक प्रतिसादाला प्रोत्साहन देत नाही अथवा प्रतिसाद मागतो पण मनापासून नाही. गोंधळ, गैरसमज आणि ग्राहकात असंतोष कसे निर्माण होतात त्याचे प्रतिबिंब पुढील अध्ययनसरावातून दिसते.

पुढील सरावांचा उपयोग अपूर्ण संप्रेषणाचे परिणाम समजण्यासाठी होईल.

अध्ययनसराव ६.९ आकृती काढा

उद्दिष्ट: प्रेषकाने निर्माण केलेल्या विविध अडथळ्यांमुळे संदेश कसे विकृत होतात आणि परिणाम कसे विपरीत होतात त्याचे प्रात्यक्षिक दाखवणे.

सहभागी: सर्व.

साहित्य: सर्व सहभागी सदस्यांसाठी कागद, पेन्सिल आणि आकृती ६.१ ची प्रत.

आकृती ६.१ भौमितीय मनुष्याकृती

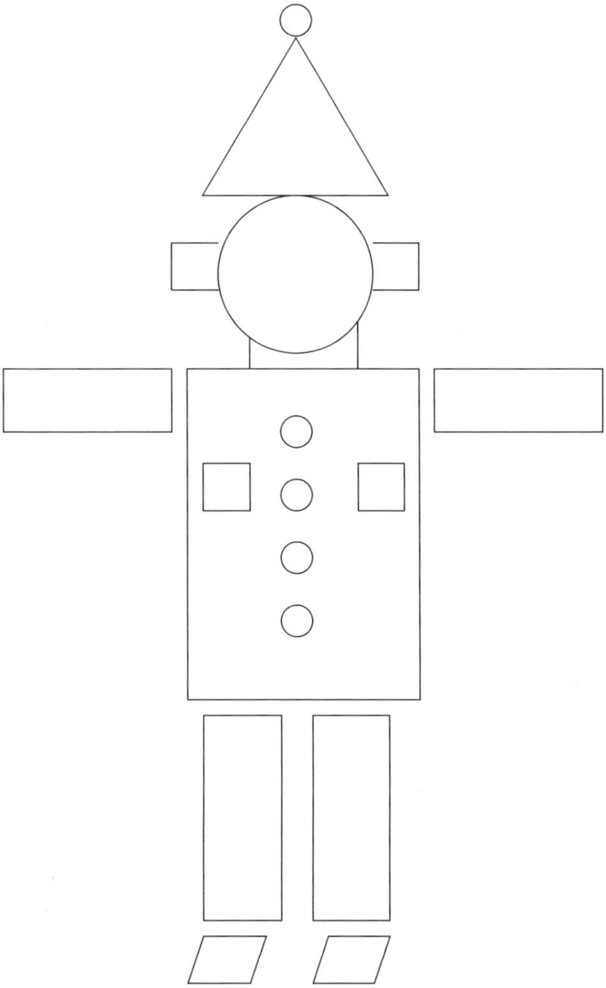

स्रोत: या पुस्तकाच्या संपादकांचे रेखाटन.

वेळ: ३० मिनिटे

कृती:

१. प्रशिक्षक विद्यार्थ्यांकडे पाठ करून बसतो/ते.

२. तो/ती आकृती काढायला सुरुवात करतो/ते आणि त्याच वेळी विद्यार्थ्यांना आकृती काढण्याच्या सूचना देऊ लागतो/ते.

३. आकृती काढण्यासाठी खाली सूचना दिल्या आहेत:

(अ) त्रिकोण काढा आणि त्यानंतर वर्तुळ काढा.
(ब) नंतर चौरस काढा.
(क) नंतर आणखी दोन आयत काढा.
(ड) नंतर आणखी दोन आयत काढा.
(इ) नंतर एक उभी आणि तीन आडव्या रेघा काढा.
(फ) दोन चौरस काढा आणि चौरसात चार वर्तुळे काढा.

सूत्रसंचालकासाठी टिपणे:

१. आणखी काही सूचना पुन्हा सांगा; पण त्या सांगताना त्यांची पुनरुक्ती करत आहात ते दर्शवू नका.
२. सूचना वेगाने द्या.
३. प्रेक्षकांच्या प्रश्नाकडे लक्ष देऊ नका.

चर्चेसाठी मुद्दे:

१. प्रेषकाने काय केले?
२. प्रेषकाने काय केले नाही?
३. प्रेक्षकांना (ग्राहक) काय वाटले?
४. काढलेल्या आकृत्यांमध्ये इतके फरक का होते?

पुढील मुद्दा स्पष्ट करा: ग्राहकाला अपेक्षित संदेश समजतात की नाही याची संवादकर्त्याने जर खात्री केली नाही तर नेहमीच संवादात दरी पडते आणि त्यामुळे गैरसमज होऊन उद्दिष्टे साध्य होत नाहीत.

जर संप्रेषणची साखळी लांबत गेली, तर मूळ संदेशाला वेडीवाकडी वळणे लागतात. या प्रश्नाचे नीट आकलन होण्यासाठी दोन अध्ययनसराव करून घ्यावेत.

अध्ययनसराव ६.१० कानगोष्टी

उद्दिष्ट: संदेश साखळी पद्धतीने पाठवताना जसजसे मधले दुवे वाढत जातात तसतशी संदेशाला वेडीवाकडी वळणे कशी लागतात ते समजणे.
सहभागी: १० ते १२.
वेळ: ३० मिनिटे
साहित्य: काही नाही.
कृती:

१. एक सदस्य वाक्य तयार करतो आणि ते पुढच्या सदस्याच्या कानात कुजबुजतो. हे वाक्य लांबलचक आणि गुंतागुंतीचे असावे. ही कुजबुज साखळी शेवटच्या सदस्यापर्यंत जाते.

२. शेवटच्या सदस्याने वाक्य मोठ्याने सांगावे.
३. प्रत्येक सदस्याला त्याने/तिने काय ऐकले ते विचारा.
४. कोणत्या वेळी वाक्य बदलले ते पाहा. (आकृती ६.१)

चर्चेचे मुद्दे:

१. संदेश का बदलला?
२. कोणाला आपण सक्षम आहोत असे वाटले आणि कोणाला हतबल वाटले?
३. संदेशाला वेडेवाकडे वळण कसे आणि का लागले?
४. वाक्यात भर का घातली गेली आणि वाक्याचा काही भाग वगळला का गेला?

पुढील मुद्दे सुस्पष्ट करा: प्रत्येकाने त्यांच्या त्यांच्या शब्दात वाक्य अर्थपूर्ण करण्याचा प्रयत्न केला. शब्द घालण्यामुळे वाक्याचा अर्थ बदलत गेला आणि त्याला वेडेवाकडे वळण लागले. हे रोजच्या जीवनात अफवांच्या रूपात होताना दिसते. या मुद्द्याचा विस्तार आणखी अध्ययनसरावाने करता येईल.

स्रोत: ट्रेनिंग ॲनिमेटर्स इन कॉनसनटायझेशन अँड एज्युकेशन (१९७५) (ट्रेस टीम) चे जेम्स, भैसे, मेरी, ब्रायन, प्रकाशक जनसेवा मंडळ, नंदुरबार (महाराष्ट्र)

छायाचित्र ६.१ एकेरी संवाद

स्रोत: मुकुंद डी. सावंत. निर्माता, सेंटर फॉर मीडिया अँड कल्चरल स्टडीज, टीआयएसएस.

अध्ययनसराव ६.११ अफवा

साहित्य: दहा ओळींपेक्षा जास्त नसलेला एक लिहिलेला परिच्छेद.
सहभागी: दोन.
कृती:

१. दोघेही सहभागी वर्गाबाहेर जातात आणि एक जण दुसऱ्याला परिच्छेद वाचून दाखवतो.
२. दुसरा सहभागी वर्गात येऊन लेखी कागद न पाहता तो परिच्छेद वर्गासमोर निवेदन करतो.
३. त्यानंतर मूळ परिच्छेद वर्गासमोर वाचून मूळ आणि निवेदन यातील तफावत शोधावी.

पुढील मुद्दा सुस्पष्ट करावा: जरी संप्रेषण साखळीपद्धतीचे नसले तरी ग्राहक सर्व लक्षात ठेवू शकत नाही. म्हणून पुनरावृत्ती ही खूप महत्त्वाची असते किंवा ग्राहकाने सर्व ग्रहण केले आहे की नाही याची खात्री करून घेणेही महत्त्वाचे आहे. परिणामकारक संप्रेषणासाठी प्रतिसाद किती महत्त्वाचा आहे हे या सरावातून पुन्हा स्पष्ट होते.

संप्रेषणात सुधारणा होऊन ते परिणामकारक होण्यासाठी मार्गदर्शन

जर एखाद्याला संभाषणात यशस्वी व्हायचे असेल तर पुढील बाबींमध्ये काही बदल करता येतात:

१. सभोवतीचे वातावरण
२. संदेश
३. प्रेषक

सभोवतीचे वातावरण

१. संभाषणात खाजगीपणा मिळेल अशी सहज पोचता येण्यासारखी आरामशीर जागा.
२. दिवसातील वेळेची निवड—ग्राहकाला सोयीची.
३. आवाजाचे किंवा दृश्य अडथळे नसणे.
४. प्रत्यक्ष अडथळे कमीत कमी असले पाहिजेत. उदा: माणसांमधील अंतरे, उजेड, खोलीतील/जागेतील दृश्य अडथळे इ.
५. योग्य भावना निर्माण करण्यास संप्रेषकाला आणि संप्रेषणाला आधारभूत अशी वातावरण निर्मिती.

संदेश

१. संदेशामागची उद्दिष्टे प्रेषक आणि ग्राहक या दोघांनाही स्पष्ट असली पाहिजेत.
२. विशिष्ट, विषयाला धरून आशयाची निवड–संबंधित माहितीवर लक्ष केंद्रित हवे.
३. अचूकपणा महत्त्वाचा–गोंधळ किंवा कंटाळा येण्याइतके जास्त नको, आणि क्षुल्लक किंवा संदिग्ध वाटण्याइतके कमी नको.
४. संदेशाचे महत्त्व पटवण्यासाठी योग्य उदाहरणे, दाखले यांचा उपयोग करावा.
५. अनाठायी पुनरावृत्ती टाळावी.

६. योग्य शब्दांचा उपयोग करावा.
७. भाषा ग्राहकाला परिचित असावी. फार तांत्रिक शब्द वापरू नयेत.
८. नकारात्मक शब्दांचा वापर टाळा: उदा: 'अमान्य' ऐवजी 'मान्य नाही'.
९. संदेशाचे सामर्थ्य वाढवण्यासाठी माध्यमांचा पुरेसा उपयोग करा.
१०. संदेशाची मांडणी तर्कसंगत असल्याची खात्री करा.
११. संदेश नेहमीच सुस्पष्ट आणि पूर्ण असला पाहिजे.

प्रेषक

१. संप्रेषणप्रक्रियेत प्रेषक हा अतिशय महत्त्वाचा असतो. मनापासूनचा सच्चेपणा असणे, बोलकेपणा, कामावरील विश्वास आणि श्रद्धा, सजगता, उत्साह, धीर धरण्याची वृत्ती, संवेदनक्षमता, परिस्थिती अथवा व्यक्तीबद्दल पटकन समज करून न घेण्याची वृत्ती, आत्मविश्वास, स्वतःबद्दलची सकारात्मक प्रतिमा, ज्ञान, विनोदबुद्धी, प्रेमळपणा, विषयात आणि ग्राहकात रस असणे, आणि स्वीकारशीलता या सर्व क्षमता आणि गुणवत्ता परिणामकारक संप्रेषणासाठी, प्रेषकामध्ये असणे आवश्यक आहे. सतत आत्मपरीक्षण आणि स्वतःच्या कार्यक्षमतेचे मूल्यमापन या प्रेषकाच्या महत्त्वाच्या जबाबदाऱ्या आहेत. त्याने/तिने कोणताही प्रतिकारात्मक आवेश न आणता ग्राहकाच्या अभिप्रायाचा स्वीकार केला पाहिजे.
२. प्रेषकाकडे या क्षमता असतील तर तो/ती ग्राहकाच्या भावनांशी समरस होऊ शकेल आणि त्याच्याशी संवादात्मक नाते जोडू शकेल. हे नाते जुळण्यासाठी खालील पायऱ्या महत्त्वाच्या आहेत.

(अ) ग्राहकाला मोकळेपणा वाटेल असे पाहा.
(ब) ग्राहकाला समानुभूती दाखवा.
(क) त्याच्या/तिच्या भावनांचा आदर करा.
(ड) ग्राहकाला नाउमेद करू नका.
(इ) त्यांचे प्रश्न आणि मते व्यक्त करण्यास उत्तेजन द्या.
(फ) सर्वांकडे लक्ष द्या आणि विश्वासाचे वातावरण निर्माण करा.
(ग) तुमची मते लादू नका. ग्राहकाच्या मताशी तुम्ही असहमत असू शकता.
(ह) संयमाने ऐकून घ्या आणि त्यांच्या अभिप्रायाला प्रतिसाद द्या.

३. कोणत्याही संप्रेषणात काही मुद्दे लक्षात ठेवावे लागतात:

(अ) तुम्ही स्वतःच एक 'दृक्श्राव्य माध्यम' असता.
(ब) केवळ कानांनी ऐकू नका तर डोळ्यांनीही ऐका. उदा: जेव्हा ग्राहक जांभई देतात, तेव्हा तुम्हाला सांगत असतात की, "मी माझे तोंड उघडले, तेव्हा तुमचे बंद करा!"
(क) सुधारणेला नेहमीच वाव असतो. आदर्श आणि परिपूर्ण संप्रेषण कधीच होत नसते.

संप्रेषणात सुधारणा करण्याच्या दृष्टीने असलेल्या या सर्व मार्गदर्शक सूचनांचे प्रात्यक्षिक सूत्रसंचालकाने दाखवावे. समाजकार्य प्रशिक्षणार्थींचे लहान गट करून त्यांना या विषयांवर भाषणे तयार करण्यास सांगावीत.
सूत्रसंचालकासाठी टिपणी: या कार्यशाळेच्या शेवटी खालील अध्ययनसराव घ्यावेत.

अध्ययनसराव ६.१२ बढाईखोराचा खेळ

उद्दिष्ट: संप्रेषण या विषयीच्या सर्व चर्चांचा सारांश करणे.
सहभागी: सर्व.
साहित्य: काही नाही.
वेळ: ३० मिनिटे
कृती:

१. गटातील प्रत्येक सदस्य अन्य सदस्याकडे एका मागोमाग एक असे करत वर्तुळात फिरतो आणि आपले आपले सद्वर्तन आणि गुणवत्ता मोठ्याने सांगतो.
२. त्यांनी एका मिनिटात जास्तीत जास्त लोकांना आपले गुण सांगितले पाहिजेत.
३. सूत्रसंचालकाने हात वर केला की सदस्यांनी बोलणे थांबवावे.

चर्चेचे मुद्दे:

१. जेव्हा प्रत्येक जण एकाच वेळी बोलत होता तेव्हा काय झाले?
२. आपले बोलणे कोणीच ऐकत नाही हे पाहून प्रत्येकाला काय वाटले?
३. या प्रक्रियेचा संभाषणावर काय परिणाम झाला?
४. अचानक झालेल्या शांततेमुळे त्यांना काय वाटले?

पुढील मुद्दे स्पष्ट करा:

१. जेव्हा लोक ऐकत नाहीत तेव्हा आपल्याला हताश वाटते.
२. संप्रेषणात आणि ऐकण्यात अनेकदा अनेक प्रकारच्या अडथळ्यांचा अनुभव येतो.
३. संप्रेषणात ऐकण्याचे आणि प्रतिसाद देण्याचे महत्त्व.

सूत्रसंचालकाने या सत्राचा समारोप करताना हे सांगावे: “आपल्या व्यक्तिगत आयुष्यात आणि प्रभावशाली सामाजिक कार्यकर्ते होण्यासाठी असलेले परिणामकारक संप्रेषणाचे महत्त्व आता आपल्याला समजले आहे; तेव्हा सामाजिक कार्यातील उच्च पदवीचे विद्यार्थी म्हणून आम्ही आमची संप्रेषण कौशल्ये वाढवू अशी प्रतिज्ञा आपण आता करूया.” या कार्यशाळेचा समारोप प्रतिज्ञेने करावा. (चौकट ६.१)

चौकट ६.१ प्रतिज्ञा

१. ‘स्वतः’–प्रेषक बद्दलची विधाने

१. आमच्या संप्रेषणास आम्ही जबाबदार आहोत आणि आमच्या व्यक्तिमत्त्वापासून आमचे संप्रेषण वेगळे करता येत नाही.
२. ‘आमच्या’ संप्रेषणास वाकडे वळण देणाऱ्या आमच्या व्यक्तिमत्त्वातील घटकांबद्दल आम्ही दक्ष राहू.
३. आमच्यातील प्रत्येक जण स्वतःला तसेच आत्मसंवाद, आत्मप्रतिमा आणि आत्मसंकल्पना समजावून घेईल.
४. आमच्यातील आंतरव्यक्तिक संप्रेषणात आम्ही सुधारणा करू.
५. आम्ही आमची ‘जो-हॅरी’ खिडकी उघडू.

(चौकट ६.१ पुढे चालू)

(चौकट ६.१ पुढे चालू)

६. आमची प्रवृत्ती उत्तम प्रकारची असेल.

(अ) आम्ही अहंकारी न होता नम्र राहू.

(ब) आमच्या भावना-राग आम्ही ताब्यात ठेवू.

(क) आम्ही स्वकेंद्रित असण्यापेक्षा कार्यकेंद्रित राहू.

(ड) वस्तुस्थितीचे आमचे अर्थ काढण्याऐवजी आम्ही मूळ वस्तुस्थिती लोकांपर्यंत पोहोचवण्याचा प्रयत्न करण्याबाबत जागरूक असू.

(इ) आम्ही वस्तुस्थितीबद्दलची सर्वंकष पाहणी करू.

(फ) आम्ही स्वागतशील-प्रेमळ राहू.

(ग) आमच्या कृती आणि उक्तीत सुसंगती असेल.

(ह) आमचे आमच्या हालचालींवर-देहबोलीवर नियंत्रण राहील.

(च) आमचे बाह्यरूप (पोशाख इ.) आजूबाजूच्या वातावरणाला साजेसे असेल.

(ट) आम्हाला (व्यक्ती, प्रकल्प, परिस्थिती आणि समस्येत) रस आहे हे आम्ही दाखवून देऊ.

२. 'दुसरे' किंवा 'ग्राहक' यांच्या संबंधातील विधाने

१. आम्ही ज्यांच्याबरोबर संवाद साधू ते आमच्यासाठी महत्त्वाचे आहेत.
२. आम्ही आणि ग्राहक यांच्यातील परस्परविश्वासाचे महत्त्व आम्ही मानतो.
३. दुसऱ्यांच्या भावनांबद्दल आम्ही सहनशील आणि संयमी राहू.
४. आम्ही दुसऱ्यांना गृहीत धरणार नाही.
५. आम्ही संयम ठेवू आणि ग्राहकांना आवश्यक तो वेळ देऊ.
६. आम्ही लोकांना अभिवादन करून संवाद चैतन्यमय करू.
७. आम्ही ग्राहकांना मन मोकळे होण्यासाठी मदत करू.
८. आम्ही दुसऱ्यांच्या वाईट गुणांऐवजी चांगल्या गुणांकडे लक्ष केंद्रित करू.
९. आम्ही आमच्या संवादात खुलेपणा ठेवू आणि दुसऱ्यांना मोकळेपणे संवाद साधण्यास मदत करू.
१०. प्रतिसाद देणाऱ्या माणसाला मध्येच थांबवून त्याच्या प्रतिसादाला आम्ही अडथळा आणणार नाही.
११. आम्ही ग्राहकांबद्दल समानुभूती दाखवू.

३. (संवाद) 'प्रक्रिये'बद्दल विधाने

१. आम्ही कमी बोलू जास्त ऐकू.
२. आम्ही लक्षपूर्वक ऐकू.
३. आमचे संभाषण आम्ही मोजके ठेवू.
४. आमचा संदेश आम्ही योग्य शब्द, चित्रे इ. वापरून व्यवस्थित व्यक्त करू.
५. आम्ही योग्य 'शब्द' निवडून योग्य 'स्वरा'त संभाषण करू.
६. आमच्या शाब्दिक आणि शब्दांपलीकडच्या संप्रेषणात सुसंगती ठेवू.
७. आम्ही सर्व लिखित साहित्य लक्षपूर्वक वाचू.
८. समोरासमोर बसून केलेले संभाषण जास्त परिणामकारक असते असा आमचा विश्वास आहे.
९. भावना व्यक्त करणारी देहबोली समजून आम्ही त्याला प्रतिसाद देऊ.
१०. संप्रेषणातील स्पर्शाचे महत्त्व आम्ही स्वीकारले आहे.

(चौकट ६.१ पुढे चालू)

(चौकट ६.१ पुढे चालू)

४. 'संप्रेषणातील अडथळ्यांशी' निगडित विधाने

१. संप्रेषणातील अडथळे आम्ही कमी करू.
२. हे किंवा तशा प्रकारच्या विसंगती आणि निवडकच निरीक्षणे करणे हे आम्ही शक्यतो टाळू.
३. आम्ही "शिक्के मारणे" टाळू.
४. आम्ही संप्रेषणात फटी किंवा दरी पडू देणार नाही. (किंवा कमी करू)
५. आम्ही अपूर्ण संप्रेषण टाळू.
६. संप्रेषणातील अडथळे टाळू.
७. काही गैरसमज झाले तर ते आम्ही लवकरात लवकर दूर करू.
८. आम्ही वादावादी टाळू आणि प्रसंग आल्यास खिलाडूपणे माघार घेऊ.
९. अफवा हा ऐकीव माहिती प्रसारणाचा नकोसा भाग असतो असे आम्हाला वाटते. त्याचा आम्ही परिणाम होऊ देणार नाही.

५. 'अभिप्राया'शी संबंधित विधाने

१. आम्ही संप्रेषणात अभिप्रायांचे स्वागत करू.
२. आम्ही धन्यवादपूर्वक सल्ला स्वीकारू.
३. दुसऱ्यांनी केलेल्या सकारात्मक टीकेतून आम्ही शिकू.
४. आम्ही 'चुकलो' तर तत्परतेने आमच्या 'चुकी'चा स्वीकार करू.
५. आम्ही दुसऱ्यांचे श्रेय चोरणार/हिरावून घेणार नाही.

सूत्रसंचालकासाठी टिपण: प्रतिज्ञेचे प्रत्येक वाक्य कार्डांवर लिहावे आणि प्रतिज्ञार्थी प्रशिक्षणार्थींमध्ये वाटावे. प्रत्येक प्रशिक्षणार्थी त्याला/तिला दिलेले कार्ड मोठ्याने वाचेल. ही प्रतिज्ञा बदलता येईल किंवा काही निवडक वाक्ये घेता येतील. या कार्यशाळेच्या शेवटी ज्या मुद्द्यांवर भर द्यावा असे सूत्रसंचालकाला वाटेल त्यानुसार त्याने/तिने निर्णय घ्यावा.

कार्यशाळा ३

जाहीर भाषण

एकाचा एकाशी संवाद आणि एकाचा गटाशी संवाद या शिवाय सामाजिक कार्यकर्त्याला सार्वजनिक सभा किंवा मोठ्या जनसमुदाया समोर बोलावे लागते. जाहीर भाषणास आवश्यक ती प्राथमिक कौशल्ये विकसित करण्यासाठी या कार्यशाळेची मदत होईल.
कार्यशाळेची उद्दिष्टे:

१. जाहीर सभेत बोलण्याच्या तयारीचे महत्त्व समजणे.
२. प्रभावी भाषणासाठी आवश्यक ती तंत्रे आणि कौशल्ये विकसित करण्याची अंतर्दृष्टी मिळवणे.

साहित्य: व्याख्यानपीठ (पोडीयम), टेबल, खुर्ची वा ध्वनिवर्धक (जरुरीनुसार)

अध्ययनसराव ६.१३ नियोजित भाषणाची तयारी करून भाषण करणे

सहभागी: ३ ते ४
भाषणाच्या तयारीचा वेळ: १ आठवडा. प्रत्यक्ष सादरीकरण: प्रत्येक शिक्षणार्थीमागे ५ ते ७ मिनिटे.
कृती:

१. स्वयंसेवकास खालीलपैकी कोणताही एक विषय किंवा दुसऱ्या कोणत्याही वर्तमान विषयावर भाषणाची तयारी करण्यासाठी निवडण्यास सांगा. पुढील कार्यशाळेत ह्या विषयावर भाषण द्यावे लागेल. विषय:

- मुलांकडून पालकांच्या अपेक्षा आणि परिणामी होणारे तणाव.
- समाजातील पाण्याचा प्रश्न.
- मध्यवयीन महिलांमध्ये कॅन्सरसंबंधी जागृती.

२. उरलेल्या वर्गाला निवडलेल्या विषयाशी संबंधित भाषणाच्या आशयाच्या नोंदी करून व्याख्यात्याचे निरीक्षण करण्यास सांगा.

चर्चेचे मुद्दे:

१. दिलेल्या विषयाशी भाषणाचे मुद्दे जुळते होते का?
२. भाषणात प्रस्तावना, गाभा आणि समारोप असा तर्कसंगत प्रवाहीपणा कसा प्रतिबिंबित झाला होता?
३. व्याख्यात्याने यथायोग्य शब्दप्रयोग, देहबोली, आवाज यांचा उपयोग करून श्रोत्यांच्या सहभागाची चाचपणी जाणीवपूर्वक केली का?
४. तयारी, आत्मविश्वास आणि परिस्थितीवर ताबा असणे या गोष्टी व्याख्यात्याच्या सादरीकरणात प्रतिबिंबित झाल्या किंवा झाल्या नाहीत हे कशा प्रकारे दिसले?

पुढील मुद्दे स्पष्ट करा: नियोजन, तयारी आणि सराव यांचे प्रभावी भाषणामागील महत्त्व स्पष्ट करा (याला इंग्रजीत ३ P's ऑफ पब्लिक स्पीकिंग—प्लॅनिंग, प्रिपरेशन, प्रॅक्टिस म्हणतात.).

अध्ययनसराव ६.१४ उत्स्फूर्त भाषणासाठी स्वतःची तयारी करणे

कधी कधी प्रसंगानुसार तिथल्या तिथे छोटेसे भाषण करण्याची वेळ येते. त्यासाठी पटकन भाषणाची रूपरेखा आखून प्रेक्षकांसमोर बोलण्याची कौशल्ये आवश्यक असतात.
उदाहरणे:

- प्रमुख पाहुण्यांचा परिचय.
- आभार प्रदर्शन.
- बैठकीचा हेतू सांगण्यासाठी प्रस्तावना.

वेळ: तयारीस १० मिनिटे आणि ३ ते ५ मिनिटे भाषणासाठी.
चर्चेचे मुद्दे:

१. वक्त्याने व्यासपीठावरील सर्व उपस्थितांचा संदर्भ देऊन भाषण सुरू केले का?
२. आधीच्या भाषणांचा उल्लेख केला का?
३. भाषणात स्पष्टता होती का?

चर्चेत पुढील मुद्दे स्पष्ट करा:

१. भाषणाचा आशय ठरवताना वक्त्याने दाखवलेली सतर्कता.
२. दाखवलेला आत्मविश्वास.
३. शिष्टाचार आणि त्यातून काय संदेश दिला गेला?

सर्व कार्यशाळांचा समारोप करताना, 'प्रभावी वक्त्यांसाठी आवश्यक गुणवत्ता'या विभागात वर्णन केल्यानुसार पूर्व नियोजित आणि उत्स्फूर्त व्याख्यानासाठी आवश्यक अशा विविध कौशल्यांचा परामर्श घ्यावा.

परिशिष्ट अ ६.१ तुमच्या एकाग्रतेसाठी चाचणी

ही चाचणी तुमच्या एकाग्रतेच्या क्षमतेची चाचपणी करण्यासाठी आहे. खालील सूचनांचे पालन करण्याबद्दलचा सुरुवातीचा संकेत मिळाल्यावर तुम्हाला ३ मिनिटे मिळतील.

१. काहीही करण्यापूर्वी सर्व वाचा.
२. या कागदाच्या वरच्या बाजूच्या उजव्या कोपऱ्यात तुमचे नाव लिहा.
३. दुसऱ्या वाक्यातील 'नाव' ह्या शब्दाभोवती वर्तुळ काढा.
४. या कागदाच्या वरच्या डाव्या कोपऱ्यात ५ लहान चौरस काढा.
५. प्रत्येक चौरसात X मारा.
६. प्रत्येक चौरसाभोवती वर्तुळ काढा.
७. चाचणीच्या शीर्षकाखाली तुमची सही करा.
८. शीर्षकापुढे लिहा "होय होय होय".
९. सातव्या वाक्यातील प्रत्येक शब्दाभोवती वर्तुळ काढा.
१०. या कागदाच्या तळाशी डाव्या बाजूला 'X' लिहा.
११. या 'X' भोवती त्रिकोण काढा.
१२. या कागदाच्या मागील बाजूस ७३ × ९८०५ हा गुणाकार करा.
१३. ४ थ्या वाक्यातील 'कागदाच्या' या शब्दाभोवती त्रिकोण काढा.
१४. चाचणीच्या या मुद्द्याशी आल्यावर तुमचे नाव मोठ्याने पुकारा.
१५. या बिंदूपर्यंत तुम्ही सर्व सूचनांचे पालन केले असे तुम्हाला वाटत असेल तर मोठ्याने म्हणा "मी केले".
१६. या कागदाच्या मागील बाजूस ६९५० आणि ९८३० यांची बेरीज मांडा.
१७. तुमच्या उत्तराभोवती वर्तुळ काढा. वर्तुळाच्या भोवती चौरस काढा.
१८. तुमच्या नेहमीच्या आवाजात १० ते १ हे आकडे म्हणा.
१९. आता तुम्ही सर्व सूचना नीट वाचल्यावर केवळ १ आणि २ वाक्यातील सूचनांचे पालन करा.

स्रोत: डिकन्स आणि अन्य, १९८९.

प्रकरण ७

दृक्श्राव्य माध्यमांचा उपयोग

रुमा बावीकर आणि नागमणी राव

योग्य त्या दृक्श्राव्य साधनांच्या वापरामुळे संप्रेषणास साह्य होते आणि त्याचे दृढीकरण होते. साधने प्रेषक आणि ग्राहक या दोघांनाही संप्रेषणास मदत करतात. हजार शब्दांनी जे साधत नाही ते एका चित्राने सांगता येते असे म्हणतात. दृक्श्राव्य साधनांच्याद्वारे केलेल्या संप्रेषणात फार मोठी सुप्त शक्ती असते (आकृती ७.१).

एकापेक्षा अधिक ज्ञानेंद्रियांवर नव्या माहितीचा प्रभाव पडला तर शैक्षणिक क्रिया सुलभ होते. अनेक दृक्श्राव्यमाध्यमांच्या वापरावर काही नियंत्रणे किंवा मर्यादा येत असल्या तरीही थोडी कल्पनाशक्ती आणि थोडे प्रयत्न यांतून सामाजिक कार्यकर्ता खूप गोष्टी साधू शकतो. आणि ही माध्यमे नेहमीच फार महाग असतात असे नाही. 'काय आणि किती गुंतागुंतीची वार्ता—संदेश—पोहोचवायचा आहे' यावर कोणते माध्यम आणि पद्धती वापरावी याची निवड अवलंबून असते.

संप्रेषणात साधने वापरण्याची कारणे

१. लोक दृक्श्राव्य माध्यमांमध्ये गुंततात. जास्त रस घेतात.
२. माध्यमांचे नावीन्य लोकांना आकर्षित करते त्यामुळे ग्रहणशीलता वाढते.
३. एखादा अव्यक्त किंवा अमूर्त संदेश ठोसपणे पोचवता येतो.
४. वास्तवाचे चित्र उभे करता येते.
५. 'दृष्य' भाषा मनाचा ठाव घेते.
६. जे प्रसंग प्रत्यक्षात पाहणे शक्य नसते ते दाखवता येतात.
७. पूर्वीच्या घटना पुन्हा दाखवता येतात.
८. नवीन अनुभव देता येतात.
९. कल्पना शक्तीच्या साहाय्याने अर्थ लावण्यास मदत होते.
१०. बदलाच्या प्रक्रियेवर प्रभाव पाडता येतो—परिणाम करता येतो.
११. माध्यमे पुनः पुन्हा वापरता येतात.

आकृती ७.१ संप्रेषण वाहिन्यांचे प्रकार

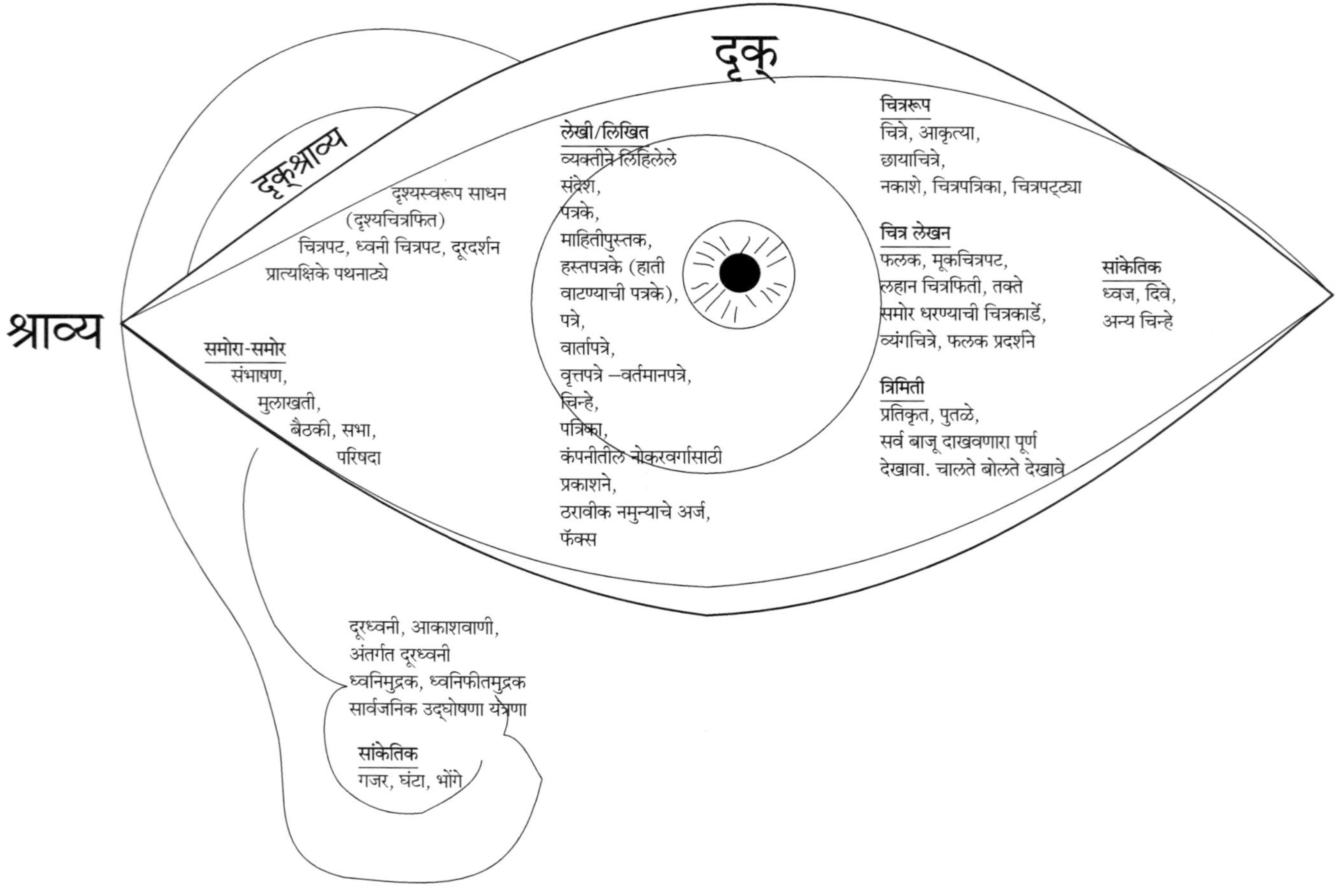

स्रोत: चतुरा पाटील.

माध्यम हे साध्य नसून संप्रेषणाचे साधन आहे हे प्रत्येकाने लक्षात घेतले पाहिजे. साधी दृक् माध्यमे ते महाजालासारखी गुंतागुंतीची तंत्रज्ञान यंत्रणा या सर्व माध्यमांची बलस्थाने आणि मर्यादा आपण लक्षात घेऊया.

जेव्हा कोणी माध्यमांचा उपयोग करतो/ते तेव्हा त्यांना पुढील टप्प्या-टप्प्याने जाणे आवश्यक आहे:

१. योग्य ती तयारी-नियोजन.
२. आपण ज्या माध्यमांचा उपयोग करणार आहोत त्याचे पूर्वनिरीक्षण आणि आपले साहित्य निश्चित करण्यापूर्वीची पूर्वचाचणी.
३. माध्यम वापरण्याची तांत्रिक कौशल्ये आणि माध्यमांचा वापर यांचा सराव.
४. विवक्षित प्रेक्षकांसमोर सादरीकरण.
५. सादरीकरणानंतर योग्य अशी चर्चा करणे आणि त्यातील शिकण्याचे तात्पर्य काय ते ठळकपणे मांडणे.

सूत्रसंचालकासाठी टिपणी: या कार्यशाळेत नियोजन करण्यापूर्वी त्याने/तिने सर्व दृक्श्राव्य माध्यमांचे पाठ्यपुस्तकी घटक वाचून समजावून घेतले पाहिजेत.

भाग १ माध्यमांचे आकलन

दृक् माध्यमे

दृक् माध्यमे आवाजासह उपयोगात आणता येतात किंवा त्यांचा अर्थ लावणे प्रेक्षकावर सोपवता येते. दृक् माध्यमे ही काहीशी थेट माध्यमे असतात आणि शाब्दिक संप्रेषणात येणाऱ्या मर्यादांवर मात करण्यासाठी त्यांचा उपयोग होतो. जर कोणाला ही साधने स्वतः तयार करायची असतील तर त्याची पहिली पायरी म्हणजे एक कात्रणांची वही तयार करावी. जाहिराती, छायाचित्रे, शीर्षके यातून विविध प्रकारची चित्रे आणि आकृती जमा करून या कात्रण वहीत चिटकवून ठेवावीत. हे अनुभवांचे भांडार होऊ शकेल.

दृक् माध्यमे तयार करण्याच्या पायऱ्या

१. मजकुराचे नियोजन—काय संदेश द्यायचा त्याचा विचार.
२. हे माध्यम आणि संदेश कोणाला उद्देशून उपयोगात आणायचा आहे.
३. संदेशाची रचना—त्यातून उत्सुकता निर्माण झाली पाहिजे आणि रस वाटला पाहिजे.
   - त्यात नावीन्य असले पाहिजे.
   - तो परिणामकारक आणि अर्थपूर्ण असला पाहिजे.
   - त्यातून लक्ष वेधले गेले पाहिजे आणि ते टिकून राहिले पाहिजे.
४. आशयाचे विश्लेषण करा: संदेशातून काय आणि किती पोहोचवायचे आहे?

दृक् साधनांचे प्रकार

१. कापडी फळा/तक्ता
२. दर्शक फलक
३. समोर दाखवण्याची चित्रांची कार्डे—फ्लॅश कार्डे
४. जाहिरात फलक—पोस्टर्स

५. चित्रे, आकृती, अक्षरे, अंक व अन्य गोष्टी एकत्रितपणे चिकटवून बनलेली मोठी आकृती–आकृतिबंध
६. तक्ते
७. छायाचित्रे/चित्रे

कापडी फळा/तक्ता (अवलंबित साधन)

हा फळा म्हणजे रंगीत खादी किंवा गोणपाट लाकडी चौकटीवर खिळ्यांनी ताणून बसवून बनवलेले असते. साधारणपणे चित्र उठून दिसण्यासाठी यांचे रंग फिके असतात.

कापलेल्या आकृतींची तयारी: चित्रे त्यांच्या मूळ आकारानुसार योग्य प्रकारे कापावीत. नको असलेले भाग काढून टाकावेत. त्यांना चौकटबद्ध करण्याची आवश्यकता नाही. चित्रे पुरेशी मोठी हवीत पण फार वजनाची नसावीत. कापलेल्या आकृती बनविण्यासाठी पातळ कागद किंवा पातळ पुठ्ठा वापरता येऊ शकतो. प्रत्येक चित्रामागे खरकागदाचा (सँड पेपर) छोटा तुकडा चिकटवावा. जर खरकागद उपलब्ध नसेल तर कापसाचा किंवा लोकरीचा धागा चिकटवावा. बारीक वाळू किंवा रांगोळी डिंकाने चिकटवता येईल. गटाशी बोलताना ही चित्रे कापडी फलकावर चिकटवता येतील (अडकवता येतील).

१६" × २४" चा कापडी फलक असलेले एक लहान फोल्डर तयार करता येईल. ते वापरायला सोपे आणि सहज ने–आण करता येण्यासारखे असते. त्यात दृक् साधने ठेवण्यासाठी एक लहान कप्पा करता येईल. दृक् साधने रंगीत असावीत. चित्रांच्या संचातून एखादी गोष्ट किंवा तर्कसुसंगत संदेश जुळवता येईल.

कापडी फलक वापरताना लक्षात ठेवण्याच्या गोष्टी:

१. फलक तिरका करून (टेकवून) ठेवावा.
२. फलक चित्रांनी गच्च भरलेला नसावा. प्रत्येक वेळी एक चित्र दाखवावे आणि जसा पुढे जाईल किंवा विषय पुढे जाईल तसतशी आणखी चित्रे फलकावर लावता येतील.
३. जिथे खूप वारा आहे तिथे याचा वापर करू नये.
४. योग्य असे धावते वर्णन करायला हवे.
५. पूर्वनियोजन अत्यावश्यक आहे.
६. हा प्रकार मोठ्या समुदायासमोर वापरता येऊ शकत नाही.

कापडी फलक वापरण्याचे फायदे:

१. एका वेळी एक अथवा एकापेक्षा अधिक चित्रे दाखवता येतात.
२. चित्रांची जागा बदलून रचना बदलता येते.
३. एखाद्या प्रसंगाचे नाट्यरूपात प्रदर्शन करता येते.
४. हे साधन लक्ष वेधून घेते. उत्कंठा निर्माण करते आणि सर्व वयोगटांना आवडते.
५. मनोरंजक आहे.
६. तयार करण्यास स्वस्त.
७. ने–आण करण्यास सोपे.
८. वापरण्यास सोपे.
९. ते बदलते असते–विविध संदेश पोहोचवण्यासाठी वापरता येते.

१०. एकाच फळ्यावर विविध दृक् साधने वापरता येतात.
११. या साधनामुळे लोकांचा सहभाग वाढतो.

दर्शक फलक/वृत्त फलक (स्वावलंबी साधन)

हे साधे पुठ्ठ्याचे किंवा बुचाचे फलक असतात, आणि ते सहजपणे टांगता येतात. कधी कधी काही गोष्टी शिकवून येत नाहीत त्या शिकाव्या लागतात. हे फलक अशा संप्रेषणासाठी संपर्क साधन म्हणून उपयुक्त असतात.

फायदे:

१. हे साधे असतात आणि एकच कल्पना दाखवतात. त्यामुळे अर्थ लावण्यात गोंधळ होत नाही.
२. ते आकर्षक असतात, त्यामुळे चटकन लक्ष वेधून घेतात.
३. अगदी थोड्या शब्दांत संदेश देता येतो.
४. संभाषण सुरू करण्यासाठी हे फलक वातावरण निर्माण करतात.
५. थेटपणे, प्रत्यक्ष माहिती देता येते.
६. वेळोवेळी या फलकावरील माहिती बदलता येते.
७. एकसंघ नसलेल्या गटासाठी हे फलक उपयुक्त ठरतात.
८. योग्य माहितीचे योग्य वेळी प्रदर्शन केले तर माहितीत भर घालण्यास मदत होते. उदा. उत्सव किंवा सार्वजनिक प्रसंगी.
९. एखादा प्रसंग अथवा समस्येशी (सोडविण्यास) संवादक किती वचनबद्ध आहे याचे दर्शन फलकावरील माहितीतून होते.
१०. ग्राहकाला हे फलक पाहून, वाचण्याचे स्वातंत्र्य असते.

प्रदर्शनात मांडण्याचे साहित्य कसे बनवावे:

१. एक योग्य विषय निवडा.
२. संदेश पोहोचवण्यासाठी कमीत कमी आणि परिणामकारक शब्द निवडा.
३. प्रदर्शन पक्के करण्यासाठी आधी साहित्य वेगवेगळ्या प्रकारे लावून पाहा आणि सर्वांत योग्य वाटेल अशी रचना करा.
४. अक्षरे आणि चित्रांचे आकार एकमेकांशी मिळते जुळते असले पाहिजेत.
५. प्रदर्शन फलक डोळ्यांच्या पातळीच्या किंचित वर एका भरपूर प्रकाश असलेल्या भिंतीवर टांगा.
६. तो रंगीत, आकर्षक आणि सौंदर्यदृष्ट्या योग्य दिसेल असा तयार करा.
७. दृश्ये आणि लेखी मजकूर एकत्र रचता येतो. पण फलकावरील चित्रांवर जास्त झोत असावा. त्यामुळे साक्षर आणि निरक्षर अशा दोन्ही श्रोतृवृंदापर्यंत संदेश पोहोचतो.

पुढील गोष्टी ध्यानात ठेवाव्यात:

१. फलक नीटनेटके असावेत.
२. योग्य ते निर्देशक वापरावेत. संदेश योग्य प्रकारे पोहोचवण्यासाठी परिचित चिन्हांचा उपयोग करावा.
३. फलकावर चित्रे आणि मजकूर यांची फार गर्दी करू नये.
४. मजकुरासाठी, संदेशासाठी साहित्याची योग्य मांडणी करावी.
५. जेव्हा प्रदर्शन साहित्य तयार कराल तेव्हा ते अशा प्रकारे बनवा की ते प्रसंगी कापडी फलकावर अथवा 'दृश्यकार्ड' म्हणून वापरता येईल. असे विविध उपयोग कमी खर्चाचे होतात.

फ्लॅश कार्डस्

दिलेल्या विषयावरून बनविलेल्या मजकुरासकटच्या चित्रांचा संच म्हणजे फ्लॅश कार्डस् (प्रतिमा ७.१). ही कार्डे अगदी छोटी असतात, १५″ × २०″ पेक्षा जास्त मोठी नसतात. प्रत्येक कार्डावर एकच चित्र असते. प्रत्येक कार्डावर एक कल्पना सांगितलेली असते आणि ती एका विशिष्ट क्रमाने लावलेली असतात. पहिल्या कार्डावर ठळक अक्षरात विषय लिहिलेला असतो. त्या पुढील कार्डे माहितीत भर घालत जातात. माहितीमध्ये कमी मजकूर असतो. संदेशात सलगता असते. एका संचात १५ ते २० पेक्षा जास्त कार्डे असू नयेत. श्रोत्यांना प्रत्येक कार्ड तोंडी वर्णन करून दाखवले जाते. ठळक अक्षरे आणि चित्रांचा उपयोग करता येतो. कोणते मुद्दे स्पष्ट करायचे हे कार्डाच्या पाठीमागे लिहिलेले असते. प्रत्येक कार्डावर अनुक्रमांक घालावा.

छायाचित्र ७.१ फ्लॅश कार्डांचा उपयोग

स्रोत: मुकुंद सावंत, माध्यमे आणि सांस्कृतिक अध्ययन केंद्र, टाटा इन्स्टिट्यूट ऑफ सोशल सायन्सेस.

फ्लॅश कार्डांचे फायदे:

१. तुलनेने स्वस्त.
२. तयार करण्यास सोपी.
३. ने–आण करण्यास सोपी.

४. उपयोग करण्यात लवचीकता.
५. विविध विषयांचा विस्तार दाखवता येतो.
६. श्रोतृवृंदास आवडतो.
७. बदलते स्वरूप.
८. पुनः पुन्हा वापरता येते.
९. कोणत्याही वेळी दाखवता येते.
१०. श्रोत्यांच्या गतीप्रमाणे चर्चा करता येते.
११. नाट्यीकरण शक्य.

पुढील गोष्टी लक्षात ठेवा:

१. संचाला एक शीर्षक कार्ड हवे.
२. बोलताना चित्रात डोकावू नका.
३. शब्दांत बोलून संदेश ठसवा.
४. फक्त लहान गटासमोरच वापरा.
५. गटाची अर्धवर्तुळाकार रचना करणे चांगले.
६. प्रत्येकाला चित्र दिसले पाहिजे.

जाहिरात फलक-पोस्टर्स

शब्द आणि दृश्ये वापरून एखादा संदेश प्रत्यक्ष वा अप्रत्यक्ष पोहोचवण्यासाठी उपयोगात आणले जाणारे हे सर्वांत सर्जनशील माध्यम आहे. एका जाहिरात फलकावर एक विषय असतो. जाहिरात फलकातून सर्व स्पष्ट होत असते.

जाहिरात फलक बनवण्यासाठी मागदर्शक तत्त्वे:

१. संदेशाला यथायोग्य अशी मांडणी करा.
२. जाहिरात फलकाला पार्श्वभूमी आणि अग्रभाग असावी.
३. मोकळ्या जागेचा उपयोग अर्थपूर्णतेने करा.
४. सर्वांत महत्त्वाच्या गोष्टीस प्राधान्य देऊन साहित्यरचना करावी—वरपासून खालपर्यंतचा क्रम राखला जावा.
५. सर्वसामान्य माणसाची भाषा वापरणे शक्य आहे. यमके जुळणाऱ्या काव्यपंक्ती वापरू शकता—पण त्या फलकाच्या लहान भागात.
६. फलक पूर्ण चित्रस्वरूप असू शकतो.

जाहिरात फलक बनविताना लक्षात ठेवण्याच्या गोष्टी:

१. संदेशाची अतिशयोक्ती करता येते. पण त्याचे तपशीलवार वर्णन करता येत नाही.
२. फलक रंगीत असावा. पण रंगांच्या अतिरेकाने लक्ष पांगते.
३. जाहिरात फलकावर रिकामी जागा महत्त्वाची असते. बाजूची चौकट करू नये.
४. कलात्मक अक्षरांपेक्षा सरळ-ठळक अक्षरे जास्त चांगली. फलकाच्या आकाराशी अक्षरांचा आकार सुसंगत असावा.

जाहिरात फलकाचे स्थान आणि आकार महत्त्वाचा असतो. त्यामुळे ते सहज लक्षात येतात. नजरेत भरतात.

जाहिरात फलकांचे दोन प्रकार असतात:

१. तात्कालिक–एखाद्या विशिष्ट हेतूसाठी ठरावीक वेळी, प्रसंगी वापरले जातात.
२. सदाबहार–कोणत्याही वेळी, प्रसंगी वापरता येतात. या फलकावरील संदेश हा वैश्विक असतो आणि त्यातील आवाहनही वैश्विक असते. उदा: 'बालकामगार' हा त्या त्या वेळेचा विषय असू शकतो. पण धूम्रपानाच्या परिणामांवरील जाहिरात फलक हा कोणालाही आणि कोणत्याही वेळी आवाहन करतो.

जाहिरात फलक प्रदर्शन

एखादा विशिष्ट संदेश सविस्तरपणे देण्यासाठी हे प्रदर्शन तयार केले जाते. विषयात एक सलगता असते. संदेश नाट्यपूर्णतेने मांडला जातो. असे फलक जास्त कलात्मक नसावेत. स्वच्छ आणि स्पष्ट प्रतिमा वापराव्यात. सद्यःस्थितीतील विषयांकडे लोकांचे लक्ष वेधून घेण्यासाठी सामाजिक संस्था असे फलक वापरतात.

जाहिरात फलक प्रदर्शनाचा वापर करण्यासाठी टप्पे:

१. हे प्रदर्शन रस्त्यांवर किंवा जास्तीत जास्त लोक जमतात अशा सार्वजनिक ठिकाणी मांडले जाते.
२. सर्वसाधारणपणे येणाऱ्या जाणाऱ्या लोकांच्या प्रश्नांना उत्तरे देण्यासाठी संस्थेचे सदस्य जवळपास उभे असतात.

सूत्रसंचालकासाठी टिप्पणी: एखाद्या संस्थेने आयोजित केलेल्या प्रदर्शनाचे प्रात्यक्षिक समाजशिक्षण प्रशिक्षणार्थींना दाखवावे. त्यानंतर संस्थेच्या सदस्यांबरोबर चर्चा आयोजित करून त्यांना आपले अनुभव सांगण्याची विनंती करावी. पुढील मुद्द्यांवर चर्चा करावी:

- त्यांनी हे प्रदर्शन का बनवले?
- त्यांनी प्रदर्शनाची तयारी कशी केली?
- प्रेक्षकांबद्दलचे त्यांचे अनुभव काय होते?

चिकटचित्र (कोलाज)

हे साधन व्यापक संदेशासाठी वापरले जाते. वेगवेगळी चित्रे किंवा विविध रंगी आणि विविध आकाराची कात्रणे विशिष्ट तऱ्हेने प्रमाणबद्ध रचना करून चिकटवून हा संदेश पोहोचवला जातो. रंगीत तुकडे आणि श्वेतधवल तुकडे योग्य तऱ्हेने सुसंगत लावून परिणाम साधता येतो. अगदी साध्या काड्यापेटीच्या काड्या चित्रे आणि शब्दांबरोबर लावता येतात. चित्राला किनार किंवा चौकट लावताना योग्य विचार केला जावा. सर्वांची जुळणी अशा तऱ्हेने करावी की त्यातून सलग संदेश पोहोचवला जाईल.

तक्ते

या साधनात प्रेक्षकाबरोबर फार कमी देवाणघेवाण असते. तक्त्यावरील संदेश हे सुरचित, बांधीव असतात. म्हणून या साधनात लवचीकता नसते. ते जरी लवचीक आणि मजकुरात सतत बदल करता येणारे साधन नसले तरी तक्ते हे भरपूर माहिती देतात. त्यामुळे त्यावर दिलेले तपशील अचूक असले पाहिजेत आणि त्यावरील माहिती कोठून घेतली याचा उल्लेख त्यावर केला पाहिजे.

तक्त्याचे प्रकार: चौकटबद्ध, ज्याला इंग्रजीत फ्लो चार्ट म्हणतात तो प्रक्रिया अथवा प्रणालीतील गोष्टींचा, घटनांचा क्रम दाखवणारा चौकटी, आकृती आणि मजकूर यांचा तक्ता, संघटनेची रचना दाखवणारा तक्ता, तुलनात्मक तक्ता, वृक्ष आणि फांद्यांसारखी रचना असलेला तक्ता (उदा: कुटुंबातील पिढ्यांची रचना दाखवणारा घराणेवृक्ष) इत्यादी. रोगाची माहिती किंवा

लोकसंख्येची माहिती देण्यासाठी साधा तक्ता वापरता येतो. माहिती जरी थोडक्यात असली तरी कागदाची योग्य प्रकारे विभागणी आवश्यक असते. तुलनात्मक तक्ताही साध्या तक्त्यासारखाच असतो. कागदाचे दोन भाग करता येतात. उपशीर्षके देऊन दोन तुलना करण्याच्या गोष्टीतील तुलनेचे तपशील दाखवता येतात. उदा: कोणाला खेड्यातील दोन पाणी पुरवठा योजनांची तुलना करायची असेल तर ती तुलनात्मक तक्त्याच्या साहाय्याने दाखवता येते. नेमक्या शब्दांत माहिती देणे हे खूप महत्त्वाचे असते. तालिका असलेल्या तक्त्यात रकाने असतात. फ्लो चार्टवर क्रमशः चित्रे असतात. संघटनात्मक तक्ता हा विविध घटकांचे एकमेकांशी असलेले नातेबंध दाखवतो. ठोकळे आणि बाणांच्या साहाय्याने हे नातेबंध दाखवतात. वृक्ष तक्ता हा एखाद्या संस्थेची काही कालावधीत झालेली वाढ दाखवण्यासाठी वापरता येतो.

तक्ते तयार करण्याच्या पायऱ्या:

१. आपल्याला द्यायची प्राथमिक माहिती गोळा करा.
२. माहितीची वर्गवारी करा.
३. आशय आणि रचना यांचा समन्वय साधा.
४. तक्ते अधिक परिणामकारक बनवण्यासाठी साम्य किंवा फरक दाखवणाऱ्या आकृत्या आणि चित्रे घालता येतात.
५. दृश्य संकेतांचा वापर करता येतो. उदा: फुली, 'बरोबर'चे चिन्ह, रंगांचा वापर करून दिलेली चिन्हे वापरून फरक स्पष्ट करता येतात. अक्षराचे आकार व प्रकार वापरून माहितीच्या वेगळ्या बाजू दाखवता येतात. या सर्वांमुळे फरक अगदी ठळकपणे वेगळे जाणवतात.

चित्रावरून संवाद

छायाचित्रे, कात्रणे, शैलीचित्रे यांचा अशा संवादासाठी उपयोग करता येईल. असे संवादप्रक्षेपण तंत्रे वापरून केले जातात. म्हणजे एक चित्र गटाला दाखवले जाते आणि त्या चित्राशी संबंधित प्रश्न विचारले जातात. मिळालेल्या उत्तरांवरून कार्यकर्ता संवादातील संदेश ठळक करून सांगतो.

पत्रके

जेव्हा सुशिक्षित समाजाला उद्देशून काही सांगायचे असेल तेव्हा पत्रकांचा उपयोग करतात. पत्रकात माहिती जास्त आणि चित्रे कमी असतात. पत्रकांच्या आधारे सादर करायचा संदेश थोडक्यात, खुसखुशीत आणि नेमक्या शब्दांत मांडावा. तो भावनिक आवाहन करण्यास उपयुक्त! कार्यकर्ता निघून गेला तरी संदेश ग्राहकाच्या हातात (पत्रकरूपे) मनात राहतो. पत्रकांमुळे ग्राहकांना नंतर त्यांच्या गतीने आणि सवडीने माहिती व शिक्षण मिळते. बरेच दिवस मध्ये गेले तरी ग्राहकाला त्या माहिती आणि ज्ञानाचा संदर्भ पाहता येतो.

दृक् माध्यमांच्या मर्यादा

१. सांस्कृतिक फरक, अनुभव किंवा ग्राहकांची जगाची ओळख या मर्यादांमुळे या माध्यमांच्याद्वारे काही गैरसमजुती होऊ शकतात.
२. प्रेषकाच्या मर्यादेमुळे चित्राच्या/माहितीच्या वर्णनावर मर्यादा येऊन माहितीला वाकडे वळण लागू शकते.
३. प्रत्येक प्रेक्षकाचे वय, लिंग आणि पार्श्वभूमी वेगवेगळी असल्याने एकच दृक् चित्र प्रत्येकाच्या मनात वेगवेगळ्या भावना निर्माण करते.
४. दृक् माध्यमे तयार करण्यास वेगळे कलाकार लागतात. कार्यकर्त्यांना सगळे जमेलच असे नाही.

दृक् माध्यमे तयार करण्यासाठी पुढील काळजी घ्या:

१. संदेश अगदी थोडक्यात असावा.
२. आवश्यक तेवढ्याच शब्दांचा वापर करा.
३. आवर घालणे महत्त्वाचे–आशयाशी तडजोड न करता कुठे थांबावे हे सांगणाऱ्याला समजले पाहिजे.
४. पुरेशा अभिप्रायाशिवाय कुठलाही दृक् संदेश पूर्ण होत नाही.

श्राव्य माध्यमे

श्राव्य माध्यमांचे अनेक प्रकार आहेत. पण संदेश अधिक चांगला करण्यासाठी नभोवाणी (रेडिओ) आणि ध्वनिफित मुद्रक (टेपरेकॉर्डर) ही माध्यमे सर्वसाधारणपणे वापरली जातात.

ध्वनिमुद्रक (टेपरेकॉर्डर)

याचा उपयोग संभाषण किंवा गटचर्चेचे ध्वनिमुद्रण करून काही भागावर जोर देण्यास तो गटाला पुन्हा ऐकवण्यासाठी होतो. संगीताच्या, गोष्टीच्या, भाषणांच्या पूर्वमुद्रित ध्वनिफिती माहिती आणि मनोरंजनासाठी उपयुक्त असतात.

फायदे:

१. ने-आण करण्यास आणि वापरण्यास सोपे साधन.
२. पुन: पुन्हा उपयोग करता येतो.
३. फार महाग नाही.
४. पुनर्मुद्रणासाठी ध्वनिफितीचा उपयोग होतो.
५. लगेच अभिप्राय देणे शक्य.
६. विविध प्रसंगी लागणाऱ्या स्वत:च्या संप्रेषण कौशल्यात सुधारणा करण्यास स्वत:ला उपयोग.

नभोवाणी यंत्र (रेडिओ)

सामाजिक कार्याच्या क्षेत्रात नभोवाणी प्रसारण आणि ऐकणे यासाठी या माध्यमाचा उपयोग होतो. प्रेक्षकांना खास कार्यक्रम ऐकवल्यावर कार्यकर्त्याला मार्गदर्शक चर्चा घेता येते. हे माध्यम सर्वपरिचित असल्यामुळे फार काही तांत्रिक गोष्टी न समजता वापरता येते. त्याला विजेचीही आवश्यकता न लागण्याची शक्यता असते. विविध वयाच्या लक्ष्य गटांसाठी विविध कार्यक्रम चालू असतात. प्रेषकाचा किंवा संप्रेषणकर्त्याचा या माध्यमावर ताबा नसतो, त्यामुळे नभोवाणी प्रक्षेपण केंद्रावरून जे काही प्रसारित होते त्याचा उपयोग करावा लागतो.

जर अशी श्राव्य तांत्रिक माध्यमे उपलब्ध नसतील तर कार्यकर्त्याला विशिष्ट संदेश देणारी मुद्दाम रचलेली गाणी वापरणे शक्य आहे. अशी गाणी सोप्या भाषेतील आणि तालातील असावी. कार्यकर्ता पहिली ओळ गातो आणि गटसदस्य त्याच्या मागोमाग गातात. लोकप्रिय चित्रसंगीताच्या सुरावटी वापरून कार्यकर्त्याला नवी गाणी रचता येतात. याचा वातावरणनिर्मितीस उपयोग होतो. चाली बरोबर संदेशही लक्षात राहतो.

दृक्-*श्राव्य माध्यमे*

केवळ दृक् माध्यमांना ती 'बोलत' नसल्याने मर्यादा येतात. प्रेक्षकांचे लक्ष दीर्घकाळपर्यंत खेचून धरता येत नाही. कार्यकर्ता विशेषत: समाजात काम करतो तेव्हा ते जाणवते. प्रचारासाठी किंवा लोकांना एकत्र करून हलवण्यासाठी कार्यकर्त्याला अन्य मदत साधने

वापरून त्याचे संप्रषण प्रभावी करावे लागण्याची शक्यता असते. आजच्या तंत्रज्ञान युगात दृक्श्राव्य माध्यमे ही सर्वांत जास्त प्रभावी असतात. अर्थात ही माध्यमे हे साध्य नसून ती प्रभावी संप्रेषणाची साधने आहेत, हे लक्षात घेतले पाहिजे.

दृक्श्राव्य माध्यमांचे फायदे:

१. या माध्यमाच्या जोमदारपणामुळे, चैतन्यमयतेमुळे प्रेक्षकांचा सहभाग वाढतो.
२. ते वास्तवाच्या जवळचे आहे. त्यामुळे त्यात स्वत:ला पाहणे शक्य असते.
३. दृक् माध्यमाची दृश्यभाषा जास्त परिणामकारक असते.
४. ग्राहकाला कोणताही धोका न पोहोचता अनुभव देता येतात.

चित्रपट (चित्रफिती)

प्रक्षेपकावरून (प्रोजेक्टर) दाखवण्याच्या माध्यमात सरकती चित्रे (स्लाईड्स) चित्रपट्टिका (फिल्मस्ट्रिप्स), दूरदर्शन आणि दृक् फिती इ. येतात. औद्योगिक आणि तांत्रिक शिक्षणात प्रक्रिया आणि प्रसंग दाखविण्यासाठी चित्रफिती अतिशय उपयुक्त ठरतात. त्यांच्यामुळे वास्तवाबद्दलची संवेदनक्षमता वाढवण्यास मदत होते आणि विश्लेषण कौशल्ये वाढण्यास मदत होऊ शकते. त्यांच्यामुळे नव्या कल्पनांचा परिचय होतो.

चित्रफितीमुळे मनाच्या प्रतिभेला पंख फुटतात. चित्रपटांचा/चित्रफितीचा जर योग्य उपयोग केला तर सवयी, कौशल्ये, वागणूक, आवडीनिवडी आणि दृष्टिकोनांवर परिणाम होऊ शकतो.

चित्रपट निवडण्याची तीन मार्गदर्शक तत्वे:

१. विद्यार्थ्यांवर चित्रफितीच्या वापराचा अनुकूल सकारात्मक परिणाम झाला पाहिजे आणि खऱ्या खुऱ्या माहितीत भर पडली पाहिजे.
२. खऱ्या गरजेशी सांगड घालण्यासाठी चित्रफितीचा उपयोग होणे आवश्यक आणि विद्यार्थ्याला आधी माहिती नसलेले काही माहिती होणेही आवश्यक!
३. प्रेक्षकांना त्यांच्या कृतीचे नियोजन करण्यासाठी चित्रफितीची मदत झाली पाहिजे.

योग्य चित्रफितीच्या निवडीसाठी तुम्हाला खालील गोष्टी माहिती पाहिजेत:

१. तुम्हाला अशा चित्रफिती कोठून मिळवता येतात आणि त्याच पद्धत काय असते?
२. शैक्षणिक साधन या दृष्टीने चित्रफितीचा उपयोग करण्याची उद्दिष्टे स्पष्ट हवीत.
३. चित्रफितीचे पुढील संदर्भात तपशील:
   (अ) विषय आणि विषयाला हात घालण्याची पद्धत.
   (ब) सादरीकरण.
   (क) लांबी व भाषा.

विषयाच्या ठरावीक बाजू स्पष्ट करण्यासाठी आणि अपेक्षित परिणाम घडवण्यासाठी चित्रपटात पुढील विशेष तंत्रे वापरली जातात. स्थिरचित्रण. वेग दृश्ये. संथ दृश्ये, अवरक्तवर्ण पटातील छायाचित्रण (इन्फ्रारेड तंत्र: वर्णपटातील तांबड्या रंगापलीकडील दिसणाऱ्या छायाचित्रणाचे तंत्र वापरून केलेले चित्रण. यामुळे अंधारात न दिसणारी दृश्ये चित्रित करता येतात). समयव्यत्यय तंत्राचा उपयोग करून केलेले चित्रण. (एखादी गोष्ट बदलण्यास लागणाऱ्या वेळानुसार संथ फ्रेम ची दृश्ये ठरावीक वेळानंतर घेऊन ती त्यापेक्षा कितीतरी पटीने जास्त वेगात दाखवली तर जो परिणाम होतो असे तंत्र.) उदा: रोप वाढताना वेगवेगळ्या कालांतराने दृश्ये चित्रित करून ती जर काही

क्षणात एकापाठोपाठ एक दाखवली तर रोप काही क्षणात वाढताना दिसेल. दृश्याचा एकदम मोठा भाग चित्रित करणारे भिंग वापरून (wide angle lens) केलेले चित्रण, सूक्ष्मदर्शी भिंग वापरून केलेले चित्रण. निर्जीव हलत्या चित्रांचे चित्रण: (animation) इ.

चित्रपट/चित्रफितींचे प्रकार:

१. माहितीपट: सत्य परिस्थिती आणि प्रसंगाचे माहितीपर सर्जनशील चित्रीकरण करून सादर केलेला मनोरंजक चित्रपट.
२. निवेदनपट: काल्पनिक कथेचे निवेदन करणारा चित्रपट.
३. शैक्षणिकपट: शैक्षणिक हेतूने एखाद्या विशिष्ट विषयावर तयार केलेला आणि विशिष्ट प्रेक्षकांसाठी असलेला चित्रपट.

खेडेगाव किंवा झोपडपट्टी भागाला दाखवण्यायोग्य चित्रपटाची वैशिष्ट्ये खालीलप्रमाणे असावीत:

१. स्थानिक पार्श्वभूमी.
२. एखादीच नवी कल्पना किंवा दोनचार संबंधित कल्पना घेऊन चित्रीकरण.
३. त्यात कमीत कमी अमूर्तता आणि सांकेतिकता असावी.
४. वास्तवाला धरून असावी.
५. सादरीकरण साधे, सोपे, नाट्यपूर्ण असावे आणि फार लांब नसावे.

लोक सामाजिक संस्था आणि नागरीगटात चर्चेचा भाग म्हणून चित्रपटांचा उपयोग वारंवार करताना दिसतात. चित्रपट घेऊन त्या विषयावर चर्चा करताना खालील पायऱ्यांचा वापर करावा:

१. बैठकीचा हेतू ठरवा आणि योजना करा.
२. सहभागी सदस्यांची पार्श्वभूमी आणि आवडी निवडी यांची माहिती मिळवा आणि त्यानुसार कोणत्या चित्रपटाची निवड करावी याचे मार्गदर्शन करा.
३. चित्रपटाच्या तांत्रिक गोष्टी योग्य आहेत आणि आशय योग्य आहे ह्याची चाचपणी करण्यास हा चित्रपट आधी बघून घ्या.
४. त्या चित्रपटाचे विश्लेषण करा–चित्रपटातील हेतू परिणामकारकपणे साध्य झाला आहे का? पाहणाऱ्याला रस वाटेल अशा कल्पना मांडण्यात आल्या आहेत का? हा चित्रपट ठरवलेल्या प्रेक्षकांसाठी योग्य आहे का?
५. तुमच्या चर्चेची रूपरेखा निश्चित करा. प्राथमिक घटना, प्रश्न, मुख्य शब्द, महत्त्वाचे प्रसंग आणि या सर्वांतून नेमके काय सांगितले आहे या सर्वाची नोंद करा.
६. चित्रपट दाखवण्याच्या पायऱ्या.
   (अ) चित्रपटाचा प्रास्ताविक परिचय द्या.
   (ब) चित्रपट दाखवा.
   (क) चित्रपटातील मुख्य कल्पनांवर चर्चा सुरू करा.
   (ड) बैठकीत चर्चेसाठी ठेवलेल्या विषयाकडे चर्चेचा ओघ जाणीवपूर्वक वळवा.
   (इ) त्या विषयावरील चर्चेनंतर त्याचा सारांश सांगा.

चित्रपट प्रकारातील सी.डी. (compact disc), चित्रफित प्रकार हे तांत्रिक प्रकार वापरण्यास चित्रपटापेक्षा सोपे असतात. कारण चित्रपटासाठी 'प्रक्षेपका'ची अवजड यंत्रणा लागते ती चित्रफिती अथवा चित्रतबकड्या (सीडी) सारख्या तांत्रिक प्रकारांना लागत नाही. ते दाखवण्याचे प्रक्षेपक लहान, स्वस्त असतात. (आता तर संगणकावरही हे दाखवता येते.) अर्थात प्रेक्षकवर्ग जर संख्येने जास्त असेल तर वेगळा प्रक्षेपक आणि मोठा पडदा आवश्यक असतो.

चित्रपट प्रदर्शनातून पुढील दोन उद्दिष्टे साध्य होऊ शकतात, हे कार्यकर्त्यांनी लक्षात ठेवले पाहिजे.

१. माहिती: चित्रपट हे वस्तुस्थिती दाखवतात आणि भरपूर माहिती देतात. त्यामुळे संदेश पुरेसा आणि योग्य प्रकारे स्वीकारला जाईल.
२. प्रेरणा: चित्रपट हे प्रेक्षकांना प्रेरणा देतात. चित्रपटातील घटनांबद्दल (आशयाबद्दल) अधिक विचार करावा, अशी इच्छा निर्माण होऊ शकते. जबाबदारी घेण्यासाठी ते लोकांना स्फूर्ती देतात. ज्या प्रेक्षकांची जीवन परिस्थिती चित्रपटांसारखी असते त्यांना हे चित्रपट अधिक उपयुक्त असतात.

सरकती चित्रे (स्लाईड्स) आणि ध्वनिफीत

सरकती चित्रे हे दृक् माध्यम म्हणून वापरताना सामाजिक कार्यकर्त्यांनी त्यांचे वर्णन करावे लागते किंवा एखाद्याला चित्रसंगत समालोचन करणाऱ्या ध्वनिफिती तयार करता येतात. सरकती चित्रे ही रंगीत किंवा कृष्णधवल असू शकतात.

सरकती चित्रे कशी वापरावीत:

१. ही चित्रे भरभर-घाईघाईने दाखवू नयेत.
२. एक चित्र प्रक्षेपित केल्यावर दर्शकाच्या साहाय्याने प्रेक्षकांचे लक्ष त्यावर केंद्रित करावे.
३. प्रत्येक चित्राबरोबर योग्य ती, पुरेशी माहिती द्यावी.
४. खोली अंधारी असावी.
५. चित्र स्पष्ट दिसण्यासाठी फिक्या रंगाची भिंत अथवा पांढरी चादर पडदा म्हणून वापरा.

सरकत्या चित्रांचे फायदे:

१. आवश्यकतेनुसार पुन्हा दाखवता येतात.
२. संकल्पना, संख्याशास्त्रीय माहिती, शरीर/यंत्राचे आतले भाग इ. गोष्टी या चित्रातून अधिक चांगले दाखवता येतात.
३. संदेश समजायला सोपे करता येतात.
४. किती चित्रे दाखवावीत, कोणती चित्रे एकत्र दाखवावीत, प्रत्येक चित्रावर किती वेळ घालवावा, आणि चर्चेसाठी किती वेळ द्यावा इत्यादीसाठी पुरेशी लवचीकता असते.
५. विविध प्रेक्षकांसाठी वेगवेगळ्या विषयांवर बोलताना एकच चित्र त्यानुसार दाखवता येते.

सरकती चित्रे तयार करणे:

१. विषय ठरवावा.
२. विषयाची संगतवार विभागणी करावी. त्याचे वर्णन लिहिणे याला संहितालेखन असे म्हणतात.
३. संहिता लिहिल्यानंतर प्रत्येक उपविषयाकरता चित्रचौकटी ठरवाव्यात.
४. ही चित्रे प्रसंगांची छायाचित्रे किंवा रेखाचित्रे किंवा आलेख किंवा तक्ते असू शकतात. लेसर मुद्रकावर मुद्रित केलेले किंवा टंकलिखित केलेले साहित्य तयार करून नंतर त्याची छायाचित्रे घ्यावीत.
५. ३५ एमएमची कृष्ण धवल अथवा रंगीत पारदर्शी चित्रफीत (फिल्म) वापरून ही सरकती चित्रे तयार करावीत.

अशी छायाचित्रे तयार करणे हे कौशल्याचे काम आहे. त्यामुळे व्यावसायिक छायाचित्रकाराची मदत घेऊन ही सरकती चित्रे तयार करावीत अथवा तयार चित्रे (स्लाईडस) घेऊन आपल्या संदेशाला योग्य असे समालोचन तयार करावे.

सरकती चित्रे वापरण्यातील मर्यादा:

१. विजेची आवश्यकता.
२. खोलीत अंधार करावा लागल्यामुळे संप्रेषणातील मानवीपणाचा स्पर्श कमी होतो.
३. प्रेक्षक हे माध्यमाच्या 'बाहेर' असतात. त्यामुळे त्यांची मानसिक गुंतवणूक अथवा सहभाग असण्याचा हेतू साध्य होत नाही.
४. कधीकधी सामाजिक कार्यकर्त्यांचे हे साधन वापरण्याविषयी पुरेसे प्रशिक्षण झालेले नसते. त्यामुळे त्या दाखवल्या की सारे इथेच संपते. त्याचा माध्यम म्हणून अपेक्षित परिणाम साधत नाही.

संगणक तंत्रज्ञानाच्या विकासामुळे आजचे व्यक्तिगत संगणक (पी.सी.) अथवा 'लॅपटॉप्स' हे सरकत्या चित्र दर्शकांपेक्षा अधिक सोयीचे मानले जातात. त्यामुळे संगणक आणि सी.डी. प्रक्षेपक (प्रोजेक्टर) उपलब्ध असतील तर 'पॉवर पॉइंट' नावाचे तयार प्रणाली साधन (सॉफ्टवेअर टूल) वापरून "पॉवर पॉइंट प्रेझेन्टेशन" करता येते. जर हे साधन कार्यक्षमतेने आणि परिणामकारकरीत्या वापरायचे तर ते वापरण्याची तांत्रिक कौशल्ये आत्मसात केली पाहिजेत.

भाग २ दृक्श्राव्य माध्यमांवर कार्यशाळा

प्रत्यक्ष सराव केल्याशिवाय दृक् माध्यमे आणि दृक्श्राव्यमाध्यमे यांचे प्रशिक्षण पूर्ण होणार नाही. ही कार्यशाळा पद्धत प्रशिक्षणार्थींना साहित्य तयार करण्यासाठी अतिशय उपयुक्त ठरेल. प्रशिक्षणार्थींना पूर्ण तयार साहित्य उपलब्ध करून देणे शक्य आहे आणि ते साहित्य क्रियाशीलपणे कसे वापरावे यासाठी त्यांना कार्यशाळेत मदत मिळू शकेल.

संप्रेषणासाठी दृक् साधने तयार करण्याचे कार्यशाळेतील टप्पे

पूर्वतयारी: पूर्वसामग्री देणारे सत्र: सूत्रसंचालकाने विविध प्रकारची दृक् साधने तयार करण्यात कोणती मूलतत्त्वे कोणत्या टप्प्याने वापरावी ते सांगावे. ही माहिती पुरवताना सूत्रसंचालकाने प्रत्येक प्रकारच्या साधनाची बलस्थाने आणि त्रुटी याबद्दलची स्पष्ट कल्पना द्यावी. या कार्यशाळेसाठी तज्ज्ञांना बोलावणेही शक्य आहे.

कार्यशाळा १: दृक्साधने तयार करणे

दृक् साधने करण्याच्या पायऱ्या:

१. वर्गाची लहान गटात विभागणी करा.
२. त्यांना एक विषय द्या. उदा.: शालेय मुलांसाठी 'पर्यावरण संरक्षण'
३. निवडलेल्या विषयावर कोणतेही एक दृक् साधन तयार करण्यास प्रत्येक गटाला सांगा. उदा. एक गट कागदाचे तुकडे, चित्र इ. एकत्र चिकटवून केलेले साधन (कोलाज) तयार करेल. दुसरा गट फलक व तक्ते तयार करेल. तिसरा गट फ्लॅश कार्डे तयार करेल.

एकदा दृक् साधने तयार झाली की सूत्रसंचालकाने तज्ज्ञांना अभिप्राय देण्यास बोलवावे आणि त्यांनी प्रत्येक माध्यमावर "ते संदेश देण्यास किती बोलके आहे" या संदर्भात अभिप्राय द्यावा.

कार्यशाळा २: संप्रेषणात दृक्‌श्राव्य साधनांचा उपयोग

सत्र अ: कृतिप्रवण करण्यासाठी चित्रफितींचा वापर आणि त्यावरील चर्चा

सूत्रसंचालक सामाजिक संदेश देणारा एखादा माहितीपट अथवा लघुपट दाखवू शकतो (उदा.: दत्तक घेणे, लिंगभेदभाव, वृद्धांचे प्रश्न, विस्थापन इ.).

सहभागी: सर्व

कृती:

१. चित्रपटाचा थोडक्यात परिचय द्या.
२. चित्रपट दाखवा.
३. चर्चेसाठी पुढील प्रश्न उभे करा
   (अ) संदेश
   (ब) संदेशावरील मतप्रदर्शन, जीवनमूल्ये, वस्तुस्थिती इ. यावरील विचार

पुढील मुद्दे स्पष्ट करून मांडा: एखादा प्रकल्प सुरू करण्यासाठी, बदलाची मोहीम सुरू करण्यासाठी लोकांत रस निर्माण व्हावा म्हणून चित्रपट कशी स्फूर्ती देतात?

जेव्हा सामाजिक कार्यकर्ते हे माध्यम वापरतात तेव्हा ते पुढील अनेक कौशल्ये शिकतात. योग्य चित्रफिती/चित्रपटाचे भाग यांची निवड करणे, चित्रफीत दाखवताना प्रेक्षकांचे निरीक्षण, चर्चा चालवणे, यातून कृती करण्याची आणि याचा पाठपुरावा करण्याची स्फूर्ती देणारा समारोप करणे.

सूत्रसंचालकासाठी टिपण:

चित्रपट दाखवल्यानंतर मोठ्या गटाचे लहान गटात भाग पाडून चर्चा घ्यावी. त्यानंतर गटचर्चेसाठी दिलेल्या मार्गदर्शक तत्त्वांवर आधारित सादरीकरण करावे.

सत्र ब: अन्योन्यक्रियात्मक माध्यम म्हणून फ्लॅश कार्डचा उपयोग

फ्लॅश कार्डचा संच देऊन एका लहान गटाला भूमिकानाट्य करण्यास सांगावे. (उदा: माता/किशोरींसाठी आरोग्य शिक्षण)

भूमिकानाट्य झाल्यावर खालील मुद्द्यांवर चर्चा करा.

- प्रशिक्षणार्थींनी फ्लॅश कार्डचा उपयोग कसा केला?
- 'कार्डे' त्याच्या/तिच्या संदेशाला पूरक ठरली का?
- कार्डे धरण्याची पद्धत, वेग, वाचनास वेळ आणि त्याचे तंत्र.
- त्याने/तिने चर्चेला स्फुरण देणारे प्रश्न विचारले का?
- ही प्रक्रिया कितपत अन्योन्यक्रियात्मक होती?

सत्र क: ध्वनिफितीबरोबर सरकत्या चित्रांचा उपयोग

ध्वनिफितीवर समालोचन असलेल्या तयार सरकत्या चित्रांचा संच उपलब्ध असतो किंवा प्रशिक्षणार्थीने स्वत: तोंडी समालोचन करत सरकती चित्रे दाखवावीत.

या कार्यक्रमाच्या शेवटी, प्रशिक्षणार्थी ही सर्व दृक्‌श्राव्य साधने बनविण्यास आणि वापरण्यास लागणाऱ्या कौशल्यांची यादी करू शकतात.

प्रकरण ८

संप्रेषणात अभिनव माध्यमांचा उपयोग

*रुमा बावीकर, आनंद पवार, मंजुषा दोशी,
विद्या घुगारी, अंजली मायदेव, उज्ज्वला मसदेकर
आणि समीर दात्ये*

अभिनव माध्यमांचा अर्थ आणि व्याप्ती

सामाजिक कार्यकर्ता एकटा संप्रेषणाची जबाबदारी घेऊ शकत नसल्याने त्याची विविध प्रकारच्या यंत्रणांची मदत घेण्याची तयारी असावी लागते. त्यामुळे सामाजिक क्षेत्रातील संप्रेषण हे गुंतागुंतीचे होते. एकाशी एकाचे समोरासमोर संप्रेषण हे मुख्यतः तोंडी संवादावर अवलंबून असते. पण कार्यकर्ता हा गटांबरोबर काम करतो आणि संप्रेषण रचनेच्या क्षेत्रात त्याला संप्रेषणासाठी विविध धोरणांचा अवलंब करावा लागतो. यांना आपण अभिनव माध्यमे म्हणतो कारण कार्यकर्त्याला संप्रेषणाच्या नवनव्या मार्गांचा उपयोग करावा लागतो. त्यासाठी त्याला नव्या तंत्रांची निर्मिती करावी लागते किंवा उपलब्ध माध्यमांत सुधारणा करावी लागते.

या प्रकरणात आम्ही काही अभिनव संप्रेषण माध्यमांचा अंतर्भाव केला आहे. सामाजिक कार्यांच्या क्षेत्रात या माध्यमांचा वापर बराच प्रचलित आहे. या माध्यमांचा उपयोग अन्य क्षेत्रातही केला गेला असेल. विशेषत: मानव संसाधन विभाग किंवा व्यवस्थापन विभाग. पण सामाजिक कार्यकर्ता म्हणून आपण या माध्यमांचा उपयोग वेगळ्या दृष्टिकोनातून करतो. काही बदल घडविण्यास असा उपयोग करणीभूत व्हावा हे त्यामागचे उद्दिष्ट! त्यामुळे अपेक्षित बदल घडवून आणण्यासाठी कार्यकर्त्याला नियोजन आणि धोरणांचा वापर करण्याचे प्रशिक्षण आवश्यक असते.

या प्रकरणात अनेक माध्यमांचे विवरण केले आहे. त्यात कोणतेही तंत्रज्ञान लागत नसलेल्या; व्यक्ती व्यक्तींमधील थेट संवादांच्या माध्यमांपासून उच्च तांत्रिक अशा इंटरनेट माध्यमांपर्यंतच्या माध्यमांचे विवरण केले आहे.

सूत्रसंचालकासाठी टिपणी

प्रत्येक माध्यम वेगवेगळ्या शैलीत दाखवले आहे. त्या त्या विवक्षित माध्यमाच्या पाठ्यज्ञानापासून सुरवात करून त्या माध्यमाचे प्राथमिक विवरण दिले आहे. नियोजित उद्दिष्टे गाठण्याच्या दृष्टीने माध्यमांचा परिणामकारक उपयोग कसा करावा याविषयी प्रशिक्षणार्थींच्या क्षमता वाढवू शकतील अशा विवक्षित कार्यशाळा त्या पाठोपाठ घेतल्या पाहिजेत. यासाठी प्रत्येक कार्यशाळेचे दोन भाग केले जावेत. भाग १: माध्यमांची वैशिष्ट्ये, बलस्थाने आणि क्षीणस्थाने यांचे प्राथमिक ज्ञान आणि वापरासाठी मार्गदर्शक तत्त्वे. भाग २: विविध माध्यमे विकसित करण्यासाठी प्रशिक्षणार्थींना विशिष्ट प्रसंग द्यावा किंवा उपलब्ध साहित्याचा उपयोग विशिष्ट प्रसंगासाठी करण्यास सांगावे.

प्रत्यक्ष सहभागानंतर सूत्रसंचालकाने पुढील मुद्द्यांवर चर्चा करावी

१. तयारीच्या पायऱ्या.
२. माध्यम वापरताना काय करावे व काय करू नये.
३. उद्दिष्ट गाठण्यासाठी विशिष्ट माध्यमांचा उपयोग करण्यास आवश्यक कौशल्ये.

पारंपरिक माध्यमे

समाजात काम करताना कार्यकर्ता हुन्नरी आणि धडाडीचा असावा लागतो. लोकांना कोणता मार्ग जास्त भावतो ते समजण्यासाठी त्याला/तिला सतत पाहणी करावी लागते. विशेषतः ग्रामीण भागात जागा, वीज, तांत्रिक समस्या यासारख्या गोष्टींची कमतरता असल्याने कार्यकर्त्याला तेथे उच्च तांत्रिक माध्यमांवर विसंबून राहता येत नाही.

जर बदलाची प्रक्रिया वर्तणुकीतील बदलाबरोबरच प्रवृत्तीतील बदलांच्या उद्दिष्टाने असेल तर दिलेल्या संदेशाने प्रेक्षकांनी चिंतन केले पाहिजे अथवा अंतर्मुख होऊन विचार केला पाहिजे.

जर कार्यकर्त्याने कीर्तन, तमाशा, पोवाडा, लोकनाट्य या पारंपरिक माध्यमांकडे नव्या दृष्टिकोनातून पहिले तर (परिशिष्ट अ ८.१) तर ह्या माध्यमांचा अभिनवतेने उपयोग करता येऊ शकेल. ग्रामीण भागात काम करणाऱ्या एका सामाजिक संस्थेने 'आरोग्य दिंडी' काढून त्यात केलेल्या भजन-कीर्तनाच्या प्रयोगाची चर्चा येथे केली आहे. त्यांच्या कामाचा केंद्रबिंदू होता 'ग्रामीण समाजाचे आरोग्य'.

प्रक्रिया: एका खेडेगावातील सर्व भजनी मंडळांना सभेला बोलावले. त्यांना आरोग्य, बालसंगोपन, आहार इ. संदेश पोहोचवणारे विविध अभंग जमा करण्यास सांगितले. ग्रामीण भागातले काही कवी बोलावून योग्य विषयांवरील काही अभंग रचले. पारंपरिक कल्पना वापरून समर्पक विषयांवरील जाहिरात फलक तयार केले.

दिंडी[१]चा मार्ग निश्चित केला गेला. मार्गावरील दिंडीचे स्वागत करणे, त्यांची भोजन व्यवस्था आणि निवास व्यवस्था करण्यासाठी महाराष्ट्राच्या परंपरेनुसार मार्गावरील प्रत्येक गाव सामील झाले.

प्रत्येक मुक्कामावर ही दिंडी कीर्तन करे, जाहिरात फलकांचे प्रदर्शन करी आणि रात्री चित्रपट दाखवे. दुसऱ्या दिवशी श्रमदान[२], वृक्षारोपण आणि 'गोबर गॅस प्लांट'चा परिचय करून देणारे प्रशिक्षण होत असे.

---

[१] अनेक गावातले वारकरी एकत्र येऊन अनेक दिवस चालत पंढरपूरला पोहोचतात. महाराष्ट्रातील पंढरपूर येथे विठोबाचे (विष्णूचे) प्रसिद्ध मंदिर आहे.

[२] श्रमदान ही गांधींची कल्पना असून लोक स्वेच्छेने एकत्र येऊन सार्वजनिक इमारतींचे बांधकाम किंवा स्वच्छता करतात. लोकहितासाठी शारीरिक मेहनतीचे दान करणे असा याचा अर्थ होतो.

'वारकरी'[३] आणि 'दिंडी' यांचा धार्मिक आणि भावनिक आवाहनाचा उपयोग लोकांचा सहभाग आणि नव्या संदेशाबाबत स्वीकारशीलता वाढण्यासाठी केला गेला.

अशा प्रकारच्या जागृतीमोहिमेस पुष्कळ विचार आणि संघटन व आयोजन कौशल्ये यांची आवश्यकता असते. त्याला खर्चही येतो. त्यामुळे कार्यकर्त्याला स्थानिक नेत्यांना सहभागी करणे वगैरे हिकमती, खटपटी कराव्या लागतात.

पारंपरिक माध्यमांचे महत्त्व

१. मनोरंजनाच्या लोकप्रिय प्रकारांचे लोकांना आकर्षण वाटते आणि त्यामुळे त्यांचा सहभाग वाढतो.
२. भाषा, संकल्पना आणि पद्धती लोकांना परिचित असतात. त्यामुळे काय बदल व्हावे त्याचा संदेश या माध्यमाद्वारे दिला तर ते लोकांना भयावह वाटत नाही (साखरेत घोळलेल्या गोळीसारखे वाटते.).
३. ही माध्यमे सामाजिक जागृतीसाठी पिढ्यान्‌पिढ्या संदेश वाहिन्या म्हणून वापरली जात असतात.
४. या माध्यमांना धार्मिक आणि भावनिक बाजू असल्यामुळे सर्व सामान्य लोकांना ती भावतात.

पारंपरिक माध्यमांच्या वापरात कुशल असलेले लोक पुष्कळदा जनसमूहातले असतात. पारंपरिक पद्धतीने नवीन संदेश पोहोचवण्यासाठी आणि त्याचा चांगला स्वीकार व्हावा यासाठी त्यांना प्रेरणा देणे शक्य असते. कलापथक किंवा कलाजत्रा[४] यांच्याद्वारे जनजागृती करण्यास आणि संघटित करण्यास अनेक खाजगी सामाजिक संस्था किंवा लोक या प्रकारची मोहीम करतात.

समाजकार्य प्रशिक्षणार्थींना अशी एखादी मोहीम करण्याचे काम देता येईल. विषय पुढीलप्रमाणे असू शकेल.

- स्वच्छता अभियान
- पिण्यासाठी सुरक्षित पाणी

एका गटाला उपलब्ध लोकगीते व भजनातून विषयाला अनुरूप अशी योग्य संदेश पोहोचवणारी गीते निवडण्याचे काम द्यावे (परिशिष्ट ए८.२).

दुसऱ्या गटाला नव शब्दरचना वापरून गीते, अभंग रचण्याचे काम द्यावे. यामुळे नव्या प्रतिभेचा शोध होण्यास मदत होईल.

पथनाट्य

सर्व संस्कृतीतील जनसंवादाचा एक महत्त्वाचा प्रकार म्हणजे 'नाट्य'. सर्व देशांत रंगभूमी आणि नाटकाला एक मोठा इतिहास असतो. नाट्याच्या स्वरूपात आणि सादरीकरणात अनेक प्रयोग केले जात आहेत.

भारताला नाट्यसंस्कृतीचा संपन्न वारसा आहे. भारतातील सर्व राज्यांचा स्वतःचा खास असा लोकनाट्याचा बाज आहे. ते जिवंत माध्यम आहे आणि तो मनोरंजनाचा मुख्य उगम/स्रोत आहे. नाट्याला सामाजिक शिक्षणाचा आणि विचारांना चालना देणारा एक इतिहासही लाभलेला आहे.

---

[३] महाराष्ट्रातील प्रसिद्ध संतांनी सुरू केलेला हा धार्मिक पंथ आहे. या पंथाच्या अनुयायांना वारकरी असे संबोधले जाते.

[४] कलापथक किंवा कलाजत्रा म्हणजे गावोगाव फिरून भक्तिगीते गाणाऱ्या किंवा पौराणिक गोष्टी सांगणाऱ्या कलाकारांचे पथक. मनोरंजनातून लोकशिक्षण हे त्यांचे ध्येय असते.

जगभरातील सामाजिक बांधीलकी असलेले रंगकर्मी "व्यावसायिक हितसंबंधांचे नियंत्रण असलेल्या रंगभूमी"च्या हेतूबद्दल प्रश्न उपस्थित करत असतात. त्यांना वाटत आले आहे की पारंपरिक रंगभूमी कलाकाराला खरेखुरे 'शोधक अवकाश' पुरवू शकत नाही. दुसरीकडे लोकनाट्य हे लोकांचे लोकांसाठी असते. तो जनसमूहासाठी निर्माण केलेला साज उपलब्ध असलेला नाट्यप्रकार असतो. आणि ते लोकांनी त्यांच्या कल्पना आणि त्यांच्या प्रश्नांची अभिव्यक्ती करण्यासाठी निश्चित केलेले आणि लोकनियंत्रित माध्यम असते. पथनाट्य हे राजकीय व सामाजिक बदलांसाठी केल्या जाणाऱ्या अभियानातून जन्मलेले लोकनाट्य आहे.

या नाट्यप्रकारात लोकांच्या कल्पना आणि त्याची स्वप्ने याला व्यक्तरूप मिळते. लोक स्वतःच विषय ठरवतात आणि तो कसा सादर करायचा हे ठरवतात. या सर्वस्वी लोकशाही नाट्यप्रक्रियेवर हे पथनाट्य आधारलेले असते. या नाट्यप्रकाराचे अंतिम ध्येय हे सौंदर्यपूर्ण किंवा कलात्मक सादरीकरण असे नसून 'लोकांना कृतिशील बनवणे' हे असते (परिशिष्ट अ ८.३).

पथनाट्याची उद्दिष्टे:

१. सामाजिक सद्यःस्थितीचे विश्लेषण करण्यासाठी लोकांमध्ये क्षमता निर्माण करणे.
२. त्यांच्या मूलभूत समस्यांवर मात करण्याचे मार्ग आणि साधने शोधणे आणि त्यांचे विश्लेषण करणे.
३. लोकांच्या क्रिया-प्रतिक्रिया उद्दीपित करणे.

पथनाट्याची वैशिष्ट्ये:

१. सामुदायिक मालकी: सादर करणारा गट एकत्र काम करतो. गटाने विषय ठरवलेला असतो. गटसदस्य एकत्रितपणे कल्पना व्यक्त करून कथानक विकसित करतात. प्रस्थापित दडपशाहीची यंत्रणा किंवा परिस्थितीला विरोध करण्याचे मार्ग दाखवणारा संदेश पोहोचवला जातो. त्यामुळे 'एकत्रित सामाजिक बांधीलकी' हे माध्यमाचे वैशिष्ट्य.
२. कमीत कमी रंगमंच: मोकळी जागा वापरून रंगमंच आणि प्रेक्षक यांच्यातील कृत्रिम सीमा तोडून टाकल्या जातात. त्यामुळे अगदी किमान नेपथ्य असते. कोणताही चकचकाट नसतो. पडदे नसतात. प्रत्येक गोष्ट प्रेक्षकांसमोर घडते; अगदी देखावे बदलणे, नेपथ्य बदलणे आणि वेशभूषा बदलणेही! मोकळ्या जागेचा मुक्त वापर करायचा असतो.
३. लवचीकता: विषयाला अनुसरून नाट्यसंहिता केलेली असली तरी ती मुद्रित केलेली नसते. हे नाट्य सद्यःस्थितीतील समस्या आणि घडणाऱ्या गोष्टींचा परामर्श घेत असल्यामुळे, परिस्थितीतील बदल, स्थानिक परिस्थिती किंवा प्रेक्षकांच्या प्रतिक्रिया यांच्यावर आधारित असे स्वतःचे संवाद घालण्याचे स्वातंत्र्य रंगकर्मींना असते. पथनाट्याचा हा प्रकार लोकमाध्यमांना जवळचा असल्यामुळे लोकनाट्याची अभिव्यक्तीची पद्धत पथनाट्यात वापरतात.
४. प्रेक्षकांचा सहभाग: कृतिशीलतेच्या शक्यता आणि मर्यादा तपासून पाहण्यासाठी विश्लेषणाचे साधन म्हणून हे माध्यम कार्यरत असते. प्रस्थापित समाजातील विसंगती आणि समाजरचना यांना प्रश्न विचारणे—जाब विचारणे हे या पथनाट्याचे एक उद्दिष्ट असते. प्रेक्षकांच्या मनात त्यांच्या गुंतागुंतीच्या परिस्थितीबद्दल जागृती उत्पन्न व्हावी म्हणून प्रेक्षकांना त्यांच्या प्रश्नांवर समीक्षक दृष्टीने चिंतन करायला लावणे हा या पथनाट्याचा हेतू असतो. त्यामुळे प्रेक्षकांना सादरीकरणात सहभागी करून घेतले जाते. त्यासाठी त्यांना प्रश्न विचारले जातात आणि उत्तरे देण्यास, कारणे देण्यास किंवा उपाय सुचविण्यास उत्तेजन दिले जाते. अभिनेते प्रेक्षकांबरोबर संवाद करतात. प्रेक्षकांना

कधीही नाट्य सोडून बाहेर पडता येते किंवा सादरीकरणाच्या कोणत्याही टप्प्याला हे नाट्य पाहण्यासाठी उभे राहता येते.

५. संहितेचे स्वरूप अगदी वेचक असते: लोकप्रिय धुनी, गीते, लोकगीते हा संहितेचा स्वाभाविक भाग असतो. भाषासोपी, सरळ, बोलीभाषा, आणि समजण्यास सोपी असावी. नाट्य फार लांब—फार मोठे—नसावे. तीन किंवा चार प्रवेशातच संदेश थेटपणे दिला गेलाच पाहिजे. 'विनोद' हा पथनाट्याचा आवश्यक घटक. प्रेक्षकांनी हसता हसता विचारात पडावे. आत्मशोध घ्यावा. बोधवाक्ये, घोषणा ही संहितेचा महत्त्वाचा भाग असू शकतात. संदेशाला उठाव देऊन प्रेक्षकांचे लक्ष केंद्रित व्हावे यासाठी त्यांचा उपयोग होऊ शकतो.

६. सादरीकरण: पथनाट्य मोकळ्या जागेत सादर केले जात असल्यामुळे आजूबाजूला आवाज आणि रहदारीचे व्यत्यय असू शकतात. प्रेक्षकांचे लक्ष वेधून घेण्यासाठी वाद्ये वापरली जातात. महत्त्वाचा विषय मांडण्यासाठी समूहगानाचा वापर वारंवार केला जातो. पुष्कळ गोष्टी सांकेतिक पद्धतीने सादर केल्या जातात. अभिनेते हेच 'वस्तू' बनतात. लयबद्ध हालचाली आणि नृत्ये ही सादरीकरणात अतिशय परिणामकारी ठरतात.

पथनाट्य सादर करण्यासाठी मार्गदर्शक तत्त्वे:

१. सर्व अभिनेत्यांनी सारखे कपडे घालावेत उदा. कुर्ता-पायजमा, कुर्ता-जीन्स किंवा एकाच रंगाचा दुपट्टा. त्यामुळे गटाची ओळख निश्चित होते.

२. पथनाट्याला सूत्रधार (निवेदक) असावा. सूत्रधार प्रेक्षकांबरोबर संवाद प्रस्थापित करतो आणि नव्या प्रवेशाची प्रस्तावना करतो किंवा प्रवेशाची समाप्ती करतो त्यामुळे विषयाची जुळणी होते आणि सातत्य राहते.

३. सादरीकरण हे उत्स्फूर्त आणि उत्साही असावे. अभिनेत्यांनी सार्वजनिक ठिकाणी त्यांचे आवाज व देहबोलीचा उपयोग निःसंकोचपणे करावा.

४. अभिनेत्यांना प्रत्येकाचे स्वतंत्र संवाद असावेत. परंतु त्याच वेळी काही अभिनेत्यांनी सामूहिक संवाद म्हणावेत. समूहगान आणि समूहनृत्य हे सादरीकरणात महत्त्वाचे असतात.

५. गटाचा—समूहाचा एकसंधपणा आणि सुसूत्रता महत्त्वाची. त्याचा प्रेक्षकांवर चांगला परिणाम होतो.

६. रस्त्यावरील पादचाऱ्यांचे लक्ष वेधून घेण्यासाठी कार्यक्रमाची सुरुवात करताना समूहगान गावे किंवा वाद्य वादन करावे.

७. कार्यक्रमानंतर प्रेक्षकांशी चर्चा करणे अत्यावश्यक. पथनाट्य हे संवादाचे साधन आहे. पथनाट्य आणि चर्चा यांच्या अनुभवातून ताकद मिळाल्याची भावना प्रेक्षकांना वाटली पाहिजे.

पथनाट्य साकार करण्याच्या पायऱ्या:

१. तत्कालीन गरजांसारखे प्रश्न विचारात घेऊन मोठ्या मोहिमेला पाठिंबा देण्यासाठी सार्वजनिक मतांचा कौल घ्या. हुंडाबळी, नगरपालिकेची अनास्था यासारख्या प्रश्नांवरील उपाय शोधून काढावेत.

२. गटात चर्चासत्रे आयोजित करून आणि माहिती गोळा करून समस्येचा अंदाज घ्या.

३. प्रत्येक प्रवेशाचे तपशील ठरवा.

४. प्रत्येक प्रवेशात कोणत्या संदेशावर भर द्यावा हे पक्के करा.

५. नाटकातील पात्रे आणि नाट्यसंहिता याबाबत निर्णय घ्या.

६. संवाद आणि गीते लिहा.

७. पात्र रचना आणि हालचाली यांचे तपशील ठरावा.
८. गाण्यांसारखे काही पूरक वापरून पुढल्या प्रवेशाशी जुळणी करा.
९. मोकळी जागा, नेपथ्य आणि रंगमंचाचे उपयोग कसे करावेत यांचे नियोजन करा.
१०. पथनाट्यानंतरच्या पाठपुरावा करण्याच्या उपक्रमांची चर्चा करा आणि पाठपुरावा करण्याची धोरणे ठरवा.

पथनाट्याचा सादरीकरणाचा वेळ वीस ते तीस मिनिटांपेक्षा जास्त असू नये. पथनाट्याचे परिणाम:

१. सादरकर्त्यांच्या पातळीवर: गट समाजातीलच तरुण, स्वयंसेवक, स्त्रिया किंवा समस्येवर काम करणारे चळवळे गट असू शकतात. असा गट जेव्हा निर्मिती क्रियेत भाग घेतो तेव्हा व्यक्तीमध्ये आत्मविश्वास, स्पष्टता आणि क्रियाशील प्रवृत्ती वाढण्यास मदत होते. संपूर्ण गटालाही फायदा होतो. गटाची सुसंगती, गट बांधणी आणि बदल घडवून आणण्याची प्रेरणा वाढीस लागते.
२. प्रेक्षकांच्या पातळीवर: तत्काळ परिणाम म्हणजे माहिती मिळून प्रश्नात रस निर्माण होतो. कालांतराने होणारा परिणाम म्हणजे, प्रेक्षक एकाच भौगोलिक अथवा कामाच्या वसाहतीतील असले तर प्रेक्षकात संवाद सुरू होतो.
३. सत्ताधारी गट किंवा प्रस्थापितांच्या पातळीवर

(अ) अभिनेत्यांना किंवा गटांना अटक होते. धमक्या येतात सादर करताना/अडथळे आणले जातात.
(ब) पथनाट्यावर बंदी
(क) प्रस्थापितांशी वाटाघाटी सुरू होतात.

पथनाट्याचे फायदे:

१. लोकसमुदायाला चिंता/आस्था वाटणाऱ्या कोणत्याही विषयाला हात घालू शकतात.
२. सादर करणाऱ्यांचे अनुभव समृद्ध करतात.
३. पथनाट्ये संवाद सुरू करतात, त्यामुळे तत्काळ प्रतिसाद मिळतो.
४. प्रेक्षक हे केवळ 'ग्राहकाच्या' भूमिकेत नसतात (त्यांचाही भाग असतो).
५. पथनाट्य प्रकारातील मनोरंजनाच्या घटकामुळे नाटकाद्वारे मिळणारा संदेश प्रेक्षकाना घाबरवून सोडत नाही.
६. पथनाट्ये ही कृतीला गती देणारी साधने होऊ शकतात.

पथनाट्य कार्यशाळा

ही प्रक्रिया समजण्यासाठी स.का.प्र.ना एक दिवस लागतो. सूत्रसंचालकाने या कार्यशाळेत पथनाट्य अविष्कार प्रथम दाखवावा. त्यानंतर त्या पथनाट्याचे विश्लेषण करून, या माध्यमामागील पाठ्यविषय स्पष्ट करावा किंवा सूत्रसंचालकाने सकाप्रना पथनाट्य तयारीच्या टप्प्यातून जाण्यासाठी आणि त्यांच्या गटाला पथनाट्य सादर करण्यासाठी मार्गदर्शन करावे.

हे माध्यम समजणे हे पुढील दोन कारणांसाठी आवश्यक आहे.

१. सादरकर्ते म्हणून कौशल्ये विकसित करण्यासाठी
२. गटांना सादर करता येण्यासाठी सूत्रसंचालन करण्याची कौशल्ये आत्मसात करणे.

सहभागी: सर्व (प्रत्येक अध्ययनसरावासाठी)

सूत्रसंचालकासाठी टिपणी: यापुढे वर्णन केलेला प्रत्येक अध्ययनसराव लहान आणि एकापाठोपाठ एक लगेच असा असावा. पथनाट्य सादरीकरणाचे बारकावे प्रात्यक्षिकाने दाखवणे हे त्याचे उद्दिष्ट असले पाहिजे.

स्वतःची तयारी करण्यासाठी असलेले अध्ययनसराव खालीलप्रमाणे आहेत.

अध्ययनसराव ८.१ प्रेषक (सादरकर्ता)

उद्दिष्ट: समाजकार्य प्रशिक्षणार्थींना प्रेषकाची जबाबदारी समजण्यास मदत करणे.
साहित्य: तक्त्याचे मोठे कागद, मार्कर्स.
वेळ: ४५ मिनिटे
वर्गाची गटात विभागणी करा. त्यांना खालील मुद्द्यांवर चर्चा करून त्याचे तक्ते सादर करण्यास सांगा.

१. नाटकाकडून ग्राहकाच्या (प्रेक्षकाच्या) अपेक्षा.
२. सादर करणाऱ्याच्या सादरीकरणातून अपेक्षा.

प्रेक्षकांचा शब्दाशिवायचा संवाद आणि त्यांची विधाने, मतप्रदर्शन याचे निरीक्षण करून प्रेक्षकांच्या अपेक्षा समजावून घेण्याची सादरकर्त्याची जबाबदारी काय आहे हे सूत्रसंचालकाने तक्त्यांच्या आधारे भर देऊन स्पष्ट करावे. हा प्रतिसाद!

एखादी व्यक्ती निरीक्षणे कशी करते आणि प्रतिसाद कशी देते याची उदाहरणे देऊन तपशीलवार चर्चा करणे आवश्यक आहे.

संप्रेषणाची प्रक्रिया स्पष्ट करून सूत्रसंचालकाने समारोप करावा.

अध्ययनसराव ८.२ आवाजाचा उपयोग

उद्दिष्ट:
समाजकार्य प्रशिक्षणार्थीला त्याचा/तिचा आवाज परिणामकारक रीतीने वापरण्याची क्षमता विकसित करण्यास मदत करणे.
यातील प्रत्येक सराव हा अध्ययनसरावांच्या संचाचा भाग आहे. हा सादर करताना संकोच/अवरोध ओलांडून, त्यावर मात कशी करावी, विजय कसा मिळवावा आणि आवाजाचा उपयोग कसा करावा ह्याचे प्रात्यक्षिक दाखवण्यासाठी आहे.

१. समाजकार्य प्रशिक्षणार्थींना प्रथम त्यांच्या नेहमीच्या आवाजात नाव सांगण्यास सांगावे. नंतर दोन वेळा वेगळ्या पट्टीत नाव सांगण्यास सांगावे.
२. सहभागींना एका वर्तुळात फिरायला सांगावे आणि ते वर्तुळात फिरत असताना त्याना एक वाक्य एका सुरात म्हणण्यास सांगावे. प्रथम कुजबुजत्या आवाजात आणि नंतर प्रत्येक वेळी तो आवाज मोठा मोठा करीत करीत ते किंचाळेपर्यंत हे करावे. उदा: 'भारत माझा देश आहे आणि सारे भारतीय माझे बांधव आहेत'.

३. सहभागींना एकच वाक्य वेगवेगळ्या भावनांमधून व्यक्त करायला सांगावे.
४. प्रत्येक सहभागीने आपल्या देहबोलीतून एक भावना व्यक्त करावी. दुसऱ्या सहभागीने ती भावना "वाचून" एका वाक्यात बोलून व्यक्त करावी.

सादरीकरणात, 'आवाजातील बदल आणि अभिव्यक्तीचे महत्त्व' स्पष्ट करून या सरावाचा समारोप करावा.

अध्ययनसराव ८.३ मोकळ्या शारीरिक हालचालींविषयी वाटणारी बंधने कमी करणे

१. एका सहभागीला हसण्यास सांगा आणि हास्याची साखळी सुरू करा.
२. सहभागी लोकांना विशिष्ट वेळात एकमेकांच्या अवयवांना स्पर्श करण्यास सांगावे. उदा: नाक, मान, खांदा, पाठ, हात आणि पाय.
३. सहभागींना जमिनीवर आडवे होण्यास सांगावे. प्रत्येक सहभागीने त्याचे/तिचे डोके दुसऱ्याच्या पोटावर टेकवावे.

उत्स्फूर्त अभिव्यक्ती, शरीर स्पर्श आणि निकटता यांच्या संदर्भातील सांस्कृतिक बंधने झटकून टाकण्यास हा अधयनसराव साह्य करतो.

अध्ययनसराव ८.४ भूमिका ओळखणे

१. सहभागींना भूमिकेनुसार चालण्यास अथवा शरीराच्या हालचाली करण्यास सांगा. उदा: राजासारखे चाला. सैनिकासारखे चाला. नुकताच टेकडीवर सायकल चालवून आलेल्या माणसासारखे चाला.
२. मुलग्यांना दुपट्टे द्या. त्यांना ते मुलींसारखे घालायला सांगा. त्यानंतर त्यांना खोली झाडणे, बादली उचलणे अशी काही कामे करण्यास सांगा.
३. प्रत्येक सहभागीला खालील कृती करण्यास सांगा. त्या करताना त्यांना अशी कल्पना करण्यास सांगा की

   (अ) तो लहानसा दगड उचलून जेवढा लांब फेकता येईल तेवढा फेकत आहे.
   (ब) मोठा दगड उचलून जेवढा लांब टाकता येईल तेवढा टाकत आहे.
   (क) दगडाचे वजन आणि आकार "वाढवत" नेऊन जेवढा दूर फेकता येईल तेवढा दूर फेकत आहे.

भूमिकेच्या गरजानुसार हालचाली आणि हावभाव कसे वेगवेगळे असतात, तो फरक समजण्यास या सरावाची मदत होईल.

अध्ययनसराव ८.५ शरीर आणि चेहऱ्यावरील हावभावांचा उपयोग

१. थकलेले, झोपाळू दिसणे, सुवास आणि दुर्गंध आल्याची प्रतिक्रिया दर्शवणे, उकाड्यामुळे घामेजणे इ.

२. चेहऱ्यावर कागदी मुखवटा धरा. फक्त डोळे दिसतील असा मुखवटा असेल. सहभागी सदस्यांना विशिष्ट भावना नुसत्या डोळ्यांनी व्यक्त करण्यास सांगा (छायाचित्र ८.१).

छायाचित्र ८.१ पथ नाट्यात चेहऱ्यावरील हावभावांचा उपयोग

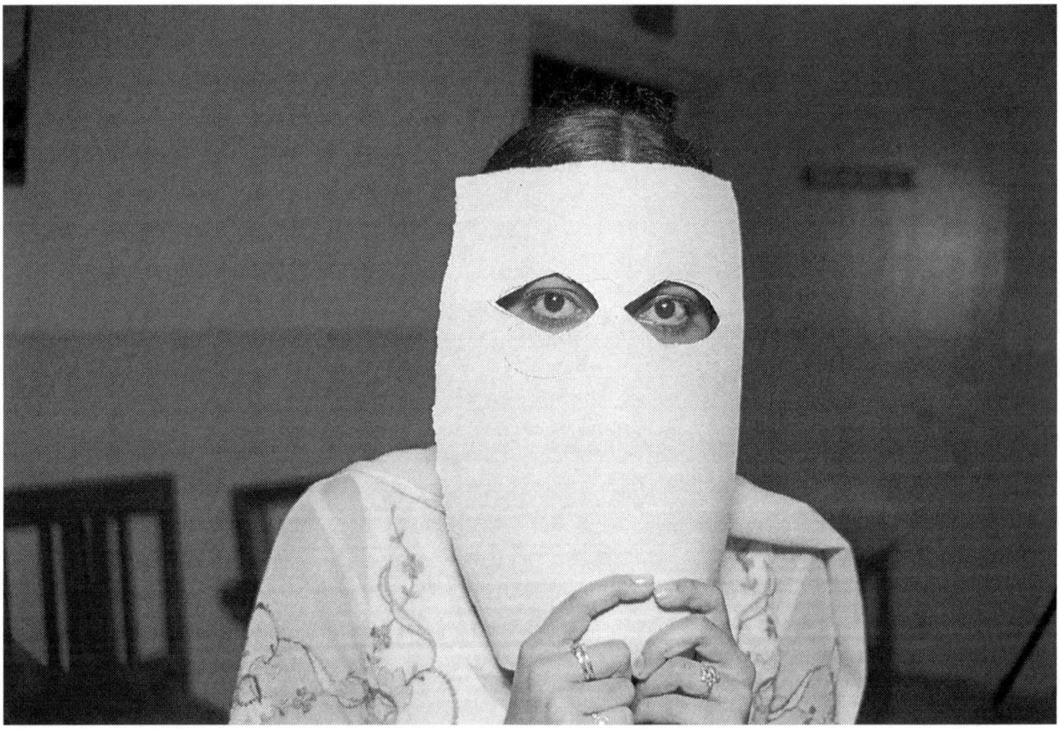

स्रोत: मुकुंद सावंत, निर्माता, माध्यम आणि सांस्कृतिक अध्ययन केंद्र, टाटा समाजशिक्षण संस्था.

३. प्रत्येक सहभागी सदस्याला एक उशी द्या आणि त्यांना तिचा एक उपयोग दाखवण्यास सांगा. हे करत असताना त्यांना एका गोलात उभे रहाण्यास सांगा. सर्व खेळाडूंची ही कृती करून झाली की प्रत्येकाला सांगा की त्याने/तिने त्यांच्या पुढल्या खेळाडूने आधी केलेली कृती करून दाखवावी.

४. प्रत्येक खेळाडूला हवेने भरलेले फुगे द्या. फुग्याला हात न लावता त्यांनी नुसते फुंक मारून फुगे हवेत तरंगत ठेवले पाहिजेत.

शरीराच्या रचना, डोळे आणि श्वासोच्छ्वास यांचे बारकावे भावना व्यक्त करण्यास कसे उपयोगी पडतात, ते समाजकार्य प्रशिक्षणार्थींना समजण्यास या खेळांच्या संचाची मदत होते. भावना व्यक्त करून त्या प्रेक्षकांपर्यंत पोहोचवण्यास आणि अन्य सादरकर्त्यांच्या हालचालींना प्रतिसाद देण्यासाठी हालचालींचा तर्कसंगत मेळ घालावा लागतो हे समजण्यासाठी या गोष्टी असतात.

संहितालेखन

वरील अध्ययनसरावांनंतर सहभागी झालेल्या प्रशिक्षणार्थींना पथनाट्याच्या विषयांची यादी करण्यास सांगावे. त्यांना एक विषय निवडण्यास सांगावे आणि त्याची उद्दिष्टे ठरवण्यास सांगावे, त्यात प्रेक्षकांसाठी कोणते संदेश महत्त्वाचे आहेत? त्यांच्या विचारात आणि कृतीत कोणते बदल अपेक्षित आहेत?

एकदा हे ठरले की वर्गाची गटवार विभागणी करा आणि त्यांना कथानक, पात्रयोजना, प्रवेश तयार करण्यास सांगा. प्रत्येक गटाला त्यांची योजना सादर करण्यास सांगा (परिशिष्ट अ ८.३ पथनाट्याचे उदाहरण).

पथनाट्य सादर केल्यावर प्रत्येक गटाने एक प्रवेश निवडावा आणि शारीरिक हालचालीसह संवाद लिहिण्यास सांगावे. आवश्यकतेनुसार गीत लिहून कोणते संगीत वापरावे ते लिहिण्यास सांगावे. प्रत्येक गटाला सादर करण्यास सांगावे.

पथनाट्य आविष्कार

सकाप्रना पथनाट्य सादर करताना उपलब्ध जागेच्या उपयोगासंबंधी जाणीव निर्माण होण्यास मदत करण्यासाठी पुढील अध्ययनसराव उपयुक्त आहे.

अध्ययनसराव ८.६ जागेचा उपयोग

परिस्थिती: एका लहान सुसज्ज खोलीत दोन लोक कोंबडी पकडून ती वेताच्या टोपलीखाली ठेवतात.

दोन स्वयंसेवकांना हा देखावा तोंडी संवादाशिवाय अभिनय करून दाखवण्यास सांगा. हा सराव सहभागींमध्ये जागेचा वापर, हालचालींची सुसूत्रता इ. बद्दल जागृती निर्माण करेल.

कार्यशाळेच्या शेवटी प्रत्येक गटाला त्यांच्या गटसादरीकरणातून एक प्रवेश सादर करण्यास सांगा.

सूत्रसंचालकाने पुढील मुद्द्यांवर अभिप्राय द्यावा:

१. संदेश सुस्पष्ट होता का?
२. पात्रसंख्या योग्य, पुरेशी होती का?
३. जागेचा उपयोग कसा केला?
४. संवाद कसा होता?

याला पर्याय म्हणून कार्यशाळेच्या अखेरीस एक चांगले पथनाट्य दाखवता येईल.

कठपुतळी: (कळसूत्री बाहुल्यांचा खेळ)

प्रस्तावना

सादरीकरणाच्या अन्य कलांप्रमाणेच 'कठपुतळी' ही कला जीवनात सर्वत्र सर्वमान्य आहे. नाट्य'प्रकाराप्रमाणेच कठपुतळीचा खेळ मंचावर जिवंत पात्रे सादर करतात आणि चौथी भिंत अदृश्य असल्यामुळे हाडामासाची पात्रे प्रेक्षकांच्या सान्निध्यात येतात. कळसूत्री बाहुल्यांच्या द्वारा खऱ्या व्यक्तिमत्त्वांचे सांकेतिक सादरीकरण करणाऱ्या ह्या खेळात प्रेक्षक स्वतःहून अविश्वासाला थोपवतो. या बाहुल्यानाच सत्याचे सादरीकरण करणाऱ्या प्रतिमा समजून स्वीकारण्यास प्रेक्षकांचे मन हळूहळू तयार होते आणि प्रेक्षक या पात्रांत आणि त्यांच्या प्रसंगात गुंततात.

इतिहास

इतिहासकारांच्या मते कठपुतळ्या या संस्कृती इतक्याच पुरातन आहेत. आपण हडप्पा आणि मोहेंजोदडो संस्कृतीत त्यांचे संदर्भ पाहतो. रामायण आणि महाभारतातही कठपुतळी खेळाचा उल्लेख आहे. भारतातील कठपुतळी खेळ हा देशाच्या धार्मिक रूढीत खोल रुतला आहे. देवदेवतांच्या गोष्टी सांगणारे कळसूत्री बाहुल्यांचे खेळ हे धार्मिक उत्सव आणि जत्रांचे भाग असतात. कळसूत्री बाहुल्यांच्या खेळांचा धर्मप्रसारात उपयोग केला जातो. हे माध्यम जनमानसास आवडणारे लोकप्रिय असे माध्यम आहे. पारंपरिक कठपुतळी सूत्रधार हे मुख्यत: भटके कलाकार असत.

कठपुतळ्यांचे विविध प्रकार असतात आणि त्यांच्या हालचालींची व्याप्तीही वैविध्यपूर्ण आहे. त्यामुळे हे खेळ सर्व वयाच्या आणि प्रकारच्या प्रेक्षकांना आकर्षक वाटतात. बाहुलीसारख्या हालचाल न करणाऱ्या वस्तूचे चालते बोलते पात्र म्हणून परिवर्तन करणे ही या माध्यमाची किमया आहे. प्रत्येक प्रकारच्या कठपुतळीचा खास हालचालींचा एक संच असतो. कळसूत्री बाहुल्यांच्या काही हालचाली आणि हावभाव केवळ खास कलात्मक आविष्कार दाखवून थांबत नाहीत; तर ते राग, नैराश्य अशा तीव्र भावनाही दाखवतात. बाहुलीच्या हाताला आणि डोक्याला विशिष्ट झटके देऊन हे साधले जाते.

काही पारंपरिक कठपुतळी नाट्याला निवेदन संहिता असते; ती वाचली जाते किंवा गायली जाते. निवेदक-सूत्रधार किंवा गायक प्रेक्षकांना दिसत नाही. अभिनेते प्रत्येक कठपुतळीला विवक्षित आवाज देतात आणि वैशिष्ट्यपूर्ण व्यक्तिमत्त्व देतात. प्रत्येक कठपुतळीला त्यांची स्वतःची अशी भाषिक संवादाची पद्धत, सूर आणि शिष्टाचार असतात. पुष्कळदा कठपुतळी मागचा सूत्रधार त्याचा/तिचा आवाज बदलून सर्व संवाद बोलतो.

पारंपरिक कळसूत्री बाहुल्यांचे खेळकरी साधारणपणे महाकाव्यातील अथवा पौराणिक गोष्टी वापरतात. लेखी संहिता नसते आणि नवीन संहिता किंवा गोष्टी क्वचित लिहिल्या जातात. संहिता नेहमी पाठ केलेल्या असतात. कधीकधी ते लोकप्रिय हिंदी चित्रगीते वापरतात. कठपुतळीच्या सर्व पारंपरिक कार्यक्रमात विनोदी पात्रे असतात. आजकाल अनेक पारंपरिक गट स्वच्छता, आरोग्य, 'मुलगी झाली' प्रश्न आणि वातावरण (प्रदूषण) अशा सामाजिक समस्यांवर खेळ दाखवतात. कठपुतळीच्या खेळाची परंपरा कोणत्याही औपचारिक प्रशिक्षणाशिवाय एका पिढीतून पुढच्या पिढीपर्यंत पोहोचवली जाते. अगदी लहानपणापासून कठपुतळी खेळात भाग घेऊन ते शिकतात.

'कठपुतळी' नाट्य दोन भागात विभागले आहे—पहिला: जिथे कठपुतळ्या 'अभिनय' करतात आणि दुसरा: जिथे सूत्रधार उभे असतात. पारंपरिक रंगमंच अगदी साधा आणि आवरण्यास सुलभ असतो. तो बहुतेक वेळा अगदी नेहमीच्या—मूलभूत साहित्याने बनवलेला असतो. कठपुतळी नाट्याचे पारंपरिक गट (प्राधान्याने) काळे जाड कापड मागचा पडदा म्हणून वापरतात. हातमोजे वापरून खेळ करणारे पारंपरिक खेळकरी मोकळ्या जागेत खेळ करतात आणि त्यांना कोणताही रंगमंच लागत नाही. काही प्रकारचे

कठपुतळी खेळकरी नेपथ्य आणि चित्रे रंगवलेले पडदे वापरतात. फारशी प्रकाशयोजना लागत नाही. पुष्कळ पारंपरिक खेळकरी सादरीकरणात छाया-प्रकाशाचा विशेष परिणाम दाखवण्यासाठी तेलाचे दिवे (कंदील?) वापरतात. पारंपरिक कठपुतळी नाटकात संगीत खूप महत्त्वाचे असते. एक माणूस गातो/ते किंवा समूहगान असते. संगीत हे लोकगीते अथवा लोकप्रिय हिंदी चित्र गीतांवर आधारित असते. युद्ध किंवा लढाईसारख्या प्रसंगांचा परिणाम साधण्यासाठी वाद्यांचा उपयोगही केला जातो.

कठपुतळींचे प्रकार

१. हातांवर हातमोजा घालून हलवली जाणारी कठपुतळी.
२. काठीवर हलणारी कठपुतळी.
३. बोटांवर नाचणारी कठपुतळी.
४. सावल्यांतून दाखवली जाणारी कठपुतळी. (छायानाट्य-कठपुतळी)
५. दोऱ्यावर हलणारी कठपुतळी.

कठपुतळींची भूमिका

१. मनोरंजन: बहुजनसमाजासाठी कठपुतळीचा खेळ.
२. शिक्षण, लोकशिक्षण.
३. स्वतःचे आविष्करण—आत्मविष्कार.
४. सामाजिक चळवळ—कठपुतळीची सामाजिक भूमिका.

सामाजिककार्यात कठपुतळीचा उपयोग

सुशिक्षित, नवशिक्षित, अशिक्षित, तरुण, म्हातारे, ग्रामीण, शहरी अशा कोणत्याही समाजासाठी कठपुतळीचा वापर करता येतो.

अंधश्रद्धा, अंधविश्वास, अनेक सामाजिक प्रश्न, दारूबाजपणा, अमली पदार्थांचे व्यसन, आरोग्य समस्या, प्रदूषण आणि पर्यावरण समस्या, विविध विकास योजनांचा प्रचार, विज्ञान तंत्रज्ञानाचा परिचय असे अनेक विषय कठपुतळी नाट्याच्या माध्यमातून मांडता येतात.

हे माध्यम विशेषत: मुलांसाठी उपचार पद्धती म्हणून वापरता येते. त्यातून गटाला एखाद्या विषयांसंबंधी कल्पनाशक्तीचा वापर करण्यास उत्तेजन देता येते, वागणुकीतील बदल सुचवता येतात इ.

कठपुतळी खेळाच्या माध्यमातून केली गेलेली टीका सहजपणे स्वीकारली जाते. साधारणपणे लोक ही टीका फक्त स्वतःला उद्देशून आहे असे समजत नाहीत. त्यामुळे निरोगी वातावरणात शिक्षण सोपे होते.

हे चैतन्यमय माध्यम माहिती देणे, शिक्षण देणे, मनोरंजन, जागृती आणि बदलाला कारणीभूत होणारे समस्या निराकरण यासाठी वापरता येऊ शकते.

कठपुतळी खेळाची संहिता लिहिण्यासाठी काही सूचना

कठपुतळीचा खेळ हा नाट्यप्रकार आहे. म्हणून नाट्यलेखनाच्या नियमांना धरून असावे. हे नाटक हालचाली, प्रसंग यांनी भरपूर असावे. नाटकाच्या प्रारंभीच उत्सुकता निर्माण झाली पाहिजे आणि ती संपूर्ण नाटकभर ताणलेली असली पाहिजे. एकामागोमाग असणारे प्रवेश क्रमवार असावेत, म्हणजे प्रेक्षकांना प्रत्येक तपशील स्वच्छ समजतो.

कथानकातील रहस्य प्रेक्षकांच्या मनातील भावना उद्दीपित करते आणि त्यांचे लक्ष खिळवून ठेवते. नाटकाच्या प्रारंभी नाट्यपूर्ण प्रश्न उभे करता येतात. ते अगदी सूक्ष्म असले तरी प्रेक्षकांना त्यांची जाणीव असली पाहिजे आणि नाटकाचा शिरोबिंदू येईपर्यंत त्याबद्दल त्यांना उत्कंठा वाटली पाहिजे.

हास्यविनोद, गाणी आणि नृत्ये यांनी कथानकाला हलकेफुलकेपणा येतो. 'अद्‌भुतते'ची मदत होते, पण नाटक हे प्रेक्षकांच्या दैनंदिन अनुभवांशी सुसंगत असले पाहिजे. नाहीतर प्रेक्षक नाट्याशी समरस होऊ शकणार नाहीत.

नाटकाच्या माध्यमातून धडा शिकवताना एका वेळी एकच गोष्ट शिकवावी.

नाटकातील व्यक्तिरेखा ठळक असाव्यात. त्यांचा नाटकात जसाजसा प्रवेश होतो तसतसा त्यांचा त्यांनी अथवा अन्य पात्रांनी परिचय करून द्यावा. कथानकातील एका व्यक्तिरेखेसाठी एकाच कठपुतळीचा उपयोग करावा.

भाषणे लहान असावीत. कळसूत्री बाहुल्यांच्या चेहऱ्यावरील भाव आणि हावभावांना मर्यादा असल्यामुळे चटपट संवाद आणि लहान भाषणे सादर करणे सोपे असते. दीर्घ शांततेचे प्रसंग टाळावेत. नाटक २० मिनिटांपेक्षा जास्त असू नये. ज्या गटावर नाटकाचा रोख आहे त्या गटाचा ध्यान देण्याचा काळ सरासरी किती असतो तो विचारात घ्यावा. बोलीभाषेत छोटी वाक्ये असावीत.

प्रत्येक खेळकरी (सूत्रधार) एका वेळी हाताशी दोन बाहुल्या धरून काम करू शकतो. रंगमंचाचा आकार आणि त्यावर उपलब्ध असणाऱ्या जागेचा विचार करावा कारण खेळकऱ्यांना त्यामुळे मर्यादा येऊ शकतात. खेळकऱ्याचे अनेक बाहुल्या वापरण्याचे कौशल्य महत्त्वाचे मानावे लागते कारण त्याला न थांबता पटकन बाहुल्या बदलाव्या लागतात. दोन प्रवेशांच्या मध्ये किंवा संगीत चालू असताना व्यक्तिरेखा/पात्रे बदलण्यास जास्त जागा लागू शकते. नाटक लिहिताना लेखकाने यासाठी रचना केली पाहिजे.

एका वेळी एकाच कठपुतळीने हालचाल दाखवली पाहिजे. प्रत्येक व्यक्तिरेखेसाठी आवाज बदला. त्यामुळे प्रेक्षकांच्या मनातील गोंधळ कमी होतो.

पुनरावृत्तीमुळे मुद्द्याला जोर येतो आणि ऐकणाऱ्याला मुख्य कल्पना लक्षात ठेवण्यास मदत होते. नाटक लिहिताना 'निर्मिती'वर एक डोळा ठेवा. तुमच्या नाटकाची परीक्षण करताना स्वतःला प्रश्न विचारा. नाटकातील प्रत्येक शब्दाला काहीतरी हेतू असला पाहिजे. नाटकातील प्रत्येक शब्द, हावभाव आणि हालचालीमुळे संपूर्ण नाटकात काहीतरी भर घातली पाहिजे.

प्रेक्षकांचा अभ्यास करा. त्यांची प्रतिक्रिया नोंदवा. त्यानुसार नाटकात आवश्यक ते बदल करा.

मुलांबरोबर काम करताना कठपुतळीचा खेळ हा अत्यंत परिणामकारक उपक्रम होऊ शकतो. सामाजिक कार्यकर्ता या गटाच्या सदस्यांना विषयनिवड, संहितालेखन, बाहुल्या बनवणे, आणि खेळ सादर करणे या सर्व प्रक्रियेतून जाण्यास मदत करू शकतो. यामुळे मुलांच्या सर्जनशीलतेला प्रेरणा मिळते आणि त्यांना त्यांच्या भावना व्यक्त करण्यास मदत होते.

'कठपुतळीचा खेळ' यावर कार्यशाळा

उद्दिष्टे:

१. सामाजिक कार्यात उपयुक्त म्हणून 'कठपुतळीचा खेळ' या संप्रेषण माध्यमाचा परिचय करून देणे.
२. कठपुतळी खेळाच्या कौशल्याचा विकास करणे.

या कार्यशाळेचे दोन विभाग आहेत.

विभाग १: कठपुतळीनाट्याचा परिचय

१. कठपुतळी माध्यमाचा इतिहास, प्रकार आणि उपयोग यावर सत्र.
२. कठपुतळीच्या खेळाचे प्रात्यक्षिक.
वेळ: २ तास.

विभाग २: हा तीन सत्रात विभागता येईल

सत्र १: संहितालेखन

वेळ: २ तास.
सहभागी: सर्व.
कृती:
माहिती सत्र: संहितालेखन आणि सादरीकरण यासाठी मार्गदर्शन.
कृती:

१. ६ ते ७ विद्यार्थ्यांचा एक असे गट करा.
२. प्रत्येक गटाला विषय निवडण्यास सांगा.
३. प्रत्येक गटाने प्रेक्षकांपर्यंत पोहोचण्यास मुख्य संदेश कोणता ते ठरवावे.
४. त्यानंतर त्यांनी व्यक्तिरेखांची यादी करावी आणि कथानक संवाद रूपात उभे करावे आणि संहिता लिहावी, संवाद हे गद्य आणि पद्य असावेत. १०–१२ मिनिटाच्या खेळासाठी संहिता तयार करावी.

सूत्रसंचालकासाठी टिपणी: पूर्वी दिलेल्या 'कठपुतळी खेळाची संहिता लिहिण्याच्या मार्गदर्शिकां'वर आधारित संहिता लिहीत असणाऱ्या गटासमोर संहितालेखन करताना 'हे करा आणि करू नका' हे दाखवणारा तक्ता लावावा.

सत्र २: कठपुतळ्या बनवणे

वेळ: ३ तास.
सहभागी: सर्व.

सहभागींनी कठपुतळ्या बनवण्यापूर्वी सूत्रसंचालकाने त्यांना काही तयार बाहुल्या हाताळायला किंवा त्या कशा असतात याचा अंदाज घ्यायला द्याव्यात (हातमोज्यांच्या बाहुल्या, काठीवर लावलेल्या बाहुल्या इ.). त्यानंतर सहभागी प्रशिक्षणार्थींना त्यांच्या नियोजित पात्र योजनेनुसार त्यांच्या त्यांच्या कळसूत्री बाहुल्या बनवण्यास सांगावे. नेपथ्य रचनेसाठी त्यांना उत्तेजन द्यावे.

साहित्य: कापड, सुई, दोरा, कात्री, चिकटवण्यास डिंक, पेन्सिल, तक्त्याचे कागद, कागदांचे रंगीत गुंडे, चेंडू, रिकामे टीनचे डबे, टाल्कम पावडरचे डबे, लोकर, जुने मोजे, बांबूच्या काटक्या/काठ्या, रंगीत खडू आणि खूण करायला मार्कर्स

कृती:

१. प्रत्येक गटाने त्यांच्या संहितेतील पात्रयोजनेनुसार कठपुतळ्या बनवाव्यात.
२. तक्त्याच्या कागदावर पात्रांच्या आकृती काढून त्या रंगवण्यास गट सदस्यांना सांगावे.
३. त्या आकृती बांबूच्या काठ्यांवर/काड्यांवर चिकटवाव्यात.
४. त्यांच्या संहितेतील प्रवेशांना आवश्यक ते नेपथ्य तयार करावे. उदा. झाडे, घरे, इमारती.

सत्र ३: सादरीकरण

वेळ: २ तास.
सहभागी: त्या त्या गटामधील सर्व
साहित्य: गटांनी बनवलेल्या कठपुतळ्या, नेपथ्य आणि पडद्यासाठी एक चादर.
कृती:

१. प्रत्येक गटाला त्यांच्या नाटकाचा सराव करण्यास सांगावे. (१५–२० मिनिटे) आणि नंतर प्रत्येक गटाने उरलेल्या वर्गासमोर आपले 'कठपुतळी नाटक' सादर करावे. प्रत्येक कार्यक्रम १०–१२ मिनिटापेक्षा अधिक असू नये
२. सूत्रसंचालकाने प्रत्येक नाटकाबद्दल पुढील मुद्द्यांवर आधारित अभिप्राय द्यावा.

- कठपुतळ्यांच्या हालचाली.
- आवाज बदलाचा उपयोग.
- संहिता: भाषा आणि वाक्यरचना.
- नेपथ्य, गाणी आणि अन्य गोष्टींचा उपयोग.
- कथानकातील नाट्य आणि त्याचा परिणाम.
- सत्रात प्रेक्षकांबरोबर संवाद साधण्यासाठी वापरलेली तंत्रे.
- अपेक्षित संदेश प्रेक्षकांपर्यंत पोहोचला का?

समाजकार्य प्रशिक्षणार्थींनी बनवलेल्या कळसूत्री बाहुल्या त्यांच्या कार्यक्षेत्रात वापरल्या जाव्यात.

नाट्य, रंगभूमी, खेळ किंवा सराव

नाट्य आणि रंगभूमीवर वेगळ्या विषयांवर वेगवगळ्या ठिकाणी काम करू शकणारे (अभिनयाचे सादरीकरण) अभिनेते लागतात. अशा सादरकर्त्यांना कौशल्यांची आवश्यकता असते. कारण व्यक्तीला त्या त्या परिस्थितीशी समरस होऊन त्यानुसार सादर करावे लागते. स्वतःच्या मानसिक बंधनांवर मात करून सभाधीट होणाऱ्या अनेकांना स्वतःतल्या उत्तम गुणांचे योगदान करता यावे यासाठी नाट्यरंगभूमीचे खूपच साह्य झाले आहे. ज्या व्यक्तींना कठोर सामाजिक मानदंड, जीवनमूल्ये आणि नियमांमुळे आणि त्यांच्या स्वतःच्या भयगंडांमुळे, वैफल्यामुळे मर्यादा येतात त्यांना ह्या नाट्यसरावांची मदत होते.

या अनुभवातून व्यक्ती जास्त मनमोकळ्या होतात आणि कल्पनाशक्तीचा वापर करण्याची त्यांची क्षमता वाढते. त्यामुळे त्यांची प्रतिभाशक्ती मुक्त विहार करू शकते. भय आणि बंधनांवर मात करता येते आणि सामाजिक कौशल्ये आणि गटात एकजुटीने काम करण्याची कौशल्ये वाढीस लागतात. हे सराव स्वयंविकासासाठी वापरता येतात.

या सरावांमुळे खालील गोष्टींना वाव मिळतो:

१. आत्मविष्कारातून भावनांचा निचरा.
२. भावनांचा सकारात्मक, रचनात्मक उपयोग.
३. विचारप्रक्रियेला योग्य दिशा आणि मार्ग मिळतो.
४. नेतृत्वगुणांचा विकास.
५. अन्य व्यक्तींच्या मताचा आदर.
६. सहकार्य करण्याचे आणि समाजाभिमुख होण्याचे शिक्षण.
७. बंधने आणि लाजाळूपणा कमी होतो.
८. आपले अंतस्थ व्यक्तिमत्त्व बाहेर आणून व्यक्त करण्याची क्षमता वाढते. व्यक्तिमत्त्व उमलते.
९. आत्मविश्वास वाढतो
१०. लक्ष केंद्रित होण्याची क्षमता वाढते.
११. बोधात्मक कौशल्यांचा विकास.
१२. संप्रेषण कौशल्यांचा विकास.

सामाजिक कार्यात नाट्य खेळांचा उपयोग

अन्य व्यक्तींना त्यांच्या मर्यादांवर मात करण्यासाठी तसेच आत्मविकास करण्यास मदत करण्यासाठी सामाजिक कार्यात सामाजिक कार्यकर्ता काही तंत्रांचा अवलंब करू शकतो. जेव्हा गट प्रथमच एकत्र जमतात तेव्हा त्यांच्यातील अनोळखीपणाचा बर्फाळपणा फोडून मोकळेपणा निर्माण करण्यासाठी या नाट्यसरावांचा उपयोग होतो. प्रशिक्षण कार्यक्रमात जेव्हा प्रशिक्षणार्थी कंटाळलेले, निरुत्साही असतात, तेव्हा या नाट्यसरावांचा परिचय त्यांना करून देता येतो. कोणत्याही विकसन कार्यक्रमात महत्त्वाच्या असलेल्या गटकृतींमुळे अन्योन्यक्रिया सुरू होतात. आंतरविद्याशाखीय गटाबरोबर काम करताना किंवा अन्य कार्यसंघांबरोबर काम करताना, कामाचा एकसुरीपणा कमी करण्यासाठी, लोकांना मोकळे ढाकळे होऊन एकमेकांबरोबर अधिक सहजपणा वाटण्यासाठी हे नाट्यसराव वापरता येतात.

या नाट्यसरावांची काही उदाहरणे खाली दिली आहेत आणि ते कसे करावेत हेही संगितले आहे. खालील सराव हे सुधारित नाट्य सराव आहेत हे माहीत असणे महत्त्वाचेआहे. प्रत्येक कृतीची कालमर्यादा ठरावीक अशी नाही कारण सहभागी लोकांना मोकळेपणा वाटून त्यांना व्यक्त होण्यास वेळ लागतो. सहभागी झालेल्या प्रत्येक व्यक्तीला संधी देऊन पुरेसा योग्य वेळ देणे आवश्यक आहे. सूत्रसंचालकाने सहभागी सदस्यांच्या भावना आणि अभिव्यक्ती यांबद्दल संवेदनक्षम असले पाहिजे. प्रत्येक सरावासाठी चर्चेची आवश्यकता आहे, असा नियम नाही. पण सूत्रसंचालकाला वाटले की काही शंका दूर करणे आवश्यक आहे, तर चर्चा करावी. अन्यथा हे नाट्यसराव बहुतेकदा स्वतःचा आतून अनुभव घेण्यासाठी उपयोगात आणावेत.

चौकट ८.१   सुधारित नाट्य सराव

सराव क्रमांक	*सराव शीर्षक*	*तपशील/वर्णन*
८.७	जनसंपर्क: लोकांपर्यंत पोहोचणे गटाचा आकार: २०जण	**उद्दिष्टे:** १. आरामशीर, मोकळेपणाचे वातावरण तयार करणे. २. एकमेकांबद्दल मोकळेपणा वाटणे. **कृती:** १. सूत्रसंचालक सहभागींना एक आतले आणि एक बाहेरचे अशी दोन वर्तुळे बनवून बसण्यास सांगतो. २. जेव्हा संगीत सुरू होते तेव्हा एका वर्तुळातील लोक घड्याळाच्या काट्याच्या दिशेने आणि दुसऱ्या वर्तुळातील लोक विरुद्ध दिशेने एकमेकांच्या हाताला स्पर्श करत चालतात. ३. जेव्हा संगीत थांबते, तेव्हा सर्व थांबतात आणि सूत्रसंचालक सहभागी सदस्यांना विचारतो की त्यांनी किती हातांना स्पर्श केला? जर प्रतिसाद कमी असेल तर हीच कृती दोन वेळा करावी. **चर्चेसाठी मुद्दे:** १. सूत्रसंचालकाने सूचना दिल्यानंतर सहभागी झालेल्यांच्या मनात कोणत्या भावना आणि विचार आले? २. अनोळखी लोकांशी संबंध येताना आणि ओळखीच्या किंवा मित्रांशी संबंध येताना कोणते फरक जाणवले?
८.८	मूकभाव गटाचा आकार: २० जणांच्या जोड्या	**उद्दिष्टे:** १. संकोचावर मात करणे. २. देहबोलीचे संप्रेषणातील महत्त्व समजणे. **कृती:** १. सहभागी सदस्यांच्या अशा जोड्या जमवा की एका जोडीतील सदस्यांच्या मातृभाषा भिन्न असतील. उदा. एकाची मराठी तर एकाची तमीळ २. या जोड्याजोड्यातील सदस्यांना मूक भावाने हातवारे करून एकमेंकाशी संवाद करायला सांगा. **चर्चेसाठी मुद्दे:** आपण ज्या संकल्पना आणि कल्पना व्यक्त करतो त्या आपल्या भाषेत विचार करून निर्माण झालेल्या असतात आणि तरीही दुसऱ्या (मातृभाषेच्या) माणसाला ते समजतात. त्याचा भाषिक अडचणी ओलांडण्यासाठी उपयोग होतो.
८.९	निरर्थक बडबड गटाचा आकार: २०जण	**उद्दिष्टे:** १. संवादाचे महत्त्व समजणे **कृती:** १. गटामध्ये जोड्या पाडा. २. जोडीतील एक सहभागी संवाद सुरू करतो आणि दुसरा असंबद्ध प्रतिसाद देतो. ३. संपूर्ण संभाषणात त्यांनी संदिग्ध काहीतरी बोलावे आणि कोण्या विशिष्ट प्रश्नाचे उत्तर देऊ नये. प्रतिसाद कशाशी काहीही संबंध नसलेला आणि अतार्किक असला पाहिजे. **चर्चेसाठी मुद्दे:** दुसरा माणूस योग्य प्रतिसाद देत नाही किंवा आपले म्हणणे समजून घेत नाही तेव्हा आपल्याला काय वाटते?

(चौकट ८.१ पुढे चालू)

(चौकट ८.१ पुढे चालू)

सराव क्रमांक	*सराव शीर्षक*	*तपशील/वर्णन*
८.१०	कृती/आवाज एकाकडून दुसऱ्याकडे पोहोचवणे गटाचा आकार: २०जण	**उद्दिष्टे:** १. निरीक्षण कौशल्ये वाढवणे. २. आपले संकोच, बंधने यावर मात करणे. **कृती:** १. सर्व सहभागी सदस्यांनी एक वर्तुळ तयार करावे. २. एका माणसाने काही विशिष्ट हालचाल/कृती करावी. ३. दुसऱ्या माणसाने तीच कृती करावी. ४. ही क्रिया शेवटच्या माणसापर्यंत चालू राहावी. ५. कृती ऐवजी आवाजाचा वापरही करता येतो. **चर्चेसाठी मुद्दे:** नक्कल करताना आपण मूळची कृती बदलतो. लोक नक्कल करताना घाई करतात. हा खेळ उदासीन किंवा निरुत्साही लोकांना भाग घेऊन उत्साही करण्यास उपयोगी पडतो.
८.११	तोंड आणि कृती यांची मिळती-जुळणी गटाचा आकार: २०जण	**उद्दिष्ट:** कृतीतून संदेश कसा पोहोचवायचा ते समजणे. **कृती:** १. तीन तीनचा एक याप्रमाणे गटाचे विभाग करा. २. एक माणूस प्रेक्षकांकडे पाठ करून खुर्चीवर बसतो. तो/ती कोणत्याही देहबोलीशिवाय प्रेक्षकांशी बोलते. ३. दोन व्यक्ती प्रेक्षकांसमोर ते बोलणे हालचाली/कृती करून व्यक्त करतात. **चर्चेसाठी मुद्दे:** माणूस काय बोलणार आहे त्यांचे भाकीत करणे अतिशय अवघड आहे. बोलण्याचा आशय समजेपर्यंत आपण त्यावर कृती करू शकत नाही. दोन माणसांनी एकच संदेश ग्रहण केला तरी ते वेगवेगळ्या कृती करतात.
८.१२	जोड्यांमध्ये हातातोंडाची सुसंगत कृती गटाचा आकार: २०जण	**उद्दिष्ट:** समजून घेणे आणि त्याला सुसंगत कृती करणे याचे महत्त्व समजणे. **कृती:** एक माणूस बोलतो आणि दुसरा माणूस त्या वाक्यानुसार अभिनय करतो. **चर्चेसाठी मुद्दे:** १. एकमेकांना समजावून घेणे आणि त्यानुसार सुसंगत वागणे याचे महत्त्व समजणे. २. दुसऱ्या माणसाचा विचार किती अनपेक्षित असू शकतो. ते समजणे.
८.१३	वाद्यवृंद गटाचा आकार: २०जण	**उद्दिष्ट:** संघबांधणी **कृती:** १. पाचपाचचा एक असे गटाचे भाग पाडा. २. प्रत्येक गटाने स्वररचना/तालरचना करावी. ३. अन्य अनेक स्वर आणि त्यांचे लहान मोठे आवाज याबरोबर आपला स्वर सतत गावा. ह्या सर्व स्वरांचा ताळमेळ जुळला तरच त्या सुरांचे सोंदर्य. **चर्चेसाठी मुद्दे:** एकमेकांशी (विचार आणि आचारात) ताळमेळ जुळला असेल तर एकमेकांबरोबर काम करणे आनंदाचे असते. त्यामुळे एकजीव असा संघ बांधण्यास मदत होते.

(चौकट ८.१ पुढे चालू)

(चौकट ८.१ पुढे चालू)

सराव क्रमांक	*सराव शीर्षक*	*तपशील/वर्णन*
८.१४	गोष्ट तयार करणे/रचणे गटाचा आकार: २० ते २५जण	**उद्दिष्ट:** संघबांधणी आणि कल्पनाशक्तीला स्फुरण देणे. **कृती:** सदस्यांना एक प्रसंग किंवा काहीतरी असेच निवडण्यास सांगावे. त्या निवडलेल्या प्रसंग अथवा कशावर तरी सर्व जण मिळून एक गोष्ट रचतात. **चर्चेसाठी मुद्दे:** १. गटात काम करून स्वतःला प्रेरणा देणे/स्फूर्ती देणे. २. एकत्रित विचार करण्याचा उपयोग.
८.१५	नाट्यीकरण गटाचा आकार: २०जण	**उद्दिष्ट:** सहकार्याची उभारणी. **कृती:** १. सहभागी सदस्य गोलाकार उभे राहतात. २. एक सदस्य प्रसंगाचे वर्णन करतो आणि त्यानुसार अभिनय करतो. ३. पुढील माणूस आधीच्याला आधार देणारी कृती करतो. प्रत्येक माणसाला कृती करण्याची संधी मिळेपर्यंत हे चालू राहते. ४. कृतीतून गोष्ट/विषय रचला जातो. **चर्चेसाठी मुद्दे:** ध्येय गाठण्यासाठी सहकार्य, गट समन्वय आणि गटाचे एकत्रित प्रयत्न यांचे महत्त्व.
८.१६	जोड करून भांडणे गटाचा आकार: २०जण	**उद्दिष्ट:** साठून आलेल्या भावनांचा निचरा करणे. **कृती:** १. गटाची विभागणी जोड्या जोड्या लावून करा. २. दोन माणसे भांडण सुरू करतात. सुरुवातीला सावकाश गतीने आणि नंतर वेग वाढवून आणि उच्च पट्टीत. **चर्चेसाठी मुद्दे:** माणसाला भांडताना काय वाटते आणि भांडणानंतरचे परिणाम काय होतात.

ही तंत्रे केव्हा वापरावीत याचे सूत्रसंचालकाने स्पष्टीकरण द्यावे. या माध्यमाचे उपचारात्मक मोल किती आहे हे स्पष्ट करावे. उदा. सुधारणा होत असलेल्या मनोरुग्णांना याचा फायदा होऊ शकतो.

छायाचित्रांची भाषा

छायाचित्रांची भाषा हे अत्यंत प्रभावी दृष्य माध्यम आहे. संप्रेषण धोरणांच्या विकासाचा एक भाग म्हणून त्याची ओळख १९८० च्या दशकाच्या मध्यात निर्माण झाली.

या शीर्षकात सुचवल्याप्रमाणे छायाचित्रे भावना आणि विचार व्यक्त करण्यासाठी वापरता येतात. छायाचित्रकार त्याच्या/तिच्या स्वतःच्या भावना व्यक्त करण्यासाठी, आपल्याला काय समजले ते दर्शवण्यास, विचार पोहोचवण्यास आणि प्रेक्षकांनी

वास्तव कोणत्या विवक्षित प्रकारे समजून घ्यावे असे त्याला वाटते, ते दाखविण्यासाठी छायाचित्रांचा उपयोग करतो. छायाचित्र प्रेक्षकांशी थेट संवाद करते; पण त्याच वेळी ते प्रेक्षकांच्या मनात प्रतिक्रिया ही निर्माण करते. या दृष्य प्रेरणेतून स्फुरलेल्या विचार किंवा भावनांवर आधारित असा छायाचित्राचा अर्थ लावण्याचे स्वातंत्र्य प्रेक्षकाला असते.

छायाचित्रांची भाषा लोकांच्या मनात भावना चेतवण्यासाठी छायाचित्रे हे साधन म्हणून वापरते. प्रेक्षकाला कोणतेही एक छायाचित्र अथवा अनेक छायाचित्रे निवडण्याचे आणि नंतर त्याच्या भावना किंवा विचार या छायाचित्रांच्या साहाय्याने व्यक्त करण्याचे स्वातंत्र्य असते. संदर्भचौकटी नुसार एकच छायाचित्र एकाच व्यक्तीच्या मनात वेगवेगळ्या भावना निर्माण करू शकते. तेच छायाचित्र वेगवेगळ्या व्यक्तींमध्ये एकाच वेळी वेगवेगळ्या प्रतिक्रिया निर्माण करू शकते. छायाचित्राशी स्वतःचा संबंध लावून ते छायाचित्र संवादासाठी वापरण्याची ही प्रक्रिया आहे. त्यामुळे आपल्याला असे म्हणता येईल की छायाचित्र हे प्रक्षेपण तंत्र म्हणून काम करते. म्हणजे ते वस्तुनिष्ठ वास्तवाला व्यक्तिनिष्ठ अर्थ प्राप्त करून देते.

मानसशास्त्रीय चाचण्यांमध्ये प्रक्षेपणतंत्र (थीमॅटिक ॲपर्सेप्शन टेस्ट्स) म्हणून छायाचित्रांचा उपयोग केला जातो, तसा सामाजिक कार्यात केला जात नाही. लोकांना त्यांचे विचार आणि भावना शब्दांत व्यक्त करण्यास मदत करण्यासाठी आणि आश्वासक वातावरणात चर्चेला चालना देण्यासाठी साधन म्हणून ही छायाचित्रांची भाषा उपयोगात आणली जाते.

छायाचित्राच्या भाषेचा उपयोग करताना कार्यकर्त्याला दर्जेदार, स्पष्ट छायाचित्रांचा मोठा संच (किमान ६० ते ७०) लागतो. शक्यतो कृष्ण-धवल छायाचित्रे वापरावीत. ती जास्त प्रभावी असतात. या छायाचित्रात मानवी जीवनातील वैविध्य असावे. म्हणजे विविध गोष्टी करणारे लोक, विविध वयाचे लोक, माणसांची जवळून घेतलेली—व्यक्तिदर्शक छायाचित्रे, प्राणी, निसर्गाची छायाचित्रे, इ.इ. काही छायाचित्रे अमूर्ताची असावीत. अशा प्रकारच्या छायाचित्रांचे संच माध्यमांच्या वितरण संस्थांकडे मिळतात. प्रत्येक संचाबरोबर 'उपयोग-मार्गदर्शिका' असते. त्यात तो संच वापरण्याच्या पायऱ्या आणि विविध उद्दिष्टांसाठी तो संच कसा वापरावा याचे मार्गदर्शन असते. (अशा एका वितरण संस्थेचा पत्ता: लो कॉस्ट मीडिया सर्वीस, नॉत्र डेम कम्युनिकेशन सेटर, पाटलीपुत्र, पी.ओ. पाटणा बिहार, इंडिया ६०००१३.

छायाचित्रांची भाषा वापरण्याची उद्दिष्टे

ही उद्दिष्टे ग्राहकांच्या गरजा आणि समाजकार्य उपक्रमाचे व्यापक ध्येय काय त्यावर अवलंबून असतील.

१. स्वतःचा परिचय करून देणे किंवा प्रशिक्षणाच्या वर्गातील किंवा कार्यशाळेतील सदस्यांतील संवाद सुरू होण्यास मदत म्हणून (आईस ब्रेकर).
२. सेवार्थींना स्वतःबद्दल काय वाटते ते व्यक्त करण्यास आणि त्यांना स्वतःबद्दल काय समजले आहे ते व्यक्त करण्यास उपयोग.
३. सेवार्थींना त्यांची सामाजिक परिस्थिती आणि त्यांची नातीगोती याबद्दलचे विचार आणि भावना व्यक्त करण्यास.
४. सेवार्थींना त्यांचे जीवनविषयक दृष्टिकोन व्यक्त करण्यास मदत करणे.
५. सेवार्थींना स्वतःविषयी आणि दुसऱ्यांविषयीच्या आस्था व्यक्त करण्यासाठी मदत करणे.
६. गटातील देवाणघेवाणीस चालना देणे.

जर कोणी व्यावसायिकांना प्रशिक्षण देण्यासाठी छायाचित्रांची भाषा वापरत असेल तर पुढील उद्दिष्टे असू शकतात:

१. विविध व्यावसायिक भूमिकांविषयी त्यांची असलेली समजूत व्यक्त करण्यास त्यांना उद्युक्त करणे.
२. ग्राहकयंत्रणा आणि वास्तवासंबंधी त्यांचे आकलन काय आहे ते ओळखणे.

या माध्यमाची ताकद

१. स्वतःची मते आणि भावना व्यक्त करण्यात असणाऱ्या भयगंडावर मात करण्यास छायाचित्रे मदत करतात.
२. छायाचित्रांच्या दृष्यपरिणामामुळे एखाद्याला आपले विचार शब्दांत व्यक्त करण्यास मदत होते.
३. छायाचित्रांमुळे तत्सम अनेक अनुभवांचे स्मरण होण्यास मदत होते.
४. व्यक्तीला त्यांच्या भावना आणि विचारांचे संकेतचिन्ह म्हणून वापरण्यास छायाचित्रांची मदत होते.
५. छायाचित्रे मनाला स्पर्श करतात, जणू काही त्यातील प्रतिमा फक्त प्रेक्षकाशीच बोलतात. म्हणून व्यक्ती नकळत स्वतःला मोकळेपणाने व्यक्त करू शकते.

कृती

१. एखाद्या विशिष्ट गटासाठी हे माध्यम वापरताना कार्यकर्त्याला काही विविक्षित उद्दिष्ट असले पाहिजे.
२. छायाचित्रे अशी पसरावीत की सर्व सहभागींना सर्व छायाचित्रे दिसतील.
३. सावकाश पुढे जात प्रत्येक छायाचित्र काळजीपूर्वक पाहण्यास सहभागींना सांगावे.
४. छायाचित्रे पाहण्यासाठी ठरावीक वेळ द्यावा.
५. सूत्रसंचालकाने एखाद्या सरावासाठी दिलेल्या सूचनांनुसार; बहुतेक वेळा सदस्यांना एक छायाचित्र (कधी कधी दोन) निवडण्यास सांगितले जाते. उदा. जर हा सराव सदस्याचे स्वतःबद्दलचे आकलन समजून घेण्यासाठी असेल तर सूचना अशी असेल: 'तुमची वैशिष्ट्ये दाखवणारे छायाचित्र निवडा.'
६. नंतर सहभागी सदस्याला त्या सूचनेच्या संदर्भात त्या छायाचित्राबद्दल बोलण्यास सांगा.
७. सहभागींना बोलण्याची सक्ती करू नका. ते ऐच्छिक असू द्या.
८. यातून उद्भवलेले मुद्दे अधोरेखित करा आणि विशिष्ट सत्राच्या उद्दिष्टांबरोबर ते जोडा.
९. कधी कधी एकापेक्षा अधिक सहभागी एकच छायाचित्र निवडतात. त्यांची कारणे त्यांना एकाच्या नंतर दुसऱ्याला अशी पाठोपाठ विचारा.

सूत्रसंचालकही एक छायाचित्र निवडून त्याच्या/तिच्या भावना आणि मते व्यक्त करू शकतो/शकते. त्याचा प्रात्यक्षिक या दृष्टीने उपयोग होतो.

सूत्रसंचालकाने कधीही दुसऱ्यांसाठी छायाचित्रावर भाष्य करू नये आणि एखाद्या सदस्याच्या वतीने अन्य लोकांना भाष्य करू देऊ नये.

या चर्चेतून गटाची एकसंध बांधणी करताना आत्मविश्वास, अंतर्दृष्टी आणि गट सदस्यांमधील परस्पर विश्वास वाढीस लागला पाहिजे.

एकच छायाचित्र संच अनेक गटांसाठी वापरता येऊ शकतो. सहा वर्षाखालील मुलांचा अपवाद! हा संच विविध उद्दिष्टे साध्य करण्यास प्रभावीपणे वेगवेगळ्या रीतीने वापरता येतो.

छायाचित्रांची भाषा डोळ्याने अधू असलेल्या लोकांसाठी अथवा ६ वर्षांखालील मुलांसाठी वापरता येत नाही. कारण हा उपक्रम दृश्य प्रतिमा आणि दृश्य आकलनावर अवलंबून असतात.

अध्ययनसराव ८.१७ छायाचित्रांची भाषा कार्यशाळा

उद्दिष्टे:

१. समाजकार्य प्रशिक्षणार्थींना या माध्यमाचा परिचय करून देणे.
२. छायाचित्रांचा संच वापरण्याची कृती समजण्यास त्यांना मदत करणे.
३. या माध्यमाची बलस्थाने आणि व्याप्ती समजण्यास त्यांना मदत करणे.
४. सूत्रसंचालकाने एक तंत्र म्हणून हे माध्यम वापरण्यासाठी सकाप्रची पूर्वतयारी करणे.

वेळ: २ तास.
साहित्य: छायाचित्रांच्या भाषेचे तीन छायाचित्र संच.
कृती:

१. वर्गाची तीन गटात विभागणी करा. प्रत्येक गटात २० पेक्षा जास्त जण नसावेत.
२. प्रत्येक गटाला एक सूत्रसंचालक असावा.
३. प्रत्येक गटाला छायचित्र निवडण्यास विशिष्ट सूचना द्याव्यात.
४. छायाचित्रे अशी विखरा की सर्वांना ती व्यवस्थित पाहता येतील.

प्रत्येक गटाला खालीलपैकी एक विषय द्यावा:

१. तुमच्या आयुष्यातील एका आनंदाच्या प्रसंगाची आठवण करून देणारे छायाचित्र निवडा.
२. तुमचे स्वतःचे प्रतिनिधित्व करणारे एक छायाचित्र निवडा.
३. सामाजिक कार्यकर्ता म्हणून तुमची भूमिका दर्शवणारे एक छायाचित्र निवडा.

छायाचित्राची निवड केल्यानंतर प्रत्येक सकाप्र ला त्यांचे विचार आणि भावना व्यक्त करण्यास सांगा.

चर्चेचे मुद्दे:

१. छायाचित्रांची निवड कशावरून ठरवली?
२. स्वतःबद्दल सांगण्यास छायाचित्रांची कशी मदत होते?

आवश्यकतेनुसार चर्चा चालू ठेवण्यासाठी काही प्रश्न उभे करा आणि नंतर त्या अध्ययनसरावातून काय फायदे झाले त्याचा सारांश स्पष्ट करून चर्चेचा समारोप करा.

त्यानंतर सर्व गट एकत्र करून छायाचित्रांच्या भाषेची ही संकल्पना, तसेच प्रक्रिया विशद करून सांगा. त्यावर चर्चा करा. असे सत्र चालवताना कोणत्या गोष्टी कराव्यात आणि कोणत्या टाळाव्यात याचीही चर्चा करा. असे सत्र चालवण्यासाठी लागणारी पूर्वतयारी आणि कोणत्या प्रकारचे प्रसंगात हे माध्यम वापरून आपली उद्दिष्टे साध्य करता येतात याचा सारांश सांगून या चर्चेचा समारोप करा.

नकली खेळ किंवा लुटुपुटीचे खेळ

गटांबरोबर काम करताना अतिशय परिणामकारकरीत्या वापरता येणारे आणखी एक माध्यम म्हणजे नकली खेळ किंवा लुटुपुटीचे खेळ.

लुटूपुटीचे म्हणजे जे वास्तव नाही ते खरे समजून वागणे, जे आपल्या जवळ नाही ते आहे असे समजणे, वास्तवाची नक्कल करणे, अगदी खऱ्यासारखे दिसण्याचा–दाखवण्याचा प्रयत्न. हा लुटूपुटीचे/नकली शब्दाचा कोशातील अर्थ. सांस्कृतिकदृष्ट्या खेळ हे करमणुकीचे, वेळ घालवण्याचे साधन मानत. आणि म्हणून लुटूपुटीचे खेळ हे खऱ्या जीवनातील प्रसंगांकडे 'खेळ' या सुरक्षित संदर्भातून पाहण्याचे साधन होऊ शकते.

वायुदल किंवा आपत्ती व्यवस्थापनाचे प्रशिक्षण, अग्निशामक दल यांसारख्या विविध क्षेत्रात शिक्षण देण्यासाठी 'लुटूपुटीचे' अनुभव निर्माण केले जातात. जीवनातील खऱ्याखुऱ्या अनुभवातून विविध आव्हानात्मक प्रसंग किंवा संकटाच्या प्रसंगांना तोंड देणे होणाऱ्या चुकांच्या दृष्टीने महागात पडणारे किंवा दुःखदायक असू शकते.

खऱ्याच्या तुलनेत नियंत्रित केलेल्या परिस्थितीतील खऱ्या जीवनातील सामाजिक प्रक्रियांचे तंतोतंत प्रसंग निर्माण करण्याचे आणि ते प्रसंग तसे पुनःपुन्हा निर्माण करण्याचे साधन म्हणजे लुटूपुटीचे खेळ. सामाजिक कार्य प्रशिक्षणात आपल्याला खऱ्या जीवनातील परिस्थिती जशीच्या तशी निर्माण करता येणे शक्य नसते. परंतु या लुटूपुटीच्या खेळातून खऱ्या परिस्थितीसदृश प्रसंग/परिस्थिती निर्माण करून सकाप्रला खऱ्या परिस्थितीत कशाला सामोरे जावे लागेल ते थोडेफार अनुभवता येऊ शकते.

त्यामुळे अशा खेळांद्वारे कमी हानिकारक परिणाम होऊन स्वतःबद्दल आणि इतरांबद्दल शिकण्याची संधी देतात.

आपण सामाजिक कार्यात लुटूपुटीच्या खेळांचा उपयोग का करतो?

१. स्वतःबद्दलची जागृती वाढवणे.
२. व्यक्तिव्यक्तीतील नातेबंधाबद्दल अंतर्दृष्टीचा विकास.
३. मतभेद मिटवण्यासाठी लागणाऱ्या कौशल्यांचा विकास.
४. स्वतःच्या भूमिकांबद्दलची जागृती वाढवणे.
५. सहभाग आणि चर्चेला प्रोत्साहन देणे.
६. संवेदनक्षमता वाढवणे.
७. सामाजिक परिस्थितीचे विश्लेषणात्मक आकलन करण्याचे कौशल्य विकसित करणे.
८. बदलाबद्दलचे विचार स्फुरणे.

त्यामुळे गट कार्यशाळेची सत्रे, उपचार सत्रे यासारख्या सरावात आणि विविध प्रकारच्या प्रशिक्षणाच्या तयारीमध्ये लुटूपुटीचे खेळ वापरता येऊ शकतात.

लुटूपुटीच्या खेळांच्या पायऱ्या

लुटूपुटीच्या खेळाची तयारी

१. ज्या समस्या जाणून, त्यांच्या विविध बाजू समजून घेण्याची कौशल्ये विकसित करण्याची गट सदस्यांना आवश्यकता आहे अशा समस्या, दृष्टिकोन किंवा परिस्थिती ओळखणे.
२. एखादी विशिष्ट गरज भागवण्यास उपयुक्त असा यथायोग्य खेळ निवडा–परिचित किंवा असलेल्या खेळात काही बदल करून अथवा नवीनच खेळ उपयोगात आणता येतील.
३. खेळ खेळण्यासाठी सुस्पष्ट अशा लेखी सूचना तयार करा.
४. खेळाच्या अनुभवानंतर तुम्ही कोणते मुद्दे सुस्पष्टपणे मांडू इच्छिता त्यांची नोंद घेऊन ते लिहा.

५. खेळासाठी लागणारे सर्व साहित्य पुरेसे आधी तयार असले पाहिजे.
६. योग्य जागा तयार असणे आवश्यक.

लुटुपुटीचा खेळ खेळताना

१. खेळातील आवश्यक कृतीचा क्रम, त्याचे तपशील याबद्दलच्या स्पष्ट सूचना देणे आवश्यक.
२. खेळासाठी विशिष्ट वेळ दिला गेला पाहिजे.
३. खेळ चालू असताना त्या प्रक्रियेचे सूत्रसंचालकाने निरीक्षण करून आवश्यकतेनुसार टिपणे करावीत.
४. काही खेळात सर्व सदस्यांना सहभागी होण्याची संधी मिळेल. काही खेळात कमी खेळाडू लागतील. कोणी भाग घ्यावा ते ऐच्छिक असेल किंवा काही वेळा लुटुपुटीच्या खेळाच्या गरजेनुसार सूत्रसंचालकाला हेतुपूर्वक काही सदस्य निवडावे लागतील. उरलेले प्रेक्षक म्हणून भूमिका करतील.
५. खेळ पूर्ण झाल्यावर समारोप झाल्याचे स्पष्टपणे घोषित करावे.
६. चर्चा सुरू होण्यापूर्वी तुम्ही लहानशी सुट्टी देऊ शकाल.

लुटुपुटीचा खेळ संपल्यावर

१. हा खेळ खेळताना काय काय वाटले त्याबद्दल सहभागी खेळाडूंना प्रश्न विचारा.
२. खेळाडूंनी व्यक्त केलेल्या भावनांचा सूत्रसंचालकाने स्वीकार करावा. खेळाडूंना असे वाटता कामा नये की "आपल्याला जोखले जात आहे." —त्यासाठी योग्य काळजी घ्यावी. कारण अशी भावना अतिशय घाबरवणारी असू शकते.
३. विश्लेषण मुख्य प्रश्नांशी संबंधित असावे. वागणुकीची चर्चा करता येईल. पण व्यक्तींवर चर्चा होऊ नये.
४. विश्लेषणात मतांची टोके गाठली जाऊन लोकांचे मतभेद/भांडाभांडी होऊ शकते. अशा परिस्थितीत वातावरणात शांतता राखून मतभेदांना वाव देण्याची खात्री द्यावी.
५. खेळ चालू असतानाच्या भावनांवर चिंतन करण्यास खेळानंतरची चर्चा सहभागींना उपयुक्त व्हावी आणि त्यातून त्यांच्या खऱ्या आयुष्यातील समांतर प्रसंगांशी त्यांचा दुवा जुळावा.
६. खेळाचे विश्लेषण शांततापूर्ण वातावरणात आणि खेळाडूंना मानसिक आधार वाटावा अशा तऱ्हेने व्हावे (आश्वासक).
७. सारांश सांगून समारोप करताना 'काय शिकलो' यावर भर द्यावा. अनुभवाची बौद्धिक पातळीवरून छाननी करणे हे त्यातील धमकीवजा भयावहता कमी करते.

फायदे

जर कौशल्याने उपयोग केला तर लुटुपुटीचे खेळ:

१. व्यक्तीच्या आणि गटाच्या पातळीवर काम करू शकणारी शैक्षणिक प्रक्रिया निर्माण करतात.
२. लोकांचा सहभाग आणि गुंतवणूक वाढवतात.
३. चर्चा सुरू करण्यास मदत करतात आणि वागणूक, प्रवृत्ती याबद्दल तात्काळ एक अंतर्दृष्टी देतात. त्याची परिणती स्वतः आणि दुसऱ्यांबद्दलची संवेदनक्षमता वाढवण्यात होते.
४. सहभागींना त्यांच्या स्वतःच्या आयुष्यातील प्रसंगांकडे पाहण्याची अंतर्दृष्टी देतात.

लुटुपुटीचे खेळ मर्यादा

१. खेळात मन लावून भाग घेण्याऐवजी सहभागी ते फारच सहजपणाचे, गमतीचे, करमणुकीचे समजू शकतात. परिणाम असा होतो की ही कृती लक्षात राहते पण त्यामागचे मुख्य हेतू आणि उभे केलेले प्रश्न विसरू शकतात.
२. जर योग्य खेळाची निवड केली नाही तर योग्य संदेश पोहोचवण्याऐवजी त्याचे विपरीत परिणाम होण्याची शक्यता असते.
३. लुटुपुटीचे खेळ ठरावीक प्रगल्भता आणि ठरावीक पातळीची समज असलेल्या सदस्यांमध्येच चालू शकतात म्हणून लहान मुलांसाठी ते उपयुक्त नसतात.
४. या खेळातून ईर्षा आणि द्वेषाच्या भावना निर्माण होऊन त्यामुळे बचावात्मक वागणुकीचे मार्ग चोखाळले जाऊ शकतात.

लुटुपुटीच्या खेळांसाठी खालील मुद्द्यांना धरून नियोजन करावे लागते:

१. उद्दिष्टे.
२. खेळाडू संख्या.
३. साहित्य.
४. जागेची तयारी.
५. सूचना (कृती किंवा पायऱ्या).
६. प्रत्यक्ष खेळ (कृती).
७. स्पष्टपणे मांडण्याचे मुद्दे किंवा उभे करण्याचे प्रश्न.
८. निष्कर्ष.

सूत्रसंचालकासाठी टिपणे

१. त्याच गटात तेच तेच खेळ वारंवार वापरले जाऊ नयेत.
२. योग्य खेळांची निवड महत्त्वाची.
३. एका गटात एक खेळ फक्त एकदाच वापरता येतो.

कार्यशाळेच्या पहिल्या भागात सकाप्रना खेळाची उपयुक्तता दाखवून प्रेरित करण्यासाठी सराव घ्यावा. दुसऱ्या भागात त्यांना वेगवेगळ्या प्रसंगांसाठी लुटुपुटीचे खेळ रचता आले पाहिजेत.

भाग १: खेळांची प्रात्यक्षिके

अध्ययनसराव ८.१८ एकी का बेकी

या खेळाच्या उद्दिष्टांचे दोन प्रकार आहेत.
पहिला प्रकार सूत्रसंचालकाच्या दृष्टिकोनातून:

१. खेळाची रचना करणे, आवश्यक त्या सूचना देणे आणि खेळाचे संचलन यातून वास्तव प्रतिबिंबित करणारे प्रसंग निर्माण करून लुटुपुटीच्या खेळांचा उपयोग प्रशिक्षणार्थींना प्रात्यक्षिकाने दाखवणे.
२. प्रक्रियेची महत्त्वाची निरीक्षणे स्पष्ट करून चर्चा संचलन कसे करावे ते समजणे.

दुसऱ्या प्रकारची उद्दिष्टे खालील गोष्टींशी संबंधित आहेत:

१. समाजात 'असमान वाटप' कसे उदयाला येते त्याबद्दलच्या सकाप्र च्या आकलनाचा विकास करणे.

२. समाजात नवे वर्ग कसे उदयाला येतात त्याबद्दल आणि त्यांचे कार्य कसे चालते त्याचे आकलन सकाप्र मध्ये वाढवणे.

साहित्य: अर्धा किलो चणे किंवा लहान मणी किंवा चिंचोके.

कृती:

१. प्रत्येकाने खेळात भाग घेऊन जास्तीत जास्त चणे गोळा करावेत.

२. एका वेळी फक्त दोन खेळाडू चण्याची देवाणघेवाण करू शकतात.

३. ज्याला देवघेव सुरू करायची असेल त्याने दुसऱ्यापुढे हात केला पाहिजे. दुसऱ्याने खेळायला होकार दिला तर तो/ती हस्तांदोलन करेल.

४. ज्याने देवघेव सुरू केली त्याने थोडे चणे भरून मूठ धरावी आणि त्याच्या/तिच्या सहकाऱ्याने त्या मुठीत सम अंकी चणे आहेत की विषम अंकी ते ओळखावे.

५. जेव्हा मूठ उघडेल तेव्हा जर भागीदाराचा अंदाज बरोबर असेल तर ज्याने सुरुवात केली त्याला मुठीतले सर्व चणे भागीदाराला दिले पाहिजेत. पण जर अंदाज चुकला तर सुरुवात करणाऱ्याला त्याच्या मुठीत असलेल्या संख्येइतके चणे भागीदाराकडून मिळतील.

६. हा खेळ१०–१५मिनिटे सुरू ठेवून प्रत्येकाला जास्तीत जास्त चणे गोळा करण्याची संधी द्यावी.

७. शेवटी प्रत्येकाने किती चणे गोळा केले ते पाहा.

८. प्रत्येक प्रशिक्षणार्थीने जमवलेल्या चण्यानुसार त्यांची पुढीलप्रमाणे गटविभागणी करा.

   (अ) २० पेक्षा जास्त चणे जमवलेले सदस्य.

   (ब) २० ते १० चणे जमवलेले सदस्य.

   (क) दहापेक्षा कमी चणे जमवलेले सदस्य.

९. पुढीलप्रमाणे जाहीर करा:

   (अ) ज्यांच्याकडे २० पेक्षा जास्त चणे आहेत त्यांना त्यांच्या साठ्यात १० चण्यांची भर मिळेल आणि ते शासनाच्या यशस्वी उद्योजक मोहिमेचे मानकरी ठरतील.

   (ब) सूत्रसंचालक शासनाच्या वतीने कर म्हणून प्रत्येकाकडून २ चणे गोळा करेल.

   (क) ज्या खेळाडूंना संयुक्त भागीदारीचा व्यवसाय करायचा असेल त्यांना त्यांचे स्त्रोत एकत्र करून भागीदारी करता येईल.

१०. हाच खेळ त्यांना पुन: आणखी ५–१० मिनिटे खेळण्याची परवानगी द्या.

११. शेवटी सर्व खेळाडूंना अलग करून पुढीलप्रमाणे तीन गट करा.

   (अ) ४० पेक्षा जास्त चणे असलेले खेळाडू.

   (ब) १५ ते ४० चणे असलेले खेळाडू.

   (क) १५ पेक्षा कमी चणे असलेले खेळाडू.

चर्चेसाठी मुद्दे: खेळाडूंना शेवटी तयार झालेल्या तीन गटात बसवा आणि पुढील मुद्द्यांवर चर्चा सुरू करा.

१. सुरुवातीस चण्याचे वाटप काय होते?

२. खेळाच्या शेवटी कोण कंगाल झाले किंवा त्यांचा साठा कमी झाला? कोणी जास्त गोळा करून त्यांचा साठा वाढवला?

३. ज्यांचे चणे गेले किंवा साठा कमी झाला त्यांच्या भावना आणि अनुभव काय होते?

४. सदस्यांना जास्त चणे गोळा करणे कसे शक्य झाले?
५. ज्यांच्याकडे सर्वांत जास्त चण्यांचा साठा होता त्यांच्याबद्दल सर्वांत कमी साठा असलेल्यांना (अथवा काहीच शिल्लक नसलेल्या) काय वाटले?
६. भागीदारीत व्यवसाय करण्यामागचा मूलभूत पाया काय होता; त्याचा फायदा कोणाला मिळाला?
७. शासकीय योजनांचा फायदा कोणाला होतो?
८. स्रोतांच्या/संपत्तीच्या असमान वाटपाचे प्रतिबिंब समाजात कसे पडते आणि त्याची कारणे काय?
९. परिस्थितीत बदल घडवून आणण्यासाठी आपण काय करू शकतो?

सूत्रसंचालकासाठी सूचना: पूर्वीच्या चर्चेतून खालील मुद्दे निर्माण झाले पाहिजेत:

१. समाजात असमानता कशी असते आणि समाजात ज्यांना जास्त फायदे मिळतात ते मक्तेदार एकत्र येऊन दुसऱ्यांना लुबाडून त्यांची संपत्ती कशी वाढवतात?
२. सामाजिक संवेदनक्षमता, जाणिवा असूनही प्रशिक्षणार्थी मक्तेदारी प्रवृत्ती दाखवतात. कारण या प्रवृत्तीचा प्रभाव असणाऱ्या दुसऱ्यांना लुबाडणाऱ्या समाजाचा तेही घटक असतात. त्यामुळे त्यांनी लुबाडणे टाळून त्यांच्या वागणुकीबद्दल, विचारांबद्दल आणि ते अनुसरत असलेल्या पद्धतींबद्दल जास्त विवेकी असायला हवं.

अध्ययनसराव ८.१९ तुकडे केलेले चौरस

उद्दिष्टे:

१. सहकार्यातील बारकावे अनुभवणे.
२. सहकार्य असणे अथवा नसणे याचा गट बांधणीवर अथवा सामूहिक जीवनावर काय परिणाम होतो ते जाणून घेणे.

सहभागी: एक निरीक्षक असलेल्या ५ सदस्यांचा संघ. संघांची संख्या वर्गातील सदस्य संख्येवर अवलंबून असेल (छायाचित्र ८.२).
वेळ: ४५ मिनिटे.
साहित्य: आकृती ८.१ मध्ये दाखवल्यानुसार 'मोडक्या चौरसां'चे संच (१५). हे ५ खेळाडूंच्या प्रत्येक संघासाठी (प्रत्येकी ६" × ६" चा चौरस).
कृती:

१. आकृतीत दाखवल्याप्रमाणे चौरस कापा. तुकड्यांवर लिहिलेली मुळाक्षरे तुकडे मिसळल्यावर खोडा आणि 'AEG, BFK, CFO, HJN, ILM' या चौरसात दर्शविल्याप्रमाणे तीन तीन तुकड्यांचे गट करा. वेगवेगळ्या चौरसांचे तीन तुकडे असलेले एक एक पाकीट प्रत्येक सदस्यांसाठी तयार करा.
२. सर्व वर्गाचे प्रत्येकी ६ सदस्यांचे गट अशी विभागणी करा.
३. प्रत्येक गटाच्या सदस्यांना (एका गटात ५ याप्रमाणे, कारण सहावा सदस्य निरीक्षक असेल) पाकिटे वाटा.
४. प्रत्येक सदस्यासमोर एक चौरस याप्रमाणे संघाला एका आकाराचे पाच चौरस बनवावे लागतील.
५. कोणत्याही सदस्याने बोलायचे नाही.
६. कोणत्याही सदस्याने चौरसाचा तुकडा मागण्यासाठी दुसऱ्याला संकेत करता कामा नये.
७. सदस्यांनी त्यांच्या त्यांच्या संघातील सदस्यांना आपण होऊन तुकडे द्यावेत.

वेळ: २० मिनिटे, प्रत्यक्ष खेळण्यासाठी.

छायाचित्र ८.२ तुकडे केलेले चौरस

स्रोतः मुकुंद सावंत, निर्माता. माध्यमे आणि सांस्कृतिक अध्ययन केंद्र, टाटा समाजशास्त्र संस्था.

आकृती ८.१ चौरसाच्या तुकड्यांचे नमुने

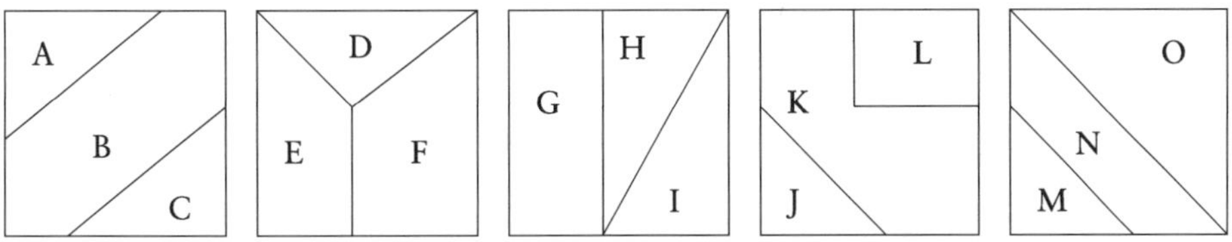

स्रोतः ट्रेस गट.

चर्चेचे मुद्दे:

१. तुकडे देऊन टाकण्यास कोण तयार होते?
२. जेव्हा एका सदस्याने त्याचा/तिचा चौरस पूर्ण केला तेव्हा तो/ती दुसऱ्यांशी कसे वागले?
३. दुसऱ्यांना तुकडे देऊन टाकण्यास कोण तयार नव्हते?
४. ज्यांना आवश्यक तुकडे मिळत नव्हते त्यांना काय वाटत होते?
५. कोणी नियम मोडले का? त्यावरून काय दिसले?
६. कोणत्या वेळी गटाने सहकार्य करण्यास सुरुवात केली? काही सदस्यांनी सहकार्य का केले नाही?

पुढील मुद्दे स्पष्टपणे मांडा:

१. प्रश्न सोडवण्यात सहकार्याची मदत कशी होते.
२. लोकांनी त्यांच्याजवळ आहे ते दुसऱ्यांबरोबर वाटून घेणे आवश्यक आहे आणि दुसऱ्यांच्या गरजा त्यांने न सांगता समजून घेतल्या पाहिजेत.
३. अंतिम निर्णय घेण्यापूर्वी सर्व बाबींचा विचार करण्याचे महत्त्व.

समाजकार्य प्रशिक्षणार्थींना हा खेळ कार्यक्षेत्रात कोठे वापरता येईल अशा प्रसंगांची यादी करण्यास सांगावी.

अध्ययनसराव ८.२० ध्येय ठरवणे

उद्दिष्टे:

१. ध्येय ठरवण्यामागील सर्वंकष हेतू समजावून घेणे.
२. वास्तवाला धरून ध्येय ठरवण्याचे महत्त्व समजावून घेणे.

सहभागी संख्या: ६ ते ८ स्वयंसेवक आणि बाकीचे सर्व निरीक्षक.
वेळ: ४५ मिनिटे.
साहित्य: विविध आकाराचे १५–२० लहान-मोठे दगड आणि खेळाडूंचे डोळे झाकण्यासाठी कापड.
कृती:

१. स्वयंसेवकांना जोड्या करण्यास सांगावे. एकाचे डोळे बांधून मनोरा बांधवा आणि जोडीदाराने मदतनीस व्हावे. मदतनिसाने फक्त तोंडी सूचना द्याव्यात.
२. प्रत्येक जोडीला, ते किती मोठा मनोरा बांधू शकतील ते विचारावे.
३. प्रत्येक जोडीला मनोरा बांधण्यास सांगावे (छायाचित्र ८.३).

चर्चेचे मुद्दे:

१. प्रत्येक जोडी मनोरा रचण्यात कितपत यशस्वी झाली?
२. ते रचणे त्यांच्या नियोजनाप्रमाणे होते का?
३. त्यांचे नियोजित ध्येय साध्यकरण्यात त्यांना कोणत्या अडचणी आल्या?

पुढील गोष्ट स्पष्टपणे मांडा: ध्येय ठरविण्यापूर्वी प्रत्येकाने संपूर्ण (सर्वांगीण) वास्तव लक्षात घेतले पाहिजे.

छायाचित्र ८.३ ध्येय ठरवणे

स्रोत: मुकुंद सावंत, निर्माता. माध्यमे आणि सांस्कृतिक अध्ययन केंद्र. टाटा समाजशास्त्र संस्था.

भाग २: प्रेरणा विकास सराव

सहभागी: सर्व.

कृती:

६–७ लोकांचा एक याप्रमाणे वर्गाचे गट पाडावेत. प्रत्येक गटाला एक प्रसंग द्यावा आणि त्यानुसार एक खेळ रचण्यास सांगावे. खेळाच्या योग्य सूचना आणि चर्चेचे मुद्देही तयार करण्यास सांगावे.

प्रेरक खेळांचा सामाजिक कार्यात उपयोग करण्यासाठी आवश्यक कौशल्यांवर भर देऊन सूत्रसंचालकाने समारोप करावा.

१. योग्य निवडीस आवश्यक कौशल्ये.
२. खेळांचे नियोजन करण्यास आवश्यक कौशल्ये.
३. खेळ कसा खेळावा याच्या सूचना तयार करण्यास आवश्यक कौशल्ये
४. निरीक्षण कौशल्ये
५. चर्चेस उत्तेजन देऊन खेळाडू सदस्यांच्या भावना आणि विचाराना बाहेर काढण्याची कौशल्ये
६. सरावात संदेश आणि कल्पना थोडक्यात साररूपाने सांगण्याचे कौशल्य.

नुसते खेळ हे अंतिम ध्येय असू शकत नाही. त्यातून निष्पन्न होणारे संदेश अधिक अर्थपूर्ण करण्याची ती आधारभूत तंत्रे असतात. नेहमी लक्षात ठेवण्याचा संदेश म्हणजे तात्पर्य पुढीलप्रमाणे असते:

- व्यक्तीच्या स्वतःचे दृष्टिकोन आणि जीवनमूल्यांविषयीची त्यांची स्वतःची अंतर्दृष्टी,
- सामाजिक स्थिती समजून घेणे (विश्लेषण) आणि
- परिस्थिती बदलण्यासाठी शक्य असलेले उपाय (कृती).

सामाजिक कार्यात महाजालाचा उपयोग

इंटरनेट व जाल (वेब) म्हणजे काय?

संगणक, मुद्रक (printer) आणि अन्य उपकरणे यांची जोडणी करून केलेली रचना आणि अशा जगभरच्या रचनांची रचना म्हणजे इंटरनेट व विश्वव्यापी जाल म्हणजे वर्ल्डवाईडवेब (www) या दोन पारिभाषिक संकल्पना एकच आहेत असे लोकांना वाटते. महाजाल अशा एका संदिग्ध शब्दाने त्यांचा उल्लेख केला जातो. त्यांचे एकमेकांशी संबंध असले तरी त्यांच्या (तांत्रिक) व्याख्या वेगवेगळ्या आहेत. "इंटरनेट" हा इंग्रजी पारिभाषिक शब्द म्हणजे इलेक्ट्रॉनिक कम्युनिकेशन नेटवर्क. संगणकाद्वारे संगणक आणि अन्य उपकरणे इलेक्ट्रॉनिक संदेशाद्वारे एकमेकांशी दळणवळण करतात. (आता कोणतीही गोष्ट/वस्तू या माध्यमातून दळणवळण करू शकते. त्याला इंटरनेट ऑफ थिंग्ज–IOT म्हणतात.) 'विश्वव्यापी जाल' म्हणजे वेब ही इंटरनेटवर बसवलेली विशिष्ट प्रणाली असून त्याद्वारे लोकांना त्यांची कामे करण्यासाठी तयार आणि वापरण्यास सुलभ अशी साधने वापरता येतात. हे विश्वव्यापी जाल, स्विझर्लंडच्या 'सर्न' प्रयोगशाळेतील टिमबर्नर्स ली या ब्रिटिश शास्त्रज्ञाने १९९२ च्या सुमारास विकसित केले. त्यामुळे हायपर टेक्स्ट (hypertext) या विशिष्ट 'भाषे'तील साहित्य इंटरनेटच्या कोणत्याही टोकापासून दुसऱ्या टोकापर्यंत उपलब्ध करून देण्याची 'वेब' ही यंत्रणा झाली आहे. त्यानंतर हे, या सर्वांचे मिळून 'महाजाल' सतत आणि वेगाने बदलत आहे. 'विश्व्यापी जाल' हे जाळे (वेब), जाल (नेट) किंवा 'w w w' 'विश्वव्यापी' अशा अनेक नावांनी ओळखले जाते. आपल्या प्रकरणात आपण त्याला विश्वव्यापी (वेब) असे म्हणू.

आंतरजाल महारचना किंवा इंटरनेट ही 'विश्वव्यापी जाल धारिणी' (कारण वेब-विश्वव्यापी जाल–हे इंटरनेटच्या महारचनेवर वसवलेले असते) असे म्हणू. हे इंटरनेट १९५० चे सुमारास यू.एस.ए.च्या संरक्षण खात्याने प्रायोगिक स्वरूपात तयार केले. त्यांना सैन्यदलाच्या अनेक छावण्यांमध्ये सुरक्षित संदेशवहन करण्यासाठी काहीतरी हवे होते. परंतु एकदा हे तंत्रज्ञान जगाला ज्ञात झाले आणि त्यानंतर ते थांबवणे आणि थोपवणे अशक्य होते. हॉर्वर्ड आणि बर्कले सारख्या विद्यापीठांना हे क्रांतिकारक तंत्रज्ञान गवसले आणि त्यांनी संप्रेषणाचे उगम असलेल्या वैयक्तिक संगणकांना 'पत्ते' बहाल (id./addresses) करून या तंत्रज्ञानात प्रगती केली.

विश्वव्यापी जालाशी (वेब) संपर्क

विश्वव्यापी जालावर काम करण्यासाठी आपल्याला कशाची आवश्यकता आहे?

व्यक्तिगत यंत्रणा

संगणक: आपल्याला महाजालाशी संवाद साधण्यासाठी आवश्यक अशी ब्राउझर–(मराठीत विचरक) उपयोजन प्रणाली (application program) बसवलेला एक साधा संगणक लागतो. इंटरनेट एक्सप्लोरर/नेटस्केप/फायरफॉक्स अशी काही ब्राउझरची उदाहरणे आहेत.

संपर्क: आपण व्हीएसएनएल, रिलायन्स, एअरटेल, बीएसएनएल किंवा अन्य इंटरनेट सर्वीस प्रोव्हायडरचे वर्गणीदार आहोत याची खात्री करून घ्या.

मोडेम: आपल्या संगणकात एक कार्यरत असलेले मोडेम बसवलेले आहे किंवा एक बाह्य उपकरण म्हणून बसवलेले आहे याची खात्री करून घ्यावी.

बाह्य यंत्रणा

नेटकॅफे/सायबर कॅफे: पुष्कळ शहरात रस्तोरस्ती अशी 'महाजाल केंद्रे' असतात. ही तयार यंत्रणा नाममात्र किमतीस उपलब्ध असते. तिथे तासाचे पैसे भरून सुविधा मिळतात आणि नवीन लोकांसाठी मार्गदर्शक उपलब्ध असतात.

ग्रंथालये: महाविद्यालयीन ग्रंथालये, आणि सार्वजनिक ग्रंथालये यामध्ये विद्यार्थ्यांसाठी महाजाल सुविधा उपलब्ध असतात.

स्वतःचे नेटवर्किंग: हा पर्याय बहुधा सर्वांत सुलभ पर्याय आहे. तुमच्या नातेवाइकांना, मित्रांना, सहकाऱ्यांना, शिक्षकांना विचारा की, "विद्यार्थ्यांसाठी अशा यंत्रणा उपलब्ध असलेल्या जागा त्यांना माहिती आहेत का?" तुम्हाला आश्चर्य वाटेल, पण कोणाला तरी हे माहिती आहे असा कोणी नेहमीच भेटतो (आजकाल बऱ्याच सार्वजनिक ठिकाणी मोफत यंत्रणा उपलब्ध असते. तिला 'वायफाय' म्हणतात. ती वापरून महाजालावर जाता येते. तुमचा संगणक अथवा स्मार्टफोन मात्र असला पाहिजे.).

लोक विश्वव्यापी जालाशी कसे जोडले जातात?

महाजाल हे अक्षरशः जगातील सर्व संगणक (अन्य उपकरणेही) एकमेकांना जोडणारे जाळे आहे. आपले स्वतंत्र संगणक महाजाल सेवा देणाऱ्या (इंटरनेट सर्व्हिस प्रोव्हायडर) व्हीएसएनएल, एअरटेल आणि रिलायन्स सारख्या सेवांशी जोडलेले असतात. या जोडण्या म्हणजे दूरध्वनी वाहिन्या, समर्पित माहितीवाहिन्या (Dedicated) केबल संपर्क वाहिन्या (केबल नेटवर्क्स) आपल्या घरातील दूरदर्शनसाठी असते तसे किंवा भ्रमणध्वनीसारखी (तारविरहीत/वायरलेस) माध्यमे असतात. 'मोडेम' नावाच्या उपकरणाद्वारे आपला संगणक दूरध्वनीच्या वाहिनीला जोडता येतो. आपला महाजालावरील वेग हा मोडेमच्या माहितीची ने–आण करण्याचा वेग, वाहिनीची रुंदी, (बँड विडथ्) आणि प्रत्यक्षात ने–आण करण्याचा आकार अशा अनेक गोष्टींवर अवलंबून असतो.

तुमच्या संगणकावरून तुमच्या महाजाल सेवा देणाऱ्या यंत्रणेला फोन करा.

महाजालावर संकेतस्थळे कशी शोधावीत?

सोप्या भाषेत सांगायचे तर महाजालावर काम करणे हे फोन करण्याइतकेच सोपे असते. आपण दूरध्वनी करतो तेव्हा फोन हे उपकरण हातात घेतो. ज्यांना दूरध्वनी म्हणजे फोन करायचा त्यांचा दूरध्वनी क्रमांक म्हणजे फोन नंबर फिरवतो. पलीकडून ग्राहकाने जर त्यांचे उपकरण (रिसिव्हर) उचलले तर (फोन लागून) आपला आणि त्यांचा प्रत्यक्ष संवाद सुरू होतो. महाजालावर संकेतस्थळ पाहण्यासाठी आपल्याला खालील गोष्टी करणे आवश्यक असते.

संगणकावरील 'इंटरनेट एक्सप्लोअरर', 'नेटस्केप', 'फायरफॉक्स' यासारखी एखादी साधन प्रणाली उघडा. ही प्रणाली (प्रोग्राम) तुम्हाला महाजालावर प्रवेश देते. या प्रणाली मोफत असतात. खाली 'इंटरनेट एक्सप्लोअरर'च्या प्रतिमाचिन्हाचे (आयकॉन) चे उदाहरण दिले आहे (छायाचित्र ८.४). संगणकावर असलेल्या या प्रतिमाचिन्हावर दोनदा क्लिक केले की ही प्रणाली काम करू लागते.

छायाचित्र ८.४ 'इंटरनेट एक्सप्लोअरर'चे प्रतिमाचिन्ह

छायाचित्र ८.५

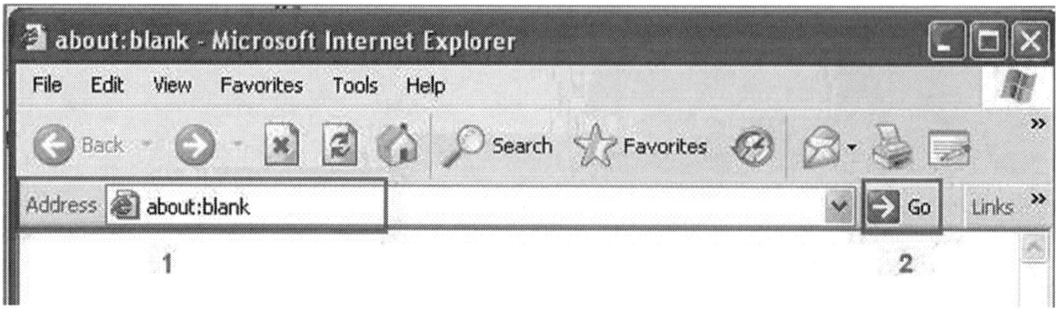

जेव्हा ही प्रणाली काम करू लागते तेव्हा तुम्हाला हवा असलेला संकेतस्थळाचा पत्ता (वेब साईट अड्रेस) पत्त्याच्या चौकटीत लिहा (छायाचित्र ८.५). नंतर गो (GO) हे बटन दाबून हव्या असलेल्या पत्त्यावर जा (छायाचित्र ८.५).

या उदाहरणात मी गुगलच्या संकेतस्थळावर जायचे ठरवले आहे (www.google.com छायाचित्र ८.६). महाजालावर माहितीच्या शोधासाठी गुगल हे मोफत साधन आहे. याला 'माहितीशोध साधन' म्हणजे इंग्रजीत सर्च इंजीन असे म्हणतात. याच्या चौकटीत तुम्ही कोणताही माहिती हवा असलेला विषय लिहू शकता. विषय टाईप करता करताच तुम्हाला छायाचित्र ८.७ मध्ये दाखवल्याप्रमाणे विषयाची उत्तरे विंडो मध्ये जमा होतील.

छायाचित्र ८.६

तुम्ही दिलेल्या दुव्यांवर म्हणजे लिंक्स वर क्लिक करून त्या त्या दुव्यांनी दाखवलेल्या संकेतस्थळावर जाऊन तपशील पाहू शकता आणि माहिती वाचू शकता. सर्वसाधारणपणे अधोरेखित केलेले शब्द किंवा वाक्ये हे तुम्हाला विषयाच्या अधिकाधिक खोलात नेणारे दुवे असतात. उदा: वरील प्रतिमेतील पहिल्या वाक्यावर (USC's Master of Social work) दोनदा क्लिक केले तर खालील संकेतस्थळावरील माहिती दाखवली जाईल: www.requestinfo.msw.usc.edu

छायाचित्र ८.७

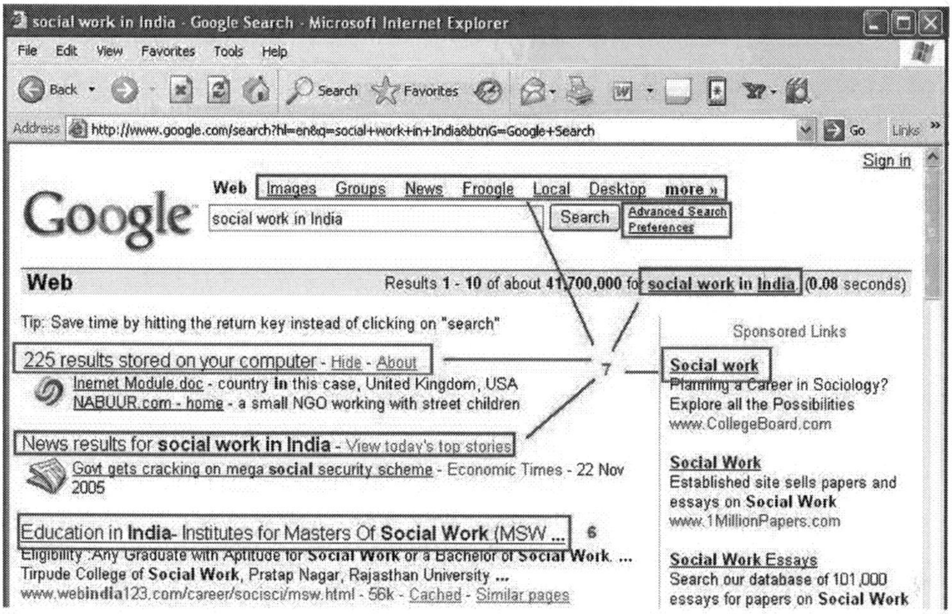

डोमेन म्हणजे काय?

महाजालावरील विशिष्ट आभासी क्षेत्राला प्रभाव किंवा अधिकार क्षेत्र म्हणजे डोमेन म्हणतात. त्या क्षेत्रात विशिष्ट प्रकारची संकेतस्थळे असतात (संकेतस्थळांची वसाहतच म्हणाना!). यांचे अनेक प्रकार आहेत. काही प्रकार पुढीलप्रमाणे:

- .com: व्यावसायिक संकेतस्थळांसाठी. हे महाजालावरील सर्वांत जास्त व्याप्तीचे प्रभाव क्षेत्र आहे.
- .org: कोणत्याही प्रकारच्या संघटनांसाठी असलेले क्षेत्र.
- .gov: शासकीय संस्थांसाठी. साधारणपणे केंद्र सरकारसाठी असते. पण राज्य शासनासाठीही हे क्षेत्र वापरतात.
- .edu: शैक्षणिक संस्थांसाठी प्रभाव क्षेत्र.
- .uk, .us, .in: विशिष्ट देशातील सर्व संस्थाच्या संकेतस्थळासाठी आणि इमेल पत्ते यासाठी हे महा प्रभावक्षेत्र असते (युके म्हणजे इंग्लंड, युएस म्हणजे उ. अमेरिका, आय एन म्हणजे इंडिया—भारत.). यात देशांतर्गत संगणकीय अथवा इलेक्ट्रॉनिक

नेटवर्क्सच्या रचना/जोडण्याही असतात. उदा: मुंबई आय आय टीचे संकेतस्थळ: www.iitb.ac.in येथे .in म्हणजे भारताचे महाप्रभाव क्षेत्र. केम्ब्रिज विद्यापीठ, इंग्लंड: https://www.cam.ac.uk/

महाजाल का वापरले जाते?

महाजालाची मूळची उपयोजने होती संप्रेषण, ज्ञानाची देवाणघेवाण आणि संबंध प्रस्थापित करणे. लवकरच व्यापार, शासकीय सेवा, माहिती सेवा, ग्रंथालय सेवा, आणि अगदी संकेतस्थळावरील 'स्थळे' म्हणजे वधूवरसूचक सेवा यांचीही यात भर पडून एक मंच तयार झाला.

पारंपरिक माध्यमांशी तुलना करता महाजालावर वेगळे काय आहे तर वेग, तत्काळ क्रिया प्रतिक्रियांची सोय, लवचीकता, वापरण्यास सुलभ, स्वयंसेवा, खुलेपणा, 'तुम्हाला दिसते तेच मिळते' (WYSIWYG–what you see is what you get) आणि अगदी वेळेवर किंवा आयत्या वेळी (JIT Just In Time) माहिती, अशा काही सकारात्मक सेवा! महाजाल प्रेक्षकांना जास्त सत्ता देते आणि त्यामुळे आपल्याला जे वाचायचे आहे तेच आपण निवडू शकतो, पाहू शकतो आणि ऐकू शकतो. ते पारंपरिक माध्यमात करता येत नाही.

सामाजिक कार्य आणि महाजाल

महाजाल ही आपल्या जीवनातला रोजचीच घटना झाली आहे. नागरी भागात राहणारे लोक महाजालावर अधिकाधिक अवलंबून राहत आहेत. भारताच्या ग्रामीण भागात हे माध्यम अजूनपर्यंत मंदगतीने पसरले आहे. पण ते आश्चर्यकारक वेगाने वाढत आहे. महाजालाचा चमत्कार आपल्या खेड्यांपर्यंत पोहोचेल याची खात्री करणे हे आपल्या सामाजिक कार्यकर्त्यांच्या हातात आहे. आजवरच्या इतिहासातील अभूतपूर्व असे सर्व समावेशक, समानता प्रसारक माध्यम मानवाने निर्माण केले आहे. जसजसे जग हा सुशिक्षित–सुज्ञात समाज होत आहे तसतसे महाजाल हे अनिवार्य होत चालले आहे.

सामाजिक कार्यकर्ते म्हणून आपल्या दैनंदिन जीवनात आपण महाजाल हे पूरक कसे होऊ शकेल ते पाहू. आपण महाजालावर काम करण्याचा प्राथमिक अनुभव घेण्यासाठी काही साधे, सोपे अध्ययनसरावही पूर्ण करू.

सामाजिक कार्यकर्त्यांना महाजालाचा सर्वांत परिणामकारक उपयोग होऊ शकेल अशी ५ क्षेत्रे खालीलप्रमाणे:

संप्रेषण

आपण पूर्वी पाहिल्याप्रमाणे वेगवान संप्रेषण हा महाजालाचा प्राथमिक फायदा आहे. या माध्यमाचा पुरेपूर उपयोग करण्यासाठी आपण सक्षम होणे आवश्यक आहे. ई पत्रे मुळे (किंवा ई मेल असा प्रचलित शब्द) आपल्याला सहकाऱ्याशी केव्हाही आणि कुठेही संबंध ठेवता येतात. साध्या टपालसेवेला लागणारा वेळ ई मेलला लागत नाही. आपण देशाच्या अगदी दूरवरच्या कोपऱ्यात काम करीत असलो तरी आपण तज्ज्ञांशी, सहकाऱ्यांशी, शिक्षकांशी आणि सर्वांशी त्वरित संपर्क साधू शकतो. चांगल्या आणि वाईट काळात संदेश चटकन पोहोचतात. महाजालावरील आणखी एक संप्रेषण प्रकार म्हणजे 'चॅट' होऊ शकतो. वर उल्लेख केलेल्या संकेतस्थळांवर 'आभासी गप्पाकक्ष' (म्हणजे Virtual chat root) उपलब्ध असतात. तुमचा सहकारी किंवा मित्र आणि तुम्ही एकाच वेळी एकाच संकेतस्थळावर असलात तर (जरी तुम्ही भौगोलिकदृष्ट्या वेगवेगळ्या ठिकाणी असलात तरी) तुम्ही गप्पा मारायला सुरुवात करू शकता. पूर्वीच्या गप्पाकक्षांत भाग घेणाऱ्यांना फक्त टंकलिखित किंवा टाईप करून संवाद करता येत असत. आता तुम्ही बोलू शकता आणि दृश्य संवाद करू शकता.

संशोधन (सर्वसाधारण आणि औपचारिक)

महाजाल सर्वसाधारण आणि औपचारिक अशा दोन्ही संशोधनांच्या शक्यतांना वाव देते. तुमच्या महाविद्यालयीन प्रकल्पासाठी जमा करण्याची माहिती हे सोप्यात सोप्या सर्वसाधारण संशोधनाचे उदाहरण आहे. खात्रीशीर माहिती किंवा खात्री करून घेण्यासाठी उपलब्ध कच्ची माहिती जमा करून ती विशिष्ट, बांधेसूद पद्धतीने मांडणे म्हणजे औपचारिक संशोधन. Google .com, MSN. com, Rediff.com आणि Indiatimes.com अशासारख्या शोधयंत्रणा (सर्च इंजिन्स) ह्या सुरुवातीला चांगल्या. त्या साधारणपणे तुम्ही शोधत आहात त्या माहितीपर्यंत नेतात किंवा विशिष्ट संशोधनासाठी वापरता येतील अशा संकेतस्थळांवर उपलब्ध असलेल्या साधनांची माहिती देतात.

अनुबंध किंवा संवादजाल (नेटवर्किंग)

जिथे अनेक माणसे परस्परांशी संपर्क साधून संवाद, माहितीची देवाणघेवाण करू शकतात अशी वास्तव किंवा आभासी यंत्रणा म्हणजे हे संवादमाध्यम. त्यात व्यावसायिकांच्या संघटना असतात, त्यांचे मेळावे, अधिवेशने होतात आणि त्यातून अशी संप्रेषणाची यंत्रणा बांधली जाते (म्हणून याला अनुबंध असे म्हणता येईल.). बहुतेक वेळा हे संवादजाल सर्वसामान्य गरजा, कल्पना, एखाद्या गोष्टीचा ध्यास, कार्यक्षेत्रे, संशोधन क्षेत्रे, या भोवती फिरत असते. जेव्हा जगभरचे हजारो-लाखो लोक एकाच क्षणी महाजालावर जातात तेव्हा तुमच्या आवडी-अभिरुचीचे आणखी लोक एकाच वेळी महाजालावर असू शकतील ह्याची कल्पना करणे अवघड नाही. अशा समानधर्मी लोकांचा एक गट म्हणजे संवादजाल/अनुबंध असे समजले जाते. भिन्न पार्श्वभूमी असलेल्या, भिन्न ठिकाणी वास्तव्य करणाऱ्या, भिन्न व्यवसायातील, भिन्न अभिरुची आणि आवडी-छंद, प्रेरणा असलेल्या लोकांना हे माध्यम एकत्र आणते आणि कल्पना, संपर्क पत्ते, साधने, अनुभव, ज्ञान आणि अन्य माहितीचे खजिने यांची देवाणघेवाण करण्यास वाव देते. महाजालावरील गट, विचारमंच, धागे इ. आभासी संवादजालांची उदाहरणे आहेत.

प्रवक्तेपण

संवादजालाची कल्पना पुढे नेली तर 'प्रवक्तेपण' ही पुढील पायरी. एकदा तुम्ही समानधर्मी म्हणजे समविचारी, समान आवडी निवडी असणारे लोक एकत्र आणले किंवा एका ध्येयाला वाहून घेतलेले लोक एकत्र आणले की ते महाजालावर एकत्र येऊन एक समान ध्येय गाठण्यासाठी प्रयत्न करतात—म्हणजे त्या ध्येयाचा प्रसार करणारे 'प्रवक्ते' होतात. पुण्यातील रस्त्यांच्या दुर्दशेबाबत पुणे महानगरपालिकेला हलवून जागे करण्यासाठी लोकांनी एकत्र येऊन महाजालावरून याची वकिली केली म्हणजे 'प्रवक्तेपण' केले हे अलीकडचे आभासी प्रवक्तेपणाचे उदाहरण. 'लक्ष्य' (target) समोर ठेवणे, लोकांना जमवणे, आणि त्यांचा पाठिंबा मिळवणे अशा शक्यतांना महाजाल वाव देते. ते तळागाळापर्यंत पोहोचणाऱ्या चळवळीस स्फूर्ती देण्यासाठी साधने देते. हे माध्यम मोहिमेस आवाज देते आणि विशाल जनसमुदायापर्यंत पोहोचवण्यास मदत करते. शेवटी त्यामुळे तळापासून वरपर्यंत अशी संघटना बांधण्यास प्रेरणा देते.

निधीसंकलन

निधीसंकलनासाठी आपण देणगी का मागतो याचे कारण आपल्याकडे पाहिजे आणि कोठेतरी असणारा दाता आपल्या कारणासाठी देणगी देण्यास तयार झाला पाहिजे. महाजालाच्या सोप्या संप्रेषणामुळे निधीसंकलक आणि देणगी देणारी संस्था या दोघांनीही संप्रेषणासाठी तसेच गरज आणि स्रोताची सांगड घालण्यासाठी महाजालाचा उपयोग करणे नैसर्गिक आहे. दुसऱ्या बाजूला निधीसंकलनाच्या अन्यत्र यशस्वी झालेल्या अन्य कल्पनांची माहिती मिळविण्यास आणि आपल्या प्रकल्पांसाठी तशासारख्या कोणत्या कल्पनांचा उपयोग होईल याचा विचार करण्यासाठी महाजालाचा उपयोग होतो.

जर संगणक आणि महाजाल उपलब्ध असेल तर सूत्रसंचालकाने खालील अध्ययनसराव करून घ्यावेत.

महाजालावरील संप्रेषणाचा उपयोग करण्यासाठी सामाजिक कार्यकर्त्यांनी करण्याचे सराव

सराव ८.२१: ई मेल खाते उघडणे.
सराव ८.२२: गप्पासत्रात भाग घेणे (चॅट करणे).

अपेक्षित परिणाम

आपल्याला कामाशी संबंधित ई पत्रे पाठवता येतात आणि आपल्या गटात ई–परिषद सत्रे चालवता येतात. या सरावाशेवटी सकाप्रना खालील गोष्टी करता येतात:

१. नमुना १: ई पत्रापत्रीची प्रत.
२. नमुना २: गप्पासत्रातील टिपण प्रत.

संशोधन

सराव ८.२३: तुमच्या महाविद्यालयातील/गावातील सामाजिक संस्थांची माहिती मिळवणे.
सराव ८.२४: तुमच्या गावातील/शहरातील लोकसंख्येची आकडेवारी मिळवणे.

अपेक्षित परिणाम

आपल्याला आपल्या गावात काम करणाऱ्या सामाजिक संस्थांची यादी मिळवता येते आणि आपल्या गावातील आकडेवारीची प्राथमिक माहिती मिळते.

१. नमुना १: एकत्रित केलेली आणि योग्य वर्गवारी केलेली गावातील सामाजिक संस्थांची माहिती.
२. नमुना २: आपल्या गावातील लोकसंख्येची एकत्रित आकडेवारी.

नेटवर्किंग

सराव ८.२५: 'जागतिक व्यापार संघटना' धोरणे (WTO) यावर चर्चा करणारा महाजालावरील गट शोधणे आणि त्या चर्चेत भाग घेणे.

अपेक्षित परिणाम

आपण WTO च्या धोरणांवर चर्चा करणारे लोक शोधून त्या संवादात भाग घेऊ शकू.

१. नमुना १: तुमच्या नेटवर्कमधील लोकांची यादी.
२. नमुना २: अलीकडच्या संवादाचे टिपण (ई पत्रे, गप्पासत्रे, चर्चागट इ.).

प्रवक्तेपण

सराव ८.२६: प्रवक्तेपणासाठी उपयुक्त असलेली पाच ऑनलाईन साधने शोधणे.

सराव ८.२७: ऑनलाईन प्रचार मोहिमेत भाग घेणे.

अपेक्षित परिणाम

आपण प्रवक्तेपण करण्यासाठी लागणारी साधने महाजालावर शोधू शकतो. ऑनलाईन प्रवक्ता मोहिमेत आपण भाग घेऊ शकतो.

१. नमुना १: महाजालावर प्रवक्तेपणाची जी साधने सामाजिक कार्यकर्ते वापरतात अशा ५ साधनांची यादी.

२. नमुना २: सहभागी झालेल्या प्रवक्ता मोहिमेचे तपशील.

निधीसंकलन

सराव ८.२८: आपल्या निवडीच्या सामाजिक कारणासाठी ऑनलाईन अर्जाची दखल घेऊन देणगी देणाऱ्या महाजालावरील संस्था शोधणे.

अपेक्षित परिणाम

ऑनलाईन आवेदने आणि निधीसंकलन प्रस्ताव करण्यास मुभा देणाऱ्या आणि प्रस्तावांवर पुढील प्रक्रिया करणाऱ्या निधिदात्या संस्था आपण शोधू शकू. ऑनलाईन करता येतील अशा निधीसंकलनांच्या कल्पनांची यादी तयार करणे. त्या महाजालावर आणि प्रत्यक्षात अशा दोन्हीकडे उपयुक्त असल्या पाहिजेत.

१. नमुना १: ऑनलाईन आवेदने स्वीकारून त्यावर प्रक्रिया करणाऱ्या दहा निधिदात्या संस्थांची यादी.

२. नमुना २: महाजालावर निधीसंकलन करता येईल अशा ५ योजनांची यादी आणि प्रत्यक्ष निधीसंकलन करता येईल अशा ५ कल्पनांची यादी.

सूत्रसंचालकासाठी टिपण: प्रशिक्षणार्थींना स्थानिक संदर्भात ज्या प्रसंगांना सामोरे जावे लागते त्यांच्या संदर्भात वरील प्रसंग उदाहरणे केव्हाही बदलता येतात. वरील सरावापैकी प्रत्येकच सराव करून घेतला पाहिजे असे नाही. सकाप्रना संगणकाचा वापर करण्यात सहजता वाटावी आणि समाजक्षेत्रात त्याचे महत्त्व काय असते ते सकाप्रना समजावे यासाठी या सरावांचे महत्त्व आहे.

परिशिष्ट अ ८.१ पारंपरिक माध्यमे: कीर्तन

सामाजिक शिक्षण आणि प्रार्थना यांची एकत्र बांधणी म्हणजे कीर्तन. ते एक प्रकारचे प्रवचन असते. परंतु निवेदकाचा मुद्दा सिद्ध करण्यासाठी आणि शैक्षणिक भाग रसाळ करण्यासाठी कथा आणि संगीताचा अंतर्भाव असतो. मध्ये मध्ये प्रेक्षक यात सामील होऊ शकतात.

पारंपरिक कीर्तन एखाद्या साध्या धार्मिक कथेने सुरू होते आणि श्रोत्यांना अध्यात्मिक अथवा शैक्षणिक संदेश देण्यासाठी त्यावर निरूपण केले जाते. कीर्तन हे सर्वसाधारणपणे धार्मिक उत्सवाचा भाग म्हणून होते आणि त्याचा उपयोग माहिती देण्यासाठी, शिक्षणासाठी, सामाजिक/आरोग्य/स्वच्छता/साक्षरता अशा प्रश्नांवर संप्रेषणाचे परिमाण म्हणून अशा विषयांवरील मोहिमेत उपयुक्त असते.

कीर्तनाचे सर्वसाधारणपणे दोन भाग असतात–कथा, निरूपण. हे सर्व अर्धगद्य स्वरूपात असते. म्हणजे काही गद्य भागां पाठोपाठ अभंग, ओवी, श्लोक यासारखे गेय भाग आणि त्यानंतर पुन: निरूपण, कीर्तनकार पांढरा अंगरखा–धोतर यासारखा पारंपरिक पोशाखात किंवा पगडी घालून खांद्यावर लपेटून घेतलेला असतो. त्याच्या हातात चिपळ्यांची जोडी असते. तो गाताना चिपळ्यांची साथ देतो. त्याची निवेदन शैली सरळ गद्य स्वरूपाची नसून गेय असते.

कीर्तनकाराचा पोशाख आणि भोवतीची प्रभावळ ही कीर्तन ठाशीव करण्यासाठी आवश्यक असते. कारण त्याचा दुवा धार्मिक शिकवणीशी असतो. अशिक्षित किंवा अर्धशिक्षित अशा सर्वसामान्य जनमानसांत नैतिक मूल्ये आणि व्यावहारिक शहाणपणाचे शिक्षण सहज स्वीकारले जाते. धार्मिक शिकवणीवरील खोल विश्वासामुळे कीर्तन हे सुशिक्षित समाजातही सहज स्वीकारले जाते.

वक्तृत्वाची देणगी मिळालेल्या माणसाला या माध्यमाचा प्रभावी उपयोग करता येतो. कीर्तनकाराला कीर्तनात चटकन उत्स्फूर्त बदल करावे लागतात आणि हजरजबाबीपणा आवश्यक असतो. परिणाम साधण्यासाठी विद्वत्तापूर्ण भाषणापेक्षा नाट्यगुण जास्त उपयुक्त असतात.

येथे दिलेले कीर्तनाचे उदाहरण स्थानिक माणसाने लिहिलेले आहे. ते अतिशय सोप्या सहजपणे समजणाऱ्या शैलीत लिहिले आहे. ते आरोग्य/कुटुंबनियोजन अशा नवीन प्रश्नांवर पारंपरिक शैलीत संदेश देते. जुन्याच बाटलीत जणू काही नवे पेय असावे तसे हे आहे. ते असे पुढे जाते: विषयाची प्रस्तावना, प्रश्न, अशी आहे कुटुंबकल्याण आणि माताबालक स्वास्थ्य योजना.

'फार मुले होण्याचे परिणाम' या विषयावरील संत रामदासांचे काही श्लोक कीर्तनकार गातो. 'जेवढी जास्त मुले जन्माला येतात तेवढा कुटुंबाचा संचय कमी कमी होत जातो आणि परिणामी सर्वांना उपाशी राहण्याची वेळ येते.' असा त्यांचा आशय. बहिणाबाईंचे रोजच्या काबाडकष्टांबद्दल आणि संत तुकडोजी महाराजांचे लहान कुटुंबाबद्दल संदेश देणारे श्लोक आहेत. प्रेक्षकांना कुटुंब नियोजन शस्त्रक्रियेविषयी कळकळीने विनंती करून कीर्तन संपते.

सर्व मुलीच असून मुलगा नसल्याच्या परिस्थितीवर कोणीतरी प्रश्न विचारतो. मुलगी ही मुलग्याइतकेच घराण्याचे नाव उंचावू शकते. (किंबहुना दोन घरांचे) हे कीर्तनकार पटवून सांगतो. लोकांना पटते व ते शस्त्रक्रियेस तयार होतात.

पुढील मुद्दा: बालस्वास्थ्य, आरोग्य आणि लस टोचणी. कीर्तनकार बालकांच्या आजार प्रतिबंधक लस टोचण्याचे वेळापत्रक सांगतो आणि माता–बालक स्वास्थ्य कार्यक्रमाची माहिती देतो. बालकांना प्रतिबंधक लशी टोचणे आणि लहान कुटुंब या विषयांवर लोकांचे मनपरिवर्तन करून कार्यक्रम संपतो.

परिशिष्ट अ ८.२ लोकगीते: ओवी

महाराष्ट्रातील सर्व समाजातील, सर्व स्तरातील महिला 'ओवी' शैलीत गीतरचना करत आल्या आहेत (संत ज्ञानेश्वर हे ओवी छंदवृत्ताचे भाषाप्रभू असे मानले जाते.). प्राचीन काळी महिला रोज सकाळी उठून जात्यावर धान्य दळत असत. ते दळताना त्या ओव्या रचत आणि त्या गात असत. रोजचे कंटाळवाणे घरकाम आणि शेतीची कामे यांना कोणत्या ना कोणत्या प्रकारच्या संगीताची जोड दिली जात होती.

ओव्यामधून विशेषत: स्त्रियांच्या लहानपणापासून म्हातारपणापर्यंतच्या जीवनाचे दर्शन चित्रित केलेले असते. स्त्रीच्या जीवनाबद्दल, घराबद्दल, तिच्यावर येणाऱ्या प्रसंगांबद्दल, मुलांबद्दलच्या भावनांच्या उत्स्फूर्त आविष्कारातून ओव्यांचा जन्म होतो.

प्रासादिक रचना आणि हलका ताल यामुळे ओव्या लक्षात ठेवण्यास सोप्या असतात. बऱ्याच ओव्या एका पिढीतून पुढच्या पिढीकडे येत राहिल्या आहेत.

स्थानिक संस्कृतीत या पारंपरिक रचना सहज सामावून घेतल्या जातात. पारंपरिक शैलीच्या काव्यातून नवा संदेश दिला तर लोकांपर्यंत पोहोचवणे हे सामाजिक कार्यकर्त्याला सोपे जाते. चाली नेहमीच्या असल्याने संदेश पाठ होतो आणि लक्षात राहतो.

परिशिष्ट अ ८.३ पथनाट्यः रेल्वे स्थानकावरील मुले

पुस्तकाच्या आठव्या प्रकरणात (सराव अभ्यास ८.१–८.६) पथनाट्यावर सविस्तर चर्चा आली आहे. पथनाट्ये सर्वसाधारणतः विविध सामाजिक–राजकीय प्रश्नांविषयी जनजागृती करण्यासाठी, तसेच कृतींची प्रेरणा देण्यासाठी केली जातात. उदा. माता-बाल आरोग्य, एच.आय.व्ही./एड्स, कौटुंबिक हिंसाचार, अंधश्रद्धा, समाजविषयक रूढी, सार्वजनिक स्वच्छता, पर्यावरण संवर्धन, भ्रष्टाचार इ.

विभाग ३

पद्धती प्रशिक्षण

प्रस्तावना

संप्रेषणात अर्थपूर्ण नातेबंध प्रस्थापित करण्यासाठी संवेदनक्षमता निर्माण होणे व स्वत:ची ओळख होणे याबाबत एक प्राथमिक अंतर्दृष्टी प्रशिक्षणार्थींना आली की प्रशिक्षण पद्धती सोप्या होतात.

प्रत्येक सराव पद्धतीला स्वत:चे असे खास गुणधर्म असतात आणि म्हणून प्रत्येक पद्धतीसाठी विशिष्ट आणि खास कौशल्ये आवश्यक असतात. पुढील प्रकरणांतून ही बाब स्पष्ट केली जाईल. पद्धती कौशल्य प्रशिक्षणाबरोबरच पूर्वीचे सर्व शिक्षण पक्के व्हायला हवे. म्हणून पद्धती प्रशिक्षण कार्यशाळा चालवताना पूर्च्या कार्यशाळातील कौशल्यांचा सांधा चालू असलेल्या कार्यशाळेशी जुळवणे ही सूत्रसंचालकाची जबाबदारी.

सामाजिक कार्यात कोणत्याही पद्धतीचा वापर करताना 'मध्यस्थी करणे' (आणि कधीकधी 'हस्तक्षेप करणे') यासाठी जी कौशल्ये विकसित करावी लागतात ती मिळवण्यासाठी कोणत्या पूर्वपायऱ्या आवश्यक आहेत ते आकृतीत दाखवले आहे. सर्व पायऱ्या परस्परावलंबी आणि परस्परांशी संबंधित आहेत.

आकृती S३.१ व्यावसायिक विकासासाठी एकात्मिक प्रारूप

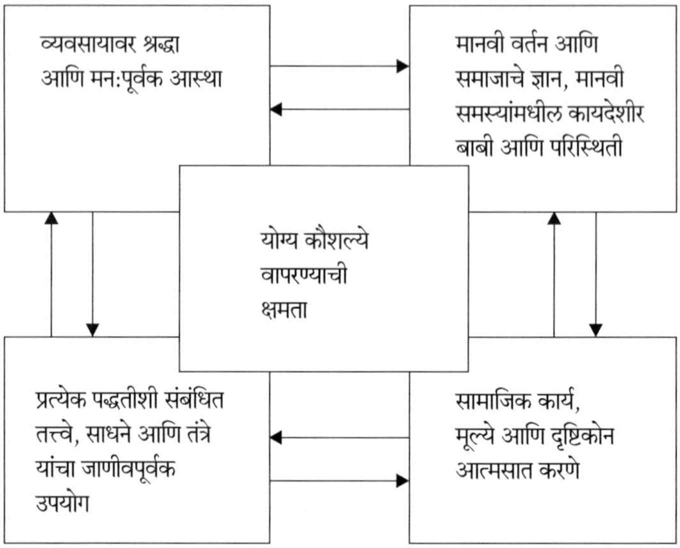

स्रोत: माहितीपुस्तकाचे संपादक.

प्रकरण ९

व्यक्ती आणि कुटुंबांबरोबर काम (सोशल केसवर्क)*

सुधा दातार आणि गीता राव

शीर्षकात सूचित केल्याप्रमाणे व्यक्ती–कुटुंबविषयक समाजकार्य ही सामाजिक कार्यातील एक पद्धत आहे आणि ती व्यक्ती आणि त्यांच्या कुटुंबाबरोबर काम करण्यासाठी उपयोगात आणली जाते. ही सामाजिक कार्यात वापरली जाणारी पहिली व्यावसायिक पद्धती. १९व्या शतकाच्या उत्तरार्धात, यू.एस.ए. मधील कार्यकर्त्यांच्या कुटुंब-भेटींच्या प्रयत्नांमध्ये शास्त्रीय सेवा कार्याच्या संकल्पनेचे मूळ आहे.

'समाजात वावरताना येणाऱ्या समस्यांना व्यक्तींना अधिक परिणामकारकतेने तोंड देता यावे म्हणून काही कल्याणकारी संस्थांनी अवलंबलेली प्रक्रिया' अशी सोशल केसवर्कची व्याख्या केली आहे (पर्लमन, १९६४).

ग्राहक व्यक्ती, त्यांची कुटुंबे आणि त्यांच्याशी संबंधित असे या लक्ष्यित व्यवस्थेच्या आजूबाजूचे लोक, यांच्याबरोबर काम करताना जेव्हा उपचार म्हणून काही हस्तक्षेप करण्याची वेळ येते तेव्हा ही पद्धत वापरली जाते, असे या व्याख्येवरून स्पष्टपणे सूचित होते. व्याख्येतील प्रक्रिया हा शब्द दर्शवतो की ही एकदा करण्याची कृती नसून प्रश्न सोडविण्यासाठी अनेक क्रिया यात कराव्या लागतात. 'प्रक्रिया' शब्द असेही दाखवतो की याला एक आरंभ आहे, एक शेवट आहे आणि हा प्रवास एका सकारात्मक दिशेने चाललेला असून त्यामुळे 'बदल' होण्याचा निर्देश आहे. हा बदल व्यक्तीत किंवा परिस्थितीत किंवा दोन्हीत होणार आहे.

समाजात वावरताना येणाऱ्या समस्या पुढील गोष्टींची अनुपस्थिती दर्शवतात:

१. आपली भूमिका समाधानकारकपणे बजावणे.
२. निरोगी नातेसंबंध.
३. सकारात्मक स्वप्रतिमा: ही नसेल तर व्यक्ती अशांत-अस्वस्थ असते.

---

* कंसातील सोशल केसवर्क हे नाव या पद्धतीचे रूढ नाव आहे. आणि त्याचे समकालीन नाव मुख्य शीर्षकाप्रमाणे आहे. सोशल केसवर्क

ही प्रक्रिया म्हणजे प्रागतिक व्यवहार असून तो एक नियोजनबद्ध हस्तक्षेप आहे. त्यात व्यक्तीविषयक अभ्यासाच्या सिद्धान्ताचा (केसवर्क), आणि मानवी वर्तन आणि सामाजिक परिस्थितीविषयक ज्ञानाचा उपयोग केला आहे. हा एक कौशल्यपूर्ण नियोजित हस्तक्षेप होण्यासाठी, सोशल केसवर्कच्या सात मार्गदर्शक तत्त्वांचा मूलाधार असलेली समाजकार्याची मूल्ये आत्मसात करणे आणि शास्त्रीय पद्धतीतून विकसित झालेली तंत्रे व साधने जाणीवपूर्वक वापरणे आवश्यक आहे (परिशिष्ट अ.९.१ केसवर्कची तत्त्वे, साधने आणि तंत्रे). या व्यवहारातील मुख्य प्रेरणा आहे, कार्यकर्ता आणि ग्राहक यांच्यामधील व्यावसायिक आणि अर्थपूर्ण नातेबंध.

या प्रक्रियेचे पद्धतशीर आणि कौशल्यपूर्ण उपयोजन करण्यावर हस्तक्षेपाचे किंवा मध्यस्थीचे यश अवलंबून असते. सोशल केसवर्कच्या नियोजित प्रक्रियेत खालील पायऱ्या किंवा टप्पे अंतर्भूत आहेत.

आकृती ९.१ सोशल केसवर्कच्या अवस्था

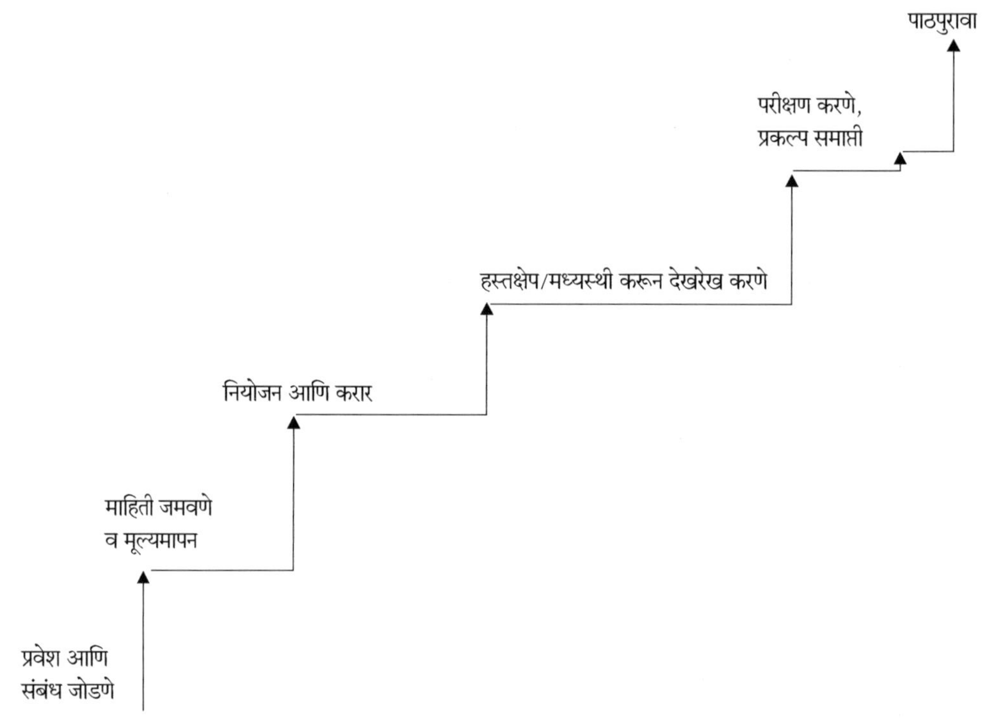

स्रोत: लेखकांनी तयार केलेली आकृती.

१. प्रवेश व पकड (संबंध जुळवणे), यात खालील गोष्टी येतात:

(अ) संवाद प्रस्थापित करणे आणि नात्याची सुरुवात.

(ब) ग्राहकांच्या काळजीचे विषय किंवा समस्या ओळखणे.

(क) सेवेसाठी पात्रता ठरवणे.

(ड) प्रश्न सोडवण्यासाठीच्या ग्राहकांच्या प्रयत्नांची चाचपणी.

(इ) ग्राहकांची मदत मागण्या मागची प्रेरणा चाचपून पाहणे.

(फ) तातडी/आणीबाणी ठरवणे.

२. माहिती जमा करणे (वस्तुस्थिती काय आहे) आणि परामर्श घेणे, यात खालील गोष्टी येतात:

(अ) प्रश्न आणि वस्तुस्थितीचा अभ्यास करण्यासाठी ग्राहक आणि त्यांची परिस्थिती यांच्यावर प्रकाशझोत टाकणारी माहिती जमवणे.

(ब) प्रश्न नेमका काय आहे आणि त्यामागचे कारण काय आहे याबद्दलचे तात्पुरते निदान करणे.

(क) काय करायला हवे, काय बदलता येऊ शकेल आणि ते कसे करावे हे ठरवणे.

३. नियोजन आणि करार, म्हणजे:

(अ) ग्राहकाला समस्या सोडविण्याच्या प्रक्रियेत सहभागी करून घेणे.

(ब) संयुक्तपणे उद्दिष्टे ठरवणे आणि लक्ष्य ठरवणे

(क) प्रश्न सोडविण्यास कोणती कामे ठरवायची त्याची योजना, त्या कामांच्या मर्यादा कोणत्या ते समजून घेणे, आणि ती कामे पूर्ण करण्यासाठी अंदाजे कालमर्यादा ठरवणे.

४. हस्तक्षेप किंवा मध्यस्थी आणि देखरेख, म्हणजे:

(अ) ठरवलेली कामे यशस्वी होण्यासाठी, समस्या कमी होण्यासाठी आणि समस्येचा सामना अधिक चांगल्या तऱ्हेने करता येण्यासाठी योजनांची कार्यवाही.

(ब) प्रगतीवर देखरेख.

(क) जर प्रश्न अडून राहतो आहे, परिस्थिती तुंबल्यासारखी वाटते आहे आणि योग्य दिशेने प्रगती होत नाही असे झाले तर योजना बदलणे.

५. परीक्षण आणि प्रकल्प समाप्ती, पुढील गोष्टी दर्शवते:

(अ) प्रगतीचे यश आजमावणे. प्रगती कशामुळे झाली आणि यातून झालेला लाभ सुस्थिर कसा झाला ते जाणणे.

(ब) ग्राहक आणि कार्यकर्ता या दोघांनाही वाटते की, 'आता ग्राहकाला स्वतःची खात्री वाटते आहे' त्यामुळे आता त्या दोघांतले व्यावसायिक नाते संपवता यावे.

६. पाठपुरावा म्हणजे:

(अ) आधार, साहाय्य चालू ठेवणे.

(ब) मध्यस्थीमुळे झालेल्या लाभांच्या स्थिरतेची खात्री पटवणे.

(क) ग्राहकाला समाजात समस्या विरहित वावरता येते, याची आश्वासकता देणे.

आकृती ९.१ मध्ये नमूद केल्यानुसार, कार्यकर्त्यांच्या कौशल्यपूर्ण मध्यस्थीमुळे ग्राहक स्वावलंबी होण्याच्या दिशेने हालचाल असते.

या प्रक्रियेच्या अवस्थांना (टप्पे किंवा पायऱ्या) अभ्यास, चाचपणी, मध्यस्थी (हस्तक्षेप), समाप्ती, पाठपुरावा अशीही संबोधने आहेत. जरी या अवस्था आणि प्रत्येक अवस्थेतील कार्ये स्वतंत्रपणे दाखवलेली असली तरी ती कप्पेबंद नाहीत. त्यांची हालचाल मागे पुढे अशी चालू राहते. उदाहरणार्थ 'अभ्यास' अवस्थेत असताना कार्यकर्त्याने युक्तीयुक्तीने प्रश्न विचारले तर ग्राहक मोकळेपणाने समस्यांबद्दल बोलता होतो आणि परिणामी त्याला 'मनावरचे दडपण-ओझे' उतरल्यासारखे वाटते. या गोष्टीचे हस्तक्षेप म्हणून (उपचारात्मक) महत्त्व आहे. त्याचप्रमाणे ग्राहक जसजसा जास्त जास्त मनमोकळा होतो तसतसे कार्यकर्त्याला अधिक

अभ्यास करून परिस्थितीचे पुनःपुन्हा परीक्षण करता येते. सोशल केसवर्कची तत्त्वे काम करताना वापरणे आवश्यक आहे आणि ती सर्व एकाच वेळी उपयोगात आणली जातात.

एखाद्या तत्त्वाचा अभाव म्हणजे नातेसंबंधातील मदतीचा अभाव, हे पुनः पुन्हा ठसवले गेले पाहिजे. प्रक्रियेत उल्लेख केलेल्या कृती आणि कामानुसार व्यक्तींबरोबर काम करण्यास आवश्यक अशी कौशल्ये पुढीलप्रमाणे मांडता येतील:

१. निरीक्षण
२. ऐकणे
३. लक्ष देणे.
४. व्यक्ती-कुटुंबापर्यंत पोहोचणे.
५. योग्य प्रतिसाद.
६. संशोधन.
७. युक्ती युक्तीने प्रश्न विचारता येणे.
८. प्रेरणा देणे.
९. परीक्षण, चाचपणी करता येणे.
१०. निदान करणे.
११. मूल्यमापन.
१२. पूर्वेतिहास जमा करणे.
१३. मुलाखत.
१४. मध्यस्थी/हस्तक्षेप.
१५. वस्तुनिष्ठता राखणे.
१६. संसाधनांचा उपयोग.
१७. प्रातिनिधिक संस्थेचा उपयोग.
१८. (शाब्दिक आणि अशाब्दिक) संवाद साधता येणे.
१९. अर्थ लावता येणे.
२०. समाप्ती
२१. नोंद

व्यक्तींबरोबर काम करताना एकमेव असलेल्या वरील प्रक्रिया आणि कौशल्यांच्या चौकटीनुसार कार्यशाळांचे आयोजन करावे.

केसवर्कच्या संपूर्ण घटकाचे विभाजन पाच ते सहा कार्यशाळांत करावे म्हणजे जास्त चांगले समजते.

व्यक्ती-कुटुंब संबंधित कार्याच्या कौशल्य प्रशिक्षणात बऱ्याच प्रमाणात वापरले जाणारे सहभागी तंत्र म्हणजे 'भूमिकानाट्य' तंत्र. त्यामुळे कार्यशाळांच्या सुरुवातीस सूत्रसंचालकाने या तंत्राचा वापर करण्यावर चर्चा करण्याची आवश्यकता आहे.

'भूमिकानाट्य' तंत्र म्हणजे काय ते प्रथम समजावून सांगावे. पुढील प्राथमिक माहिती देऊन, व्यक्तींबरोबर काम करण्यात त्या तंत्राची सुप्तशक्ती किती आहे हेही सांगावे.

१. या तंत्रात लुटुपुटीची परिस्थिती निर्माण केल्याने त्याची भीती, धास्ती वाटत नाही.
२. हे सर्व लुटुपुटीचे असल्याने कार्यकर्त्याची भूमिका करताना प्रशिक्षणार्थींनी चुका केल्या तरी चालते आणि त्या चुकातून शिकण्याची संधी त्यांना असते. त्यामुळे प्रत्यक्ष ग्राहकाबरोबर काम करताना चुका कमी होतील.

३. कार्यशाळेचा केंद्रबिंदू समाजकार्यप्रशिक्षणार्थी (सकाप्र) वर असल्याने चर्चाही या तंत्राचे पाठ्यज्ञान आणि त्याचे उपाययोजन यावर केंद्रित करता येतात.
४. सकाप्रना त्यांच्या प्रत्यक्ष कार्यक्षेत्रात अशासारख्या परिस्थितीला आत्मविश्वासाने सामोरे जाण्यापूर्वी स्वतःची तयारी करण्यासाठी संधी मिळते आणि मनोभूमिका तयार झाल्यामुळे प्रत्यक्ष काम करताना वाटणारी काळजी कमी होते.
५. मुलाखतीचे नियोजन आणि तयारी करण्याचे महत्त्व प्रशिक्षणार्थींना समजते.
६. प्रत्यक्ष कामात अनपेक्षित परिस्थितीला तोंड देण्याची वेळ येऊ शकते. भूमिकानाट्य तंत्रामुळे परिस्थितीला अनपेक्षित वळण कसे लागू शकते याचा परिचय होतो. त्यामुळे 'केसवर्क' तत्त्वे आणि तंत्रे यांचा वापर जाणीवपूर्वक करतानाच सतर्कता, सजगता आणि उत्स्फूर्तपणा कसा कामाला येतो याचे महत्त्वही प्रशिक्षणार्थींवर ठसवता येते.
७. सकाप्र जेव्हा ग्राहकाची भूमिका करतात तेव्हा ते समानुभूती शिकतात आणि ग्राहकांच्या भूमिकेत शिरून त्यांचा भावनिक अनुभव घेण्याची क्षमता स्वतःत विकसित करता येते.
८. सोशल केसवर्कची तत्त्वे समजावून घेणे, तंत्रांचा कौशल्यपूर्ण उपयोग करता येणे, योग्य साधनांची निवड करण्याची क्षमता आणि साधने वापरताना कौशल्यांचा विकास हे सर्व करण्यासाठी भूमिकानाट्याचे महत्त्व आणि ताकद काय आहे ते प्रशिक्षणार्थींच्या मनावर ठसते.

कौशल्यांचा विकास करण्यातील भूमिकानाट्य तंत्राचा उपयोग याबद्दल सविस्तर सांगणे हे महत्त्वाचे आहे कारण भूमिकानाट्यात एका वेळी फक्त दोनच शिक्षणार्थी भाग घेतात. त्यातील एकाला कार्यकर्त्याची भूमिका करावी लागते. ही परिस्थिती मनात थोडी धाकधूक निर्माण करणारी असल्याने प्रशिक्षणार्थी भाग घेण्यास कचरतात. वरील विवेचनामुळे धाकधूक/काळजीशी मुकाबला करता येतो.

भूमिकानाट्यातून केसवर्कचे काही प्रसंग कसे दाखवावेत ती उदाहरणे खाली दिली आहेत. सूत्रसंचालकांनी त्यांच्या क्षेत्रातील प्रसंगांची उदाहरणे निवडावीत.

- ग्राहकाशी प्रथम संपर्क आणि पहिली मुलाखत
- गृहभेट (प्रतिमा ९.१)
- व्यक्तीच्या कामाच्या ठिकाणाला किंवा शाळेला इ. भेट.
- संयुक्त मुलाखत घेणे.
- आणीबाणीची परिस्थिती हाताळणे.
- विचारांची व्यावसायिक रीतीने देवाणघेवाण.

साहित्यः परिशिष्ट अ ९.२ ते अ ९.९ च्या प्रती (प्रत्येक सहभागीसाठी प्रत्येकी एक.)

सत्र १: प्रथम संपर्क/प्रवेश मुलाखत

वेळः २ तास
उद्दिष्टेः

१. मुलाखत घेण्यास शिकणे.
२. प्रवेश मुलाखत म्हणजे प्रास्ताविक मुलाखतीचे महत्त्व समजणे.
३. प्राथमिक ओळख वाढवून जवळीक निर्माण करण्यासाठी तसेच व्यावसायिक नातेबंध बळकट करण्यासाठी पहिल्या संपर्काचे महत्त्व समजणे.

चौकट ९.१ भूमिकानाट्य प्रसंग

निखिल हा साडेसात वर्षांचा मुलगा, इंग्लिश माध्यमाच्या शाळेत दुसरीत शिकतो. त्याला जून महिन्यात या शाळेत घातले आहे. त्याला शाळेत समरसून जाण्यास अवघड वाटते आहे. उदा. वर्गात लक्ष नसणे, दुसऱ्या मुलांचे लक्ष विचलित करणे आणि शिक्षकाचे न ऐकणे. वर्गशिक्षकाने त्याच्या आईला येऊन भेटण्यासाठी तीन वेळा चिठ्ठी पाठवली आहे. कारण आता ऑक्टोबर महिना आहे आणि अजून या नव्या शाळेच्या वातावरणात रुळण्याची कोणतीही चिन्हे निखिलमध्ये दिसत नाहीत. हुशार मुलगा असूनही सहामाही परीक्षेतील त्याचे यश अतिशय कमी दिसत आहे.

त्याची आई काळजी करणारी आहे आणि शाळेतून पत्र का आले याबद्दल तिला काळजी वाटत आहे.

अशा मनःस्थितीत ती शाळेत येऊन सामाजिक कार्यकर्त्याला भेटते. सामाजिक कार्यकर्ता आणि निखिलची आई यांची ही पहिली भेट आहे.

४. मदतीची प्रक्रिया सुरू करण्यास योग्य वातावरण निर्माण करण्याचे महत्त्वजाणणे.

प्रक्रिया:

१. पुढील भूमिकानाट्य प्रसंग मोठ्याने वाचा.
२. दोन प्रशिक्षणार्थींना कार्यकर्ता आणि निखिलची आई अशा भूमिका घेऊन हे सादर करण्यास सांगा.
३. उरलेल्या वर्गाला या नाट्याचे निरीक्षण करून पुढील गोष्टींचे टिपण करण्यास सांगा.
   (क) जमा केलेली माहिती (तोंडी).
   (ख) कार्यकर्ता आणि ग्राहक यांच्यामधील अशाब्दिक संभाषण: उदा. चेहऱ्यावरील भाव, शरीराच्या हालचाली आणि ढब, नजरानजर, पवित्रा, आवाज आणि भाषा.
   (ग) मुलाखतीचा प्रारंभ, मधील प्रगती आणि शेवट (समारोप)
   (घ) मुलाखतीचा रोख. म्हणजे तो वस्तुनिष्ठ माहिती गोळा करणे हा आहे की समस्या समजून घेण्यासाठी आहे.
   (ङ) ओळख वाढविण्यासाठी केलेले प्रयत्न आणि कार्यकर्ता-ग्राहक नातेबंध प्रस्थापित होण्यात त्यांची परिणती झाली का?
   (च) मुलाखत संपेपर्यंत बदललेला ग्राहकाचा पवित्रा.
४. हे भूमिकानाट्य झाल्यावर पुढील मुद्द्यांवर चर्चा सुरू करा.
   (क) कार्यकर्त्याने ग्राहकाला अभिवादन कसे केले आणि मुलाखतीला प्रारंभ कसा केला?
   (ख) मुलाखतीचा रोख कशावर होता?
   (ग) कार्यकर्त्याचे शाब्दिक आणि अशाब्दिक संभाषण कसे होते?
   (घ) "आपले लक्ष आहे आणि आपण काळजीपूर्वक सर्व ऐकत आहोत" हे कार्यकर्त्याने कसे दाखवले?
   (ङ) तो/ती प्रतिसाद कसा देत होता/ती?
   (च) कोणती आवश्यक तथ्ये/माहिती गोळा केली?
   (छ) ग्राहकाला भावना व्यक्त करण्याची संधी दिली का? ते कसे केले?
   (ज) ग्राहकाच्या भावनांना योग्य प्रतिसादाने पोच दिली का?
   (झ) ग्राहकाची काळजी कमी झाली का? त्यासाठी कार्यकर्त्याची कशी मदत झाली?
   (ञ) मुलाखतीचा समारोप सकारात्मकरीतीने होऊन पुढील कृती ठरली का? ती काय होती?
   (ट) कोणती तत्त्वे आणि तंत्रे कशी वापरली गेली?

५. मुलाखत कौशल्यांच्या पुढील घटकांचे महत्त्व स्पष्ट करा:
   (क) श्रवण आणि निरीक्षण.
   (ख) योग्य प्रतिसाद.
   (ग) यथायोग्य भाषा चिन्हे (कोठे आश्चर्य दाखवावे, कोठे सहमतता इ.)
   (घ) व्यवहारचतुर परंतु उत्तरांकडे वळवणारे प्रश्न विचारणे.
   (ङ) हेतू समजावून सांगणे.
   (च) स्पष्ट करणे.
   (छ) नातेबंध उभारणी आणि ते चालू ठेवणे.
   (ज) औपचारिक शैलीत लोकांना बोलते करून महत्त्वाची माहिती मिळवणे.
   (झ) ग्राहक जेथे आहे तेथून प्रारंभ करून त्याच्या गतीने पुढे जाणे.
   (ञ) सारांश सांगणे.
   (ट) पुढील योजना सांगणे.
   (ठ) सकारात्मक समारोप.

६. चर्चेनंतर दुसऱ्या दोन प्रशिक्षणार्थींना यात भाग घेण्यास सांगावे आणि त्यांना सुधारणेच्या सूचना लक्षात घेऊन हाच खेळ पुन्हा करण्यास सांगावा.

७. शेवटी जरूर असल्यास सूत्रसंचालकाने कार्यकर्त्याची भूमिका करून पाठ्यज्ञानाचे प्रात्यक्षिक दाखवावे.

सत्र २: नातेबंधाची उभारणी करण्यासाठी व्यक्तीच्या जीवनातील दुसऱ्या महत्त्वाच्या व्यक्तीबरोबर (सहसा जीवनसाथी) बैठक

वेळ: २ तास

उद्दिष्टे:

१. सोशल केसवर्कसाठी गृहभेटीचा उपयोग कसा करावा ते शिकणे.
२. कुटुंबातील ताणेबाणे, कौटुंबिक वातावरण आणि त्यांचे ग्राहकावरील परिणाम समजून घेण्यासाठी नातेबंधांचा उपयोग.
३. निदान करण्यासाठी कुटुंबीयांकडून अधिक माहिती मिळवणे.

प्रक्रिया:

१. पाच प्रशिक्षणार्थींना निखिलचे आई, बाबा, आजी, शिक्षक आणि कार्यकर्त्यांच्या भूमिका वठविण्यास पुढे येण्यास सांगावे.
२. त्यांना एकामागोमाग एक याप्रमाणे पुढील तीन प्रसंगांचे भूमिकानाट्य सादर करण्यास सांगावे.
३. प्रत्येक भूमिकानाट्यावर पुढील मुद्द्यांवर चर्चा करावी.
   (क) कार्यकर्त्याने घरात येऊन आजीला आपली ओळख कशी करून दिली?
   (ख) कार्यकर्त्याने आजीचा विश्वास संपादन केला का? असेल तर कसा? नसेल तर का नाही?
   (ग) कुटुंबातील सदस्यांचा एकमेकांशी संवाद कसा होता?
   (घ) कुटुंबीयांच्या व्यक्तिमत्त्वांचे वर्णन करा. भूमिकानाट्यातून दिसलेल्या त्यांच्या परस्पर नातेसंबंधांचे वर्णन करा.
   (ड) त्यांच्या अन्योन्यक्रियेस कार्यकर्ता कसे प्रतिसाद देत होता?

चौकट ९.२ तीन भूमिकानाट्यप्रसंग

(अ)

आधी वेळ ठरवून, आजी घरी असेल याची खात्री करून आणि त्या वेळात वडीलही कामावरून घरी येतील, भेटतील अशातऱ्हेने सामाजिक कार्यकर्ता 'गृहभेट' म्हणजे निखिलच्या घरी भेट देत आहे.

निखिलची आई आणि आजी यांच्या एकमेकींशी बोलण्यावरून आजीची वर्चस्वी वृत्ती आणि आईने घेतलेली 'पडेल', वर्चस्व स्वीकारण्याची भूमिका दिसते. निखिलच्या शैक्षणिक आणि भावनिक गरजांची काळजी घेण्याचा आत्मविश्वास आजीने घेतलेल्या पवित्र्यात दिसतो. कौटुंबिक बाबतीत वडिलांची उदासीनता दिसते. कार्यकर्ता निरीक्षणे करून निखिलचे बाबा आणि आजी यांच्याशी नातेबंध निर्माण करण्याचा प्रयत्न करतो.

(ब)

पूर्वनियोजित वेळ ठरवून निखिलचे आई-बाबा सामाजिक कार्यकर्तीच्या कार्यालयात (ऑफिस) भेटायला येतात. त्यांना मोकळेपणे बोलता यावे यासाठी कार्यकर्तीने त्यांना कार्यालयात बोलावले आहे. गृहभेटीतील कार्यकर्त्याचे निरीक्षण असे की, निखिलचे बाबा निखिलला मदत करण्याच्या त्यांच्या भूमिकेबद्दल गोंधळलेले आहेत. निखिलला मदत कशी करावी हे त्यांना उमजत नाहीये. निखिलची आई आणि आजी यांच्यामध्ये पडून त्यांना निखिलवरून होणारे त्यांचे सततचे वादविवाद कसे थांबवावेत ते समजत नाही. निखिलच्या बाबांना त्यांच्या भूमिकेबद्दल स्पष्ट कल्पना देणे आणि त्यांना निखिलच्या सामाजीकरणाच्या प्रक्रियेत सहभागी करून घेणे यासाठी कार्यकर्त्याचे प्रयत्न आहेत. आईवडिलांचे नातेसंबंध जाणून घेऊन निखिलच्या घरातील वातावरणाची मानसशास्त्रीय चाचपणी करणे यासाठीही कार्यकर्त्याचा प्रयत्न आहे. निखिलच्या निरोगी विकासासाठी ते वातावरण पोषक आहे का हे तिला शोधून काढायचे आहे.

(क)

सामाजिक कार्यकर्ता शिक्षकाला भेटून निखिलसंबंधी अधिक माहिती मिळवते आणि जेवढे आवश्यक तेवढेच निरीक्षण आणि योजना शिक्षकाला सांगतो. यातील गोपनीयता ठेवण्यासाठी कार्यकर्ता शिक्षकाला प्रत्येक गोष्ट सांगत नाही.

(च) गृहभेटीची उद्दिष्टे कितपत साध्य झाली?

(छ) ही उद्दिष्टे कशी साध्य झाली? नसतील तर का झाली नाहीत?

(ज) निखिलबद्दलच्या तपशीलांची यादी करा. या तीन भूमिकानाट्यातून त्याच्या परिस्थितीविषयी कोणत्या गोष्टी वर आल्या?

(झ) शिक्षकाकडून माहिती कशी मिळवली?

(ञ) कोणती माहिती शिक्षकाला सांगितली?

(ट) निखिलला मदत करण्याच्या प्रक्रियेत शिक्षकाचे सहकार्य मिळवण्याचा काही प्रयत्न केला गेला का?

सूत्रसंचालकासाठी टिपण: वरील चर्चेतून मिळवलेल्या माहितीची नोंद ठेवण्यास प्रशिक्षणार्थींना सांगावे.

सत्र ३: प्राथमिक माहितीचे प्रपत्र (प्रोफॉर्मा) भरणे

वेळ: २ तास

उद्दिष्टे: प्राथमिक माहितीचे प्रपत्र भरण्याची प्रशिक्षणार्थींची कौशल्ये वाढवणे.

कृती:

१. निखिलच्या 'केस'बद्दलचा पूर्वेतिहास सर्वांना वाटा (परिशिष्ट अ ९.२). तसेच प्राथमिक माहितीचे प्रपत्रही वाटा (परिशिष्ट अ ९.३).

छायाचित्र ९.१ गृहभेट भूमिकानाट्य

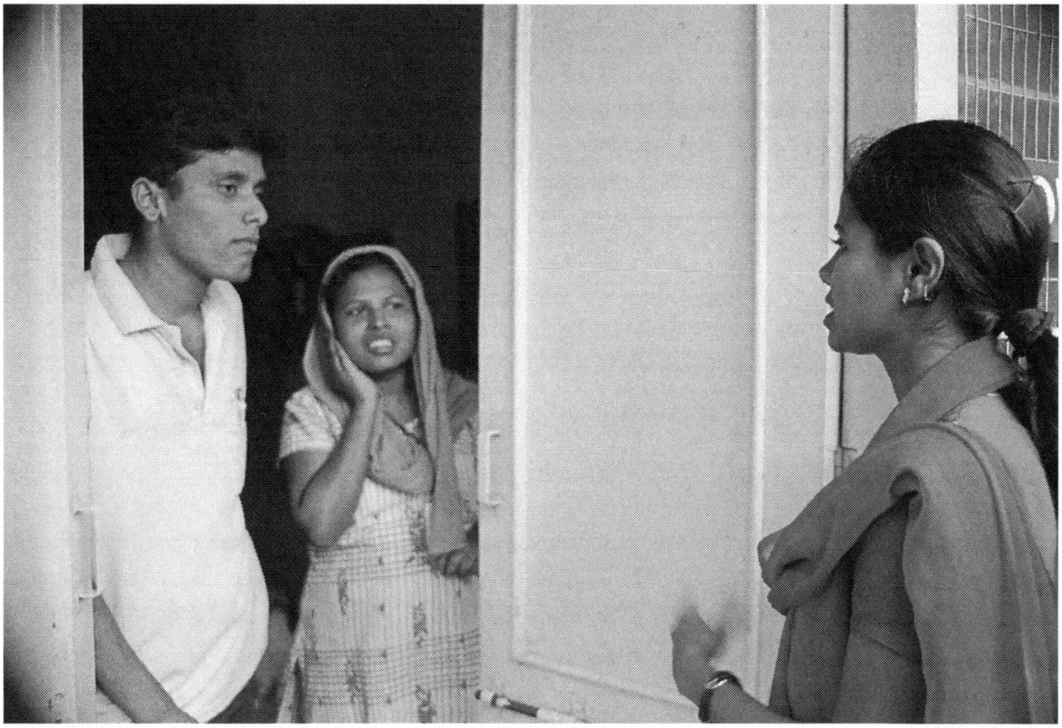

स्रोत: मुकुंद सावंत, निर्माता माध्यमे आणि सांस्कृतिक केंद्र, टीआयएसएस.

२. प्रशिक्षणार्थींना त्यांचे ४ गट करण्यास सांगा.
३. सर्व गटांना खालील गोष्टी करण्यास सांगा.
   (क) प्रत्येकाने व्यक्तीपरिचय माहिती प्रपत्रात भरावी. त्यात कुटुंबसमूहाबद्दल माहिती द्यावी. कुटुंबसमूहाबद्दलची माहिती, कुटुंबवृक्षाची आकृती फळ्यावर काढून दाखवावी (परिशिष्ट अ ९.४).
   (ख) चार भूमिकानाट्यांवर आधारित (आधीच्या सत्रातील परिचय मुलाखतीसह) आणि केसच्या पूर्वेतिहासावर आधारित अशी माहिती प्रत्येक गटाने तयार करावी. त्यात ग्राहकाची माहिती, अन्य महत्त्वाच्या कुटुंबीयांची माहिती, कौटुंबिक संबंध, प्रत्येकाच्या व्यक्तिमत्त्वाची वैशिष्ट्ये इ. माहिती असावी.
४. प्रत्येक गटाला एकत्र केलेली माहिती सादर करण्यास सांगावे.

मनोसामाजिक इतिहासाची नोंद

वेळ: २ तास

उद्दिष्टे:

१. माहितीची व्यवस्थित रचना करण्यास शिकणे.
२. माहितीतील त्रुटी शोधून त्या त्रुटी भरून काढण्यास कोणते संशोधन आवश्यक ते ठरविणे.
३. योग्य त्या व्यावसायिक भाषेत मनोसामाजिक इतिहासाची नोंद करणे.
४. समस्या निर्माण होण्यास/सुटण्यास प्रभावी ठरणारे सामाजिक, सांस्कृतिक घटक समजावून घेणे.

प्रक्रिया:

१. सूत्रसंचालकाने कुटुंबाच्या सर्व तीन पिढ्या दाखवणारी कुटुंब वृक्षाची आकृती फळ्यावर काढावी (परिशिष्ट अ ९.४).
२. प्रशिक्षणार्थींच्या सक्रीय सहभागाच्या साहाय्याने त्या आकृतीवर प्रत्येक कुटुंब-सदस्याबद्दलची महत्त्वाची माहिती सूत्रसंचालकाने लिहावी (संदर्भ: सत्र २ मधील टिपणे).
३. चारही गटांना ग्राहकाच्या आणि नंतर कुटुंबीयांच्या व्यक्तिमत्त्वाची वैशिष्ट्ये सादर करण्यास सांगावीत आणि त्या सर्वांची एकत्र यादी तयार करावी (परिशिष्ट अ ९.५).
४. वस्तुस्थितीबद्दलची माहिती गोळा करण्याचे मूलभूत महत्त्व जाणून घेतल्यानंतर आणि कुटुंबातील प्रत्येकाच्या व्यक्तिमत्त्वाचे परीक्षण केल्यावर गटांना पुढील कामगिरी सांगावी. ती म्हणजे निखिलच्या कुटुंबातील प्रत्येक प्रौढ व्यक्तीची वागणूक आणि कुटुंबातील सदस्यांचे एकमेकांशी नातेसंबंध यांचे विश्लेषण करणे.

सूत्रसंचालकासाठी टिपण: प्रशिक्षणार्थींनी करण्याच्या दोन कामगिरींसाठी पुढील मार्गदर्शनाचे मुद्दे द्यावेत.

१. भूमिकेच्या सादरीकरणाचे विश्लेषण

   (क) प्रत्येक कुटुंबसदस्याच्या भूमिका बांधीव आहेत का? हो/नाही.
   (ख) त्या काटेकोर, लवचीकता नसलेल्या आहेत का? हो/नाही.
   (ग) त्या भूमिकांकडून असणाऱ्या अपेक्षा वास्तववादी आहेत/अवास्तव आहेत?
   (घ) व्यक्तींना जी भूमिका बजावणे आवश्यक असते त्याचा स्वीकार करतात का? हो/नाही.
   (ङ) त्या भूमिका आणि त्यांच्यावरील जबाबदाऱ्या त्या व्यक्तीच्या आयुष्यातील अवस्थेस योग्य असतात का? हो/नाही.
   (च) वाढत्या वयाच्या मुलाचे सामाजिक समायोजन व्हावे यासाठी प्रौढ हे आदर्श आहेत का? हो/नाही.
   (छ) कुटुंबातील प्रत्येक सदस्य त्यांची त्यांची कर्तव्ये आणि भूमिका बजावताना (कौटुंबिक ताणेबाणे) कोणती तंत्रे वापरतात? उदा: दडपण, स्वतःला परिस्थितीच्या बाहेर ठेवणे, दुसऱ्यांवर आरोप करणे—त्यांच्यावर खापर फोडणे इ.
   (ज) प्रत्येक कुटुंबसदस्यासाठी योग्य भूमिका कोणती याची रूपरेखा करा.

२. व्यक्ती-व्यक्तीमधील आणि कौटुंबिक नातेबंधाचे विश्लेषण.
   प्रत्येक सदस्याची दुसऱ्याबरोबर असलेली नातेसंबंधांची रूपरेखा पुढील श्रेणीतून दाखवा.

   (क) अवलंबित्व____________स्वातंत्र्य

(ख) अलिप्त____________दृढ नाते
(ग) त्रासिक____________सुरळीत
(घ) वर्चस्वी____________वर्चस्वाखालील
(ङ) तटस्थ____________गुंतलेला
(च) द्वेष-नावड____________प्रेम, स्नेहार्द्रता
(छ) वैरभाव____________समानुभूती
(ज) संशयी____________विश्वास टाकणारा
(झ) वरवरचा____________मन:पूर्वक असलेला
(ञ) व्यक्तीनिरपेक्ष____________झोकून देणारा
(ट) बेजबाबदार____________जबाबदार
(ठ) असहकार____________सहकार
(ड) संघर्ष____________एकोपा
(ढ) स्पर्धा____________एकमेकांना मदत

३. प्रत्येक गटातील संपर्क सदस्याला गटाचे काम सादर करण्यास सांगावे आणि सूत्रसंचालकाने सर्व एकत्रित करून आपले अंतिम परीक्षण फळ्यावर मांडावे.
४. या कामगिरीनंतर प्रशिक्षणार्थींना मनोसामाजिक पूर्वेतिहास या पायरीपर्यंतचा माहिती प्रपत्राचा भाग भरण्यास सांगावा.

सत्र ४: सामाजिक निदानाचे सूत्रीकरण

वेळ: २ तास

उद्दिष्टे:

१. समस्या स्पष्टपणे मांडणे आणि आनुषंगिक समस्या असतील तर त्या ओळखणे या क्षमतेचा विकास करणे.
२. समस्येची कारणे आणि त्या कारणांचे ग्राहक व कुटुंबातील अन्य महत्त्वाच्या व्यक्तींवर होणारे परिणाम ओळखायला शिकणे.
३. जमा केलेल्या इतिहासाच्या पायावर 'निदानात्मक विधान' (डायग्नॉस्टिक स्टेटमेंट) तयार करण्यास शिकणे.
४. उपचार काय व कसे करावे याची उद्दिष्टे व योजना तयार करण्याच्या क्षमतेचे शिक्षण.

प्रक्रिया:

१. चार गटांना पुढील सूचना द्या:

(क) कौटुंबिक परिस्थिती आणि कुटुंबीयांचे परस्परसंबंध यांचे निखिल, त्याची आई, बाबा आणि आजीवर काय परिणाम होतात याचे विश्लेषण करा.
(ख) कुटुंबातील सकारात्मक घटकांची नोंद घ्या: उदा. सांपत्तिक स्थिती, प्रौढांची शैक्षणिक स्थिती, त्यांचे निखिलवरील प्रेम, निखिलच्या मूलभूत गरजा आणि भावनिक गरजा पुरवल्या जाणे.
(ग) कोणते बदल आणि कोणात घडवून आणायला हवेत (ग्राहक व लक्ष्यित व्यवस्था) हे ओळखणे.

(घ) तात्कालिक आणि दीर्घकालीन मध्यस्थी करण्याच्या ध्येयांचे सूत्रीकरण करा.
(ड) ही ध्येये अल्पमुदतीच्या आणि दीर्घ मुदतीच्या योजनात परिवर्तित करा.

२. गट संपर्क सदस्यांनी मांडलेल्या माहितीनुसार पुढील गोष्टी एकत्र करून फळ्यावर मांडा.

(क) प्रत्येक कुटुंबसदस्यावर होणारे परिणाम (परिशिष्ट अ ९.६).
(ख) काय बदल/कोणात करणे आवश्यक (उपचार उद्दिष्टे) (परिशिष्ट अ ९.७)?
(ग) ते करण्यासाठी आपण काय करावे (उपचार योजना) (परिशिष्ट अ ९.८)?

३. एकत्रित केलेल्या माहितीवरून प्रशिक्षणार्थींना निदानात्मक विधान तयार करण्यास सांगावे (परिशिष्ट अ ९.९).
४. प्रशिक्षणार्थींना उपचार उद्दिष्टे आणि योजना तयार करण्यास सांगा. त्यात प्राधान्यानुसार मध्यस्थी कशी केली जाईल हे स्पष्टपणे निश्चित करावे.
५. प्रशिक्षणार्थींना उपचार योजनेच्या भागापर्यंत प्राथमिक प्रपत्र भरण्यास सांगावे.
६. परिशिष्ट अ ९.७ आणि अ ९.८ ची पत्रके शिक्षणार्थींना वाटावी. त्यामुळे त्यांना तुलना करून निदानात्मक विधानांचे सूत्रीकरण करण्याच्या कौशल्यांचा विकास करता येईल.

सत्र ५: हस्तक्षेप समजणे

वेळ: २ तास

एकदा उपचार योजना तयार झाली की ग्राहकाच्या आणि अन्य महत्त्वाच्या कुटुंबीयांच्या वर्तणुकीत बदल करणे व त्यांची क्षमता वाढवणे यासाठी वापरण्याच्या विविध तंत्रांच्या कार्यशाळांचे आयोजन करावे.

उपचार योजनांची कार्यवाही दाखवणारी भूमिकानाट्यांची मालिका आयोजित करावी. उदा:

१. आईची काळजी कमी करण्यासाठी तिची स्वतंत्र मुलाखत.
२. वडिलांना वडील म्हणून त्यांची नेमकी भूमिका आहे हे समजण्यासाठी वडिलांची स्वतंत्र मुलाखत.
३. निखिलच्या वडिलांच्या भावनिक गरजांची खोलात जाऊन माहिती मिळविण्यासाठी निखिलच्या आजीची स्वतंत्र मुलाखत.
४. निखिलमध्ये रस घेण्याबद्दल त्याच्या आईवडिलांची समजूत वाढवण्यासाठी त्यांची स्वतंत्र संयुक्त मुलाखत.
५. निखिलच्या प्रगतीबद्दल वर्गशिक्षकांशी चर्चा.
६. निखिलची आई पालक-शिक्षक सभांना येते तेव्हा सहा महिन्यातून एकदा तिने सामाजिक कार्यकर्त्यास भेटावे असे सुचवत सुचवत या केसचा समारोप करण्याची प्रस्तावना करावी.

दोन किंवा तीन प्रसंग निवडता येणे शक्य आहे. त्यात भूमिकानाट्य करण्यास प्रशिक्षणार्थींना सांगावे. प्रशिक्षणार्थींना उपचार उद्दिष्टांवरील टिपणांची (परिशिष्ट अ ९.७) मदत घेण्यास सांगावे.

भूमिकानाट्य झाल्यावर पुढील मुद्दे चर्चेतून स्पष्ट करावेत:

१. कार्यकर्त्याने मुलाखतीवर लक्ष केंद्रित केले होते का?
२. विविध पर्यायांची चर्चा कशी झाली?

३. केसबद्दलचा सखोल दृष्टिकोन कसा दिला गेला?
४. कार्यकर्त्याने ग्राहक आणि त्याच्या कुटुंबातील अन्य महत्त्वाच्या व्यक्तींना योग्य निर्णय घेण्यास किंवा वर्तणूक बदलण्यास कशी मदत केली?
५. बदल घडवण्यासाठी, कार्यकर्ता आणि सेवार्थी यांच्यातील नातेबंधाचा कसा उपयोग केला गेला?

'व्यक्तींबरोबर काम' या कार्यशाळेचा समारोप करण्यासाठी शेवटचे कार्यशाळा सत्र पुढीलप्रमाणे घ्यावे:

सूत्रसंचालक ग्राहक आणि आजूबाजूची आनुषंगिक यंत्रणा यांच्यासाठी विविध प्रकारच्या मुलाखतींच्या संहिता लिहू शकतो. कौशल्ये आणि तंत्राच्या वापरामुळे होणारा विशिष्ट परिणाम याचे प्रात्यक्षिक त्यात असावे. सेवार्थीशी परस्परसंवाद साधताना आपली जीवनमूल्ये त्यात कशी प्रतिबिंबित होतात तेही या संहितेत दाखवावे. सेवार्थींची प्रथम भेट दोन प्रकारे कशी दाखवता येईल हे पुढील उदाहरणात दाखवले आहे.

दोन प्रशिक्षणार्थींना पुढीलपैकी प्रत्येक भूमिका करण्यास सांगावे (चौकट ९.३). प्रत्येक भूमिकेनंतर सूत्रसंचालकाने चौकटीतील उजव्या बाजूला दाखवल्यानुसार विश्लेषण करावे (आवाज, अभिव्यक्ती आणि शब्द हे कार्यकर्त्याच्या निवडीनुसार).

चौकट ९.३ प्रशिक्षणार्थी कार्यकर्त्याच्या भूमिकानाट्यावर आधारित विश्लेषणाचे उदाहरण

मुलाखत आणि संप्रेषण (साधने) वापरली जात असताना	सामाजिक कार्यकर्ता	*ओहो, निखिलच्या आई का तुम्ही? शेवटी आलात तर तुम्ही! बरं झालं. बसा बसा. तुम्ही याल की नाही असं वाटलं होतं.*	स्वीकार करण्याची तयारी नाही आणि पटकन मत बनवण्याची वृत्ती. ग्राहकावर विश्वास नाही. ग्राहकाला कमी लेखून त्याच्या आत्मसन्मानाला विश्वासाला धक्का पोहोचवणे.
	निखिलची आई	*"तुम्हाला असं का वाटलं?"*	
	सामाजिक कार्यकर्ता	*कारण निखिलच्या दैनंदिनीत शिक्षकाने दोन-तीन वेळा निरोप पाठवूनही तुम्ही आला नाहीत.*	भाषा आणि आवाजावरून कार्यकर्त्याची चटकन मत बनवण्याची वृत्ती दिसते.
	निखिलची आई	*असं? माझ्या लक्षात नाही आलं, कारण दैनंदिनी आणि शाळेच्या सगळ्या गोष्टी निखिलची आजी पाहते.*	ग्राहक बचावात्मक पवित्रा घेत आहे.
	सामाजिक कार्यकर्ता	*जेव्हा शिक्षक मुलाला पुनः पुन्हा विचारतो की, "तुझी आई शाळेत येऊन मला का भेटत नाही", तेव्हा त्या मुलाला किती ओशाळवाणे वाटत असते, हे तुम्हा लोकांना कधी समजणार?*	'तुम्हा लोकांना' या वाक्प्रयोगामुळे असे दिसते की ग्राहकाला 'बेजबाबदार पालक' या रांगेत नेऊन बसवले आहे आणि त्यात त्यांच्या व्यक्तिगत परिस्थितीचा विचार केलेला नाही.

आता खालील संहिता वापरून याच प्रसंगाचे नाट्यीकरण करा:

चौकट ९.४ सूत्रसंचालकाचे प्रात्यक्षिक व विश्लेषण

मुलाखत आणि संप्रेषण (साधने) वापरली जात असताना (नातेबंध साधनाचा वापर)

सामाजिक कार्यकर्ता	*कोण मोहिते बाई का? या, या ना आत. मी वाटच पाहत होतो तुमची. मी___________सामाजिक कार्यकर्ता. मीच तुम्हाला पत्र लिहिले होते.*	नावाने उल्लेख करण्याने संभाषण वैयक्तिक होते. (तत्त्व)
निखिलची आई	*मला का बोलावले होते ते सांगता का? मला पत्र मिळाल्यावर खूप काळजी वाटली हो!*	
सामाजिक कार्यकर्ता	*अहो बसा ना. मी तुम्हाला पत्र का पाठवलं ते सगळं नीट सांगतो. नवीन प्रवेश घेतलेल्या मुलांच्या पालकांना भेटणे आणि आईला प्रथम भेटणे, हे शाळेचं धोरण आहे.*	जिव्हाळा आणि काळजी ग्राहकाला शब्दातून कळते. ग्राहकापर्यंत पोहोचणे. (तंत्र आणि कौशल्य)
निखिलची आई	*म्हणजे निखिलबद्दल काळजी करण्यासारखं काही नाही ना?*	ग्राहकाचा आत्मसन्मान आणि आब सांभाळला जातो. (मूल्य) हेतू नीट सांगितला जातो. (स्पष्ट करणे तंत्र) ग्राहकाला मनमोकळे होण्यास मदत.
सामाजिक कार्यकर्ता	*माझ्या पत्राने तुम्ही जरा धास्तावलेल्या दिसता. निखिलबद्दल आणि त्याच्या आवडी निवडीबद्दल अधिक माहिती मिळवण्यासाठी मी तुम्हाला बोलावलं हे खरं, पण मी तुम्हाला सांगतो की निखिलबद्दल तुम्हाला काळजी करण्याचं काही कारण नाही.*	ग्राहकाच्या भावनांना यथायोग्य प्रतिसाद.(कौशल्य आणि तंत्र) वास्तववादी आश्वासकतेची भावना दर्शवणे. (तंत्र)
	निखिल अगदी हुशार मुलगा आहे. तो तुमचा एकुलता एक मुलगा आहे? आणखी कोण कोण असतं तुमच्या कुटुंबात? कुठे राहता तुम्ही? तुम्ही नोकरी करता का? आणि याचे वडील कुठे काम करतात?	युक्तीयुक्तीने प्रश्न विचारणे. (कौशल्य आणि तंत्र)
	अरे वा, निखिलच्या आजी शिक्षिका होत्या का? वा. छान. आणि त्या निखिलच्या अभ्यासात खूप लक्ष घालतात तेही छान. पण त्यामुळे बहुधा निखिलच्या वर्गशिक्षकांचे निरोप तुमच्या वाचण्यात आले नाहीत.	मुलाखतीची दिशा संबंधित, वस्तुस्थितीदर्शक माहिती गोळा करण्याकडे वळवणे. पहिल्याच भेटीत थेट प्रश्नाला हात न घालणे.(प्रथम मुलाखतीच्या तंत्राचा उपयोग.—साधन आणि कौशल्य)
	ते राहूदे. पण आतां तुम्ही आला आहात ना, तर आपण त्याच्या प्रगतीबद्दलही चर्चा करू या.	प्रमाणित करणे (तंत्र) स्वीकार करणे आणि मते न बनवता वागण्याची वृत्ती. (तत्त्वे)
	तो पहिलीत कुठच्या शाळेत होता? तीसुद्धा इंग्रजी माध्यमाची शाळा होती का? तो शाळा, शिक्षक, वर्गातील मित्र यांच्याबद्दल घरी बोलतो का?	स्वीकार करण्या बरोबरच ग्राहकाला कळत नकळत अपेक्षाही व्यक्त करणे.
	मी जर तुमच्या घरी येऊन त्याच्या आजीला भेटलो आणि तिलाही या शाळेचे काम कसे चालते ते सांगितले तर चालेला का? मग मला त्याच्या वडिलांचीही भेट घेता येईल. तुम्हाला आणि त्यांना कोणता दिवस सोयीचा आहे? …बरं झालं हं आलात ते.	पुढील योजनांचा प्रस्ताव. गृहभेटीसाठी परवानगी. उद्दिष्टे स्पष्ट केली. (गृह भेटीचा साधन म्हणून भेटीच्या नीतीसंकेतानुसार उपयोग.)
	धन्यवाद. आणि आपण ठरवल्याप्रमाणे मी तुम्हाला तुमच्या घरी… या दिवशी भेटतो.	प्रमाणित करणे. (तंत्र) सारांश सांगणे(तंत्र)

टिप्पणी: ग्राहकाचे संवाद आणि प्रतिसाद येथे दिलेले नाहीत. कार्यकर्त्याच्या संवादांवर भर दिला आहे. यामुळे प्रशिक्षणार्थींना विविध तंत्रांची, कौशल्यांची आणि साधनांची ओळख होईल. त्यांना व्यक्तीविषयक कार्याची तंत्रे, कौशल्ये, तत्त्वे आणि मूल्ये यातील फरक समजेल

चौकट ९.५ आजीबरोबर मुलाखत

मध्यस्थीवर केंद्रित झालेली मुलाखत

सामाजिक कार्यकर्ता	*नमस्ते. तुम्ही शाळा पाहण्याचे माझे आमंत्रण स्वीकारले त्याचा फार आनंद झाला. मुख्य म्हणजे तुम्ही स्वतः शिक्षिका असल्यामुळे आम्हालाही तुमच्या अनुभवाचा फायदा मिळेल.*	नातेबंध बळकट करण्यासाठी प्रयत्न
आजी	*हे तुम्ही बोलताय हा तुमचा चांगुलपणा. पण मी खरं म्हणजे शाळा पाहायला आले कारण मला निखिलबद्दल जरा काळजी वाटते आहे.*	
सामाजिक कार्यकर्ता	*निखिल नक्कीच शाळेत रुळतो आहे. तो माझ्याशी आणि वर्गशिक्षकांशी पुष्कळ बोलतो. तो तुम्ही त्याचा अभ्यास घेता हे सांगतो. तो त्याच्या आईवडिलांबरोबर शनिवार रविवार कुठेकुठे बाहेर जातो त्याबद्दल सांगतो. मला वाटतं की आता त्याचे वडील त्याच्याबरोबर भरपूर वेळ घालवतात त्यामुळे त्याला आणखी सुरक्षित वाटतं.*	नातेबंधांचा उपयोग आजीला अंतर्दृष्टी देण्यासाठी. अलगदपणे, जाताजाता हेही दर्शवले आहे की, निखिलच्या भावनिक गरजा पूर्ण करण्यासाठी आईवडिलांनी त्याच्याबरोबर चांगल्या तऱ्हेने वेळ घालवणे किती महत्त्वाचे आहे.
आजी	*मला वाटतं की आता त्याला शाळाही आवडायला लागली आहे.*	
सामाजिक कार्यकर्ता	*हो. नक्कीच. त्याला आता पुष्कळ मित्र मिळाले आहेत. पण तो शनिवार रविवारच्या बाहेर जाण्याची ही वाट पाहत असतो. तुम्हालासुद्धा जरा आराम करता येत असेल, ते बाहेर जातात तेव्हा!*	आजीच्या गरजांकडे तिचे लक्ष वेधणे आणि तिला पुन्हा एकदा आईवडिलांच्या भूमिकांची सखोलता जाणवून देणे.
आजी	*हो ना. मला आता माझ्या मैत्रिणींना घरी बोलावता येते आणि त्यांच्याबरोबर बाहेरसुद्धा जाता येते.*	
सामाजिक कार्यकर्ता	*तुमचं सगळ्यांचं छान चाललं आहे याचा मला फार आनंद वाटतो. शेवटी निखिलचं समायोजन होणं हे आपल्या सर्वांसाठी खूप महत्त्वाचं आहे. चला, मी तुम्हाला शाळा दाखवतो.*	सेवार्थीचं भलं होणे हे या हस्तक्षेपाचं ध्येय आहे या वर भर देणे.

चर्चेनंतर सूत्रसंचालकाने पुढील मुद्दे स्पष्ट करावेत:

१. सामाजिक कार्याची मूल्ये आत्मसात करण्याचे महत्त्व.
२. केसवर्कच्या पाठ्यज्ञानाचा जाणीवपूर्वक उपयोग.
३. तत्त्वे, तंत्रे, साधने आणि कौशल्यांचा एकत्रित उपयोग करून त्या सर्वांचे उपयोजन कसे केले जाते.
४. पाठ्यज्ञानाचा उपयोग करून, विचारपूर्वक योजना करून अमलात आणलेली प्रक्रिया संपूर्ण मदतक्रियेस सुरुवात करते.

कार्यशाळा चालविण्यासाठी सूत्रसंचालकांना मार्गदर्शक तत्त्वे

१. व्यक्ती आणि कुटुंबाबरोबर काम याविषयी कौशल्य कार्यशाळा सत्रे या कार्याचे काही पाठ्यज्ञान वर्गात झाल्यावरच सुरू करावीत.

२. पाठ्यज्ञान वर्गाचा भाग म्हणून प्राथमिक माहितीप्रपत्र (इनटेक शीट) आणि त्यातील प्रत्येक मुद्द्यांवर काय लिहावे याचे ज्ञान वर्गात पुरेसे आधी द्यावे.

३. सूत्रसंचालकाने केसचा पूर्वेतिहास आणि भूमिकानाट्य प्रसंगांची पुरेशी आधी माहिती करून घ्यावी.

४. भूमिकानाट्य सत्रे ही सोप्याकडून अवघड अशा क्रमाने, पायरीपायरीने प्रशिक्षणार्थींना शिकवावीत.

५. काही कार्यशाळा विभागून घेतल्या (तुकड्यातुकड्याने) जातील. उदाः वर्गात प्रवेश मुलाखतीचा पाठ शिकवल्यावर लगेच कार्यशाळेचा 'प्रवेश मुलाखत' भाग घेतला जाईल. तरीही केसवर्कची संपूर्ण प्रक्रिया समजून घेऊन मनात तिची संपूर्ण संकल्पना तयार होण्यासाठी दर आठवड्याला एक याप्रमाणे सलग अशा कार्यशाळा घेऊन प्रक्रियेच्या सर्व अवस्था पूर्ण केल्या पाहिजेत.

६. प्रशिक्षक शिक्षणासाठी त्याच्या/तिच्या स्वतंत्र 'केसेस' तयार करू शकतो/ते किंवा ग्राहकांची ओळख गुप्त ठेवून विद्यार्थ्यांच्या क्षेत्रकार्यातील खऱ्या केसेस घेऊ शकतो/ते.

७. या पुस्तिकेतील केस-उदाहरण शाळेच्या वातावरणातील असले तरी सूत्रसंचालक रुग्णालये, वसतिगृहे आणि समाजातील अन्य वातावरणातील उदाहरणे घेऊ शकतो/ते.

८. भूमिकानाट्य करण्यास पुढे येणाऱ्या विद्यार्थ्यांचे त्यांच्या धैर्याबद्दल रास्त कौतुक केले पाहिजे. तसेच पुढे येण्यास जास्तीत जास्त विद्यार्थ्यांना उत्तेजन दिले पाहिजे.

९. चर्चा सुरू करताना नेहमी प्रथम सकारात्मक अभिप्राय द्यावा आणि नंतर रचनात्मक टीका करावी. विद्यार्थ्यांना चर्चेचा धाक वाटू नये यासाठी निरोगी वातावरण निर्मिती करून ती टिकवावी.

१०. सर्व सत्रांमध्ये सूत्रसंचालकाने सामाजिक कार्यकर्त्याची भूमिका करून कौशल्ये कशी वापरावीत याचे मध्ये मध्ये प्रात्यक्षिक दाखवावे.

११. विद्यार्थ्यांचे त्यांना दिलेल्या क्षेत्रकार्यविषयक कामानुसार गट करून एक किंवा दोन सत्रे चालवता येतील. त्यांना त्या क्षेत्रातील प्रवेशप्रपत्रे भरण्यास सांगावीत. उदाः रुग्णालयातील सामाजिक कार्य, सामाजिक संस्थेतील कार्य, सुधारगृहांच्या पार्श्वभूमीवरील काम इ.

१२. एखादे सत्र प्रवेश मुलाखतीबद्दलच्या महत्त्वाच्या गोष्टींच्या भित्तीपत्रिका करण्यासाठी व्यतीत करावी. त्यात मुलाखतीतील करण्याच्या व टाळण्याच्या गोष्टी इ. असाव्या.

केसवर्क प्रक्रियेतील काही भाग समजण्यासाठी लुटुपुटीच्या खेळांचा उपयोग

व्यक्ती–कुटुंबविषयक कार्याच्या प्रक्रियेचे काही घटक स्पष्ट करण्यासाठी पुढील खेळांचा उपयोग करता येतो.

अध्ययनसराव ९.१ 'काळा ठिपका' सराव (हा सराव आकलन या प्रकरण १ मध्येही दिला आहे.) हा व्यक्ती–कुटुंबविषयक कार्याकडे पाहण्याचा सर्वंकष मार्ग कसा असावा याचे प्रात्यक्षिक दाखविण्यासाठी उपयुक्त. हा खेळ पहिली प्रवेश मुलाखत आणि त्यापाठोपाठ गृहभेट, शिक्षकांशी भेट इ. भूमिकानाट्ये झाल्यावर घ्यावा.

'गाठीं'चा सराव (संदर्भ: सराव ९.१) साध्या आणि गुंतागुंतीच्या समस्यांचे प्रात्यक्षिक दाखविण्यासाठी वापरता येतो. त्यात समस्याही व्यक्तीशी निगडित कशी असते, पद्धतशीर प्रयत्नांनी तिचे निराकरण करण्यास कशी मदत होते हेही दाखवता येते. 'निदान' करणे या गटसरावांनंतर हा खेळ खेळावा. त्यात समस्या सोडविण्याच्या पर्यायावर भर द्यावा.

'फुटपट्टीने हात बांधणे' हा अध्ययनसराव (संदर्भ: सराव ९.२) हा समस्येच्या प्रसंगात/परिस्थितीत असताना ग्राहकांना काय वाटते, मनाची कवाडे लावून घेतली तर प्रश्न कसा लांबतो आणि मदत घेऊन तो सोडवता कसा येऊ शकतो—याचे प्रात्यक्षिक दाखवतो. हा खेळ उपचारप्रक्रियेच्या सत्रापूर्वी वापरता येतो.

अध्ययनसराव ९.१ काळा ठिपका

उद्दिष्ट: प्रशिक्षणार्थींची सेवार्थीकडे सर्वांगीण दृष्टीने पाहण्याची क्षमता वाढविण्यास त्यांना मदत करणे.

सहभागी: सर्व

साहित्य: १" व्यासाचे संपूर्ण काळे वर्तुळ रंगवलेला पांढरा कागद.

वेळ: ३० मिनिटे.

कृती:

१. सर्व सहभागींना कागद दाखवा.
२. त्यांना जे दिसते त्याचे दोन मिनिटे निरीक्षण करायला सांगा.
३. त्यातील काहींना त्यांनी काय पाहिले त्यावर प्रतिक्रिया देण्यास सांगा.
४. या प्रतिक्रिया फळ्यावर लिहा.

चर्चेचे मुद्दे:

१. प्रशिक्षकाने दिलेली सूचना कोणती होती?
२. त्यांच्यातील पुष्कळजणांनी फक्त काळ्या ठिपक्यावर लक्ष का केंद्रित केले?
३. अन्य गोष्टी धूसर झाल्याशा का वाटल्या?
४. हे आपल्या ग्राहक यंत्रणेस आणि त्यांच्या भोवतीच्या वातावरणास कसे लागू पडते?
५. हा मार्ग निदान प्रक्रियेत कसा मदत करतो?
६. केसवर्कमधील सर्वांगीण विचार.

अध्ययनसराव ९.२ समस्या सोडविणे प्रक्रिया—गाठी

उद्दिष्टे:

१. जरी समस्या एकच असली तरी तीव्रता प्रत्येक उदाहरणात वेगळी असते हे समजण्यास प्रशिक्षणार्थींना साह्य करणे.

२. समस्येच्या गुंतागुंतीनुसार प्रश्न सोडविण्याचे मार्ग बदलतात आणि सोडविण्यास लागणारा वेळही प्रत्येक 'केस' प्रमाणे वेगवेगळा असतो.

सहभागींची संख्या: सर्व सहभागींचे दोन गट करावेत.
साहित्य: वेगवेगळे दोरे, काही 'टॅग' चे दोरे, काही ट्वाईनचे आणि काही बारीक.
वेळ: ३० मिनिटे.
कृती:

१. एका गटास सर्व प्रकारचे दोरे वाटा.
२. त्यांना वेगवेगळ्या गाठी मारण्यास सांगा.
३. गाठी मारलेले दोऱ्यांचे तुकडे दुसऱ्या गटास द्या.
४. त्यांना दोन मिनिटात गाठ सोडवण्यास सांगा.

चर्चेचे मुद्दे:

१. पहिल्या गटाने गाठी कशा मारल्या?
२. विविध प्रकारच्या गाठी सोडविण्यासाठी दुसऱ्या गटाने कोणत्या धोरणांचा अवलंब केला?
३. जेव्हा सहभागी सदस्यांना गाठ कोणत्या प्रकारची आहे हे समजते तेव्हा त्यांना ती पटकन सोडवता येते. (जर निदान अचूक असेल तर प्रश्न सोडवणे सोपे होते.) गाठ जितकी साधी तेवढी ती सोडवायला सोपी! (समस्या जितकी लवकर लक्षात येते तितकी ती सोडविणे सोपे!) गाठी अवघड असतील तर खूप वेळा प्रयत्न करावे लागतात आणि जास्त वेळ लागतो. (जुने झालेले प्रश्न आणि खोलवरचे प्रश्न सोडविण्यास जास्त वेळ लागतो.)

अध्ययनसराव ९.३ संसाधनांचा उपयोग आणि सहकार्याचे मूल्य–फुटपट्टीने हात बांधणे

उद्दिष्टे:

१. असलेल्या स्रोतांचा (माहिती, साधने, माणसे इ.) प्रश्न सोडवण्यासाठी उपयोग समजणे.
२. समस्या सोडविताना पर्यायी मार्गांबद्दलची अंतर्दृष्टी मिळवणे.
३. जेव्हा लोकांना सारख्या प्रकारच्या समस्या असतात तेव्हा एकमेकांना सहकार्य करण्याच्या उपयुक्ततेचे महत्त्व समजणे.

सहभागींची संख्या: ४ ते ५ जोड्या (८ ते १० लोक)
साहित्य: १२ इंची (१फूट) फुटपट्ट्यांचे बारा नग. पट्ट्या बांधण्यासाठी १२ रिबिनी. बिस्किटे, शेंगदाणे आणि चुरमुरे यांनी भरलेल्या बशा. प्रत्येक जोडीला एक बशी.
कृती:

१. प्रत्येक सहभागी सदस्यांच्या कोपरांना फुटपट्ट्या अशा बांधाव्यात की हात वाकवता येऊ नयेत.
२. प्रत्येक जोडीला एकमेकांसमोर उभे करा.
३. प्रत्येक जोडीमध्ये खाऊची बशी ठेवा.
४. प्रत्येकाला खाऊ खाऊन बशी लवकरात लवकर रिकामी करण्यास सांगावे.

चर्चेचे मुद्दे:

१. खेळाडूंच्या पहिल्या प्रतिक्रिया काय होत्या?
२. त्यांनी एकमेकांबरोबर पर्यायांची चर्चा केली का?
३. त्यांनी एकमेकांवर पुरेसा विश्वास ठेवला का?

चर्चेतून पुढील मुद्दे स्पष्ट करा:

१. ग्राहकांना सामोरे जाऊन (समस्येसंदर्भात) त्यांच्याशी सामना केला तर त्यांची प्रतिक्रिया काय होते?
२. मनाची कवाडे बंद केल्याने समस्या कशी लांबते?
३. जर आपण लोकांबरोबर विचारांची आणि अन्य स्रोतांची देवाणघेवाण केली तर आपल्या अकार्यक्षमतांवर मात करता येते.

परिशिष्ट अ ९.१ व्यक्ती-कुटुंबविषयक कार्याची तत्त्वे, तंत्रे आणि साधने

तत्त्वे: यांना कार्य पद्धतीतील मूलभूत सत्ये असे म्हणतात. सामाजिक कार्यकर्त्याची कार्यवृत्ती या नियमांवर आधारित असणे अपेक्षित असते.

- वैयक्तिकीकरण
- भावनांचे हेतुपूर्वक प्रकटीकरण
- नियंत्रित भावनिक गुंतवणूक
- स्वीकार करणे
- पूर्वग्रह–मते न बनविता पाहण्याची वृत्ती
- ग्राहकाबद्दल (त्याच्या भल्यासाठी) दृढनिश्चयीपणा
- गोपनीयता

तंत्रे: उपयोजन अथवा सादरीकरणाची पद्धती म्हणजे तंत्र.

- भावनांचा स्वीकार
- आश्वासन
- काय होऊ शकेल याचा अंदाज घेऊन मार्गदर्शन
- मान्यता
- प्रतिनिधित्व, बाजू मांडणे
- संसाधनांची उभारणी
- अपराधी भावनेचा सकारात्मक उपयोग
- समजूत (चुकीची असेल) तर दुरुस्त करणे.
- सामना करणे
- आत्मविश्वास वाढवणे
- स्नेह दाखवणे
- समानुभूती
- शिक्षण
- उत्तेजन
- संशोधन
- कोंडलेली वाफ मोकळी होण्यास चालना देणे
- मार्गदर्शन
- सर्वसामान्यीकरण
- ध्येय ठरवणे
- विनोद
- गृहभेट
- अन्वयार्थ लावणे
- वैयक्तिकीकरण
- अंतर्दृष्टी देणे
- परिस्थितीचा अंदाज
- परिस्थिती, वर्तणूक, प्रवृत्तीत बदल
- साधनांची मदत
- प्रेरणा
- आदर्श घालून देणे

- निरीक्षण
- तुकड्यातुकड्याने काम पूर्ण करणे, प्राधान्यक्रमाने काम पूर्ण करणे (पार्शलायझेशन)
- सहभाग
- चिकाटी
- संसाधनांचे संयोजन
- युक्तीयुक्तीने प्रश्न विचारणे
- पुनःपुन्हा दिलासा देणे
- वस्तुस्थितीचा परिचय
- ग्राहकाच्या भावनांशी समरस होणे
- भूमिकानाट्य
- चिंतन
- उत्तेजन
- मर्यादा घालणे
- योजकता
- योग्य वेळी हस्तक्षेप, मध्यस्थी
- वैश्विकीकरण
- शब्दांत अभिव्यक्ती
- वस्तुस्थिती पडताळणे
- निवाडा करण्याची ऊर्मी आवरणे
- भावनिक आधार

साधनेः कशावर तरी काम करण्यासाठी ज्याचा उपयोग केला जातो त्याला साधन असे म्हणतात.

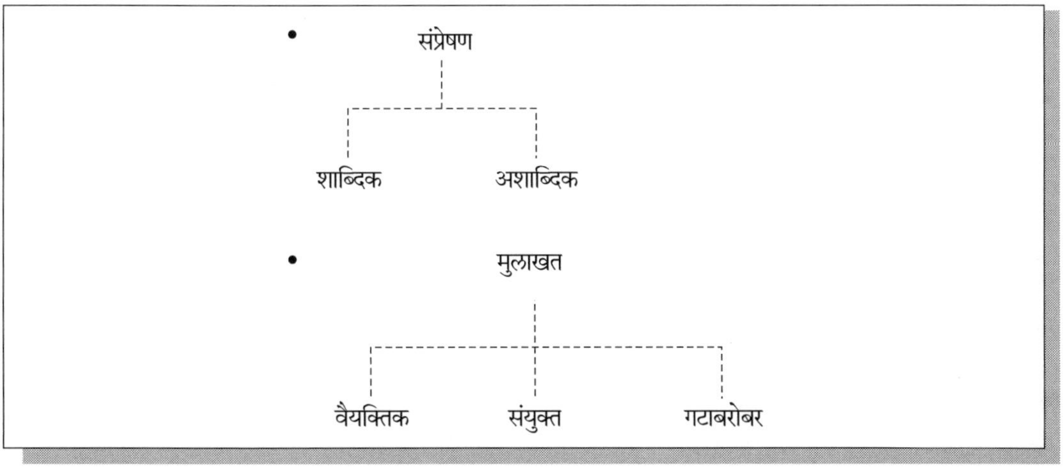

- व्यावसायिक नातेबंध अथवा कार्यकर्ता व ग्राहक यांच्यामधील नातेबंध
- गृहभेट
- स्रोतांची माहिती (स्रोत म्हणजे माहिती, मनुष्यबळ, पैसे इ.)
- नोंदी

स्रोत: संपादक मंडळाने तयार केले.

परिशिष्ट अ ९.२ निखिल मोहितेच्या प्रकरणाचा पूर्वेतिहास

इतिहास

निखिल मोहिते हा साडेसात वर्षांचा मुलगा इंग्लिश माध्यमाच्या शाळेत दुसरीत शिकतो.

वर्गशिक्षकाने त्याला बालक मार्गदर्शन उपचारकेंद्रात समुपदेशकाकडे पाठवले आहे.

'शिक्षणात (अभ्यासात) मागे पडणे' ही समस्या सांगितली गेली.

कौटुंबिक पार्श्वभूमी

आर्थिकदृष्ट्या उच्च मध्यमवर्गात मोडणारे हे कुटुंब आहे आणि पुण्याच्या वेगाने वाढणाऱ्या उपनगरात राहते. एक वर्षापूर्वी कुटुंब त्यांच्या मालकीच्या 'फ्लॅट' मध्ये राहायला गेले.

वडील एका आंतरराष्ट्रीय कंपनीत अभियंता म्हणून काम करतात. आई गृहिणी आहे. वडिलांचे शैक्षणिक यश उत्तम आहे. आईसुद्धा पदवीधर असून तिला पाठ्येतर उपक्रमांमध्येही अतिशय रस आहे. लग्नानंतर तिला नोकरी सोडावी लागली.

आजी निवृत्त शिक्षिका असून तिने सुमारे तीस वर्षे शाळेत नोकरी केली.

आजीला तरुण वयात वैधव्य आले आणि तिच्या नवऱ्याच्या मृत्यूनंतर कोणत्याही नातेवाइकांच्या मदतीशिवाय आपल्या एकुलत्या एक मुलाची जबाबदारी घ्यावी लागली. त्यामुळे तिला तिच्या मुलाला शिक्षण देऊन यशस्वी करण्यासाठी अनेक आघाड्यांवर लढावे लागले आणि खस्ता खाव्या लागल्या. तिला तिच्या एकुलत्या एक मुलाबाबत अत्यंत स्वामित्वाची भावना होती आणि नवऱ्याच्या मृत्यूनंतर ती अधिकच वाढली.

वडील अतिशय आज्ञाधारक मूल म्हणून वाढले. आईच्या अधिकारी स्वभावामुळे वाढत्या वयात ते नेहमीच स्वत:ची मते आणि आईचे विचार या दोहोंच्या कात्रीत सापडत असत.

त्यांच्या गावाकडील मुलगी पाहून आईने मुलाचे लग्न जमवले. ते लग्न सुमारे दीड वर्ष टिकले आणि नंतर ती मुलगी नवऱ्याला सोडून आपल्या आईवडिलांकडे माघारी गेली. कारण तिला शहरी आयुष्यात समरस होता आले नाही. तसेच सासूच्या परिपूर्णतेच्या परिमाणाशी जमवून घेणेही जमले नाही. या लग्नापासून मूल झाले नाही.

कालांतराने नवऱ्याने कायदेशीर घटस्फोट घेऊन आईच्या सल्ल्याने शहरी मुलीशी लग्न केले.

दुसरी बायको (निखिलची आई) आईवडील आणि चार बहिणींच्या घरातून आली. आईवडील "मुलींची लग्ने लवकरात लवकर करावीत" अशा पारंपरिक मतांचे होते.

लग्नानंतर एका वर्षात या जोडप्याने एका निरोगी मुलाला जन्म दिला. बाळंतपण जरी चार चौघांसारखे–सर्वसाधारण झाले तरी आईला गर्भारपणात बऱ्याच गुंतागुंती झाल्या. जरी आईची तब्येत एवढी चांगली नव्हती तरी त्या काळात तिला दैनंदिन कामात सासूचा काहीही आधार वा मदत मिळाली नाही.

मुलगा झाल्याने सर्वांनाच आनंद झाला आणि आईला वाटले की तिच्या अडचणी संपल्या. मूल जन्मल्यावर पहिल्या वर्षी कुटुंबातील सर्वांचेच जीवन मुलाभोवती फिरत होते आणि प्रत्येक जण त्याला जपत होता. मुलाचे संगोपन कोणी करायचे याबद्दल अगदी उघडउघड स्पर्धा सुरू झाली आणि हळूहळू कुरबुरींना सुरुवात झाली.

प्रत्येक गोष्टीतली आजीची लुडबुड आणि नातेबंधातले हस्तक्षेप वडिलांच्या मनात प्रचंड गोंधळ माजवू लागले आणि परिस्थितीपासून पलायन करण्याची प्रवृत्ती वाढली. हा प्रश्न सोडवणे त्यांनी त्या दोन बायकांवरच सोडून दिले.

निखिल आनंदी बालक होता आणि त्याच्या आजूबाजूच्या वातावरणाबद्दल कमालीचा उत्सुक. आजीने त्याला तो अडीच वर्षांचा असतानाच शाळेत घालण्याचा निर्णय घेतला. आईचे मत या निर्णयाला अनुकूल नव्हते. आजीला वाटत होते की निखिलच्या सर्व शैक्षणिक व विकासाच्या गरजांची काळजी घेण्यास ती समर्थ आहे.

निखिल गोंधळाच्या कौटुंबिक वातावरणात वाढत होता आणि 'शाळेत जाणे' यामुळे कुटुंबाशी झालेल्या फारकतीशी जुळवून घेणे त्याला जड जाऊ लागले. परिणामी, त्याच्या अनेक प्रकारच्या शैक्षणिक समस्या पहिल्या पासूनच सुरू झाल्या. त्या शिक्षक आणि कुटुबीयांच्या लक्षात आल्या नाहीत.

यावर्षी कुटुंब नव्या जागेत राहायला गेले, त्यामुळे निखिलची शाळा बदलावी लागली.

दुसरीच्या वर्गशिक्षकांच्या लक्षात आले की निखिल हा हुशार मुलगा आहे पण चळवळ्या, उत्साही आणि बोलका नाही. त्याच्या या एकलकोंड्या व्यक्तिमत्त्वामुळे—स्वभावामुळे त्याला वर्गात सामावून घेण्याच्या शिक्षकांच्या प्रयत्नांना तो प्रतिसाद देत नव्हता आणि त्याच्या बरोबरीच्या मुलांमध्ये त्याला सामावून घेण्याच्या प्रयत्नांनाही तो दाद देत नव्हता. 'आजूबाजूला कोणी प्रौढ व्यक्ती नसेल तर निखिल काही मुलांबरोबर अगदी मोकळेपणाने वावरतो' असेही शिक्षकांच्या लक्षात आले.

जेव्हा सहामाहीत या मुलाने चांगले गुण मिळवले नाहीत, तेव्हा त्याला काय अडचणी आहेत ते समजावून घेण्यासाठी शिक्षकाने निखिलच्या आईला बोलावले. पण तिच्याकडून प्रतिसाद आला नाही, त्यामुळे शिक्षकाने हा मामला शाळेच्या सामाजिक कार्यकर्त्याकडे सोपवला.

निखिलच्या सहामाहीतील मागे पडण्याबद्दल आईला चिंता वाटत होती म्हणून पत्र मिळताच तिने सामाजिक कार्यकर्त्याची भेट घेतली.

सामाजिक कार्यकर्त्याने बालक आणि त्याचे कुटुंब यांच्याबरोबर अनेक बैठकी घेऊन सर्व माहिती मिळवण्याचे प्रयत्न केले.

स्रोत: संपादक मंडळाने तयार केले.

परिशिष्ट अ ९.३ प्रवेश माहिती प्रपत्र

(टिपणी: हे प्रपत्र शाळेच्या बालक मार्गदर्शन केंद्रासाठी तयार केले आहे. या प्रपत्राचे स्वरूप संस्थेची रचना, संस्थेचा प्रकार, सेवार्थीचे वय, समस्या आणि मदतीचे स्वरूप यानुसार बदलेल.)

केस क्र.:
कार्यकर्त्याचे नाव:
प्रथम संपर्क दिनांक:
प्रपत्र नोंदीची तारीख:

१. परिचय माहिती:

सेवार्थीचे नाव	:
पत्ता	:
जन्मतारीख	:
वय वर्षे	:
धर्म	:
लिंग	:
मातृभाषा	:
अन्य भाषा	:
शिक्षण	:
शाळेचे नाव	:
इयत्ता	:
कुटुंबातील सदस्य संख्या	:
कुटुंब प्रकार	:

(पुढे चालू....)

(पुढे चालू....)

भावंडांची संख्या :
सेवार्थीचा भावंडातील क्रम :
कोणती समस्या सांगितली :
कुणी समस्या सांगितली :

२. कुटुंबसमूहः

क्र.	नाव	वय	लिंग	ग्राहकाशी नाते	शिक्षण	उत्पन्न	व्यवसाय	शेरा

३. सेवार्थीचे व्यक्तिमत्त्व :
४. पालकांचे व्यक्तिमत्त्व :
वडील :
आई :
५. कुटुंबातील नातेबंधांचे वर्णन :
६. ग्राहकाचा शैक्षणिक गुणवत्ता इतिहास :
सकारात्मक बाजू :
समस्या क्षेत्रे :
७. वैद्यकीय इतिहास :
वाढीचा इतिहास :
समस्या :
उपचार :
८. मनोसामाजिक इतिहास :
९. संस्थेबरोबर पूर्वी संपर्क साधलेला असल्यास कोणत्या प्रकारचा? :
१०. निदानात्मक सारांश विधान :
११. उपचार योजना :
लहान पल्ल्याची उद्दिष्टे :
दीर्घकालीन उद्दिष्टे :
१२. समारोपाची टिप्पणी :
पाठपुरावा :
दुसऱ्या संस्थेत सोपवण्याचे तपशील :
संदर्भ (दुसऱ्याकडे जाण्यासाठी संदर्भ देणे) :
समाप्ती :

कार्यकर्त्याची सही

स्रोत: संपादक मंडळाने तयार केले.

परिशिष्ट अ ९.४ कुटुंबवृक्ष

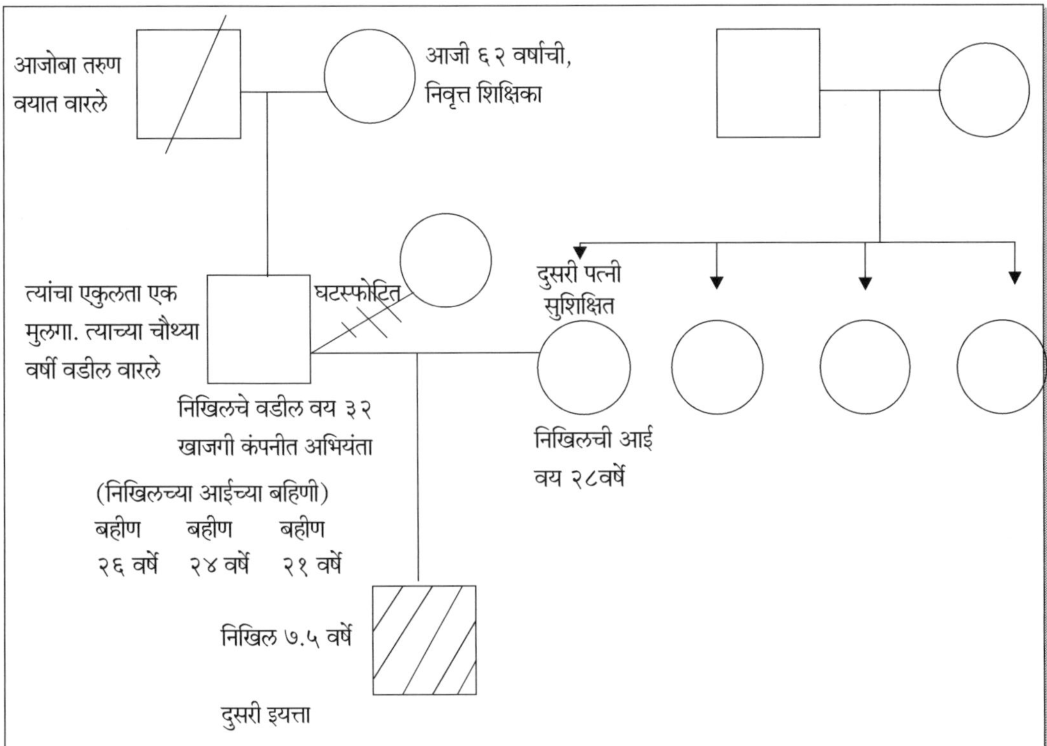

स्रोत: संपादक मंडळाने तयार केले.

परिशिष्ट अ ९.५ ग्राहक आणि कुटुंबातील अन्य महत्त्वाच्या व्यक्तींची व्यक्तीवैशिष्ट्ये

निखिल	आई	वडील	आजी
बुद्धिमान	चिंता करणारी	दयाळू	आक्रमक
शांत	चटकन उत्तेजित होणारी	आधार देणारे	कर्कश
लाजाळू	बेचैन	बेचैन	त्रासिक
शिस्तीचा	त्रासिक	साधे	काळजी घेणारी
कलावंत	टीका करणारी	प्रेमळ	टीका करणारी
घाबरट/बेचैन	अधीर	संदिग्ध	शेखी मिरवणारी
आज्ञाधारक	बडबडी	चिंताग्रस्त	जादा आत्मविश्वासू

(पुढे चालू....)

(पुढे चालू....)

निखिल	आई	वडील	आजी
लाघवी	लहान सहान गोष्टीचा बाऊ करणारी	शिस्तीचे	बोलकी
गोंधळलेला	हट्टी	नव्याला राजी	लहान गोष्टीचा बाऊ करणारी
भयग्रस्त	संदिग्ध	दुर्बळ	हट्टी
लोकांत मिसळू शकणारा	अस्थिर	सहनशील	चटकन उद्दीपित होणारी
तणावग्रस्त	वाद घालणारी	अंगचोर	मत्सरी
दुसऱ्यांचे ऐकणारा	मत्सरी	बेजबाबदार	वादावादी करणारी
निरोगी	तणावग्रस्त	उदासीन	महत्त्वाकांक्षी
उदासीन	राजी		आदर्शवादी
चौकस	उद्धट		सत्ता गाजवणारी
आत्मविश्वासाचा अभाव असलेला	दुबळी		उद्धट
एकुटवाणा	प्रेमळ		निश्चयी
दुय्यमत्त्व घेणारा			तरतरीत
एकाकी			घमेंडखोर
अलिप्त			
अल्लड			
अबोल			

स्रोत: संपादक मंडळाने तयार केले.

परिशिष्ट अ ९.६ कुटुंबसदस्यांवरील परिणाम

निखिलवर परिणाम:

- तो तणावग्रस्त आणि चिंताग्रस्त आहे.
- त्याच्या विचार करण्याच्या कौशल्यांवर परिणाम झाला.
- गणितात वाईट कामगिरी.
- प्रौढांशी संबंध जोडू शकत नाही.
- प्रौढांच्या समोर मोकळा नसतो.
- लाजाळू आणि आतल्या गाठीचा.
- एकाकी आहे.
- त्याच्यात आत्मविश्वासाचा अभाव आहे.
- नातेबंध प्रस्थापित करण्याची क्षमता मोडलेली आहे.

कुटुंबाच्या परिस्थितीचे आजीवर परिणाम:

- ती सत्ता हातात ठेवण्याचा प्रयत्न करते
- ती वर्चस्व गाजवते, प्रत्येकावर नियंत्रण ठेवण्याचा प्रयत्न करते.
- ती मालकी हक्क गाजवणारी आहे.

आईवर परिणाम:

- ती संशयी वृत्तीची बनली आहे.
- तिच्यात नैराश्याची लक्षणेही दिसतात.
- ती सहानुभूती मिळविण्याचा प्रयत्न करते
- तिच्या नवऱ्याशी असलेल्या परस्परसंवादाविषयी ती असमाधानी आहे.
- ती सतत सासूला नावे ठेवते आणि तिचे नवऱ्याशी नाते बिघडलेले आहे.

वडिलांवर परिणाम:

- त्यांचा आत्मविश्वास गेला आहे आणि ते गोंधळलेले दिसतात.
- आईवर अवलंबून.
- स्वत:वर जबाबदारी घेण्यास तयार नाहीत.
- जेव्हा परिस्थिती आव्हानकारक वाटते तेव्हा ते पलायनवाद स्वीकारतात.

निखिलच्या गरजांचे समाधान:

- सर्व शारीरिक गरजांची पूर्तता.
- त्याची उत्तम काळजी घेतली जाते.
- सर्व तीन प्रौढांकडून त्याला प्रेम मिळते, पण ते अयोग्य पद्धतीने व्यक्त होते.
- प्रौढांना तो योग्य तऱ्हेने पुरेसा समजलाच नाही.
- त्याला भावनिक सुरक्षितता मिळत नाही.
- तो समवयस्कांबरोबर सहजपणे मिसळू शकत नाही.
- त्याला मोकळेपणे व्यक्त होण्याचे स्वातंत्र्य नाही.
- त्याचा वडिलांबरोबर संवाद नाही.
- पालक–बालकांच्या निरोगी नात्याला आणि संवादाला वाव नाही.

स्रोत: संपादक मंडळाने तयार केले.

परिशिष्ट अ ९.७ उपचार उद्दिष्टे

मुख्य ध्येय

कुटुंबाबरोबर निरोगी नातेबंधाला उत्तेजन देऊन शैक्षणिक गुणवत्ता वाढवणे.

मुख्य ध्येयाचे ग्राहक व अनुलक्षित यंत्रणा यांच्यासाठी उपविभाग करावेत.

ग्राहक (निखिल)

१. त्याला तणावमुक्त होण्यास, त्याच्या कोशातून बाहेर येण्यास, जास्त बोलके होण्यास आणि त्याच्या भोवतीच्या प्रौढांच्या वातावरणावर विश्वास टाकायला मदत करणे.
२. समवयस्कांबरोबर मोकळेपणा वाटण्यास मदत करणे.
३. कोणतीही अपराधीपणाची भावना न वाटता प्रत्येक प्रौढाबरोबर जवळकीची; विशेष, स्वतंत्र, नाती विकसित करण्यास त्याला मदत करणे.
४. त्याची चिंताग्रस्तता–काळजी कमी करणे.
५. आत्मविश्वास संपादन करून स्वत:ला स्वावलंबी बनण्यास त्याला मदत करणे.

आई

१. तिची काळजी कमी करणे.
२. बचावात्मक पवित्र्यांचा स्वतःला पराभूत करणारा वापर कमी करणे.
३. तिचे असमाधान कमी करणे.
४. स्वत:साठी आणि दुसऱ्यांप्रती सकारात्मक वृत्ती निर्माण करणे.
५. तिला मनमोकळी व्यक्ती होण्यास मदत करणे.
६. तिला आत्मविश्वास वाटण्यास, आई, सून आणि पत्नीच्या भूमिकेत अधिकार गाजवण्यास साह्य करणे.

आजी

१. तिच्या आणि अन्य सदस्यांच्या भूमिकेविषयीच्या अपेक्षा स्पष्ट होण्यास तिला मदत करणे.
२. दुसऱ्यांच्या क्षमतेवर विश्वास ठेवण्यास तिला शिकवणे.
३. तिला जबाबदाऱ्या बाकी सदस्यांबरोबर वाटून घेण्यास शिकवून 'कुटुंबसंघ' म्हणून प्रयत्न करण्यास मदत करणे.
४. 'ती कुटुंबप्रमुख आहे' या तिच्या भूमिकेबद्दल तिच्या मनात जाणीव निर्माण करणे आणि तिने इतरांना वाव देऊन प्रगती करण्यास मदत करावी याबद्दल तिला जाणीव देणे.

वडील

१. स्वतंत्रपणे निर्णय घेण्याची त्यांची क्षमता वाढवणे.
२. आई आणि बायकोबरोबर निरोगी नाते विकसित करण्यासाठी त्यांना मदत करणे.
३. स्वत:मध्ये पालक म्हणून निरोगी कौशल्ये विकसित करण्यास त्यांना मदत करणे. त्यामुळे ते त्यांच्या मुलासाठी आदर्श नमुना ठरतील.

शिक्षक

वर्गात दबाव न वाटावा असे वातावरण निर्माण करण्यास तिला मदत करणे.

स्रोत: संपादक मंडळाने तयार केले.

परिशिष्ट अ ९.८ उपचार योजना

उपचाराची उद्दिष्टे:
नातेबंधांचे आकृतिबंध सुधारण्यास आणि शाळेतील कामगिरीत सुधारणा करण्यासाठी निखिलमध्ये आत्मविश्वास वाढवणे.
उपचार क्षेत्रे:

१. बालक मार्गदर्शन उपचार केंद्रात निखिलबरोबर काम (मुख्य सेवार्थी यंत्रणा)
२. कुटुंबाबरोबर काम.
   – आई
   – वडील } लक्ष्यित व्यवस्था
   – आजी
३. शाळेतील शिक्षकांबरोबर काम. (लक्ष्यित व्यवस्था)

उपचारप्रक्रिया

बालक मार्गदर्शन केंद्रात आठवड्यातून एकदा निखिल व्यक्तिगत आणि गट खेळ उपचारपद्धतीत भाग घेईल. ही सत्रे पुढील उद्देशाने घेतली जातील.

१. निखिलला मनमोकळे होण्यास मदत.
२. प्रौढांबद्दल विश्वास वाटण्यास मदत.
३. कोणी टीका करेल ही भीती न बाळगता स्वतःला व्यक्त करण्याची संधी त्याला देणे.
४. बक्षिसे/शाबासकी मिळण्याचा अनुभव त्याला देणे.
५. स्वतःमध्ये आत्मविश्वास मिळवण्यास आणि स्वावलंबी होण्यास त्याला मदत करणे.

गणितात गती निर्माण करणे आणि त्यासाठी कुटुंबसदस्य किंवा आणखी कोणाची मदत घेणे असाही एक हेतू निखिलबरोबर काम करण्यात आहे.

पालक म्हणून आदर्श भूमिकेची कल्पना आणि त्यांची पालक म्हणून प्रत्यक्ष भूमिका यातील तफावतीमुळे निखिलच्या नातेसंबंधातील अडचणी आणि अपेक्षा पूर्ण करण्यात त्याला अडचणी कशा येतात हे सुरुवातीला निखिलच्या कुटुंबीयांना स्वतंत्रपणे भेटून सागितले जाईल.

कुटुंबातील सदस्यांच्या पुढील बाबतीतील जाणिवा विकसित करण्यास प्रयत्न केले जातील.

१. बचावात्मक तंत्राच्या अयोग्य उपयोगामुळे जीवनाशी सामना करण्यास येणारी कमतरता.
२. सकारात्मक गोष्टी—पाठीवर सकारात्मक शाबासकीची थाप देणे यातून एकमेकांविषयी सकारात्मक प्रवृत्ती दाखवण्याचे महत्त्व.
३. निरोगी जीवनासाठी परस्पर नातेसंबंधाचे आकृतिबंध सुधारणे. (एकमेकांशी असलेली नाती अधिक प्रगल्भ करणे.)

त्यानंतर उपचाराचा रोख निखिलच्या आईवडिलांमधील नाते सुधारण्यासाठी खालील प्रकारे वळवणे आवश्यक आहे:

- एकत्रित पालकत्व.
- संवादातील मोकळेपणाचे महत्त्व
- एकत्र वेळ घालवणे आणि
- एकमेकांचा आदर करणे.

त्याच वेळी निखिलच्या आजीला पुढील क्षेत्रात समुपदेशन केले जाईल.

- आजी म्हणून असलेली योग्य भूमिका बजावण्याचे महत्त्व.
- वर्चस्व कमी करणे.
- निखिलच्या संगोपनातील तिची योग्य भूमिका.
- 'मी' पणाचे समाधान करण्यासाठी तिला अन्य मार्ग सुचवण्यात साह्य करणे.

शिक्षकांनाही या उपचारात पुढील क्षेत्रात सहभागी होण्यास उत्तेजन द्यावे.

- निखिलला उत्तेजन देणे आणि त्याचे कौतुक करणेयात शिक्षकाची मदत घेणे
- निखिलची पाठ थोपटणे. त्याच्यासाठी काही सकारात्मक गोष्टी.
- निखिलच्या मागे पडण्याच्या क्षेत्रात त्याला प्रगती करण्यास हळूहळू उद्युक्त करणे.

पाठपुरावा योजना

सुरुवातीला निखिलचे शाळेतील आणि कुटुंबातील संबंध स्थिर होण्यासाठी महिन्यातून एकदा पाठपुरावा करावा.

नंतरची दोन वर्षे दर सहा महिन्यातून एकदा त्याच्या शालेय कामगिरीचा पाठपुरावा करावा.

समाप्ती

प्रथम संपर्क झाल्यानंतर दोन वर्षांनी.

स्रोत: संपादक मंडळाने तयार केले.

परिशिष्ट अ ९.९ निदानात्मक विधान

निखिल हे शैक्षणिक गुणवत्तेत मागासलेले बालक असून त्याला शाळेत आणि परिसरात अर्थपूर्ण नातेबंध जोपासण्यास अडचणी आहेत.

निखिल हा निरोगी आणि बुद्धिमान मुलगा असून वाढीच्या लवचीक वयात आहे. त्याला प्रौढांच्या अनुपस्थितीत समवयस्कांशी मैत्री करणे जमते.

निखिल हा तणावग्रस्त, चिंताग्रस्त, स्वतःला आत ओढून घेणारा, लाजाळू मुलगा आहे.

निखिल मध्यमवर्गीय कुटुंबातील असून त्याच्या शारीरिक, आर्थिक गरजा आणि प्रेमाच्या गरजा समाधानकारकपणे भागवल्या जातात.

कुटुंबातील प्रौढांचे एकमेकांशी असलेले नातेबंध दूषित असल्याने त्यांचा परिणाम होऊन निखिलच्या स्वतंत्र बनण्याच्या उच्च गरजा आणि निरोगी पालक-बालक संबंधांच्या गरजा समाधानकारकरीत्या भागत नाहीत.

निखिलच्या आजीचा आक्रमक स्वभाव आणि निखिलच्या संगोपनात आपली भूमिका दुय्यम आहे हे स्वीकारणे कठीण गेल्यामुळे आजी आणि आईचे संबंध गढूळ झाले आहेत. त्यामुळे निखिलच्या आईला आपण अपुरे पडतो अशी तीव्र भावना वाटून बचावात्मक धोरण घेण्याचा ती अतिरेक करते.

निखिलच्या आजीच्या वडिलांवरील प्राबल्यामुळे त्यांची भावनिक वाढ खुंटली आहे म्हणून ते वडील आणि नवरा या आपल्या भूमिका बजावण्यास असमर्थ आहेत.

त्यामुळे निखिलच्या आईला तिच्या नवऱ्याबरोबरच्या नात्यात असमाधान आहे. परिणामी ती तिचे समाधान निखिलबरोबरच्या नात्यात शोधते त्याचा परिणाम म्हणजे कडक दृष्टिकोन—आईच्या आणि आजीच्या नात्यासंबंधी दृष्टिकोन कसा असावा यासंबंधीचा निखिलचा संघर्ष.

स्रोत: संपादक मंडळाने तयार केले.

प्रकरण १०

गटांबरोबर काम (गटकार्य पद्धती)*

रुमा बावीकर आणि उज्ज्वला मसदेकर

व्यक्ती व्यक्तींमधील क्रिया प्रतिक्रियांची अर्थपूर्ण देवघेव आणि परस्परावलंबन यामधूनच माणसाची वाढ आणि विकास शक्य आहे. काही प्रसंगात, मदतीची गुणवत्ता आणि संबद्धता वाढवण्यासाठी गटांच्या माध्यमातून काम करणे हा महत्त्वाचा हस्तक्षेपाचा कृतिव्यूह असतो. तो दोन कारणांसाठी:

१. ज्या व्यक्तींना सारख्याच प्रसंगातून जावे लागते, त्यांना सुरक्षित वातावरणात एकमेकांबरोबर अनुभवांची देवघेव करण्याची संधी मिळते.
२. अनुभवांची देवाणघेवाण, आणि एकमेकांबरोबर नातेबंध होऊन व्यक्तींना प्रतिसाद मिळणे सोपे होते. या प्रतिसादामुळे बदल होण्याची, घडवून आणण्याची प्रेरणा मिळते.

'व्यक्तींना मदत घेण्यास आणि दुसऱ्यांना मदत करण्यास उत्तेजन देणे' हे गटकार्याचे पायाभूत तत्त्व आहे. कोणत्याही प्रकारच्या गटकार्याला लागू पडतील अशी गटकार्याची ध्येये खाली दिली आहेत:

- सदस्यांची समाजाबरोबर गाठभेट घालून त्यांना समाजमान्य मानदंड आणि जीवनमूल्ये आत्मसात करण्यास मदत करणे.
- समाजात वावरण्यासाठी आवश्यक कौशल्ये विकसित करून स्वयं विकास करणे.
- सदस्यांना विविध सामाजिक प्रश्नांबाबत शिक्षण देणे.
- जीवनात आपापल्या भूमिका जास्त परिणामकारकपणे बजावण्यासाठी जीवनकौशल्य विकास.
- माणसामाणसांच्या नातेबंधातील जुळवून न घेता येण्याजोगे वर्तन आणि सदोष क्षेत्रे सुधारण्याच्या दृष्टीने त्यांच्यावर काम करणे.

* कंसातील नाव या पद्धतीचे पारंपरिक नाव दाखवते. ते मुख्य शीर्षकात म्हटल्याप्रमाणे आजकाल गटांबरोबर काम असेही प्रचलित आहे.

विशेषत: एखाद्या व्यक्तीला आणि सर्वसामान्यपणे सर्व गटालाच मदत करण्यासाठी गटकार्य हा सर्वोत्तम मार्ग आहे असे प्रसंगाचे सखोल विश्लेषण करून ठरले तरच गटकार्य हे हस्तक्षेप करण्याचे धोरण म्हणून वापरण्याचा निर्णय घ्यावा.

गटकार्य ही प्रसंगानुरूप आणि कालानुरूप सतत बदलणारी पद्धती आहे. एका विशिष्ट वेळी कार्यकर्त्याला एकाच वेळी अनेक सदस्यांशी अन्योन्यक्रिया करावी लागते आणि त्याच वेळी गटातील एका सदस्याकडे लक्ष केंद्रित करावे लागते. 'गटकार्य' कार्यकर्त्याला खालील कारणांसाठी सतत 'इथे आणि आता' प्रकारच्या परिस्थितीला तोंड द्यावे लागते.

१. निरीक्षण आणि परीक्षण करणे:
   (अ) व्यक्तिगत वागणूक;
   (ब) सदस्यांमधील परस्परसंबंध
   (क) गटप्रक्रिया.
२. पुढील गोष्टींची अंतर्दृष्टी देणे:
   (अ) सदस्याची व्यक्तिगत वर्तणूक आणि अन्य सदस्यांशी असलेले संबंध
   (ब) गटातील चलनवलन–हालचाली–बदल, त्यामागची कारणे आणि त्यांचा गटाचे काम सुरळीत चालण्यावर परिणाम.
३. सदस्य आणि गट यांना मदत करणे.
   (अ) बोधात्मक आणि भावनिक पातळीवर व्यक्ती-व्यक्तींमधील संबंध हाताळण्यासाठी नवे मार्ग अवलंबिण्याचा आणि नवीन पद्धतीने त्यांच्याशी वागण्याचा प्रयत्न करणे.
   (ब) या बदलाच्या प्रक्रियेत एकमेकांना आधार देणे.

गटनिर्मिती ही नियोजनपूर्व अवस्था असून तिला 'निर्णय करण्याची अवस्था' असेही म्हणता येईल. भावी गटसदस्यांच्या गरजांची चाचपणी करण्यासाठी कार्यकर्त्याकडे खालील कौशल्ये असली पाहिजेत.

१. व्यक्तिगत संपर्क, मुलाखती आणि गृहभेटींच्या माध्यमातून प्रत्येक सदस्याची संबंधित माहिती गोळा करण्याची कौशल्ये.
२. सदस्यांची परिस्थिती, वातावरण आणि वर्तणूक यांचे निरीक्षण करण्याची कौशल्ये.

वयानुसार गरजा, लिंगानुसार गरजा, सदस्य कशाकशाला वंचित आहेत ती क्षेत्रे, गरजा भागवण्यासाठी वाटणारे अडथळे, अडचणी आणि या सर्वांचा सदस्याच्या सध्याच्या व भविष्यातील वर्तणुकीवर परिणाम या सर्वांबद्दलची माहिती गोळा केली पाहिजे.

सदस्यांची निवड पुढीलपैकी सर्व किंवा काही निकषांवर करावी: वय, लिंग, आवडीनिवडी, गरजा, समस्या, क्षमता, बौद्धिक क्षमता, आणि आजूबाजूच्या वातावरणामुळे असलेली परिस्थिती. गटकार्याची ध्येये साध्य करण्यास आवश्यक असलेली गरजा-आवडीनिवडींमधील एकरूपता आणण्यास त्याची मदत होते.

संस्थेच्या कार्याशी, उद्दिष्टांशी आणि कार्यव्याप्तीशी सुसंगत अशा गटाची निवड झाली पाहिजे. हे लक्षात आले की कार्यकर्त्याला गाठता येणारीच उद्दिष्टे ठरवणे तर सोपे जातेच, पण ती उद्दिष्टे संस्थेच्या उद्दिष्टांच्या चौकटीतही बसतात.

समाजकार्य प्रशिक्षणार्थीला गट कार्यकर्ता म्हणून कार्य करण्यासाठी दोन प्रकारची कौशल्ये विकसित करण्याची आवश्यकता आहे–कार्यप्रणाली कौशल्ये आणि सुसंवाद कौशल्ये.

कार्यप्रणाली कौशल्यात मुख्यत: तथ्ये गोळा करणे, माहितीची मूल्यमापन आणि गटांसाठी उद्दिष्टे ठरवणे या गोष्टी येतात. त्यासाठी गटकार्यकर्त्यांच्या अंगी लक्षपूर्वक ऐकून घेणे, निरीक्षण, माहिती मिळवणे. संवेदनापूर्वक (माहिती व परिस्थितीची) चाचपणी, अंदाज घेणे, समानुभूती आणि अंतर्दृष्टी म्हणजे सखोल विचार करून समजून घेण्याची मूलभूत कौशल्ये लागतात.

सुसंवाद कौशल्ये पुढीलप्रमाणे:

१. स्वीकारणे—व्यक्तीच्या भावना व वर्तणूक.
२. नाते जोडणे—स्नेहपूर्वक समानतापूर्वक आणि भेदभाव न करता.
३. सक्षम करणे—व्यक्तीला व्यक्त करण्यास आणि यश मिळविण्यास.
४. आधार देणे—व्यक्तीला आत्मविश्वास मिळविण्यास आणि निर्णय घेण्यास.
५. मार्गदर्शन करणे—उपक्रम आणि गटांच्या कार्यक्रमासाठी.
६. दूर करणे—तणाव, संघर्ष, भीती आणि चिंता
७. जोखणे—गट किंवा व्यक्तीची वर्तणूक आणि नातेबंध.
८. अन्वयार्थ लावणे—सदस्य व्यक्तींच्या भूमिका आणि वर्तणूक आणि गटाची भूमिका आणि वर्तणूक.
९. निरीक्षण आणि परीक्षण—गटप्रक्रिया.

'गटकार्य पद्धती'बद्दलचा प्राथमिक पाठ्यभाग झाल्यावर गटकार्यासाठी लागणाऱ्या कौशल्यांच्या कार्यशाळा घेतल्या पाहिजेत. या कार्यशाळांची उद्दिष्टे पुढीलप्रमाणे:

१. प्रशिक्षणार्थींना नियोजन कौशल्ये विकसित करण्यास मदत.
२. गटविकासाच्या प्रत्येक पायरीसाठी लागणारी कौशल्ये विकसित करण्यास प्रशिक्षणार्थीस मदत.
३. उपक्रम चालविण्यास आवश्यक ती कौशल्ये विकसित करण्यास प्रशिक्षणार्थीस मदत.
४. गटकार्य प्रक्रियेच्या नोंदी करण्याची कौशल्ये विकसित करण्यास प्रशिक्षणार्थीस मदत.

कार्यशाळांचे खालीलप्रमाणे घटक आहेत.

१. गटनिर्मिती/गटबांधणी.
   (अ) गटबांधणीच्या पायऱ्या
   (ब) गटकार्य योजना—उद्दिष्टे आणि उपक्रम
   (क) करार करणे
२. समस्या सोडविणे आणि/किंवा गटविकास
   (अ) योग्य उपक्रमांची मांडणी करण्याची कौशल्ये
   (ब) उपक्रम चालविण्याची कौशल्ये
   (क) गटामधील संबंध—संवादांच्या हालचालींचे निरीक्षण
   (ड) सूत्रसंचालनाची कौशल्ये
३. विविध उपक्रमांचा उपयोग.
४. निरीक्षणे आणि नोंदी करण्याची तंत्रे.

घटक १: गटनिर्मिती/गटबांधणी

वेळ: २ तास
पद्धती: गट चर्चा, तक्ते तयार करणे, सादरीकरण व भूमिकानाट्य.

विशिष्ट उद्दिष्टांची उभारणी

उद्दिष्टे:

१. गटाच्या गुणवैशिष्ट्यांवर आधारित अशा लक्ष्यित गटाच्या गरजा ओळखणे.
२. नेमकी, वास्तववादी आणि मोजता येण्यासारखी उद्दिष्टे मांडण्याची कौशल्ये.

सहभागी: सर्व
साहित्य: मार्कर पेन्स आणि तक्त्याचा कागद.
वेळ: १ तास
कृती:

१. सहभागींचे दहा-दहाचे गट करा.
२. प्रत्येक गटाला ठरवलेल्या लक्ष्य गटाबद्दलची थोडक्यात माहिती द्या.
३. या 'लक्ष्य गटा'च्या गुणवैशिष्ट्यांवर आधारित अशा गटसदस्यांच्या गरजा आणि काळजी करण्यासारख्या गोष्टींची यादी प्रशिक्षणार्थींना (त्यांच्या गटातील) बनविण्यास सांगा.
४. 'लक्ष्य' गटाच्या शोधलेल्या गरजा आणि समस्यांवर आधारित उद्दिष्टे प्रत्येक प्रशिक्षणार्थी गट करेल.
५. प्रशिक्षणार्थी गटांना लक्ष्य गटाची वैशिष्ट्ये, गरजा आणि उद्दिष्टे सादर करायला सांगा.
६. एक गट सादर करीत असताना उरलेले प्रशिक्षणार्थी त्यांच्या सूचना देतील आणि अशा तऱ्हेने प्रत्येक 'लक्ष्य गटा'ची उद्दिष्टे पक्की केली जातील.

विविध प्रकारच्या लक्ष्य गटांची काही उदाहरणे खाली दिली आहेत. प्रशिक्षणार्थींच्या क्षेत्रकार्यातूनही काही उदाहरणे काढून तीही सूत्रसंचालक सांगू शकतो.

मांडणी १: मुलींची निवासी व्यवस्था: १३ ते १६ वयाच्या मुलींचा गटनिरीक्षणगृहात आहे. पालकांच्या तक्रारीमुळे पोलिसांनी प्रथम दाखल केले आहे. 'या मुली त्यांचे प्रेम बसलेल्या माणसाशी लग्न करण्यासाठी घरातून पळून गेल्या' हे दाखल करण्याचे कारण आहे.

मांडणी २: मानसिकदृष्ट्या अपंगांसाठी विशेष शाळा: पालक गट: २५ते ३० वयोगटाचे, अशिक्षित. सामाजिक आणि आर्थिकदृष्ट्या खालचा स्तर, त्यांचे प्रत्येकाचे ८–१० वर्षांचे एकमूल मानसिक दृष्ट्या अपंग आहे. हे मूल नुकतेच विशेष शाळेत घातले आहे.

मांडणी ३: उपनगरातील झोपडपट्टी: झोपडपट्टीत गेली ५–१० वर्षे राहणाऱ्या विवाहित महिला, वयोगट २५ ते ४० वर्षे. नवरे अकुशल कामगार असून उत्पन्न अनियमित आहे. सर्वांना शाळेत जाणारी मुले आहेत. या स्त्रिया गृहिणी आहेत.

प्रत्येक मांडणी सादर केल्यावर सूत्रसंचालकाने खालील प्रश्न विचारावेत:

- सर्वंकष गरजा ओळखल्या गेल्या का?
- तात्कालिक आणि दीर्घकालीन उद्दिष्टे तार्किकदृष्ट्या एकमेकांशी जोडली होती का?

• ही उद्दिष्टे वास्तववादी, साध्य करण्याजोगी आहेत का आणि वर्तनात्मक परिणामाच्या दृष्टीने त्यांचे मोजमाप करणे शक्य आहे का?

गटनिर्मिती अथवा गटबांधणी प्रक्रिया

वेळ: ४५ मिनिटे.
पद्धती: विचारमंथन.
कृती:

१. वसाहतीतील स्त्रियांबरोबरच्या पहिल्या भेटीची नोंद असलेल्या चक्रमुद्रित प्रती वाटा. (परिशिष्ट अ १०.१)
२. प्रशिक्षणार्थींना नोंदीचे वाचन करण्यास सांगा आणि नंतर पुढील प्रश्न चर्चेस उपस्थित करा.
   (अ) कार्यकर्त्याने महिलांशी संपर्क कसा साधला?
   (ब) कार्यकर्त्यांनी परिस्थितीची चाचपणी कशी केली?
   (क) कार्यकर्त्याने सामाजिक गटकार्याची कोणती तत्त्वे वापरली ते ओळखा. (परिशिष्ट अ १०.२)
   (ड) प्रथम भेटीत कार्यकर्त्याची दिसून आलेली कौशल्ये नमूद करा.

करारनामा: गटाबरोबर पहिले सत्र

गटातील सदस्यांबरोबरचे पहिले सत्र अतिशय महत्त्वाचे असते कारण त्या सत्रात कार्यकर्ता गटसदस्यांना त्यांच्या अपेक्षा व्यक्त करण्यास मदत करतो आणि संस्था कोणत्या प्रकारची आणि किती मदत करू शकेल याबद्दलचा विचार विनिमय गटाबरोबर करतो. करारनामा करण्यामुळे, कार्यकर्ता/संस्था आणि गट यांच्यातील परस्पर मान्यता असलेल्या वर्तणुकीबद्दलची वचनबद्धता पाळण्यास आणि उपक्रमांची योजना करण्यास उपयोग होतो.
उद्दिष्टे:

१. प्रशिक्षणार्थींना गट सदस्यांबरोबर नियोजन करण्याचे महत्त्व समजण्यास मदत.
२. 'करारनामा' पायरीपर्यंत पोहोचण्यास कोणती कौशल्ये आवश्यक असतात त्याची ओळख करून घेण्यास प्रशिक्षणार्थींना मदत.
३. पहिल्या सत्रातील त्यांच्या स्वतःच्या चिंतांबद्दल त्यांना अंतर्दृष्टी देणे आणि त्या काळजीच्या गोष्टींना कसे हाताळावे हे समजण्यास मदत करणे.

पद्धती: भूमिकानाट्य
वेळ: २० मिनिटे तयारी
२० मिनिटे भूमिकानाट्य
३० मिनिटे चर्चा
सहभागी संख्या: १५
कृती:

१. स्वयंसेवकांच्या गटाला भूमिकानाट्य करण्यास सांगावे. त्यांच्यातील एक जण गटकार्यकर्ता होईल.
२. उरलेल्या वर्गाने प्रक्रियेचे निरीक्षण करावे.

सूत्रसंचालककाला प्रशिक्षणार्थींच्या क्षेत्रकार्यावर आधारित दोन प्रसंग तयार करता येतील. उदा:

१. शहरी झोपडपट्टीतील बचत गट सुरू करू इच्छिणाऱ्या महिलांबरोबरचे पहिले सत्र.
२. सुधार वसतिगृहातील सुटकेच्या टप्प्यात असणाऱ्या १७–१८ वर्षाच्या मुलग्यांबरोबर चर्चासत्र.

चर्चेचे मुद्दे:

१. कार्यकर्त्याने चर्चा कशी सुरू केली?
२. सदस्यांना त्यांच्या अपेक्षा व्यक्त करण्यास उत्तेजन कसे दिले?
३. कार्यकर्ता आश्वासक आणि मनमोकळे वाटणारे वातावरण करू शकला का? कसे?
४. सदस्यांच्या अपेक्षा आणि आपले नियोजन यांची सांधेजुळणी कार्यकर्त्याने कशी केली?
५. गटाच्या अपेक्षांबद्दल कार्यकर्त्याच्या भावना काय होत्या? त्याने त्या भावना कशा हाताळल्या?

पहिल्या सत्रात कार्यकर्त्याला सदस्यांची नीट ओळख होऊन एकमेकांबद्दल मोकळेपणा वाटण्यासाठी काही गोष्टी कराव्या लागतील त्यामुळे त्यांचे संकोच–लाजाळूपणा कमी होऊन एकमेकांबद्दल परिचयाची–मैत्रीची भावना निर्माण होईल. या उपक्रमांमुळे कार्यकर्त्याची गटसदस्यांशी आणि सदस्यांना एकमेकांशी जवळीक वाटण्यास मदत होईल.

ओळख होण्यातील संकोच दूर करणाऱ्या उपक्रमांचा उपयोग

ओळख होण्यातील संकोच दूर करणे याला इंग्रजीत 'आइस ब्रेकिंग' असा वाक्प्रचार आहे. ओळख होण्यापूर्वीचा असा बर्फाळपणा वितळून टाकण्यासाठी अनेक खेळ किंवा उपक्रम असतात. कार्यशाळेत एक दोन घेता येतील. सूत्रसंचालकाने अशा खेळांचा उपयोग करावा. उदाहरण म्हणून दोन खेळ पुढे दिले आहेत.
उद्दिष्टे:

१. सकाप्र ना अशा आईस ब्रेकिंग उपक्रमांचे महत्त्व समजण्यास मदत.
२. त्यांना या खेळ घेण्याची कृती समजण्यास साह्य करणे.
३. अर्थपूर्ण चर्चा सुरू करणे आणि सूत्रसंचालन करण्याची कौशल्ये विकसित करणे.

अध्ययनसराव १०.१ एकमेकांचा परिचय (ओळख)

सहभागी संख्या: सर्व. वर्गातील सदस्यांच्या जोड्या करा.
साहित्य: काही नाही.
वेळ: ४५ मिनिटे ते १ तास (सहभागींच्या संख्येनुसार.)
सूत्रसंचालकासाठी टिपणे: हा सराव फार मोठ्या गटासाठी योग्य नाही.
कृती:

१. प्रत्येक जोडीने एकत्र बसून एकमेकांशी २ ते ४ मिनिटे बोलावे.
२. जोडीतील सदस्यांनी एकमेकांबद्दल माहिती मिळवणे अपेक्षित आहे.

३. नंतर प्रत्येक जोडीने वर्गासमोर उभे राहून एकमेकांची माहिती सांगावी.
४. ही माहिती सहकाऱ्याकडून मिळालेल्या माहितीवर आधारित असावी.

चर्चेचे मुद्दे:

१. सदस्य एकमेकांसमोर कितपत माहिती उघड करून सांगत होते?
२. दोघाही सहकाऱ्यांनी लक्षपूर्वक ऐकले का?
३. आपल्याला मिळालेल्या माहितीनुसार एकमेकांचा परिचय करू दिला की कोणी अधिक माहितीची भर घातली?

टिपण: अशा प्रकारचे परिचय खेळ चर्चेच्या कोणत्याही पाठपुराव्याशिवाय खेळता येतील आणि त्या सत्रासाठी केलेली नियोजित कृती/उपक्रम यानंतर लगेच घेता येतात.

अशा 'परिचय खेळाचे' हे दोन प्रकार कार्यकर्त्याला काय साध्य करणे अपेक्षित आहे त्यावर अवलंबून असतील हे सूत्रसंचालकाने प्रशिक्षणार्थींना समाजावून सांगावे.

अध्ययनसराव १०.२ प्राणिजगत

सहभागी संख्या: सर्व
साहित्य: चिठ्ठ्या तयार करण्यासाठी कागद.
वेळ: ४५ ते ६० मिनिटे, गटाच्या आकारावर अवलंबून.
सूत्रसंचालकासाठी टिपण: कोणत्याही वयोगटासाठी योग्य.
कृती: ३५ संख्येचा वर्ग असेल तर ५–५ चा एक असे सात गट करावेत. प्रत्येक गटाने पुढील कृती वापरावी: कोणत्याही सात प्राण्यांची नावे निवडा. प्रत्येक प्राण्याचे नाव ५ चिठ्ठ्यांवर लिहून त्यांच्या घड्या कराव्यात.

प्रत्येक सहभागी सदस्याला कोणतीही एक चिठ्ठी उचलण्यास सांगावे आणि त्यांचे प्राणीकुटुंब शोधावे. एकदा गट तयार झाले की गट सदस्यांना एकमेकांची ओळख करून, प्राणी कुटुंब बनवण्यास सांगावे. ५ ते १० मिनिटांनंतर एका गटाला दुसऱ्या गटाचा परिचय करून घेण्यास सांगा.

या खेळानंतर चर्चेची आवश्यकता नाही. अशा परिचय केल्याचा उपयोग अनेक गटकार्यात करता येईल.

- जर सदस्य नवीन असतील तर या खेळांचा उपयोग एकमेकांची ओळख होऊन एकमेकांबरोबर सहजता वाढण्यासाठी होतो.
- जर गट सदस्य आधीच एकमेकाना ओळखत असले तर ओळखीचे हे बिंदू गटकार्याच्या अन्य उद्देशांसाठी उपयोगी पडतात.

उदाहरणार्थ कार्यकर्ता परिचय खेळ आधीच ओळखीच्या महिलांच्या गटात वापरत असेल आणि त्या महिला बचत गट सुरू करणार असतील तर त्यांच्या परिचय खेळात पुढील मुद्दे उपयुक्त:

१. प्रत्येक महिलेला घर चालविताना कोणत्या अडचणींना तोंड द्यावे लागते?
२. ती पैसे साठवते का आणि कसे?
३. तिच्या बचतीचा उपयोग ती भविष्यात कसा करणार आहे?

या दोन खेळांच्या प्रात्यक्षिकानंतर प्रशिक्षणार्थींना लहान गटांत विभागावे आणि त्यांना आईसब्रेकर म्हणून वापरता येण्याजोगा असा एक खेळ तयार करून तो सादर करण्यास सांगावे.

घटक २: समस्या सोडवणे आणि/किंवा गट बनवण्याचा टप्पा

योग्य उपक्रम नियोजन कौशल्ये

उद्दिष्टे:

१. प्रशिक्षणार्थींमध्ये गट कार्य उद्दिष्टांशी सुसंवादी अशा उपक्रमांची योग्य निवड करण्याच्या क्षमतांचा विकास.
२. नियोजित उपक्रमांचा योग्य क्रम लावण्याची क्षमता विकसित करणे.
३. उपक्रम अमलात आणण्याची तपशीलवार प्रक्रिया तयार करण्यासाठी क्षमता विकसित करणे.

साहित्य: तक्त्याचे कागद अथवा (ओव्हरहेड प्रोजेक्टर) साठी पारदर्शिका.
वेळ: २ तास
सहभागी संख्या: सर्व
कृती:

१. वर्गाचे लहान गट करा. त्यांची उद्दिष्टे ठरविण्याची पूर्वीची सादरीकरणे त्यांना द्या.
२. प्रत्येक गटाने गटकार्याची तपशीलवार योजना करावी. गटाला खालील मार्गदर्शक मुद्दे द्यावेत (आकृती १०.१):

    (अ) गटाचा प्रकार.
    (ब) गटाची उद्दिष्टे.
    (क) सत्रांची संख्या.
    (ङ) सत्रांची वारंवारिता.
    (इ) प्रत्येक सत्राची वेळ आणि अवधी.
    (फ) सत्राची जागा.

आकृती १०.१ सत्रानुसार उपक्रमांची योजना

सत्र क्र.	विशिष्ट उद्दिष्टे	उपक्रम	संसाधने	कार्यकर्त्याची भूमिका

३. प्रत्येक गटाला त्यांची योजना तक्ते अथवा अन्य दृक् साधनाच्या मदतीने सादर करण्यास सांगावी. (योजनेचे उदाहरण: परिशिष्ट अ १०.३)

अन्य सकाप्रना त्यांचे अभिप्राय देण्यास सांगा आणि नंतर योजना पक्क्या करा.

टिपणी: प्रशिक्षणार्थींचे आकलन वाढण्यासाठी केलेल्या योजनेत कार्यकर्त्याची भूमिका प्रतिबिंबित होते.

नियोजित उपक्रम वापरण्यातील कौशल्ये

जेव्हा गट एखाद्या उपक्रमात गुंतलेला असेल तेव्हा कार्यकर्त्याला अत्यंत सजग आणि सूक्ष्म निरीक्षक असावे लागते. त्याला/तिला प्रक्रिया चालू करून तिचे संचलन करावे लागते. त्यासाठी त्याला/तिला पुढील कौशल्ये अंगी असणे आवश्यक आहे:

१. सहभाग वाढविण्यासाठी उत्तेजन देण्याची कौशल्ये.
२. अन्योन्यक्रियेस मार्गदर्शन करणारी कौशल्ये
३. प्रक्रियेचे विश्लेषण करण्याची क्षमता
४. लवचीकता
५. प्रक्रियेचा सारांश सांगून तिचा उद्दिष्टांशी संबंध लावता येण्याचे कौशल्य.
६. गट सदस्यांना कृतीची योजना करण्यासाठी मदत करता येण्याची कौशल्ये. (गटाच्या बाहेर आपली वर्तणूक बदलता येणे)

उद्दिष्टे:

१. गटकार्याच्या उद्दिष्टांशी उपक्रमांचा संबंध जोडता येईल अशा उपक्रमांचा उपयोग करता येणे.
२. आपापसातल्या क्रिया प्रतिक्रियांना दिशा देणे आणि बदलत्या परिमाणांना प्रतिसाद देणे यासाठी आवश्यक ती कौशल्ये शिकणे.

सूत्रसंचालकासाठी टिपण: गटकार्यकर्त्याची गतिशील भूमिका प्रशिक्षणार्थींच्या लक्षात यावी म्हणून सूत्रसंचालक प्रात्यक्षिक पद्धत अवलंबू शकतो.

अध्ययनसराव १०.३ समस्या मापनचित्रण तंत्र (समस्या सोडविण्यासाठी टप्पे ठरवण्याचे तंत्र)

साहित्य: फळा आणि रंगीत खडू
वेळ: १ तास
तयारीचा वेळ: अर्धा तास
सहभागी; १० ते १२. उरलेले निरीक्षक
कृती:

१. स्वयंसेवकांना ज्याचा सामना करणे कठीण जात आहे असा एखादा सध्याचा शैक्षणिक प्रश्न निवडण्यास सांगा.

२. त्यानंतर सूत्रसंचालकाने पुढील उपक्रम करावा: गट सदस्यांना फळ्यावर पांढऱ्या खडूने एक झाड काढण्यास सांगावे आणि खालीलप्रमाणे त्यावर समस्या दाखवण्यास सांगाव्यात.

(अ) झाडाच्या बुंध्यावर मुख्य सम्यस्या.

(ब) मुख्य समस्येतून निर्माण झालेले प्रश्न फांद्यांवर.

(क) समस्यांची कारणे मुळाच्या भागावर.

याचा उपयोग समस्यांची साखळी आणि कारणे याचे विश्लेषण करण्यास होतो.

३. नंतर सदस्यांना तीन रंग वापरून एक तक्ता तयार करण्यास सांगा. समस्या लाल रंगात, त्याचे परिणाम निळ्या रंगात आणि निराकरण हिरव्या रंगात.

पुढील मुद्द्यांवर भर द्यावा:
याचा उपयोग समस्यांचा प्राधान्यानुसार क्रम लावण्यासाठी आणि त्यावर कृती काय कराव्यात ते ठरवण्यासाठी होतो. जर सदस्यांना कृती करण्यासाठी कार्यकर्त्याची निवड करण्यास सांगितली तर त्याना प्रश्न सोडविण्याच्या प्रक्रियेतील आवश्यक अशी संघटित कामाची अंतर्दृष्टी येण्यास मदत होते.
टिपण: या सरावात जर सूत्रसंचालकाने प्रशिक्षणार्थीच्या विद्यार्थी म्हणून असलेल्या एखाद्या समस्येची निवड केली तर प्रशिक्षणार्थी अधिक उत्स्फूर्त असतात आणि ते या प्रक्रियेत जास्त रस घेतात. त्यांना अन्योन्यक्रियांतून होणाऱ्या चिंतनात्मक कृतीचे फायदे समजतात. प्रात्यक्षिक झाल्यावर निरीक्षकांनी त्यांची निरीक्षणे पुढीलप्रमाणे नोंदवावीत:

- कार्यकर्त्याने दाखवलेली कौशल्ये.
- उपक्रमाची निवड आणि रचना.
- सर्वांचा सहभाग आणि तो कसा आणला गेला.

गटातील चलनवलन समजणे

पुष्कळ प्रकारच्या गटातील लोकांची विविध प्रकारची देवघेव, त्यामुळे होणारे गटातील चलनवलन याची चर्चा कार्यशाळेतील भूमिकानाट्य प्रकारात होत असते. म्हणून याचे काही पैलू जाणीवपूर्वक चर्चिले गेले पाहिजेत.

स्वीकार

गटाचा विकास होण्यासाठी गटाच्या सर्व सदस्यांनी एकमेकांना स्वीकारणे हे सर्वांत महत्त्वाचे असते. गटात अस्वीकार होण्याची अनेक कारणे असतात. कार्यकर्त्याने सदस्यांना स्वीकाराचे महत्त्व समजण्यासाठी मदत केली पाहिजे.

अध्ययनसराव १०.४ गटाचा स्वीकार

उद्दिष्ट: एकमेकांचा स्वीकार करण्यातील अडथळे आणि व्यक्तिगत वागणूक किंवा गटाची उत्पादनक्षमता यांवर होणारा परिणाम प्रशिक्षणार्थींना समजण्यासाठी सूत्रसंचालकाने त्यांना मदत केली पाहिजे.
पद्धती: लुटुपुटीचा खेळ

साहित्य: काही नाही.
सहभागी संख्या: १० ते १५
वेळ: ३० मिनिटे
कृती:

१. एक सोडून अन्य सर्व स्वयंसेवकांना एकमेकांचे हात धरून गोल करायला सांगावे.
२. एक स्वयंसेवक गोलाच्या बाहेर राहील.
३. त्या स्वयंसेवकाने गोल मोडून आत शिरण्याचा प्रयत्न करावा.

चर्चेचे मुद्दे:

१. गट सदस्यांनी बाहेरच्याला आत का येऊ दिले नाही?
२. त्यांच्या भावना काय होत्या आणि का?
३. जो गोलाच्या आता येण्याचा प्रयत्न करत होता त्याच्या प्रतिक्रिया काय होत्या आणि त्यांच्यामागची कारणे काय होती?
४. या प्रक्रियेत गट सदस्यांचे काय होते?

सदस्यांनी एकमेकांचा स्वीकार करण्यासाठी कार्यकर्ता त्यांना कशी मदत करू शकेल याची एक यादी सूत्रसंचालकाने सदस्यांना या चर्चेनंतर करायला सांगावी.

विश्वास

गट सदस्यांनी एकमेकांबद्दल विश्वास दाखवला पाहिजे. जर तसा विश्वास असेल तरच सदस्य एकमेकांच्या अभिप्राय आणि प्रतिक्रियांचा स्वीकार करून स्वतःमध्ये बदल करू शकतील. एकमेकांमध्ये अर्थपूर्ण नातेबंध निर्माण होण्यास विश्वास मदत करतो.

अध्ययनसराव १०.५ विश्वासाचा खेळ

उद्दिष्टे:

१. प्रशिक्षणार्थींना विश्वास ही संकल्पना समजून घेण्यास प्रवृत्त करणे.
२. गट सदस्यांत विश्वासाचे संबंध निर्माण करण्यासाठी प्रशिक्षणार्थी कार्यकर्त्यांमध्ये क्षमता निर्माण करणे.

पद्धती: लुटुपुटीचे खेळ
साहित्य: संगीत आणि ते वाजवण्याचे साधन
वेळ: ४० मिनिटे
सहभागी संख्या: २० ते २२
कृती:

१. हातात हात धरून एक आतील आणि एक बाहेरील अशी दोन वर्तुळे बनवण्यास सांगा.
२. आतल्या वर्तुळातील सदस्यांच्या पाठी बाहेरील वर्तुळ सदस्यांकडे असतील.
३. जेव्हा संगीत सुरू होते तेव्हा आतील वर्तुळ सदस्य घड्याळ्याच्या काट्याच्या दिशेने आणि बाहेरील सदस्य विरुद्ध बाजूने जाऊ लागतील.

४. संगीत थांबताच आतील सदस्य हात सोडून, मागे न पाहता मागे पडतील.
५. बाहेरील वर्तुळातील सदस्य पडणाऱ्या सदस्यांना सावरतील.

चर्चेचे मुद्दे:

१. आतील वर्तुळाचे सदस्य का डगमगले?
२. बाहेरच्या वर्तुळातील सदस्य कसे वागले?
३. दोन्ही वर्तुळातील सदस्यांच्या भावना काय होत्या?
४. आपल्या दुसऱ्यांविषयीच्या विश्वासात अडथळे आणणाऱ्या गोष्टी कोणत्या?

या दोन्ही खेळांचा उपयोग सदस्यांना गटातील परस्परप्रक्रिया समजण्यासाठी होईल. कार्यकर्त्यांना खालील कौशल्ये विकसित करण्याची आवश्यकता आहे:

१. सदस्यांच्या प्रतिसादांची निरीक्षणे.
२. सदस्यांच्या गप्पा काळजीपूर्वक ऐकणे.
३. सदस्यांचा सहभागाला प्रोत्साहन देणे.
४. संवेदनशीलतेने अभिप्राय देणे.
५. परस्परक्रिया चालू असताना त्या योग्य मार्गाने वळवणे.
६. युक्तीयुक्तीने वर्तन बदलणे.
७. देहबोलीचा उपयोग.

टिपण: हेच खेळ प्रशिक्षणार्थींना त्यांच्या गटातही वापरता येतील. त्यामुळे त्यांना 'गट चलनवलन' किंवा 'गट अभिसरण' विषयक अंतर्दृष्टी लाभेल.

सूत्रसंचालनाची कौशल्ये

अभिप्राय देणे

कार्यकर्त्याला गटप्रक्रियांचे मूल्यमापन करण्यासाठी आणि त्यानुसार गटाची उद्दिष्टे साध्य करण्यासाठी गटाच्या हालचाली, सदस्यांच्या क्रिया प्रतिक्रिया यांचे सूक्ष्म निरीक्षण करावे लागते. त्याला मूल्यमापन लपवून चालत नाही तर ते गट सदस्यांपर्यंत पोचवावे लागते. हे योग्य वेळ पाहून करावे लागते.

गटाच्या बाबतीत अभिप्राय आवश्यक असतो कारण मुळात गटाचा मार्गच मुळी सदस्यांच्या 'समानतेवर' आणि 'एकमेकांना मदत' करण्याच्या संकल्पनेवर आधारित असतो. हा अभिप्राय गटाच्या यशाबद्दल, गटातील सदस्यांच्या नातेबंधांविषयी, गटातील परस्परप्रक्रिया किंवा व्यक्तीच्या वर्तणुकीबद्दलच्या निदानाविषयी, इतरांशी असलेल्या संबंधांबद्दल, किंवा यशाबद्दल असू शकतो.

संपूर्ण गटाला समर्पक अभिप्राय देणे ही गट कार्य प्रक्रियेतील महत्त्वाची पायरी आहे. गटातील सदस्य दुखावले जाणे अगदी शक्य असते. यासाठी अभिप्राय देताना पुढील खबरदाऱ्या घेणे आवश्यक आहे:

१. कोणती माहिती उपयोगात आणण्याची गटाची तयारी आहे आणि त्यातील 'आता' सर्वांत उपयुक्त कोणती याबाबतीत संवेदनक्षम राहा.

२. गटावर माहितीचा 'वर्षाव' करू नका. अति माहितीचा उपयोग करता येत नाही. विचार आणि चर्चेस प्रोत्साहन देणारी दोन तीन मोजकी निरीक्षणे निवडावीत.
३. गटाची अवास्तव स्तुती करू नका. कारण मग शिक्षण होत नाही. अर्थात गटाने यशस्वी केलेल्या गोष्टींचा उल्लेख करावा. कारण त्यामुळे अडचणींवर प्रामाणिकपणे मात करण्यास मदत होते.
४. शिक्षा करणे, उपदेश करणे किंवा योग्य अयोग्य असा न्यायनिवाडा करणे या गोष्टी करू नका. गट कार्यकर्ता 'देवाची' भूमिका करू शकत नाही.
५. व्यक्तीच्या वर्तनापेक्षा गटाच्या भूमिकेच्या वर्तणुकीची चर्चा करा.
६. गटातील लोकांच्यात व्यक्तिमत्त्वामुळे काही चकमकी उडाल्या तर जरा हळूवारपणे ते हाताळा. सर्वसाधारणपणे गटाच्या सर्वांगीण विकासासाठी काय उपयोगी पडले आणि काय नाही याची चर्चा करणे श्रेयस्कर.
७. अभिप्रायामुळे 'आपण हे करू शकू' अशा भावनेचे वातावरण निर्माण होऊन लोकांना बदल घडवून आणण्याची प्रेरणा त्यातून मिळाली पाहिजे

माहितीचे मूल्यमापन करणे आणि बदलाचा निर्णय करणे

गट विकासाची तिसरी अवस्था (किंवा टप्पा) ही निदानावर अवलंबून असते. गट आणि गटाचे सदस्य आताचे प्रश्न सोडवण्यासाठी आणि भविष्यात आपल्या क्षमता विकसित करण्यासाठी काय करतील यावरील विचारविनिमय म्हणजे हा तिसरा टप्पा.

गट सदस्यांचा अभिप्राय:

१. सदस्य निरीक्षणांचे मूल्यमापन करतात, ती त्यांच्या अनुभवांशी ताडून पाहतात आणि अहवालात दिलेल्या अभिप्रायाशी आपण सहमत आहोत का हे ठरवतात.
२. ही परिस्थिती घडण्यामागची कारणे गट तपासून पाहतो, आणि सदस्य स्वतःला विचारतात, 'हे आपल्याला आधीच कळलं असतं का?'

मूल्यमापन

आता पुढे काय करावे याच्या निर्णयापर्यंत गट पोहोचतो. भविष्यकाळात यासारख्या परिस्थितीत काय करता येईल? सदस्य स्वतःला कशी मदत करू शकतात? कोणत्या पद्धती आणि कृती बदलाव्या? कोणती नवी दिशा शोधावी लागेल? कशी नवी वर्तणूक स्वीकारावी लागेल?

हा टप्पा अतिशय महत्त्वाचा आहे. गट प्रक्रियेवरील अभिप्राय आणि तिचे मूल्यमापन याची गट सदस्यांना मदत होते. सदस्यांना जोपर्यंत गटाच्या कामाबद्दल अंतर्दृष्टी येत नाही आणि जोपर्यंत त्यांना आपल्या वर्तणुकीत बदल करणे जमत नाही, तोपर्यंत गटाचे काम सुधारणार नाही आणि गटविकास व वाढ होणार नाही. (परिशिष्ट अ १०.४)

अध्ययनसराव १०.६ अभिप्राय

उद्दिष्टे: प्रशिक्षणार्थींना अभिप्राय देण्याची कौशल्ये समजण्यास मदत करणे.

पद्धती: भूमिकानाट्य

कृती:

१. भूमिकानाट्यासाठी प्रसंग: बचत गटाच्या महिलांचा गट. पूर्वीच्या सत्रात त्यांना वसुलीतील समस्यांवर माहिती दिली होती.
२. एक प्रशिक्षणार्थी कार्यकर्ता बनतो आणि बाकीचे बचत गटाचे सदस्य.
३. उरलेले विद्यार्थी निरीक्षक.

भूमिकानाट्य: 'पूर्वीच्या बैठकीत बचतगट सदस्यांचा वेळ फक्त वादविवाद करण्यात गेला आणि काही साध्य झाले नाही.' या पूर्वीच्या बैठकीवर अभिप्राय देण्यासाठी कार्यकर्ता तयारी करत आहे.
साहित्य: काही नाही.
वेळ: १ तास
सहभागी संख्या: १० ते १२
तयारी: २० मि.
भूमिकानाट्य: १५ मि.
चर्चा: १० मि.
चर्चेचे मुद्दे:

१. कार्यकर्त्याने चर्चा कशी सुरू केली?
२. सदस्यांची प्रतिक्रिया काय होती?
३. त्याला/तिला प्रतिक्रिया हाताळता आल्या का?
४. त्याने/तिने रचनात्मक अभिप्राय देऊन त्या सदस्यांपर्यंत पोहोचवल्या का?

आवश्यक वाटल्यास दुसऱ्या प्रशिक्षणार्थीने कार्यकर्त्याची भूमिका घेऊन तेच भूमिकानाट्य वर्गाच्या निरीक्षणावर आधारित वेगळ्या पद्धतीने पुन्हा करावे. त्यानंतर पहिल्या आणि दुसऱ्या नाट्यांतील फरक सांगणारी चर्चा घडवावी.

गटाची सांगता

सर्वच गट एकदा संपुष्टात येतात. गटाची सांगता दोन प्रकारे करता येते. एक म्हणजे उद्दिष्टे सफल झाल्यामुळे सदस्यत्व संपवता येते. दुसरा प्रकार म्हणजे कार्यकर्ता गटातून बाजूला होतो, पण सदस्यत्व आणि गट पुढे चालू राहील. कार्यकर्त्याने सदस्यांना गट सांगतेसाठी व्यवस्थित तयार केले पाहिजे. ती सांगता सोपी व्हावी यासाठी कार्यकर्त्याने शेवटच्या बैठकीत छोटा समारंभ आयोजित करावा. जर गट पुढे चालू राहणार असेल तर सदस्यांनी कार्यकर्त्याला निरोप समारंभ करावा.

अध्ययनसराव १०.७ 'गट सांगता' कौशल्ये

उद्दिष्टे: गट कार्य सांगता प्रक्रियेसाठी लागणारी कौशल्ये समजण्यास प्रशिक्षणार्थींना मदत करणे.

कृती:

प्रशिक्षणार्थींना गट सांगतेच्या सत्रातील भूमिकानाट्यासाठी दोन प्रसंग देता येतील.

१. मुलग्यांसाठी असलेल्या निरीक्षण गृहात दहा मुलांना स्थिरावण्यासाठी आणि संस्थेची शिस्त पाळण्यास मदत केली जात होती. त्या सर्व मुलांना दुसऱ्या संस्थांमध्ये पाठवले जाणार आहे. हे त्यांचे शेवटचे सत्र आहे.
२. एका तरुणांच्या गटाने वसाहतीत एक तरुण मंडळ सुरू केले आहे. हे गट कार्यकर्त्याच्या प्रयत्नांमुळे घडले आहे. आता तरुण मंडळ नोंदणीच्या अवस्थेत आहे. ही कार्यकर्त्याबरोबरील शेवटची बैठक आहे.

सहभागी संख्या: १२–१३. एक जण गटकार्यकर्ता होईल.

तयारी वेळ: २० मिनिटे.

सादरीकरण: २० मिनिटे.

चर्चा: २० मिनिटे.

साहित्य: काही नाही.

चर्चेचे मुद्दे:

१. कार्यकर्त्याने सांगता प्रक्रियेची तयारी कशी केली?
२. केलेला कार्यक्रम सांगता करण्यासाठी योग्य होता का?
३. आणखी कशाची योजना करता आली असती का?
४. गट सदस्यांच्या प्रतिक्रिया काय होत्या?
५. कार्यकर्त्याला त्या हाताळता आल्या का?
६. कार्यकर्त्याने सदस्यांना गटांच्या अनुभवांबद्दल निष्कर्ष काढण्यासाठी मदत केली का? किंवा त्याने/तिने गटांच्या अनुभवांचा सारांश सांगितला का?

घटक ३: नावीन्यपूर्ण उपक्रम

गटचर्चेला प्रोत्साहन देण्यासाठी किंवा चर्चेचा आशय पुन्हा ठसवण्यासाठी किंवा गट सदस्यांचे लक्ष वेधून घेण्यासाठी, तणाव कमी करण्यास किंवा अन्य भावनांची तीव्रता कमी करण्यास मदत व्हावी म्हणून गटकार्यकर्ता वेगवेगळी तंत्रे, साधने अथवा माध्यमे वापरतो. त्यातील काहींची चर्चा 'दृक्‌श्राव्य माध्यमे' या प्रकरणात केली आहे. गटकार्यकर्त्याला इलेक्ट्रॉनिक किंवा उच्च तांत्रिक साधनांवर अवलंबून असण्याची आवश्यकता नाही. कारण साधनांसाठी विजेवर अवलंबून राहावे लागते. पुष्कळदा माध्यमाच्या नावीन्यामुळे गट प्रक्रियेवर विपरीत परिणाम होतो.

कार्यकर्ता प्रतिभेतून निर्माण झालेले साहित्य-म्हणजे कविता, लघुकथा किंवा ललित लेख वापरून अपेक्षित परिणाम घडवून आणू शकतो. एखाद्या प्रत्यक्ष घडलेल्या प्रसंगाचे किंवा केस चे अभ्यासही उपयोगी असतात. प्रचलित उदाहरणे-चुटके-म्हणी वापरता येतात. या सर्वांचा उपयोग करून चर्चासत्रे चालवावीत (परिशिष्ट अ १०.५ मध्ये एक नमुना अभ्यास दिला आहे). गट शिक्षण प्रक्रिया अधिक प्रगत करण्यास पुराणकथा, बोधवाक्ये, इतिहासातील घटना, किंवा सद्य परिस्थितीतील प्रसंग आणि बातम्या यांचा उपयोग करता येतो.

वृत्तपत्रातील कात्रणे, संपादकीये आणि वाचकांची पत्रे यांचा उपयोग करून गटसदस्यांना सद्य परिस्थितीतील राजकीय आणि सामाजिक घटनांची काही झलक दाखवता येते.

गाण्यांचा उपयोग

लोकमाध्यमे म्हणजे लोकसंगीत, (पोवाडा, लावणी) लोकप्रिय हिंदी चित्रपटांच्या चालीवर बेतलेली गाणी वापरता येतात. गाण्यांचा उपयोग विविध प्रकारे करता येतो. ताल, नृत्य, हावभाव, समूहगीत इत्यादि. बैठकीपूर्वी म्हटलेल्या गाण्यांचा उत्साहाचे वातावरण निर्माण करण्यास उपयोग होतो (काही गाण्यांची उदाहरणे परिशिष्ट अ १०.६). कार्यकर्ता सामाजिक विषयांवरील गाणी रचू शकतो. कार्यकर्ता सदस्यांना आणि लिहिण्यास उत्तेजन देऊ शकतो त्यामुळे सहभाग वाढतो.
पुढील मुद्दे लक्षात ठेवावेत:

१. गाण्यांनंतर चर्चा असली पाहिजे.
२. गाणी मधूनमधून वापरावीत.
३. गाण्यांचे विषय मनाला रुचणारे आणि विषयांना अनुरूप असावेत.
४. गाणी साध्या भाषेत आणि सोप्या चालीत रचलेली असावी.
५. प्रशिक्षकांनाही ती गाणी निःसंकोचपणे म्हणता यावीत.
६. प्रशिक्षकापाठोपाठ सदस्यांना ती गाणी म्हणता यावीत.
७. सदस्यांना स्वतःची गाणी रचण्यास उत्तेजन द्यावे म्हणजे ते पुढाकार घेऊन गातील.
८. निःसंकोच सहभागासाठी गाण्याच्या स्वरकौशल्यांपेक्षा आणि तालाच्या अचूकपणापेक्षा गाणे म्हणण्याच्या उत्साहावर भर असावा.

परंपरा आणि प्रथांचा उपयोग

सांस्कृतिक उत्सव, प्रथा इ.चा उपयोग अंतर्दृष्टी निर्माण करण्यासाठी करता येतो. उदा. जन्माष्टमीचा उत्सव. त्यात लोकांना एकमेकांच्या खांद्यांवर उभे राहावे लागते. पाया रुंद असतो पण जसजसा मनुष्य वर चढत जातो तसतसा आकार निमुळता होतो. दहीहंडीतील गोष्टी मिळवण्याची संधी सर्वांत वर असलेल्या माणसाला जास्त मिळते. गोकुळाष्टमीच्या या प्रथेचे विश्लेषण पुढीलप्रमाणे करता येईल:

- भारतीय सामाजिक रचना.
- अर्थ संकल्प-राष्ट्रीय नियोजन.
- स्त्रोतांचे वाटप (माहिती, पैसे व मनुष्यबळ).
- लुबाडणूक इ.

एखाद्याला विविध प्रथा आणि परंपरांची यादी करून विविध गटकार्य प्रसंगात त्यांचा उपयोग करता येईल.

खेळांचा उपयोग

सर्व वयाच्या लोकांना खेळ आवडतात. खेळ पटांगणावरील अथवा बंदिस्त सभागृहात, खोलीच्या आत खेळण्याचे असू शकतात. काही खेळ एकट्याला खेळता येतात. खेळांचे फायदे पुढीलप्रमाणे:

१. शारीरिक विकासास मदत.
२. लोकांत परस्परप्रक्रिया वाढवणे.

३. लोकांना यशापयश पचवण्यास मदत.
४. लोकांत संघभावना वाढवणे.
५. व्यक्तींमधील नेतृत्वगुणांचा विकास.
६. व्यक्तींना संघातील चांगले अनुयायी बनवण्यास मदत.
७. स्वतःपलीकडचा विचार करण्याचे शिक्षण.
८. शिस्तीचा विकास.
९. देवघेव करणे शिकण्यास मदत.
१०. चिकाटी वाढवणे.
११. संकटकाळी मदत.
१२. निर्णयक्षमतांचा विकास.
१३. अनुकरणातून शिक्षण.
१४. दुसऱ्यांचे मन वळवण्याची क्षमता वाढणे.
१५. दुसऱ्यांसाठी स्वेच्छेने त्याग करण्यास शिकणे.
१६. भाकीत/अंदाज करण्याची क्षमता वाढवणे.

खेळांमुळे सकारात्मक प्रवृत्ती आणि गुण वाढतात. हे सर्व गुण आयुष्यात प्रभावी होण्यासाठी महत्त्वाचे असतात. खेळ खेळताना 'कोणी कसे वागावे' याच्या प्रत्येक भूमिकेकडून काही नेमून दिलेल्या अपेक्षा असतात. स्पर्धा आणि या अपेक्षांमुळे संघर्ष निर्माण होऊ शकतो. खऱ्या आयुष्यातही प्रत्येकाला विविध भूमिका पार पाडाव्या लागतात. म्हणून खेळ हे वास्तव जीवनाचे प्रतिबिंब असते. खेळातून व्यक्त केलेली वागणूक 'स्वतःचा शोध घेण्यास' उपयुक्त.

मूल खेळामार्फत स्वतःला व्यक्त करते. स्वतःला व्यक्त करण्यासाठी मुलाच्या दृष्टीने लुटुपुटीचे खेळ खूप महत्त्वाचे असतात. खेळातून मुलांच्या ऊर्जेला योग्य वाव मिळतो.

लक्षात ठेवण्याचे मुद्दे:

१. गट सदस्यांच्या गरजा आणि क्षमता योग्य प्रकारे लक्षात घेऊन खेळांची निवड करावी लागते.
२. खेळातील स्पर्धा जर प्रमाणाबाहेर गेली तर गटाची एकात्मिकता कमी होते आणि त्यामार्फत दिला जाणारा संदेश हरवून जातो.
३. खेळांचा उपयोग नित्यकर्मासारखा केला जाऊ नये. तोचतोचपणा आला की परिणाम कमी होतो. सामाजिक कार्यकर्ते या भूमिकेत आपले कार्य 'क्रीडा मार्गदर्शक' असे नसते. त्यामुळे सदस्यांची क्रीडाकौशल्ये वाढवणे हा आपला मुख्य हेतू नसावा.
४. खेळ हे लोकांचा सहभाग वाढवण्यासाठी असलेले तंत्र अथवा उपक्रम आहे. त्यामुळे खेळातून व्यक्त होणाऱ्या प्रवृत्ती आणि वर्तणूक यांचा संबंध खऱ्या जीवनाशी लावण्याचा प्रयत्न कार्यकर्त्याने करावा.

प्रौढांनी लहानपणी खेळलेले किंवा मुले खेळतात असे काहीतरी खेळ असतात. या खेळांचे वेगवेगळे अर्थ लावले तर सदस्यांमध्ये आयुष्याकडे पाहण्याचे वेगवेगळे दृष्टिकोन निर्माण होऊ शकतात. उदाहरणार्थ:

लीडर लीडर किंवा शिवाजी म्हणतो सारख्या साध्या खेळांचा दोन कारणांसाठी उपयोग होऊ शकतो.

१. गट सदस्यांना मोकळेढाकळे होण्यास आणि निव्वळ आनंद घेण्यास.
२. समाजातील सत्तास्पर्धेच्या खेळांबद्दल अंतर्दृष्टी मिळते आणि त्याचा संबंध पितृसत्ताक व्यवस्थेशी असतो हे कळते.

गटप्रक्रिया विकसित/प्रगत करण्यासाठी अनेक प्रकारचे घरातले, इमारतींच्या आत खेळता येणारे खेळ असतात. जर गट सदस्यांना शारीरिक प्रकारच्या खेळात भाग घेता येत नसेल किंवा त्यांच्या बौद्धिक क्षमतांना उत्तेजन द्यायचे असेल तर कार्यकर्ता शाब्दिक किंवा भौमितिक कोडी वापरू शकतो. अशा प्रकारचे खेळ जोमदार असतात. जीवनातील दैनंदिन आव्हानांना सामोरे जाण्यास उपयुक्त ठरणाऱ्या सामाजिक कौशल्याचा विकास करण्यासाठी आवश्यक ती अंतर्दृष्टी येण्यास कार्यकर्ता या प्रक्रियेचा उपयोग करू शकतो. अशा एका खेळाचे उदाहरण पुढे दिले आहे.

अध्ययनसराव १०.८ नऊ ठिपके

उद्दिष्ट: समस्या निराकरणासाठी लागणाऱ्या वैचारिक प्रतिभेचा विकास करण्यासाठी सदस्यांना मदत करणे.
साहित्य: खडू, फळा, प्रत्येकासाठी कागद, पेन्सिल.
सहभागी संख्या: जास्तीत जास्त २०–२५.
वेळ: ३० मिनिटे.
कृती:

१. आकृती १०.२ मध्ये दाखवल्यानुसार सदस्यांना ९ ठिपके काढायला सांगा.
२. पेन्सिल न उचलता केवळ ४ रेषात सर्व नऊ ठिपके दहा मिनिटात जोडायला सांगा.
३. ज्या सदस्यांना वाटते की त्यांनी हे न चुकता केले त्यांना पुढे येऊन फळ्यावर प्रात्यक्षिक करायला सांगा.
४. ठिपके जोडण्याचा बिनचूक प्रकार गट कार्यकर्त्याने फळ्यावर दाखवावा.

आकृती १०.२ उत्तर शोधणे

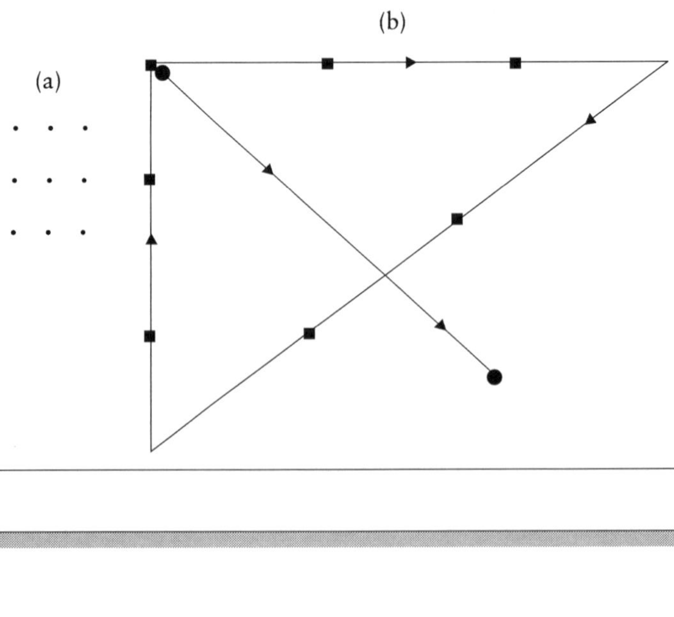

स्रोत: ट्रेस संघ.

चर्चेचे मुद्दे:

१. मर्यादित माहितीच्या चौकटीतही प्रत्येकाला अगदी साधे पर्याय शोधता येतात.
२. आपली विचारशक्ती पूर्वानुभव, पूर्वग्रह आपल्याला घालून दिलेल्या मर्यादा इ. मुळे मर्यादित होते.
३. आपली ध्येये साध्य करण्यासाठी आपण आपल्या प्रस्थापित चौकटीबाहेर पडले पाहिजे.
४. उद्दिष्ट साध्य करण्यासाठी वास्तवानुसार केलेले नियोजन आणि चिकाटी महत्त्वाची आहे.

अध्ययनसराव १०.९ गॉर्डियन गाठ

उद्दिष्ट: संघशक्ती व सांघिक प्रयत्नांना सामोरे जाण्यास गटसदस्यांना मदत करणे.
सहभागी संख्या: २०–३०.
वेळ: ३० मिनिटे.
कृती:

१. खेळाडूंना गोलात उभे राहण्यास सांगा.
२. प्रत्येक खेळाडूला सांगा की त्यांनी आपला हात एकाआडएक खेळाडूच्या हातात गुंफावा.
३. सर्व गटाची अशा प्रकारे गाठ बसल्यावर गटाला गुंफलेले हात न सोडता ती गाठ सोडवून पुन्हा एक असा गोल बनवायला सांगा ज्यात हात गुंफलेले खेळाडू एकमेकांशेजारी येतील.

चर्चेचे मुद्दे:

१. सर्वांसमोर एकच असलेला प्रश्न सोडविण्यास सदस्यांनी एकमेकांना कशी मदत केली?
२. हा प्रश्न सोडविताना आलेल्या अडथळ्यांवर अडचणींवर त्यांनी कशी मात केली?

जेव्हा गटासमोर एखादा प्रश्न येतो तेव्हा सांघिक प्रयत्न, सहकार्य आणि समन्वयाने काम केल्यास ध्येयपूर्ती करता येतेहा मुद्दा अधोरेखित करा.
सूत्रसंचालकांसाठी टिपण: एक हात शेजारच्या माणसाच्या पुढून नेऊन त्या पलीकडल्याला जोडावा आणि दुसरा दुसऱ्या शेजारच्या पाठीमागून नेऊन त्या पलीकडल्याच्या हातात गुंफावा.

भूमिकानाट्य

सदस्यांना खऱ्या आयुष्यातील एखादा प्रसंग देऊन, त्याचे नाट्यरूपाने सादरीकरण करण्याची ही एक पद्धत आहे. सदस्यांना त्या प्रसंगातील विविध भूमिका देऊन संहिता लिहिण्यास सांगितले जाते. नंतर त्यांना तो प्रसंग १० ते १५ मिनिटे नाट्यरूपाने सादर करण्यास सांगितले जाते. या नाट्यानंतर गटचर्चा होते.

भूमिकानाट्य ही प्राथमिक उपचार पद्धती नाही. ती उपचारप्रक्रिया अधिक प्रगत करण्यासाठी वापरली जाते. जेव्हा एखाद्याला समुपदेशनात किंवा मानसोपचारात येणाऱ्या सर्वसामान्य सामाजिक प्रश्नासाठी मदत करायची असते, तेव्हा त्या भूमिकानाट्याला 'मानसोपचार नाट्य' असे म्हणतात. १९११ पासून 'मोरेनो' नावाच्या तज्ज्ञाने गट उपचारातील या तंत्राच्या उपयोजनासाठी बरेच योगदान केले आहे.

भूमिकानाट्याची ध्येये

१. एरवी सांगण्यास अवघड अशा भावना व माहिती लोकांपर्यंत पोहोचवणे.
२. सदस्य ज्या भावना असल्याचे कबूल करणार नाहीत त्या भावना उघड करण्यास त्यांना मदत करणे.
३. वर्तणुकीच्या नवीन प्रकारांचे प्रयोग करून सराव करणे.
४. विकसनातील नव्या भूमिका गृहीत धरून प्रयोग करणे.
५. विवक्षित वर्तणुकीबद्दलचा अभिप्राय मिळवणे.
६. आपल्याकडे दुसरे सदस्य कसे पाहतात; त्या दृष्टीने पाहण्यास शिकणे. (स्वतःकडे दुसऱ्यांच्या नजरेतून पाहण्यास शिकणे.)
७. आपल्या भोवतीच्या अन्य महत्त्वाच्या व्यक्तींबद्दल सकारात्मक भावना व्यक्त करण्यास मदत.
८. अन्य सदस्यांच्या आयुष्याबद्दल त्यांच्या काय भावना असतात, आणि त्यांचे वर्तन कसे असते ते घेण्यासाठी सदस्यांना मदत करणे.

भूमिकानाट्याचे फायदे

१. उत्स्फूर्तता वाढवणे आणि विरोध कमी करणे.
२. ज्या सदस्यांना त्यांचे प्रश्न शब्दात व्यक्त करण्यात अडचणी असतात त्यांचा सहभाग वाढवणे.
३. तणाव कमी करून सदस्यांना तणावमुक्त करणे.
४. गटातील सहभाग आणि गटाबरोबर आपली आत्मीयता वाढवण्यास उपयोग.
५. भावना आणि दृष्टिकोन व्यक्त करण्यास उत्तेजन.
६. प्रदर्शन तंत्रास लगाम घालणे, त्यामुळे समस्या आणि अंतस्थ हेतू थेटपणे उघड होतात.
७. लोकांमधील बौद्धिक पातळीवरची अन्योन्यक्रिया वास्तवाच्या पातळीवर येते.
८. भूमिकानाट्य करणाऱ्या सदस्यांच्या समस्यांवर, तयारी करण्यामुळे तसेच त्यांचे नाट्यीकरण केल्यामुळे 'आता आणि इथे' लक्ष केंद्रित करता येतो.
९. प्रत्येक सदस्य जे शिकला/ली त्याचे उपयोजन करण्यास प्रोत्साहन.
१०. आपल्या भोवती असलेल्या महत्त्वाच्या व्यक्तींना समानुभूतीने समजून घेणे.
११. दुसऱ्या व्यक्तीच्या भावना समजून घेऊन त्यांचा स्वीकार करण्यास मदत.
१२. दुसरे लोक जो अभिप्राय देतात त्याचा स्वतःला समजण्यासाठी उपयोग होतो.
१३. सामाजिक कौशल्यांचा सराव करण्याची संधी.
१४. अनुकूल वातावरणात विचार करण्याच्या नव्या मार्गांचे प्रयोग करण्याची आणि त्यानुसार वर्तन करण्याची संधी मिळते.

भूमिकानाट्य पुढील बाबतीत आवश्यक नाही.

१. जेव्हा सदस्य आपल्या प्रश्नांची उघडपणे मोकळेपणाने चर्चा करतात.
२. जेव्हा सदस्य आपल्या वर्तणुकीचे नवे आणि अधिक चांगले मार्ग शोधू शकतात आणि आत्मविश्वास वाढवू शकतात.
३. जेव्हा सदस्य आपण शिकलो ते अधिक सराव न करता दैनंदिन जीवनात वापरण्यास कटिबद्ध असतात.

भूमिकानाट्याचा उपयोग कोणाला होईल?

१. संबंधित माणसांना प्रश्न समजावून सांगण्यासाठी ज्याला शब्द सापडत नसतील.
२. जो सदस्य आपल्या भोवतीच्या दुसऱ्या महत्त्वाच्या व्यक्तीशी आपला संबंध स्पष्ट करू इच्छित असेल.
३. दुसऱ्या सदस्याच्या समस्येने एखाद्या सदस्याच्या हृदयाला हात घातला असेल पण त्याला आपलाही तोच प्रश्न आहे हे समजत नसेल. समस्येचा स्वीकार न करणाऱ्याने "समस्या असलेल्या" सदस्याची भूमिका करावी आणि समस्या असलेल्या खऱ्या सदस्याने "दुसऱ्या महत्त्वाच्या" व्यक्तीची भूमिका करावी असे केल्याने हवा तो परिणाम साधता येतो.
४. ज्या सदस्याला स्वतःतील सामाजिक कौशल्यांचा विकास करण्याची आवश्यकता आहे त्याला.

भूमिकानाट्यासाठी मार्गदर्शक तत्त्वे

भूमिकानाट्यातील प्रमुख 'नटा'ने तो रंगवणार असलेल्या या नाट्यातील प्रसंगात गुंतलेल्या सर्व पात्रांचा परिचय करून द्यावा आणि त्या पात्रांच्या भावना काय आहेत त्याचे वर्णन करावे. गटातील प्रत्येक सदस्याला प्रसंगाचे चित्र नीट समजण्यासाठी आवश्यक ते प्रश्न विचारण्यास उत्तेजन द्यावे. नंतर सदस्यांना विविध भूमिका करण्यास आपण होऊन पुढे येण्यासाठी उत्तेजन द्यावे.

जे सदस्य भूमिका घेण्यास नाखूश असतील किंवा उत्सुक नसतील त्यांना कठपुतळ्या किंवा बाहुल्या वापरून त्यांचे भाषण म्हणून दाखवण्यास सांगावे. भूमिकेतील पात्रांच्या भावना काय आहेत तशा भावना मनात निर्माण करून त्या स्वतःच्या शब्दात व्यक्त करण्यास सदस्यांना उत्तेजन द्यावे. जेव्हा नाटकाचा प्रवेश चालू असेल तेव्हा जर कोणत्या 'नटाला' पुढे जाणे अशक्य वाटले तर त्यांना तेथे थांबण्याची मुभा असावी. त्यांनी प्रवेश जिथे सोडला तिथपासून दुसऱ्याने सुरुवात करावी.

आपण जी भूमिका करतो त्या पात्राच्या भावना शब्दात व्यक्त करण्यासाठी आणि अभिनय करण्यास तयार करण्यासाठी नटांना कार्यकर्त्यांने मदत करावी. त्याने प्रसंग किंवा त्यातील नातेबंध नीट समजावून सांगावा तसेच कोणत्या भावना आहेत ते सांगायला मदत करावी.

या भूमिकानाट्यातील मुख्य नट हा दिग्दर्शक असतो. त्याला/तिला चर्चेचे पुढील फायदे होतातः

१. भूमिकानाट्यात काय काय झाले याबद्दलच्या भावना उघड करण्याची संधी त्यांना मिळते.
२. स्वतःबद्दल आणि स्वतःच्या नातेबंधांबद्दल काय शोध लागले याबद्दल तो सांगू शकतो.
३. दुसऱ्यांनी केलेल्या विधानातून, मतप्रदर्शनातून नातेबंधांबद्दलचा नवीन दृष्टिकोन मिळतो आणि त्या संबंधातील त्याचे नेमके कार्य काय याचा बोध त्याला होतो.
४. दुसऱ्यांचे अभिप्राय आणि सूचना यातून त्याला आपली वर्तणूक सुधारण्यास मदत होते.

समाजकार्य प्रशिक्षणार्थींना असा भूमिकानाट्याचा प्रयोग आणि त्यानंतरची चर्चा एखाद्या गटाकडून करवून घेण्याचे काम देऊन भूमिकानाट्याची ओळख करून देता येईल. भूमिकानाट्य प्रशिक्षणातून त्यांना हे शिकवता येईल. याचा अर्थ काही प्रशिक्षणार्थींनी 'गट सदस्य' व्हावे आणि एकाने कार्यकर्ता व्हावे.

अध्ययनसराव १०.१० विविध हेतूंसाठी भूमिकानाट्य करण्याचा उपयोग

उद्दिष्टः प्रशिक्षणार्थींना दोन वेगवेगळ्या हेतूंसाठी भूमिकानाट्याचा उपयोग कसा करावा, ते समजण्यास मदत करणे.
साहित्यः काही नाही.

वेळ:१ तास.

सहभागी संख्या: २०.

कृती:

वर्गाचे दोन भाग करून प्रत्येक भागातील १० स्वयंसेवकांना भूमिकानाट्य करण्यास सांगावे. ते पुढील प्रसंगांवर आधारित असावे.

१. सामाजिक कौशल्यांचा विकास: वसाहतीतील तरुण मंडळाबरोबर तुम्ही काम करत आहात. बहुतेक सर्व सभासदांना कारखान्यात नोकरी करायची आहे. त्यांना मुलाखतीला जायचे आहे. कार्यकर्ता म्हणून तुम्ही त्यांना भावी मुलाखतीसाठी मदत करणार आहात. मुलाखतीची कौशल्ये विकसित करण्यासाठी तुम्ही भूमिकानाट्याचा उपयोग करणार आहात. हे सत्र तुम्ही कसे घ्याल?
२. उपचाराच्या हेतूने: तुम्ही एका निवासी-निवारा संस्थेतील किशोर वयाच्या मुलींबरोबर काम करत आहात. या मुली उद्धट असून त्यांच्या काळजीवाहू कर्मचाऱ्यांशी बोलताना शिवराळ भाषा वापरतात. गटकार्यकर्ता म्हणून तुम्हाला त्या मुलींनी त्या कर्मचाऱ्यांशी वेगळ्या भाषेत वेगळ्या प्रकारे वागायला व बोलायला हवे आहे. तुम्ही यासाठी भूमिकानाट्याचा उपयोग करण्याचे ठरवले आहे. तर हे सत्र तुम्ही कशा प्रकारे घ्याल?

चर्चेचे मुद्दे:

१. कार्यकर्त्याने गटाला भूमिकानाट्याची ओळख कशी करून दिली?
२. त्याने/तिने चर्चेचे नेतृत्व कसे केले?
३. या तंत्राचा गट सदस्यांना कितपत उपयोग झाला?

गटकार्यातील एक पद्धती म्हणून गटचर्चेचा उपयोग

गटकार्यकर्त्याला केवळ खेळ/उपक्रमांवर अवलंबून राहून चालत नाही. प्रत्येक उपक्रमांनंतर चर्चा झाली पाहिजे. या चर्चेत भाग घेण्यासाठी सर्व सदस्यांना उत्तेजन दिले पाहिजे. सदस्यांना आपले विचार एकमेकांना सांगण्यासाठी आणि गटविकास प्रक्रियेत योगदान करण्यासाठी गटचर्चांचा उपयोग होतो. गटचर्चेला दोन बाजू आहेत. त्या म्हणजे 'अन्योन्यक्रिया' (परस्पर संवाद) आणि 'एकमेकांना साहाय्य'. कार्यकर्त्याने गटचर्चेच्या दोन घटकांवर भर दिला पाहिजे: एक म्हणजे गटचर्चा ही स्वयंस्फूर्त आणि स्वेच्छेने असावी. सदस्यांवर दडपण आणता येत नाही, मात्र चर्चेत भाग घेण्यास उत्तेजन द्यावे. दुसरा घटक म्हणजे 'गोपनीयता'. हे तत्त्व फक्त कार्यकर्त्यासाठीच नाही तर प्रत्येक सदस्याने या तत्त्वाचे पालन केले पाहिजे. त्यासाठी हे तत्त्व पाळण्याचा करार-प्रतिज्ञा- त्याने केली पाहिजे. प्रत्येक सदस्याला उद्दिष्टांबद्दल स्पष्टता असेल तरच चर्चा फलदायी होईल.

कार्यकर्त्याने चर्चा संचालन करण्यासाठी खालील कौशल्यांचा विकास केला पाहिजे:

१. प्रतिसादाची योग्य पद्धत
२. ऐकणे—नीट ऐकून घेणे.
३. सदस्यांना बोलण्यास प्रोत्साहन देणे.
४. सारांश सांगणे.
५. चर्चेचे नेतृत्व करणे.
६. योग्य प्रश्न विचारणे.
७. मार्गदर्शन.
८. निरीक्षण.

अध्ययनसराव १०.११ गटचर्चा संचालित करणे

उद्दिष्टे:

१. सकाप्रना गटविकासाच्या तीन अवस्था समजण्यास मदत करणे- त्या म्हणजे गटपरिचय, गटकार्य, आणि गटसांगता.
२. गटचर्चा करण्यासाठी आवश्यक त्या क्षमतांचा विकास करण्यास सकाप्रना मदत.

साहित्य: तक्त्यांचे कागद आणि मार्कर्स.
सहभागी संख्या: सर्व.
वेळ:४५ ते ५० मिनिटे.
कृती:

१. ६ ते ७ सदस्यांचा एक गट याप्रमाणे वर्गाचे गट करा.
२. सर्व गटांना एकच विषय द्या. उदा. विद्यार्थीसभेचे उपक्रम काय असावेत.
३. प्रत्येक गटाने एक नेता आणि एक संवादक नेमावा.

नेत्यासाठी मार्गदर्शक तत्त्वे:

१. सदस्यांना प्रतिसाद देण्यासाठी प्रवृत्त करता येईल अशा तऱ्हेने विषयाची सुरुवात करावी.
२. २/३ वाक्यात विषयाची प्रस्तावना करा.
३. चर्चा सुरू झाली की नेत्याने विषयाशी सुसंगत असे काही प्रश्न उभे करावेत.
४. त्याने/तिने (नेता) वृत्तपत्र/मासिक अथवा अन्य सुसंगत साहित्यातील उतारे वाचून काही मुद्द्यांकडे आणि मतविचारांकडे सदस्यांचे लक्ष वेधावे.
५. सदस्यांना विशिष्ट किंवा सर्वसामान्य असे एक दोन प्रश्न विचारावेत.
६. नेत्याने पुढील मुद्द्यांनुसार गटसदस्यांच्या परस्परप्रतिक्रियांचे आणि वागणुकीचे निरीक्षण करावे.
    १. कोण पुढाकार घेतो?
    २. सर्व सदस्यांनी भाग घेतला का? हो/नाही. का?
    ३. वातावरण—सदस्यांना आपल्या मनातील विचार व्यक्त करण्यास मोकळेपणा वाटला का?
    ४. त्यांनी एकमेकांना कसा प्रतिसाद दिला?
    ५. चर्चेची प्रगती कशी झाली?
    ६. चर्चेचा सारांश सांगण्याचे किंवा काही मुद्द्यांवर भर देण्याचे प्रयत्न झाले का?

सदस्यांनी नेत्याचे निरीक्षण करण्यासाठी काही मार्गदर्शक मुद्दे:

१. नेत्याने चर्चेत नेतृत्व कसे केले?
२. एखाद्या सदस्याच्या वर्तणुकीस त्याने/तिने कसा प्रतिसाद दिला?
३. सूत्रसंचालकांची भूमिका त्याने/तिने कशी बजावली?

गटचर्चेवरील सरावानंतर सर्व वर्गाचे पुन्हा सहा भाग करा. या गटांना तक्ते तयार करण्याचे काम द्या. तीन गटांनी चांगल्या गटचर्चेचे ठळक मुद्दे तयार करावेत. उरलेल्या तीन गटांनी वाईट गटचर्चेची वैशिष्ट्ये तयार करावीत.

घटक ४: गटप्रक्रिया नोंदणी तंत्रे

सदस्यांची वर्तणूक, एकमेकांशी संबंध आणि गटातील परस्परसंवादांचे गुणविशेष यांच्या नोंदींसाठी सर्वसामान्यपणे वापरली जाणारी तीन तंत्रे आहेत.

सामाजिकता आलेख: कोण कोणाशी बोलते?

सामाजिकता मापन चाचपणीचा उपयोग करून गटातील एकमेकांचे संबंध कसे प्रस्थापित केले जातात-कोण कोणाची निवड करते यांचे चित्रण करता येते. यासाठी नेहमी विचारले जाणारे प्रश्न म्हणजे, 'कोणाला कोणाच्या शेजारी बसायला आवडते?' किंवा 'कोणाला कोणाशी संबंध प्रस्थापित करायला अधिक आवडते?' अर्थात हे गटाच्या परिस्थितीवर अवलंबून आते. ज्या गटात अशी निवड करण्याचे स्वातंत्र्य असते आणि तशा निवडीतून काही संदेश दिला जातो अशा ठिकाणी हे शक्य असते. सामाजिकता आलेख (सोशिओ-ग्राम) या तंत्राचा उपयोग निवडीची नोंद करणारे नोंद साधन म्हणून नव्हे तर 'कोण कोणाशी बोलले? किती वेळा'... अशा गोष्टींची नोंद करण्यासाठीही होतो.

'मोरेनो' या शास्त्रज्ञाने गटातील नातेबंधांची नोंदणी करण्यासाठी ही 'स्नॅपशॉट' पद्धती विकसित केली आहे. 'कोणी कोणाचा स्वीकार केला, कोणी धिक्कार केला 'याचे चित्रण गटाच्या रचनेची जाणीव करून देण्यास उपयुक्त. उदा. उपगट, नेते आणि गटातील एकाकी सदस्य/गटप्रक्रियेतील एखाद्या विशिष्ट अवस्थेचे हे चित्रण असते.

सत्रातील विशिष्ट प्रसंग/क्षणांचेच वास्तवदर्शन त्यातून होते. हे चित्रण सतत बदलू शकते. निरीक्षणांमागची कारणे ते देत नाही. 'सामाजिकता आलेख' हे केवळ निरीक्षणासाठीचे साधन आहे. गटात मध्यस्थी अथवा हस्तक्षेप करण्याच्या निर्णयासाठी फक्त हे एकटेच साधन वापरता येत नाही. त्याच्या जोडीला अन्य साधने व माहिती स्रोतांचा उपयोग करणे आवश्यक असते.

निरीक्षकाने आकृती १०.३ मध्ये केलेल्या ओळी १०–१५ मिनिटांच्या काळात केल्या गेलेल्या विधानांची संख्या दर्शवतात. आकृती १०.३ मधील अक्षरे सदस्यांची नावे दर्शवतात.

संपूर्ण गटाला उद्देशून केलेली विधाने बाणांनी दर्शवली आहेत. दोन्ही टोकांकडील बाण असे दाखवतात की एका व्यक्तीने केलेल्या विधानास सेवार्थीने प्रतिसाद दिला. त्यातून जास्तीत जास्त विधाने कोणी केली ते समजण्यासाठी मदत होते. शेपटाच्या बाजूला बाणाला भेदणाऱ्या लहान रेषा संवाद कोणी सुरू केला ते दर्शवतात. सदस्यांमधील नकारात्मक बोलणे तुटक रेषांनी दाखवितात.

सामाजिकता आलेख काढण्यासाठी कार्यकर्त्याने प्रथम सदस्यांच्या जागा त्यांच्या अद्याक्षरांनी दाखवाव्या. नंतर बाणांच्या साह्याने अन्योन्यक्रिया (क्रिया-प्रतिक्रिया) दाखवाव्या.

सामाजिकता आलेख विविध रंगांचे बाण किंवा वेगवेगळ्या प्रकारचे बाण काढून दाखवता येतो. कार्यकर्त्याने त्यांचे अर्थ लावण्यास उपयुक्त अशी संकेतार्थ सूची द्यावी.

सदस्यांच्या वर्तणुकीच्या विविध बाजूंचे निदान करण्यासाठी कार्यकर्त्याला सामाजिकता आलेखाचा उपयोग होतो. गटासाठी हस्तक्षेपाची योजना करण्यास किंवा विश्लेषण करण्यास कार्यकर्त्याला सामाजिकता आलेखातून दर्शवल्या जाणाऱ्या खालील बाजू उपयुक्त ठरतात.

१. बसण्याची रचना.
२. नेतृत्व.
३. एकाकी सदस्य.
४. बोलण्यात पुढाकार घेणारा.

आकृती १०.३ सामाजिकता आलेख

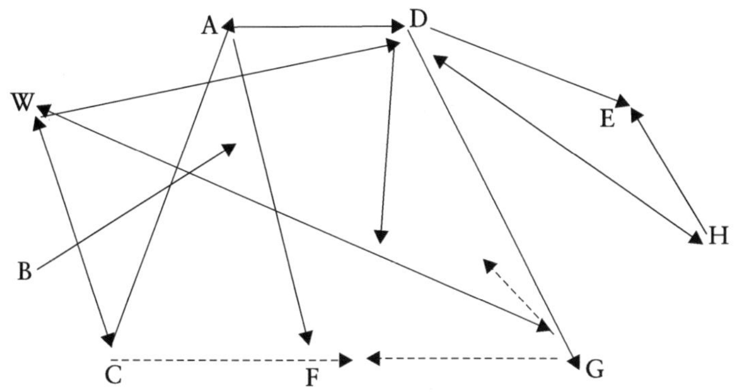

स्रोतः डग्लस १९७७.

५. विरोधी अथवा आक्रमक सदस्य.

६. सक्रिय सहभागी.

७. उपगट/जोड्या

८. सहभागाची व्याप्ती

९. सहभागाचे स्वरूपः सकारात्मक/नकारात्मक

निरीक्षण आणि माहिती गोळा करण्याबाबत कार्यकर्त्याने मनःपूर्वकता आणि तत्परता दाखवली पाहिजे. दखल घेतलेली वर्तणूक तपासून पाहणे आणि आकृतीच्या साहाय्याने तिचे स्वरूप उलगडून दाखवणे यासाठी लागणाऱ्या क्षमता कार्यकर्त्याकडे असल्या पाहिजेत.

चक्रीय तक्ताः गटचर्चेत सदस्यांच्या (भाग घेण्याचा) योगदानाचा दर

सत्रात प्रत्येक सदस्य किती बोलला ते साध्या चक्रीय तक्त्याच्या मदतीने नोंदता येते.

आकृती १०.४ मध्ये दर्शवल्यानुसार प्रत्येक सदस्याला चक्राचा एक भाग (आरा) द्यावा आणि त्याच्या वक्र भागावर त्या सदस्याच्या नावाची आद्याक्षरे लिहावीत. प्रत्येक सदस्याच्या प्रत्येक विधानासाठी कार्यकर्ता चक्राच्या भागावर एक खूण करतो. बोलणे किती लांब, त्याचा आशय काय आणि ते कोणत्या दिशेने जाते आहे, याच्या निरपेक्ष ही खूण केली जाईल.

अशा अनेक नोंदणी संचांतून सदस्याचा संभाषणात भाग घेण्याचा वेग किंवा दर काय आहे त्यांची अंतर्दृष्टी कार्यकर्त्याला येईल. यामुळे कार्यकर्त्याला अधिक चांगला सहभाग मिळवण्यासाठी सूत्रसंचालन करण्यास मदत होते.

आकृती १०.४ चक्रीय तक्ता

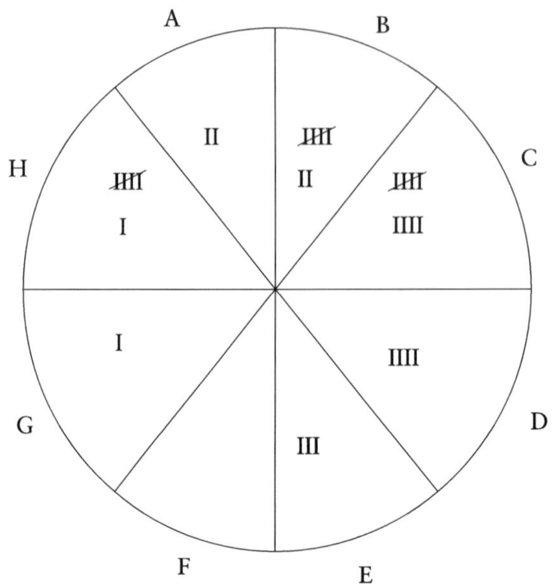

स्रोत: प्रिस्टले, १९८३.

निरीक्षण वर्गवारी तक्ता: कोण कोणत्या प्रकारचे (सहभागाचे) योगदान करतो?

सत्रसंख्येनुसार सदस्यांच्या सहभागाचे प्रकार सारिणी १०.१ च्या मदतीने दाखवता येतात. आडवा स्तंभ सदस्य दाखवतो. त्यांची आद्याक्षरे प्रत्येक स्तंभात घालावीत. उभा स्तंभ प्रत्येक सत्रात सदस्याने कोणती वर्तणूक दाखवली ते सांगतो.

सारिणी १०.१ अनेक चर्चा सत्रांतून सदस्यांच्या सहभागाचे प्रकार

	सदस्य आद्याक्षरे									
निरीक्षणाची वर्गवारी	एनएम	जी आर	यूएम	आरबी	एसएस	व्हीके	एपी	एएम	एमटी	डीडी
१. उत्तेजन देतो				√						√
२. सहमत होतो, मान्य करतो.	√					√				
३. निर्णय देतो.					√			√	√	
४. कृती सुचवतो.	√									
५. सूचना मागतो.				√						
६. मत देतो.										
७. मत विचारतो.	√		√			√		√		
८. माहिती देतो.										

(सारिणी १०.१ पुढे चालू)

(सारिणी १०.१ पुढे चालू)

निरीक्षणाची वर्गवारी	सदस्य आद्याक्षरे									
	एनएम	जी आर	यूएम	आरबी	एसएस	व्हीके	एपी	एएम	एमटी	डीडी
९. माहिती शोधतो.										
१०. प्रश्न उभा करतो.			√							
११. स्वतःची भूमिका निश्चितपणे मांडतो.										
१२. भूमिका विचारतो.					√		√		√	
१३. दिशा देतो.	√									
१४. स्वतःला कमी लेखतो.										
१५. हुकुमशाही प्रवृत्ती			√		√				√	
१६. मतभेद दर्शवतो.										
१७. स्वतःचा जोर धरतो.			√							
१८. सक्रिय आक्रमकता										
१९. निष्क्रिय आक्रमकता					√					

टीप: 'इंटरॲक्शन प्रोसेस ॲनालिसिस' या आर. एफ. बेलच्या पुस्तकात चर्चिलेल्या निरीक्षण वर्गवारीवर आधारित.

सत्र चालू असताना कार्यकर्ता प्रत्येक सदस्याच्या आद्याक्षराखाली त्याने दाखविलेल्या वर्तणुकीचा प्रकार खूण करून मांडेल. प्रत्येक सत्रासाठी एक तक्ता भरावा. ही निरीक्षणे प्रमाणभूत मानून कार्यकर्त्याला गट प्रगतीसाठी सकारात्मक आणि नकारात्मक सहभागाचे योगदान देणारे सदस्य शोधता येतात त्यानुसार त्यांची वर्तणूक बदलण्यासाठी योग्य ते हस्तक्षेप करण्याचे निर्णय कार्यकर्त्याला घेता येतात.

टीप: गटाच्या उद्दिष्टांनुसार आणि गरजांप्रमाणे निरीक्षणांची वर्गवारी बदलता येते.

अध्ययनसराव १०.१२ नोंदणी तंत्रांचा उपयोग

वेळ: १ तास.

पद्धती: भूमिकानाट्य

साहित्य: काही नाही.

सहभागी: सर्व.

उद्दिष्ट: निरीक्षण क्षमता आणि नोंदणी तंत्रे विकसित करणे.

कृती:

१. वर्गाचे लहान गट करा.

२. प्रत्येक गटाला चर्चेचा विषय द्या.

३. प्रत्येक गटाला दोन निरीक्षक असतील.

४. चर्चा सत्र चालू असताना ते पाच मिनिटे गट प्रक्रियेची निरीक्षणे नोंदवतील. सामाजिकता आलेख, आणि चक्रीय तक्ता यांचा नोंदणीकरता उपयोग करावा.

५. 'बेल' या तज्ज्ञाने बनवलेल्या निरीक्षणाच्या वर्गवारी तक्त्यानुसार (सारिणी १०.१) एक निरीक्षक संपूर्ण गटाचे संपूर्ण चर्चा सत्राचे निरीक्षण करून तक्ता भरेल. निरीक्षणासाठी उपयोगात आणण्याच्या विभागांची यादी निरीक्षक स्वतःच्या मतानुसार करेल.

गट विकसन मापक: एक मोजपट्टी

हा तपशीलवार नमुना आहे, परंतु त्यांची संकेतसूची दिल्यामुळे वापरण्यास सोपा. गट प्रक्रियेच्या विविध टप्प्यांमध्ये गटाची प्रगती मोजण्यास गट विकसन मापकाची मदत होते. कोणत्या क्षेत्रात अडचणी आहेत आणि त्यामुळे गट विकसनात अडथळे येत आहेत ते शोधण्यासाठीही गट विकसन मापकाची मदत होते (सारिणी १०.२).

सारिणी १०.२ गटकार्य सत्र विश्लेषण मार्गदर्शन तत्त्वे

१. गटातील सर्वसाधारण वातावरण कसे होते?

औपचारिक	________	अनौपचारिक
स्पर्धात्मक	________	सहकार्यात्मक
विरोधी	________	आधारात्मक
बंधनात्मक	________	मोकळे

टिप्पणी

२. साध्य कामाची गुणवत्ता आणि संख्या

किती यश कमावले	उच्च	☐	निम्न	☐
निष्पत्तीची गुणवत्ता	उच्च	☐	निम्न	☐
ध्येय	स्पष्ट	☐	संदिग्ध	☐
पद्धती	स्पष्ट	☐	संदिग्ध	☐
कार्यकर्त्याची टिप्पणी	लवचीक	☐	ताठर	☐

३. नेत्याची वर्तणूक

गटाच्या गरजांकडे लक्ष असलेला	☐
इतरांना आधार दिला	☐
केवळ विषयाशीच संबंध ठेवला	☐
गटावर वर्चस्व ठेवले	☐
बाजू घेतली	☐
गटाला मदत केली	☐

कार्यकर्त्याची टिप्पणी

४. सहभाग

बहुतेक जण बोलले	☐	फक्त थोडेच बोलले	☐
सहभागी सदस्य	☐	निरुत्साही सदस्य	☐
गट एकसंघ	☐	गट विभक्त	☐

कार्यकर्त्याची टिप्पणी

स्रोत: डग्लस १९९७ वरून तयार केलेले.

गट सत्र चालू असताना गट सदस्यांनी केलेल्या कामांची निरीक्षणे

गटाचे निरीक्षण करत असताना सदस्यांचा सहभाग कसा होता (शाब्दिक अथवा अशाब्दिक), त्याचा उपयोग गटाला त्याचे कार्य यशस्वीपणे पूर्ण करण्यास झाला की त्या प्रक्रियेत अडथळा आला याची नोंद सहजपणे घेता येईल. कार्यकर्त्याने सदस्य कसे काम करतात, कसे वागतात त्याकडे विशेष लक्ष दिले पाहिजे. या कामाची वर्गवारी पुढीलप्रमाणे:

नेमून दिलेली कामे

कार्यकेंद्रित वर्तणूक सदस्यांना आपले ध्येय पूर्ण करण्यास किंवा उत्पादक होण्यास मदत करते. अशा प्रकारची काही वर्तणूक यादी खाली मार्गदर्शक म्हणून दिली आहे:

१. *पुढाकार घेऊन सुरुवात करणे*—काम, ध्येय अथवा कृती सुचवणे, गटाच्या समस्या निश्चित करणे, कृती सुचवणे.
२. *माहिती देणे*—वस्तुस्थिती सांगणे, मत व्यक्त करणे, दुसऱ्यांची मते विचारणे, आणि माहिती शोधणे, विचारणे.
३. *स्पष्टीकरण*—कल्पना किंवा सूचनांचे अन्वयार्थ लावणे, संज्ञांची व्याख्या करणे, गटासमोर प्रश्नांची सुस्पष्ट मांडणी करणे.
४. *सारांश सांगणे*—संबंधित कल्पना एकत्र करणे, सूचनांचा पुनर्घोष करणे, गटाने विचार करावा यासाठी निर्णय देणे अथवा निष्कर्ष काढणे.
५. *सत्यता पडताळणे*—कल्पनेचे टीकात्मक दृष्टीने विश्लेषण करणे, ती कल्पना दुसऱ्या कल्पनेच्या संदर्भात तपासून पाहणे, आणि ती कल्पना प्रत्यक्षात करून पाहता येईल का याचे प्रयत्न करणे.

गट चालू ठेवण्याचे काम

गटातील नातेबंध वाढवण्यासाठी जी वर्तणूक उपयुक्त असते, तिला गट चालू ठेवण्याच्या दिशेने होणारी वर्तणूक म्हणतात. पुढे यातील काही प्रकारची कार्ये दिली आहेत:

१. *सुसंगती निर्माण करणे*—मतभेद मिटवण्याचे, तणाव कमी करण्याचे प्रयत्न, लोकांना आपले मतभेद कसे आणि कोणते आहेत ते शोधण्यास प्रवृत्त करणे.
२. *द्वारपालाचे काम करणे*—संवादासाठी मार्ग खुले ठेवण्यास मदत करणे, दुसऱ्यांचा सहभाग मिळण्यासाठी दिशादर्शन, एकमेकांबरोबर माहिती आणि संवादाच्या देवाणघेवाणीस मदत करणाऱ्या कृती सुचवणे.
३. *प्रोत्साहन देणे*—सर्वांशी मैत्रीची वागणूक, स्वागतशीलता, आणि प्रतिसाद देणे, चेहऱ्यावरील हावभाव किंवा शब्दांनी इतर व्यक्तींचा आणि त्यांच्या योगदानाचा स्वीकार दर्शवणे.
४. *सहमतीची चाचपणी*—प्रश्न विचारून गटाचे लोक निर्णयाप्रत आले आहेत का ते पाहणे. गटाचे कितपत एकमत होत आहे ते पाहणे.
५. *तडजोड करणे*—संघर्षाचा प्रसंग येतो तेव्हा तडजोडीचे मार्ग सुचवणे, स्वतःची चूक मान्य करणे, गटाची एकजूट आणि वाढ यावर भर देऊन आपले मत त्यासाठी बदलण्याची तयारी, कधीकधी स्वतःच्या स्थानाच्या किमतीच्या बदल्यात गटाच्या हितासाठी हे करण्याची तयारी.

स्वयंकेंद्रित कामे

जे सदस्य केवळ स्वतःपुरताच विचार करतात त्यांची फक्त स्वतःच्या हिताची कामे करण्याची ही प्रवृत्ती दिसते. त्यांची स्वतःची उद्दिष्टे साध्य करणे एवढाच ध्यास त्यांना असतो. स्वयंकेंद्रित किंवा आत्मकेंद्रित वर्तणुकीची काही उदाहरणे पुढे दिली आहेत.

१. *आक्रमकता*—दुसऱ्याचे स्थान कमी लेखणे, गटावर अथवा गटाच्या मूल्यांवर हल्ला चढवणे/आरोप करणे, बोचरे किंवा अर्ध-छुपे विनोद करणे, गटाच्या कामांशी सुसंगत नसलेल्या प्रकारांनी स्वतःला मान्यता मिळवण्याचा प्रयत्न करणे.
२. *दुसऱ्यांना अडथळे आणणे*—कारण नसताना उगाचच विरोध करणे, गट अथवा गट मूल्यांना अट्टाहासाने विरोध करणे.
३. *वर्चस्व गाजवणे*—उगाच अधिकार गाजवणे, स्वतःला श्रेष्ठ समजून वागणे, गटातील काही सदस्यांना खोटे नाटे काही सांगून त्याच्याशी किंवा गटाशी खेळी करणे, दुसऱ्यांनी केलेल्या योगदानात अडथळे आणणे, स्तुती करून किंवा अन्य मार्गांनी कृपा दर्शवून नियंत्रण मिळवणे, इ.
४. *विशिष्ट स्वारस्य मिळवणे*—आपले हितसंबंध जपण्यासाठी, (उदाः आपला राजकीय स्वार्थ साधण्यासाठी, सत्ता मिळवण्यासाठी) वैयक्तिक पूर्वग्रह आणि स्वतःच्या वैयक्तिक गरजपूर्ततेसाठी साचेबद्धपणाचा वापर करण्याकरता गटाचा वापर करणे.

अध्ययनसराव १०.१३ गट कार्य सरावात सदस्यांच्या वर्तणुकीचे निरीक्षण

उद्दिष्टः सदस्यांच्या वर्तणुकीची वर्गवारी करणे आणि ती निश्चित करण्याची क्षमता विकसित करणे.
साहित्यः प्रत्येक प्रशिक्षणार्थी निरीक्षकासाठी सदस्यांच्या कामाची यादी असलेले पत्रक.
वेळः एक तास
कृतीः

१. ८ ते ९ प्रशिक्षणार्थींचा एक गट करावा. त्याना एक विशिष्ट काम दिले आहेः वर्गातील उपलब्ध संसाधने वापरून त्यांना 'प्रदूषणापासून वातावरण वाचवा' असा संदेश तयार करायचा आहे. सदस्यांना स्वतःलाही संसाधन म्हणून काम करावे लागेल.
सहभागी गटासाठी पुढे सूचना दिल्या आहेतः
    (अ) हा संदेश कसा पोहोचवाल त्याबद्दल विचारमंथन करा.
    (आ) सादरीकरण तयार करा.
    (इ) तुम्हाला नियोजन, तयारी आणि सादरीकरणासाठी अर्धा तास दिला आहे.
    (ई) उरलेला वर्ग निरीक्षण करून तुमचे परीक्षण करणार आहे.
२. वरील सूचना दिल्यानंतर गटाला दुसऱ्या सूत्रसंचालकाबरोबर/प्रशिक्षकाबरोबर बाहेर पाठवा आणि आत परत येईपर्यंत त्यांनी विचार मंथन सुरू करू नये अशी त्यांना सूचना द्या.
३. जेव्हा तो गट बाहेर असेल तेव्हा उरलेल्या वर्गाला पत्रकाचे वाटप केल्यानंतर खालील सूचना द्याव्यातः
    (अ) गट सदस्यांनी केलेल्या कामांच्या निरीक्षणाविषयी दिलेल्या पत्रकाचा संदर्भ घ्या.
    (आ) संदेशाची योजना, तयारी आणि सादरीकरण करत असताना गट प्रक्रियेचे निरीक्षण करण्यासाठी या सूचना मार्गदर्शक म्हणून वापरा.
    (इ) या प्रक्रियेत सदस्यांच्या वर्तणुकीच्या निरीक्षणाच्याही नोंदी करा.
४. सादरीकरणानंतर निरीक्षकांनी केलेल्या नोंदी सादर करण्यास त्यांना बोलवावे.

या प्रकरणातील सर्व कार्यशाळांमुळे प्रशिक्षणार्थींना गटकार्यासंबंधीची सर्व, म्हणजे गट निर्मिती पासून गट प्रक्रियेच्या नोंदी करेपर्यंतची कौशल्ये वाढविण्यास मदत होते.

परिशिष्ट अ १०.१ खेड्यातील परिस्थितीचा अभ्यास: गटनिर्मितीत कार्यकर्त्याची भूमिका

शांताबाईंच्या घरावरून जात असताना दोन बिड्या ओढणाऱ्या बायका पाहून कार्यकर्तीला आश्चर्य वाटले. कार्यकर्ती त्यांच्या जवळ गेली आणि तिने हसून विचारले की त्या नेहमी बिड्या ओढतात का? त्यांच्यातील एक म्हणाली की तिने बिड्या ओढायला फार पूर्वी सुरुवात केली आणि त्यामुळे तिची पोटदुखी कमी झाली.

त्याच वेळी एक म्हातारी बाई त्या कार्यकर्तीजवळ आली आणि तिने कार्यकर्तीला तिचे नाव विचारले, आणि लगीन झालंय का विचारले. कार्यकर्तीचे लगीन झालेले नाही असे समजल्यावर ती म्हातारी म्हणाली की ज्या मुली शिकतात त्यांची लवकर लग्नं होत नाहीत. मग म्हातारी तिच्या मुलीकडे आणि सुनेकडे बोट करून म्हणाली की त्यांना त्यांच्या पंधराव्या आणि सोळाव्या वर्षीच पहिले मूल झाले. तिचे स्वतःचं लग्न नवव्या वर्षीच झाले आणि त्यानंतर तिला फार त्रास झाला. तिला आशा आहे की पुढच्या जन्मी तरी तिला शिकायला संधी मिळेल आणि मग तिला सुखानं जगता येईल. कार्यकर्ती लगेच म्हणाली की त्या सर्वांना (म्हातारी, लेक आणि सून) अजूनही स्वतःचाच वर्ग सुरू करून एकत्र जमून लिहायला, वाचायला शिकता तर येईलच, पण त्यांच्या त्यांच्या जिव्हाळ्याच्या विषयांवर गप्पाही मारता येतील.

'छोटी' नावाची आणखी एक म्हातारी हे सर्व पाहत होती. ती म्हणाली, "हो!हो! ही अगदी छान कल्पना आहे. आजकाल शिक्षण इतकं महत्त्वाचं आहे की, कोणी सांगावं, उद्या देवही आपल्याला स्वर्गात जाण्यासाठी दारात सही करायला लावेल." सगळ्या बायका हसू लागल्या आणि ते ऐकून आणखी काही बायका काय चाललंय ते पाहायला आल्या.

बानूबी पुढे येऊन कार्यकर्तीला म्हणाली की, तिची सून बाळंतपणानंतर फार आजारी झाली. ते ऐकून कार्यकर्तीने विचारले की थोड्या वेळाने तिला भेटता येईल का? बानूबी जरा कां-कू करू लागली. कार्यकर्तीला बानूबीचे 'हो ना' लक्षात आले. तिने पुनः विचारले, "तुझ्या सुनेला मी भेटले तर चालेल का?"

बानूबी हसून म्हणाली, "नाही!नाही! बाळंतपणानंतर आई आणि बाळाला एक आठवडा कुणीच भेटायचे नाही. लोक म्हणतात की, "नजर लग जाती है." (दृष्ट लागते.) मला माहिती आहे की ही अंधश्रद्धा असते. पण तू ४/५ दिवसांनी ये." कार्यकर्तीने मान डोलावली आणि ती म्हणाली, "बरं. बरं. मी नक्की येईन."

नंतर कार्यकर्ती पुन्हा त्या बायकांच्या घोळक्याशी बोलू लागली आणि तिने तिच्या संस्थेच्या बायकांच्या गदतीसाठी असलेल्या उपक्रमांची माहिती सांगायला सुरुवात केली. तिने सांगितले की तिच्या संस्थेच्या मदतीने इतर वस्त्यांत काम करत असणारे पुष्कळ महिला गट आहेत. बायका ऐकत होत्या. कार्यकर्तीने सांगितले की या वस्तीतही बायका ठरावीक वेळी भेटू शकतील आणि त्यांच्या घरकामात काहीही व्यत्यय येणार नाही.

बानूबी म्हणाली की, "ही गोष्ट महत्त्वाची आहे." मग कार्यकर्तीने विचारले की ती जर पुढल्या आठवड्यात याच वेळी आली तर त्या बायका तिला भेटतील का? त्या सगळ्या बायका तयार झाल्या आणि कार्यकर्तीने त्यांना अन्य गटातल्या बायकांनी बनवलेले काही नमुने आणण्याचे कबूल केले. या गटातील बायकांनी बनविलेल्या कलाकुसरीच्या वस्तू विकून त्यांना घरखर्चाला काही मदत कशी होते, तेही सांगितले.

चर्चेचे मुद्दे:

१. कार्यकर्ती बायकांकडे कशी गेली?

२. कार्यकर्तीने परिस्थिती कशी चाचपून पाहिली?

३. कार्यकर्तीने सामाजिक कार्याची कोणती तत्त्वे वापरली?
४. कार्यकर्तीकडे कोणती कौशल्ये आहेत?

स्रोत: दिल्ली समाज शिक्षण संस्थेतील गटकार्याची नोंद.

परिशिष्ट अ १०.२ गटकार्याची तत्त्वे

१. नियोजनबद्ध गटनिर्मितीची तत्त्वे.
२. विशिष्ट उद्दिष्टांचे तत्त्व.
३. कार्यकर्ता आणि गट यांच्यामधील हेतूपूर्ण संबंधांचे तत्त्व.
४. गटातील मार्गदर्शित अन्योन्यक्रियांचे तत्त्व.
५. प्रागतिक कार्यक्रम नियोजनाचे तत्त्व.
६. लोकशाही गट निश्चितीची तत्त्वे.
७. लवचीक आणि कार्यक्षम गट संघटनेची तत्त्वे.
८. सातत्यपूर्ण गटपरीक्षण तत्त्वे.

स्रोत: ट्रेकर, एच. बी. १९७०. सोशल ग्रुप वर्क प्रिन्सिपल्स आणि प्रॅक्टिस. न्यूयॉर्क: न्यूयॉर्क असोसिएशन प्रेस.

परिशिष्ट अ १०.३ गटकार्य योजना

व्यवस्था: नागरी झोपडपट्टीतील समाजकेंद्र सभागृह.
गटाची प्राथमिक माहिती:
२० ते ४० वयोगटातील स्त्रियांचा गट.

सदस्य संख्या (२०)	–	गेले सहा महिने शिवणकाम शिकतात.
दीर्घकालीन उद्दिष्ट	–	या महिलांचा शिवण वर्ग संपल्यावर शिवणकाम केंद्राची व्यवस्था करणे.
नजीकची उद्दिष्टे	–	महिलांमध्ये गटाबद्दलचा आपुलकीचा धागा निर्माण करणे. शिवणकाम केंद्र सुरू करण्यास महिलांना प्रेरणा देणे. सदस्यांमध्ये केद्र चालविण्यास आवश्यक ती कौशल्ये व कामाचे स्वरूप, समज विकसित करणे.
सत्र नियोजन	–	सत्रे: ५ भेटी: २ बैठक: दर दिवशी एक याप्रमाणे ५दिवस बैठकीचा काळ: २ तास. वेळ: दुपारी २ ते ४.

स्थळ: शिवणकाम वर्ग.
भेट योजना: समाजवादी महिला संघटनेने चालवलेल्या कार्यकेंद्राला एक भेट.
कर्ज प्रस्ताव देण्यासाठी बँकेला एक भेट.

(परिशिष्ट अ १०.३ पुढे चालू)

(परिशिष्ट अ १०.३ पुढे चालू)

क्र.	*विशिष्ट ध्येय*	*उपक्रम*	*संसाधने*	*कार्यकर्त्याची भूमिका*
१.	कुटुंबासाठी जादा उत्पन्न मिळवण्याची गरज आणि महत्त्व जाणण्याची क्षमता सदस्यांमध्ये निर्माण करणे. एकत्र काम करण्याचे महत्त्व सदस्यांना पटवून देणे.	'अधिक दर्जेदार जीवन जगण्यासाठी पैशाची गरज' या विषयावर लहानशी गट चर्चा. सादरीकरणानंतर एक लहान गट चर्चा.	कुटुंब जीवन चक्रातील प्रत्येक अवस्थेतील गरजांचे महत्त्व सांगणारे 'कुटुंब जीवन चक्र' तक्ते दोन केस स्टडीज: *(अ)* एकट्याने काम करणारी एक बाई *(ब)* एकत्र काम करणाऱ्या महिलांचा गट	सूत्रसंचालक, सुरुवात करणारा, चर्चेचा सारांश सांगणारा, मते व्यक्त करणारा आणि मते विचारात घेणारा, स्पष्टीकरण देणारा, सक्षम करणारा, प्रेरक, प्रोत्साहक
२.	प्रभावी गट असण्यासाठी आवश्यक अशा मूल घटकांची चर्चा: विश्वास, सहकार्य आणि देवाणघेवाण.	दोन लुटुपुटीचे खेळ: विश्वास टाकून चालणे आणि सहकार्य.	डोळे बांधण्यासाठी रुमाल, ६ फूट पट्ट्या, १२ रिबिनी	उत्तेजन देणारा, सूत्रसंचालक आणि सारांश सांगणारा
३.	कार्य केंद्र म्हणजे उद्योग केंद्र कसे चालवावे आणि ते सुरू करण्यासाठी आवश्यक आर्थिक घटकांची माहिती देणे.	भाषण	दोन तज्ज्ञ: – एका उद्योग केंद्राचे सचिव आणि – बँकेतील अधिकारी	मध्यस्थ, वक्ता-श्रोते यांच्यातील दुवा. संपर्काचे जाळे असणारा,
४.	कार्यकेंद्र म्हणजे उद्योग केंद्र चालवण्याची योजना करताना बाजारात यशस्वी पणे स्पर्धा करता येण्यासाठी कोणते महत्त्वाचे गुण असावे लागतात ते सदस्यांना समजणे.	होड्या बनवण्याचा खेळ चर्चा सत्रे आणि जबाबदारीचे नियोजन (कोणी काय काम करावे)	जुनी वृत्तपत्रे, तक्त्याचे कागद, पेने.	मार्गदर्शक, समजावून सांगणारा, स्पष्टीकरण देणारा, सूत्रसंचालक, उत्तेजन देणारा, संयोजक, तज्ज्ञ, माहिती मिळवणारा आणि माहिती देणारा, सहमती साधणारा
५.	जी संस्था एप्रन तयार करण्याचे काम देणार आहे, तिच्या प्रतिनिधींशी सर्व सदस्यांची ओळख करून देणे. करार पक्का करणे आणि मागणी व तयार माल पोहोचवणे याचे निर्णय पक्के करणे	चर्चा	तज्ज्ञ प्रतिनिधी	सर्वांना एकत्र आणणारा, द्वारपाल, सर्वांच्या मधील दुवा, उत्तेजन देणारा, वाटाघाटी करणारा, मार्गदर्शक, अन्वयार्थ लावणारा इ.

(परिशिष्ट अ १०.३ पुढे चालू)

(परिशिष्ट अ १०.३ पुढे चालू)

पाठपुरावा योजना:
- पहिले तीन महिने सदस्यांबरोबर साप्ताहिक बैठक.
- तीन महिन्यानंतर दर महा एक बैठक.

स्रोत: या लेखाच्या लेखकांनी तयार केलेली माहिती.

परिशिष्ट अ १०.४ मूल्यमापनाचा नमुना (गट सदस्यांचा अभिप्राय)

गट सदस्यांच्या साक्षरतेची पातळी आणि त्यांच्या लेखन क्षमता याचा विचार करून मूल्यमापनाचे नमुने तयार करता येतात.

सर्वसाधारण नमुना खाली दिला आहे:

	गट सदस्याचे नाव
१.	या गटाची उद्दिष्टे कोणती होती असे तुम्हाला वाटते?
२.	ठरवलेली उद्दिष्टे कशी पूर्ण झाली असे तुम्हाला वाटते? • संपूर्णपणे • काही प्रमाणात • अजिबात नाही
३.	तुम्हाला आवडलेल्या तीन गोष्टी
४.	तुम्हाला न आवडलेल्या तीन गोष्टी
५.	गटात असण्यामुळे तुम्हाला कशा प्रकारे मदत झाली?

स्रोत: या लेखाच्या लेखकांनी तयार केलेली माहिती.

परिशिष्ट अ १०.५ खेड्यातील अनुभव: एक केस स्टडी

कोणत्याही शैक्षणिक सोयी नसलेले एक खेडे होते. ग्राम विकासाबाबत स्थानिक आणि राजकीय पुढारी उदासीन होते. १८ ते २२ वयोगटातील काही तरुण एका राजकीय पक्षाच्या युवा संघात होते, ते एकत्र आले आणि पुष्कळ विचार करून त्यांनी या परिस्थितीबाबत काहीतरी करायचे असे ठरवले. त्यांनी योजना आखायला सुरुवात केली. परंतु त्यांनी कोणत्याच नेत्याचा सल्ला घेतला नाही. प्रस्थापित नेत्याचा नाही की सरपंचांसारख्या कुणा अधिकाऱ्याचा नाही.

या सहा–सात युवकांच्या गटाने मोठ्या उत्साहाने कामाला सुरुवात केली. शाळेसाठी जमीन, आणि इमारत, शाळेसाठी लागणारे साहित्य, भांडवल उभारणे, प्रशिक्षित शिक्षकांची नेमणूक आणि या सर्व गोष्टी कशा मिळवायच्या याबद्दलच्या योजना त्यांनी तयार केल्या. त्यांच्या योजनेनुसार कामाला सुरुवात झाली.

गावाचा सरपंच हा राज्यातील सत्तारूढ राजकीय पक्षाचा सदस्य होता. त्याला याबद्दल काहीच माहिती नव्हती. त्याला जेव्हा या योजनेबद्दल समजले तेव्हा तो प्रचंड रागावला, कारण त्याचा सल्ला घेतला नाही किंवा त्याला माहितीसुद्धा दिली नाही म्हणून त्याचा अहंकार दुखावला

गेला होता. आतापर्यंत गावात त्याच्या माहिती आणि संमतीविना काहीही घडत नसे. अचानक उद्‌भवलेल्या या परिस्थितीमुळे त्याला धक्काच बसला. हे कोणी केले याबद्दल त्याला जेव्हा समजले तेव्हा तो अस्वस्थ झाला.

या कामात अडथळे आणून ते काम पूर्णपणे कसे थांबवावे याचा विचार त्याने सुरू केला. मुलांनी कामाला सुरुवात केली होती. पण अजून फारशी प्रगती झाली नव्हती. "पैशाचे गैरव्यवहार आणि अफरातफर होते आहे", अशा अफवा उठवायला सरपंचाने सुरुवात केली. त्याने ग्रामसेवकावर दडपण आणून इमारतीसाठी परवाना देण्यात अडचणी आणल्या. हा ग्रामसेवक या आधी युवकांना मदत करत होता. सहकार्य देत होता. आतापर्यंत चांगले काम करण्यात अग्रेसर असणाऱ्या या युवकांविषयी गावाचे मत चांगले होते. पण आता गाव पटकन त्यांच्याविरुद्ध फिरले. एवढेच नव्हे तर गावकऱ्यांनी सहकार्य करण्याचे थांबवले. शाळेचे बांधकाम थांबले.

खरी परिस्थिती समजून घेण्यास कोणीच तयार नव्हता. पण त्याच वेळी सर्वांना हे समजत होते की सरपंचाला खूश करायला पाहिजे.
या परिस्थितीतले महत्त्वाचे घटक कोणते?
ही परिस्थिती तुम्ही कशी सोडवाल?
टिपणी: सूत्रसंचालकाला अशा प्रकारच्या केसेस अभ्यासासाठी तयार करता येतील आणि ते साहित्य प्रशिक्षणार्थींना गटाबरोबर काम करण्यासाठी वापरता येईल.

परिशिष्ट अ १०.६ सामाजिक संदेश असलेली मराठी गीते

१. बचत गट

सांगते मी महिलांनो ध्यानी धरा
तुम्ही बचत गटाला सुरुवात करा
बचत गटाची कल्पना नवी
सर्व गावांनी ती स्वीकारली
त्यांच्यापर्यंत ती पोहोचवली
पैशांचा व्यवहार आपसात करा
तुम्ही बचत गटाला सुरुवात करा

थेंबाथेंबाने साचेल तळं
तुमच्या गटाचे वाढेल बळ
आपसात होईल तुमचा विकास
मग येईल तुम्हाला विश्वास
सावकारी पद्धत आतातरी बंद करा
तुम्ही बचत गटाला...

काही दिवसांनी पैशा-पैशांचा
खूप होईल तुमच्याकडे साठा
आपासा महिलांनी करून विचार
निर्माण करावा उद्योग मोठा
सांगते मी तुम्हाला तो मार्ग धरा
तुम्ही बचत गटाला...

२. महिला विकास

ऐक माझी ओवी गं
करीन स्वच्छता घरात गं
परसामधला केर-कचरा
नाही ढकलणारा शेजीत गं

ऐक माझी ओवी गं
जोडधंदा काढीन गं
भाजीपाला दूध आणि अंडी
बाजारामध्ये विकीन गं

ऐक माझी ओवी गं
जादूमास्तर थांबवीन गं
धरम कुळाचा पाळीन परी
मी बुवाबाजीला जाळीन गं

ऐक माझी ओवी गं
शेजार धर्म पाळीन गं
लगीन काढले पोराचं तर
हुंडा कधी न मागीन गं

ऐक माझी ओवी गं
म्हातारपण आठवीन गं
पैसा पैसा साठवून सारा
उपयोग त्याचा करीन गं

ऐक माझी ओवी गं
सांजेच्या शाळेला जाईन गं
माझ्या पोरागत लिहनं-वाचनं

३. एकीचे बळ

सारखीच लायकी नको बढायकी
कुणी कुणासंग भांडायचे नाय हो भांडायचं नाय
गावकीत अपुल्या ठरलय हाय हा ठरलच हाय

जमीन जुमला अन् गोठ्यातली गाय
कर्जापायी इकायची नाय
मौजेत सुद्धा ताडी अन् दारू
आल्या गेल्या संग पियाची नाय ॥ १ ॥

बाया न पुरुषात फरक नाय
दोघांना अक्कल सारखीच हाय
पोरीबाळीला शिकवायचं हाय
अन् कोनीबी बायकोला तुडवायचं नाय ॥ २ ॥

सासू-सूना अन् नणंदा भावजया
एका दावणीला बांधल्या गाया
आपसात भांडन सोडून देऊन
आता बहिनी-बहिनीवानी ऱ्हायचं हाय ॥ ३ ॥

लाडाची काळी उजवली
पायावरी तिला उभं करून
पुढल्याच साली घरी आली
आता तिथंबी नशीब घडवायचं हाय ॥ ४ ॥

जातीपातीची सोडून कास
नव्या विचारांचा घेऊन ध्यास
स्वातंत्र्य-समतेची धरून आस
आता संघटना मजबूत बांधायची हाय ॥ ५ ॥

सारा गाव जर एक व्हईल
अन्याय गरिबी दूर करून
दुःखाचा डोंगर पालथा व्हईल
आता मानसावानी आम्ही जगनार हाय ॥ ६ ॥

गावकीत अपुल्या ठरले हाय हो हाय

४. आरोग्य केंद्रातील प्रसूती

एक असे खेडे ।
वैराण होत ॥
त्यात वसे झोपडे ।
कानी येई रडे ॥
बाईला येता कळा ।
जन्मू देई बाळा ॥
सुईण आली दारा ।
म्हणते करते त्वरा ॥
म्हणे आता विळा ।
कापते नाळेला ॥
बाईला झटका आला ।

प्राण की हो गेला ॥
काय म्हणावे याला ।
पाहिजे शिक्षण त्याला ॥
ऐशी हजारो एक ।
आरोग्य केंद्र 'प्राथमिक' ॥
अशा ठिकाणी वसे ।
सर्व सोयीयुक्त असे ॥
शास्त्रीय पद्धत असे ।
मृत्यूला थारा नसे ॥
आठवडा क्लिनिक असे ।
नर्स गर्भवतीस तपासे ॥
मोफत 'डॉक्टरी सल्ला' ।
म्हणे डॉक्टर भला ॥
बाईची केंद्रा वारी ।
मनी शंका न धरी ॥
होई प्रसूती केंद्रात ।
बाळ-बाळंतीण सुखात ॥

५. बाळराजा

बाळराजा झोपी जाता, आई अंगाई गाते,
होता कौतुक बाळाचे, बाळ अंगाने भरते ॥ धृ. ॥
माता गर्भार राहता, स्वतः काळजी घेते
पोटी गर्भ जोपासता, बाळ सुदृढ जन्मते ॥ बाळराजा ॥
बाळ खुशी दूध पिते, दूध पिता तृप्त होते
वाटण बाळ गुटीचे, चाटुनी बाळसे धरते ॥ बाळराजा ॥
घेई दक्षता माता, बाळा बी.सी.जी. देते
क्षयरोगाचे त्या, बाळा मुळी भय नसते ॥ धृ. बाळराजा ॥
टोचवून देवी घेता, बाळा कुरूपता न येते
तीन गुणी लस देता, बाळ रोगमुक्त होते ॥ धृ. बाळराजा ॥
पोलिओचे डोस देता, हात-पाय लुळे न होते
पोषक आहार देत, बाळ निरोगी बनते ॥ धृ. बाळराजा ॥

१ ते ५ गाणी स्थानिक लोकांनी लिहिलेली आहेत. ती लक्षात राहण्यास आणि बरोबर म्हणण्यास सोपी आहेत. त्यामुळे ती चटकन लोकप्रिय होतात. महिलांच्या बैठकी सुरू करण्यासाठी, मोर्चे आणि अन्य कार्यक्रमांसाठी ती वापरता येतात.

६. ज्योतिबा फुले यांना प्रणामांजली

ज्यांनी १८४८ मध्ये महिलांच्या शिक्षणाची मोहीम सुरू केली त्या ज्योतीबांची ही आरती आहे:

करू पहिले नमन ज्योतिबाला, ज्यानं स्त्री मुक्तीला जन्म दिला
सन अठराशे सालात, स्त्रिया होत्या अज्ञानात
लिहा-वाचाया शाळा नव्हती, स्त्री घरात बंदिवान होती
अशा अंधारात अशा अंधारात
ज्योतिबानं पहिला दिवा लावला ॥ १ ॥

अठराशे अठ्ठेचाळीस साल उजाडलं आणि त्यानं बंडाचं निशाण रोवलं
सावित्रीला त्याने शिकवलं,
ज्ञानाचे दार उघडले, रूढीचे पाईक खवळले,
झेलून दगडविटा, सोसून शेणमारा,
मुलींसाठी काढली पहिली शाळा ॥ २ ॥

सनातन्यांनी केला हल्ला, परी जरा नाही डगमगला
अहो आपल्या घरातला हौद त्यांनी दलितांसाठी खुला केला
स्त्रिया, दलित आणि बहुजनांसाठी आपला सारा जन्म त्यानं वेचला ॥ ३ ॥
घेऊ आज आण एकीची, स्त्री मुक्तीसाठी लढण्याची
घेऊन एकीचं हत्यार होऊ, काळावर स्वार,
फाडून टाकू रूढींचा किल्ला, करून पहिलं नमन ज्योतिबाला ॥ ४ ॥

त्यांनी शिक्षणाविना घरात अडकून पडलेल्या स्त्रियांसाठी शिक्षणाची ज्योत पेटवली. त्यांनी १८४८ मध्ये बंड पुकारले. त्यांनी त्यांच्या पत्नी सावित्री यांना लिहायला वाचायला शिकवले. कर्मठ हिंदू खवळले आणि त्यांनी ज्योतिबांवर खटला भरला. पण त्यांनी मुलींसाठी शाळा सुरू केली. कर्मठ हिंदूंनी त्यांच्यावर हल्ले केले. पण ते डगमगले नाहीत. त्यांनी गरीब दलितांसाठी त्यांची विहीर खुली केली. दलित आणि स्त्रिया यांच्यासाठी काम करून त्यांचे जीवनमान उंचावण्यासाठी ज्योतिबांनी त्यांचे आयुष्य वेचले. स्त्रियांच्या उद्धारासाठी आपण सगळे एकत्र येऊया. आणि हे शस्त्र वापरून परंपरेच्या भिंती तोडू.

समाजसुधारक ज्योतिबा फुले यांच्यावरील हे गीत एका नेहमीच्या कवीने लिहिले आहे. प्रेरणा देण्यासाठी अशी गीते वापरता येतील. अशी प्रसिद्ध कवींनी लिहिलेली गीते विविध भाषांमध्ये वापरता येतील.

येथे वापरलेली गीते दोन प्रकारची आहेत.

१. समाज सुधारणेच्या कार्यक्रमात भाग घेणाऱ्या काही सर्वसामान्य लोकांनी लिहिलेली किंवा समाज सुधारणेचा फायदा मिळालेले लोक. उदा: स्त्रिया.
२. दुसऱ्या प्रकारची गीते सामाजिक चळवळ उभी करणाऱ्यांनी लिहिलेली असतात. ती प्रसंग आणि परिस्थितीची अभिव्यक्ती करण्यासाठी लिहिलेली असतात आणि ती लोकांना प्रेरणा देण्यासाठी किंवा क्रांती करण्यासाठी अथवा एकजूट करण्यासाठी गायली जातात.

स्रोत: ही मूळ मराठीतील गाणी कर्वे समाज सेवा संस्था, पुणे यांच्याकडे उपलब्ध आहेत.

प्रकरण ११

लोकसमूहांबरोबर कार्य

नागमणी राव आणि उज्ज्वला मसदेकर

वस्ती किंवा लोकसमूह (कम्युनिटी) म्हणजे काय?

'कम्युनिटी' म्हणजे वसाहत. निश्चित भौगोलिक स्थान असलेली वस्ती किंवा समान चिंता, जीवनपद्धती आणि सामाजिक-सांस्कृतिक अनुस्थापनाने एकमेकांशी जोडला गेलेला व्यक्तींचा त्यापेक्षा मोठा लोकसमूह जो त्यांची आयुष्यांची घडी बसवून त्यांच्या आयुष्यांना दिशा देतो तसेच जगण्याचे सार्वत्रिक मानदंड सुघटित करतो.

भौगोलिक स्थानाच्या संदर्भचौकटीत आपण कोणत्या समाजांबरोबर काम करू शकतो?

१. नागरी झोपडपट्टी
२. खेड्यातील समाज
३. आदिवासी वस्त्या

पहिल्या वर्षीच्या पातळीला प्रत्यक्ष कामाचे क्षेत्र जास्त करून नागरी झोपडपट्ट्या असेल; अर्थातच क्षेत्रभेटी, शिबिरे यांतून खेड्यातील आणि आदिवासी भागातील वस्त्यांची ओळख करून घेण्याच्या काही संधी मिळतील. प्रत्येक प्रकारच्या वसाहतीची खास काही वैशिष्ट्ये आणि गरजा असतात, हे समाजशिक्षण प्रशिक्षणार्थींना समजणे अतिशय महत्त्वाचे आहे.

अशा वसाहतीतील लोकसमूहांबरोबर काम करणे ही सामाजिक कार्यातील एक सराव पद्धत आहे. या समाजातील लोकांना त्यांच्या विकासाच्या दिशेने नेण्यासाठी संघटित करणे हे या सामाजिक कार्यपद्धतीत अंतर्भूत असते. या विकासप्रक्रियेत, समाजाला जाणवणारे सामायिक प्रश्न हाताळण्यासाठी, नियोजनपूर्ण अशी सामूहिक चळवळ (व्यक्ती, गट व संस्थांची), उभी करण्याचे काम व्यावसायिक समाजकार्यकर्ता करतो. ही चळवळीची प्रक्रिया लोकशाही चौकटीत सुरू केली जाते. तिचा भार संयुक्त, सहकारी प्रयत्न, सहमतीची बांधणी, आणि प्रत्यक्ष सहभागातून लोकांच्या क्षमता व सुप्त शक्तींचा विकास यावर असतो. नातेबंध उभारण्याच्या प्रक्रियेने सुरुवात करून या वस्तीकार्यात लोकांचे असमाधान आणि बदलाची इच्छा यांवर लक्ष केंद्रित करून गरजा निश्चित करून त्यांचा प्राधान्यक्रम ठरवला जातो. समाजातील निरनिराळ्या भागातील लोकांना एकत्र येऊन, पर्याय शोधून चळवळ सुरू करण्यासाठी उत्तेजन दिले जाते आणि सक्षम केले जाते. या प्रक्रियेतून समाजात सहकार्य आणि एकजुटीची वृत्ती विकसित होते.

वस्तीकार्याकडे बघण्याची दृष्टी कल्याणकारी वृत्तीपासून (म्हणजे 'लक्ष्य' समाजातील लोकांना या सेवांचे फायदे मिळणार) पासून विकासाभिमुखतेपर्यंत (समाजाच्या क्षमता वाढवून बदल घडवून आणणे) विस्तृत असते किंवा समाजातील सत्ताबदलांसकट सर्व पद्धतशीर बदलांची मोहीम उभारण्यासाठी सामाजिक चळवळ, कृती आणि प्रवक्तेपण हे या समाजकार्यपद्धतीच्या उपयोगातून साध्य केले जाते. संघटनेने घेतलेल्या विशिष्ट भूमिकेनुसार आणि निवडलेल्या विशिष्ट मार्गानुसार समाजातील लोकांच्या सहभागाचे स्वरूप आणि पातळी बदलतात. समाजशिक्षण प्रशिक्षणार्थींची भूमिका या समाजकार्याच्या संदर्भानुसार संघटनेने निवडलेल्या मार्गाच्या चौकटीत बसणारी असते. याशिवाय, समाजात काम करण्याची प्राथमिक कौशल्ये आणि प्रवृत्तींचा विकास करण्याच्या दृष्टीने सकाप्रला पहिल्या वर्षीच्या पातळीला या कामाचा परिचय करून दिला जातो. हे त्याला नेमून दिलेल्या काही कामातून केले जाते. या कामात समाजातील घटकांशी संवाद-देवाणघेवाण अभिप्रेत असते. वस्ती-परिस्थितीच्या गरजा जाणून घेण्यासाठी माहिती गोळा करणे, त्यानुसार समाजव्यवस्थेतील काही उपघटकांचा आणि सहकाऱ्यांना सहभाग वाढविण्यासाठी काही प्रकल्प/उपक्रम/ मोहिमा आयोजित करण्याचे कामचा यात अंतर्भाव असतो.

समाजकार्यासाठी आवश्यक असलेल्या वैविध्यपूर्ण कौशल्यांचा आणि विविध पातळीवरील कार्याचा विचार करता विद्यार्थ्यांमध्ये पहिल्या वर्षी काही मूलभूत कौशल्ये विकसित करावीत आणि दुसऱ्या वर्षी वस्तीकार्याच्या प्रशिक्षणार्थींना (विशेषतः समाजविकास विद्यार्थ्यांना) कौशल्य विकसनाचे प्रगत प्रशिक्षण दिले जावे, हे उत्तम.

यासाठी पहिल्या वर्षीच्या पातळीला या सत्रांमध्ये खालील घटक असावेत.

१. वसाहतीत किंवा लोकसमूहात प्रवेशः स्वतःबद्दल आणि संघटनेबद्दल वसाहतीत प्रतिनिधित्वाची सकारात्मक भावना निर्माण करणे आणि वस्तीमध्ये संपर्क सुरू करून नातेबंध उभारणीच्या प्रक्रियेला सुरुवात करणे.
२. लोकसमूह समजावून घेणेः समाजातील संपर्क वाढवणे. लोकसमूह आणि त्याच्या समस्या यांची सर्वसमावेशक माहिती मिळवणे. समाजाचे रेखाचित्र आणि आराखडा तयार करणे.
३. समूहातील गटांबरोबर बैठकींचे आयोजनः गटांना एकत्र करण्यासाठी समस्यांच्या नोंदी करणे. उद्दिष्ट-दिशा निश्चित कृतियोजना ठरवण्यासाठी बैठकींचे नियोजन व आयोजन.

गटाच्या आकारानुसार वरील घटकांची चार किंवा सहा सत्राची व्याप्ती होईल. प्रत्येक सत्र दीड ते अडीच तास चालेल. सत्र चालवताना वापरल्या जाणाऱ्या प्राथमिक पद्धती म्हणजे विचारमंथन (लहान वा मोठ्या गटात), भूमिकानाट्य, लहान गटातील चर्चा आणि त्यानंतर सादरीकरण व मुक्त चर्चा. वेळ आणि गटांची परिस्थिती विचारात घेऊन प्रतिसाद चर्चांनंतर लुटुपुटीची परिस्थिती निर्माण करून अंशतः पुन्हा भूमिकानाट्यप्रयोग करता येतील. प्रत्येक सत्राचा समारोप 'काय शिकलो' याबद्दलच्या मार्गदर्शनासकट समारोपात्मक भाषणाने व्हावा.

समाजशिक्षण प्रशिक्षणार्थींना समाजकार्याची ओळख होण्याच्या दृष्टीने त्यांच्यात काही प्रवृत्ती आणि कौशल्यांचे विकसन व्हावे म्हणून समाजशिक्षण कौशल्ये प्रयोगशाळांची सत्रे घ्यावीत. ह्या सत्रांची यादी पुढीलप्रमाणेः

समूहकार्यातील कौशल्ये

परस्पर संवाद–अन्योन्यक्रिया कौशल्ये

ही कौशल्ये पुढीलप्रमाणे वापरली जातात.

१. स्वतःची ओळख करून देणे आणि ओळखी करून घेणे.
२. आपल्या भेटीचा उद्देश व्यक्त करणे.

३. माहिती मिळवणे.
४. लोकांच्या प्रतिक्रियांना प्रतिसाद (धाकदपटशा आणि सकारात्मक दोन्ही प्रकारच्या)
५. सहभाग वाढवणे/प्रतिसाद वाढवणे.
६. नियोजित उपक्रम अथवा प्रकल्पासाठी कार्य करण्यास समाजातील घटकांना प्रेरित करणे.
७. समाजाच्या घटकात–उपविभागात कार्यकर्ते आणि संघटना (प्रतिनिधित्व केलेली) यांच्याबद्दल सकारात्मक प्रतिमा निर्माण करणे.

माहिती गोळा करून एकत्र करण्याची कौशल्ये

लोकसमूह समजावून घेणे आणि कार्यक्रमांची योजना यासाठी माहिती गोळा करताना ह्या कौशल्यांचा उपयोग होतो. ही कौशल्ये आणखी पुढीलप्रमाणे उपयोगी ठरतात.

१. माहितीचे सुसंगत स्रोत ओळखणे.
२. त्यानुसार प्रश्न विचारणे. विविध ठिकाणी प्रयत्न करून माहितीची पडताळणी आणि खातरजमा करून घेणे.
३. माहितीची नोंद, वर्गवारी आणि सम्यक रचना करणे
४. लोकसमूहाच्या परिस्थितीचे विश्लेषण करण्यास या माहितीचा उपयोग करणे. दिलेल्या कामाच्या संदर्भचौकटीतील योग्य उपक्रम/कार्यक्रम/मोहिमा यांच्यासाठी योजना आखणे.

निरीक्षण कौशल्ये

लोकसमूहाची परिस्थिती आणि क्रिया-प्रतिक्रियांचे उघड दिसणारे आणि तितकेसे उघड न दिसणारे पैलू समजून घेण्यासाठी निरीक्षण कौशल्यें महत्त्वाची असतात. समाजातील समस्या आणि लोकांच्या क्रिया-प्रतिक्रियांचे गुंतागुंतीचे ताणेबाणे यांचे विश्लेषण करण्यासाठी प्रशिक्षणार्थींना सूक्ष्म निरीक्षणाची मदत होते. समाजातील लोकसमूहांबरोबर काम करताना प्रश्न हाताळण्यातील अडथळे आणि आधार यांबद्दल आधीच अंदाज येतो. त्यामुळे निरीक्षणात केवळ दृष्टी-कान या इंद्रियांचा उपयोगच अभिप्रेत नाही तर पृष्ठभागाखाली काय दडले आहे आणि शब्दामागील गर्भितार्थ काय आहे हे समजण्याच्या विश्लेषणक्षमता विकसित होणे हेही अपेक्षित आहे.

जेव्हा प्रशिक्षणार्थी

१. वस्ती परिसरात हिंडतो आणि राहणीमानाचे प्रकार व परिस्थितीचे मूल्यमापन करतो,
२. लोकांमधील परस्परक्रियांचे निरीक्षण करतो (उदा. कोपऱ्यावर, पाण्याच्या नळावर, मध्यवर्ती चौकातील भेटण्याच्या जागा किंवा अड्डे किंवा कट्टे),
३. लोकांचे वस्तीबाहेरील माणसाला मिळणारे प्रतिसाद/प्रतिक्रिया यांचे निरीक्षण करतो (उदा. संस्थेचे कार्यकर्ते, अधिकारी, समाजकार्य प्रशिक्षणार्थी इ.) किंवा समाजातल्या, संघर्षाच्या प्रसंगी लोकांचे परस्परातल्या प्रतिक्रिया पाहतो,
४. वस्तीतील घरास भेट देतो,

तेव्हा निरीक्षण कौशल्ये वापरावी लागतात.

विकासाच्या प्रक्रियेत घेतलेल्या पुढाकारांना समूहातील विविध उपघटकांकडून येणाऱ्या संभाव्य प्रतिक्रियांचा अंदाज बांधण्याची क्षमता प्रशिक्षणार्थीमध्ये येत असतानाच, परस्परक्रिया आणि हस्तक्षेप या दोन्हींमध्ये प्रगल्भता येण्यासाठी या आकलनाची आणि निरीक्षणाची प्रशिक्षणार्थीला मदत होते.

श्रवण आणि प्रतिसाद कौशल्ये

चेहेऱ्यावरील हावभाव, देहबोली, बोलण्याची पट्टी आणि पद्धत यांच्याद्वारे समाजशिक्षण प्रशिक्षणार्थी श्रवण आणि प्रतिसाद कौशल्ये व्यक्त करतो. समाजात उत्साह निर्माण व्हावा, कामाच्या गोष्टीत समाजाला रस वाटावा अशी कौशल्ये प्रशिक्षणार्थीमध्ये असावी लागतात. या कौशल्यांचा विकास म्हणजे:

१. थेट आणि आडवळणी, साधे आणि गुंतागुंतीचे, शाब्दिक आणि अशाब्दिक अशा विविध प्रकारच्या संदेशांप्रति सतर्कता.
२. लोकांना त्यांच्या आवडीनिवडी व्यक्त करण्यासाठी मोकळे वाटेल अशा पद्धतीने प्रतिसादाला उत्तेजन देऊन त्यात स्वारस्य दाखवणे.
३. माहितीविषयक चौकशांना, लोकमते शोधण्यासाठीच्या प्रयत्नांना, समाजसदस्यांनी विचारलेल्या स्पष्टीकरणास इ. ना प्रतिसाद देणे.

आयोजन कौशल्ये

लोकसमूहकार्याचा हेतू आहे लोकांना पुढाकार घेऊन कार्यप्रवृत्त करणे. त्यामुळे त्यांना नियोजित कृतीसाठी एकत्र आणणे यासाठी सामाजिक कार्यकर्ता हा कळीचा घटक आहे. एक संघटक म्हणून कार्यकर्त्याला लोकसहभागाचे मूल्य समजते, लोकांना आपापल्या कुवतीनुसार आणि वेगानुसार सहभागी होण्यासाठी कार्यकर्ता निमित्त, जागा निर्माण करतो, सहभागाला उत्तेजन देऊन त्याची जोपासना करण्यासाठी उपक्रमांची रचना केलेली असते. लोकांना सहभागी करून घेऊन लोकसमूहातील सदस्यांमधील नेतृत्वाचा आणि क्षमतांचा विकास समाजकार्यकर्ता सुकर करतो. त्यामुळे सकाप्रची आयोजन कौशल्ये त्याला पुढील गोष्टी करण्यास सक्षम करतात.

१. लोकांना एकत्र येण्यासाठी प्रेरणा आणि प्रोत्साहन देणे.
२. सहमतीस पोचणे.
३. परस्पर संवेदनाक्षमता वाढवून सहभागातील अडथळे दूर करणे.
४. एकत्र कृती करण्यासाठी प्रेरणा देणाऱ्या माहितीचे दरवाजे उघडणे.
५. गटातील हालचालींच्या काही बाबी हाताळणे.
६. समूहातील सदस्यांना योजना करण्यात आणि त्यांचा आढावा घेण्यासाठी उद्युक्त करणे.
७. नकारात्मक, दंडुकेशाही प्रतिक्रियांशी सामना करून त्यांचे निराकरण करणे.

चौकट ११.१ समूहकार्यातील कृतीच्या क्षेत्रांचा सचित्र, सोदाहरण आढावा आणि कौशल्ये दाखवली आहेत.

वरील कार्यक्षेत्रे यात एकापाठोपाठ दिसत असली तरी वास्तवात ती एकमेकांशी संबंधित, एकमेकात गुंफलेली आहेत आणि पुष्कळ गोष्टी एकाच वेळी करता येतात. काही कौशल्ये सातत्याने वापरली जातात आणि काही विवक्षित कृतीसाठी वापरली जातात.

चौकट ११.१ लोकसमूहकार्याची कार्यक्षेत्रे आणि लागणारी कौशल्ये

कार्यक्षेत्र	*कौशल्ये*
समाजाला समजून घेणे	माहिती गोळा करून संकलन करणे. चर्चात्मक परस्पर संवाद, निरीक्षण आणि प्रतिसाद कौशल्ये.
समाजाशी नातेबंध निर्माण करणे	संवाद, सादप्रतिसाद, श्रवण आणि प्रतिसाद देण्याची कौशल्ये.
समाज निदान आणि सत्ता रचनेचे विश्लेषण	जवळून केलेले, महत्त्वाचे निरीक्षण, परस्पर संवादाच्या औपचारिक आणि अनौपचारिक पद्धती वापरून सखोल चौकशी, समाजाचे चित्र मांडणे आणि अन्य सहभागाच्या पद्धती, सामाजिक-राजकीय विश्लेषण कौशल्ये.
सामाजिक समस्यांची चाचपणी करून प्राधान्यता ठरवणे	समाजातील असमाधानाविषयी बैठक घेऊन कृतीचे मुद्दे उभे करणे. सहभाग वाढवणे संघर्ष/दंडुकेशाही/औदासिन्य यांना तोंड देणे, वाटाघाटी करण्याची कौशल्ये, नियोजन आणि आयोजन कौशल्ये.
कृतीच्या योजना करून त्या अमलात आणणे	संघबांधणीच्या कौशल्यांचे प्रशिक्षण, अर्थसंकल्प, नियोजन, कार्यस्रोतांचे (माहिती, व्यक्ती, संपत्ती) अभिसरण, चळवळ जागृतीसाठी स्थानिक संस्कृती आणि माध्यमांचा उपयोग, जाहीर व्याख्यान देणे, लेखनकौशल्ये यांचा मोहिमेच्या प्रचारासाठी उपयोग, इ. कौशल्यांचे प्रशिक्षण.
बदलासाठी आवश्यक ती सातत्याची कृती आणि चळवळ	स्थानिक नेतृत्व बाहेर काढून ते विकसित करण्यासाठी कौशल्ये, मध्यस्थी, अनुबंध निर्माण करणे, टिपणे आणि नोंदणी, समीक्षणात्मक परीक्षण आणि पुढील नियोजनासाठी आढावा, माध्यमांचा आणि सार्वजनिक पाठिंबा मिळवणे, (पत्रकार परिषदा, बातमीपत्रे, मोठ्या प्रमाणावर कार्यक्रम करण्याची कौशल्ये).

स्रोत: नागमणी राव यांनी तयार केलेले.

सामाजिक कार्यकर्त्याला अनेक भूमिका कराव्या लागतात. उदा. सक्षम करणारा, मार्गदर्शक, तज्ज्ञ, सामाजिक उपचारक, प्रवक्ता, चळवळीतील कार्यकर्ता इ. याशिवाय निधीसंकलन आणि संघटना बांधणे, अनुबंध निर्माण करणे अशाही गोष्टी कराव्या लागतात. अर्थात यापैकी पुष्कळशा भूमिका (कर्तव्ये) प्रशिक्षणाच्या व अनुभवाच्या पुष्कळ प्रगतावस्थेत कराव्या लागतात आणि म्हणून त्यांचे स्वरूप विशेष प्रकारचे असते. पहिल्या वर्षीच्या कौशल्य प्रशिक्षणात फक्त कामाची प्राथमिक पातळी अपेक्षित असते. त्यामध्ये समाज स्वरूप समजावून घेणे आणि समाजाशी नातेबंध प्रस्थापित करणे हे मुख्यतः येते.

सामाजिक कार्याच्या पातळीवरील गोष्टींचा परिचय करून देताना ज्या घटकांवर भर द्यावा लागतो, त्यापैकी एक म्हणजे समाजबदलाची प्रक्रिया अत्यंत सावकाश होते. केलेल्या प्रयत्नांना प्रतिसाद मिळवण्यासाठी सकाप्र प्रयत्न करत असेल, तर बाहेरून वस्तीत आलेला म्हणून वावरताना सकाप्रला आपण आणि लोकसमूह यामधील (आदर्शवादी मूल्ये, सामाजिक व आर्थिक पार्श्वभूमी इ. मुळे निर्माण झालेल्या) भिंती पाडण्यासाठी सातत्याने प्रयत्न करावे लागतात.

लोकसमूहातून कामाला मान्यता मिळण्यासाठी हे अत्यावश्यक असते. लोकांना आकर्षित करण्यासाठी आणि आदर मिळवण्यासाठी काही प्रवृत्तींचा विकास होणे आवश्यक असते.

त्यामुळे कौशल्य प्रशिक्षण कार्यशाळेत पुढील काही महत्त्वाच्या वृत्तींवर भर द्यावा:

१. लोकांना ढकलून अथवा त्यांची फरपट करून काम करण्यापेक्षा त्यांच्या गतीने काम करण्याची चिकाटी व संयम.
२. लोकांच्या आयुष्याबद्दल जाणून घेताना, त्यांच्यावरील प्रसंगांबद्दल सहानुभूती दाखवताना, त्यांच्याशी गप्पा मारताना आपल्या वागण्यात प्रतिबिंबित होणारी कळकळ, प्रेमळपणा, उबदारपणा.
३. नवीन परिस्थितीशी जुळवून घेताना, स्वतःच्या पूर्वग्रहांवर मात करताना, स्वतःची जीवनमूल्ये दुसऱ्यांवर न लादण्यासाठी लवचीकता आणि मनाचे औदार्य.
४. लोकशाही मूल्यांवर विश्वास, भिन्नमताचा स्वीकार याबद्दलची संवेदनाक्षमता.
५. लोकांच्या क्षमता आणि त्यांचे अनुभवजन्य ज्ञान यावर विश्वास आणि आदर. याचा अर्थ लोकांकडून शिकण्याची तयारीही हवी.
६. अडचणींना तोंड देतानाही चिकाटीने उत्साह टिकवण्यात दिसणारा आशावाद.
७. उच्चनीचता न मानण्याची वर्तणूक, आचरणातील साधेपणा आणि समानेच्या धोरणाशी एकनिष्ठता यातून दाखवलेली लोकाभिमुखता.
८. सातत्याने नवे शिकण्याच्या संधी शोधणे, मिळालेले ज्ञान लोकांबरोबर वाटणे आणि त्याचा प्रसार करणे.

सत्र संचालन: (सत्रे चालवणे)

समाजात किंवा वसाहतीत काम करण्यासाठी प्राथमिक तयारीचे तीन भाग पाडता येतील.

घटक १: समाजात/वसाहतीत प्रवेश

या घटकातील सत्रांमधून प्रशिक्षणार्थींना अपरिचित वसाहतीत जाणे, हेतुपूर्वक लोकांशी संवाद करू शकणे आणि स्वतःबद्दल व आपण प्रतिनिधित्व करत असलेल्या संस्थेबद्दल लोकांमध्ये एक सकारात्मक प्रतिमा निर्माण करणे यासाठी मदत होईल (प्रतिमा ११.१).

पद्धती आणि वेळ:

१. मुक्त चर्चा: २० मिनिटे.
२. गट चर्चा: २० ते ३० मि.
३. भूमिकानाट्य: १० ते १५ मि.
४. भूमिकानाट्यावर अभिप्राय आणि चर्चा व नंतर पुन्हा भूमिकानाट्याचा काही भाग करून दाखवणे: ४० मिनिटे

साहित्य: भूमिकानाट्य करण्यासाठी मोकळी जागा.
सहभागी: प्रत्येक नाट्यासाठी ६ ते ७ स्वयंसेवक आणि उरलेले निरीक्षक.
उद्दिष्टे:

१. वसाहतीत जाऊन प्रथम संपर्क करण्यासाठी प्रसंग शोधणे आणि लोक, घरे शोधण्यासाठी तंत्रे वापरणे.
२. संवादाला सुरुवात कशी करावी आणि बोलणे कुठे थांबवावे हे समजणे.
३. चौकशांना उत्तरे कशी द्यावी हे समजणे आणि संशय/शंका दूर करण्यासाठी स्पष्टीकरण कसे द्यावे हे समजणे.
४. वसाहतीत आपली आणि संस्थेची सकारात्मक प्रतिमा कशी निर्माण करावी हे समजणे.

छायाचित्र ११.१ वसाहतीत जाणे: भूमिकानाट्य

स्रोत: मुकुंद सावंत: निर्माता, माध्यम आणि सांस्कृतिक अध्ययन केंद्र, टीआयएसएस.

प्रक्रिया:

१. वसाहतीत किंवा वस्तीत जाऊन प्रथम संपर्क साधण्यासाठी कोणत्या गोष्टी कराव्या लागतील आणि कोणते प्रसंग येतील त्याचा विचार करण्यासाठी 'विचारमंथन' करा. प्रशिक्षणार्थींना आणि संस्थांना पूर्वी आलेल्या अनुभवांचा आधार घेता येईल.
२. काही प्रसंग निवडा. पुढील काही प्रसंग घेता येतील:

- बालवाडी कार्यक्रमाचे पैसे बऱ्याच पालकांनी भरलेले नाहीत. पुन: पुन्हा कोणी आठवण करू नये म्हणून त्यांनी आपली मुले बालवाडीत पाठवणे बंद केले आहे. या कामासाठी एका प्रशिक्षणार्थी ची नेमणूक करून त्याच्यावर एका नागरी झोपडपट्टीत जाऊन ती घरे शोधून या विषयावर पालकांशी बोलण्याचे काम सोपवले आहे.
- एका संस्थेला वस्तीमध्ये काम सुरू करायचे आहे. प्रशिक्षणार्थींना काम दिले आहे की, वस्तीमधील मुख्य लोकांना भेटावे आणि स्वत:ची ओळख करून दिल्यावर संघटनेचे काम काय आहे याची चर्चा करून या वस्तीत काम सुरू करायचे असे संस्थेच्या मनात आहे हे सांगावे. आपण मुख्य लोक कसे शोधले, आणि संभाषण कसे सुरू केले ते प्रशिक्षणार्थींनी भूमिकानाट्यामधून दाखवायचे आहे.

- एका भागात एक संस्था काही काळ काम करत आहे. संस्थेने वस्तीत प्रथमच प्रशिक्षणार्थींना पाठवले आहे (दोन – तीनच्या गटाने). वस्तीतील राहण्याची परिस्थिती कशी आहे, संरचनात्मक सोयी आणि सुविधा कोणकोणत्या आहेत, आणि वस्तीतील लोक एकमेकांशी कसे वागतात, व्यवहार करतात याचे निरीक्षण करण्याच्या सूचना संस्थेच्या पर्यवेक्षकाने प्रशिक्षणार्थींना दिल्या आहेत प्रशिक्षणार्थींनी आपली निरीक्षणे, अनुभव आणि त्यांच्या मनावर पडलेली छाप यांच्या नोंदी करायच्या आहेत.

३. नाट्य करणारे आणि निरीक्षक असे वर्गाचे भाग करा.
४. प्रत्येक भूमिकानाट्य करणाऱ्या गटाला मुख्य सभागृहातून बाहेर जाण्यास सांगा आणि त्यांना प्रसंग कसा सादर करायचा आहे त्याची चर्चा करण्यास सांगा.
५. त्यावेळी निरीक्षक गटाने कोणती मुख्य निरीक्षणे करावीत याची त्यांच्याबरोबर चर्चा करा.

सूत्रसंचालकासाठी टिपण: ज्या प्रकारचे प्रसंगत्यांना दाखवायचे आहेत त्यात स्थानिक परिस्थितीचा अंदाज घेऊन त्यानुसार किंवा कार्यक्षेत्र कुठे आहे त्याप्रमाणे बदल किंवा सुधारणा करता येतात. जेव्हा या भूमिकानाट्य प्रकारची तयारी चालू असेल, तेव्हा नाट्य करणाऱ्यांना पुढील प्रसंग त्यांच्या नाट्यात अंतर्भूत करायला सांगा. कारण ते प्रसंग प्रशिक्षणार्थी कार्यकर्त्याला हाताळावे लागतील.

१. चौकशांना प्रतिसाद देणे.
२. त्यांच्या भेटीच्या हेतूबद्दल उत्सुकता दाखवणाऱ्या प्रश्नांना उत्तरे देणे.
३. आपण कोणत्या संस्थेतून आलो याचे स्पष्टीकरण देणे. इ.
४. पालक आणि शेजारी यांच्या प्रतिक्रियांना प्रतिसाद देणे.

मुख्य मुद्दे:

१. एखादी जागा शोधताना प्रशिक्षणार्थी वस्तीच्या लोकांकडे कसे गेले?
२. त्यांनी आपली ओळख कशी करून दिली?
३. वस्तीतील खबऱ्यांना त्यांनी आपल्या भेटीचा उद्देश कसा सांगितला आणि त्यांच्या चौकशांना कसा प्रतिसाद दिला?
४. त्यांनी आपल्या संस्थेची माहिती कशा प्रकारे दिली?
५. कार्यकर्त्यांनी आपल्या भेटीचा उद्देश कसा सांगितला आणि भेटीची सांगता कशी केली? ती भेट ज्या प्रकारे संपली ती तशी का संपली?
६. आपली बोलण्याची पद्धत, संभाषणाचा सूर आणि आशय, चेहऱ्यावरील हावभाव आणि प्रतिक्रिया यातून प्रशिक्षणार्थींचा कोणता दृष्टिकोन आणि जीवनमूल्ये दिसून आली?

या चर्चेनंतर वरील प्रतिक्रियेस अनुसरून भूमिकानाट्य या प्रकाराचे निवडक भाग पुन्हा सादर करावेत. त्यामुळे प्रशिक्षणार्थींनी सुधारणेसाठी आवश्यक असा महत्त्वाचा अभिप्राय जाणीवपूर्वक आत्मसात केला आहे का याचे निरीक्षण करण्यास साह्य होईल.

सत्राचा समारोप असा करा:

१. प्रथम भेट देताना काय करावे आणि काय टाळावे. (चौकट ११.२)

चौकट ११.२ प्रथम दर्शनी छाप महत्त्वाची!

हे करा

१. लोकांना नम्रपणे अभिवादन करा. ("नमस्ते, " मी अमुक याना शोधतो आहे, जरा त्यांचं घर दाखवणार का..?")
२. संस्था आणि स्वत:चा परिचय अगदी अत्यावश्यक तेवढीच माहिती देऊन थोडक्यात करून द्या.
३. वस्तीत हिंडताना येणाऱ्या जाणाऱ्या लोकांना मान हलवून, कधी थोडे हसून इ. पद्धतीने प्रतिसाद द्या. त्यांच्याशी थोडके संभाषण करण्यासाठी थांबा.
४. लोकांना समजेल अशा भाषेत बोला.
५. लोकांनी आग्रह करून चहा देऊ केला तर घ्या. पण त्याच वेळी सांगा की तुम्ही आता वस्तीत वारंवार येणार आहात आणि तुम्हाला खाशी वागणूक देण्याची गरज नाही.
६. पहिली छाप महत्त्वाची. म्हणून स्थानिक सांस्कृतिक रूढी इ. बाबत संवेदन क्षमता असू द्या. त्यासाठी प्रतिक्रिया दर्शवताना, पोशाखाच्या बाबतीत आणि वागणुकीत सजग असा.

हे टाळा

१. ज्या लोकांचा एखाद्या गोष्टीत संबंध नाही, त्यांना फार जास्त माहिती सांगू नका.
२. आजूबाजूला तुम्हाला न मानवणारी दृश्ये असली तरी (उदा: आजूबाजूची घाण) तुमची अस्वस्थता उघडपणे दाखवू नका.
३. तुम्ही किंवा संस्था काय करू शकेल याबद्दल अवास्तव आश्वासने देऊन लोकांच्या अपेक्षा वाढवू नका.
४. जेव्हा गटात असाल तेव्हा तुमच्याकडे लोकांचे लक्ष वेधले जाऊन नकारात्मक मत होईल असे काही वागू नका. (उदा: मोठ्याने बोलणे, खिदळणे, चिडवा चिडवी करणे, खोड्या काढणे इ.)
५. जेव्हा लोक तुमच्या संस्थेबद्दल नकारात्मक प्रतिक्रिया दाखवतात किंवा अलिप्तता दर्शवतात तेव्हा चिडू नका किंवा वादावादीत पडू नका.
६. तुमची मूल्ये आणि तुमचे आदर्शवाद पहिल्याच प्रसंगात दाखवू नका.

२. प्रथम भेटीत सकारात्मक ठसा उमटावा म्हणून जो दृष्टिकोन आणि महत्त्वाचे तपशील विकसित करावे लागतील ते स्पष्ट करावेत.

घटक २: वसाहतीचे/समाजाचे आकलन

या भागात समाज शिक्षण प्रशिक्षणार्थी समाजाच्या अभ्यासाचा आशय, त्याची संबद्धता, त्यासाठी करावी लागणारी स्रोतांची चाचपणी, आणि माहिती मिळवण्याची प्रक्रिया, तसेच वसाहतीच्या रूपरेखेचे सादरीकरण याविषयीची समजच विकसित करतो (परिशिष्ट अ ११.१ व अ ११.२).

हा घटक ३ भागात विभागला आहे. पहिल्या भागात वसाहतीचे रेखाटन करण्याचे महत्त्व, त्याचा आशय आणि ते बनवण्यासाठी लागणारे माहितीस्रोत याची चर्चा केली आहे. दुसरा भाग वसाहती बद्दल माहिती मिळवण्याच्या पद्धतीचे प्रात्यक्षिक देतो आणि शेवटच्या भागात वसाहतीचा नकाशा किंवा आराखडा तयार करण्याचा सराव आहे. हे तीन भाग एकापाठोपाठ एक असे तीन दिवस घ्यावेत किंवा एकाच दिवशी सकाळ पासून संध्याकाळपर्यंत एका दिवसाची कार्यशाळा म्हणून घ्यावेत.

पद्धती आणि लागणारा वेळ:

भाग १:

१. गटचर्चा (विचारमंथन) आणि सादरीकरण—७५ मिनिटे.
२. वसाहतीच्या रेखाटनाची रूपरेषा निश्चित करणे—१५ मिनिटे.

भाग २:

१. पहिल्या सत्राची उजळणी आणि सूचना—२० मिनिटे.
२. भूमिकानाट्याची तयारी आणि सादरीकरण—४५ मिनिटे.
३. चर्चा आणि समारोप—४५ मिनिटे.

भाग ३:

१. आधीच्या सत्राची उजळणी आणि वसाहतीच्या नकाशासाठी सूचना—२० मिनिटे.
२. नकाशाचा काढण्याचा सराव—४५ मिनिटे (दिलेल्या मर्यादित क्षेत्रफळाचा.).
३. नकाशा काढणे (नकाशे)—४५ मिनिटे.
४. समारोप—० मिनिटे.

साहित्य: प्रत्येक गटाला किमान दोन याप्रमाणे अनेक तक्त्याचे कागद. पेन्सिली, खोडरबरे, मार्कर्स, रेखाचित्रे काढण्याची पेने, नकाशासाठी वसाहतीचा कोपरा आणि भूमिका नाटकासाठी जागा.

सहभागी: भाग १ आणि ३ साठी सर्व. भाग २ साठी ७ ते ८ नाट्य करणारे आणि बाकीचे निरीक्षक.

या घटकाची उद्दिष्टे:

१. वसाहतीं बरोबर किंवा लोकसमूह/समाजाबरोबर काम करताना त्या त्या समाजाचा अभ्यास का महत्त्वाचा आहे ते समजणे.
२. वसाहती किंवा समाज समजण्यासाठी आवश्यक असलेली संबंधित माहिती आणि तेथील माहिती देणारे महत्त्वाचे लोक यांची यादी तयार करणे.
३. वसाहतींची माहिती मिळवण्याच्या प्रक्रियेची आणि त्यात येणाऱ्या संभाव्य अडचणी व अडथळे याविषयी अंतर्दृष्टी येणे.
४. वसाहतीच्या रूपरेखेचे सादरीकरण करण्यासाठी माहितीचे एकत्रीकरण करता यावे म्हणून मार्गदर्शन मिळवणे (परिशिष्ट अ ११.३).
५. वसाहतीचा नकाशा कसा बनवावा आणि वापरावा ते समजणे.

सूत्रसंचालकासाठी टिपण: पहिली दोन उद्दिष्टे पहिल्या सत्रात पूर्ण करता येतील. पुढील दोन दुसऱ्या सत्रात आणि शेवटचे उद्दिष्ट स्वतंत्रपणे वेगळे सत्र घेऊन पूर्ण करावे.

प्रक्रिया:

भाग १:

१. सत्राची रूपरेखा आणि त्याचे तीन भाग यांची मांडणी करा.
२. खालील गोष्टींची चर्चा करण्यासाठी सर्व वर्गाचे लहान भाग करा. (जास्तीत जास्त १० सदस्य एका गटात याप्रमाणे):

   (अ) समाजाचे/वसाहतीचे आकलन होणे महत्त्वाचे का आहे?
   (ब) ‘समाजाचे/वसाहतीचे आकलन’ म्हणजे नक्की काय?
   (क) आपल्याला कोणती माहिती मिळवणे आवश्यक आहे?
   (ड) माहिती देणारे महत्त्वाचे लोक आणि माहिती स्रोत कोणते?

३. प्रत्येक गटाला तक्त्यांचे कागद आणि मार्कर्स देऊन पुढील सूचना द्या:

(अ) वसाहतीच्या रेखाटनासाठी वर्गीकरण केलेल्या उपविभागांनुसार त्यांनी वसाहतीच्या माहिती घटकांची यादी करावी.

(ब) प्रत्येक माहितीसंचासाठी त्यांनी माहिती देणाऱ्या स्रोतांची यादी करावी.

४. प्रशिक्षण सभागृहात हे माहिती तक्ते लावून त्यात काही त्रुटी असतील तर त्यांची चर्चा करून त्या भरून काढा.

सूत्रसंचालकांसाठी टिपण: सत्राच्या शेवटी गटचर्चेचे मुद्दे एकत्र करून एक सर्वंकष रूपरेखा तयार करा. पुढच्या सत्रासाठी वसाहत रेखाटनाची पद्धतशीर औपचारिक रूपरेखा आणि सूचना पत्रक तयार करा. क्षेत्रकार्यात या सर्व शिक्षणाची उजळणी करण्यासाठी हे साहित्य क्षेत्रपर्यवेक्षकांना वाटा.

भाग २:

१. आधीच्या सत्राची उजळणी करून या भागाचा प्रारंभ करा. माहिती गोळा करण्यास सुरुवात करण्यापूर्वी वसाहत रेखाटनाचा अंतिम आशय अगदी नीट समजला पाहिजे, या मुद्द्यावर जोर देऊन सांगा.

२. माहिती गोळा करण्याची प्रक्रिया आणि त्यात काय काय करायला हवे याविषयी पुढीलप्रमाणे चर्चा करा:

(अ) निरीक्षण;

(ब) व्यक्तींबरोबर चर्चा;

(क) लहान गटात अनौपचारिक गप्पा;

(ड) समाजाच्या/वसाहतीच्या विशिष्ट भागातील गटांबरोबर चर्चा आणि

(इ) आणखी कोठे माहिती मिळेल का हे पाहणे.

३. वसाहतीचा अभ्यास याचे भूमिकानाट्य करण्यासाठी स्वयंसेवक बोलवा. विविध स्रोतांकडून माहिती गोळा करण्याचा प्रसंग आणि त्यासाठी वापरल्या जाणाऱ्या विविध पद्धती हे सर्व दाखवणारे भूमिकानाट्य कसे असावे याचे नियोजन करा. (परिशिष्ट अ ११.२)

४. निरीक्षकांना निरीक्षणासाठी पुढील सूचना द्या:

(अ) प्रशिक्षणार्थींनी स्वत:ची ओळख कशी करून दिली आणि माहिती गोळा करण्याचा हेतू काय आणि कसा सांगितला?

(ब) प्रश्नांचा क्रम कसा लावला?

(क) माहिती देऊ शकणाऱ्या मुख्य लोकांचा विरोध कसा हाताळला?

(ड) गोळा केलेल्या माहितीची नोंद कशी केली?

(इ) माहिती तपासून माहितीची खात्री कशी केली?

(ई) प्रशिक्षणार्थींनी माहिती गोळा करताना लोकांसमोर आपली प्रतिमा कशा प्रकारे उभी केली आणि परिणामी वसाहतीच्या सदस्यांमध्ये आपला प्रभाव कसा निर्माण केला?

५. भूमिकानाट्याचे सादरीकरण आणि त्यापाठोपाठ खुली चर्चा. या चर्चेत पुढील मुद्द्यांवर जोर द्या:

(अ) माहिती गोळा करण्यासाठी प्रशिक्षणार्थींनी आधी योजना करून पूर्वतयारी करण्याची आवश्यकता.

(ब) महत्त्वाच्या माहितगारांचा शोध आणि निवड: वसाहतीच्या हितसंबंधांचे ते कितपत प्रतिनिधित्व करतात.

(क) प्रत्येक प्रकारच्या संचातील माहितगार लोकांकडून कोणती कोणती माहिती मिळवावी त्याचे नियोजन. माहितगार लोकांच्या उत्तरे देण्याच्या क्षमतेनुसार प्रश्न विचारता येणे. मुख्य माहितगार (खबरे) मिळवण्यासाठी वापरलेली परिणामकारक तंत्रे.

(ड) उत्स्फुर्तता, नैसर्गिक वागणूक आणि माहिती गोळा करण्याची अनौपचारिक तंत्रे.

(इ) वसाहतीची सांस्कृतिक वैशिष्ट्ये, लोक भेटण्याच्या वेळा आणि महत्त्वाच्या माहिती देणाऱ्यांचे कल, याबाबत प्रशिक्षणार्थींनी संवेदनक्षम असले पाहिजे.

(ई) वसाहतीबद्दल माहिती गोळा करण्याच्या प्रक्रियेतून वस्तीशी संपर्क साधणे, पुढील कार्यासाठी जवळीक निर्माण करणे यासाठी दृढनिश्चय असण्यापेक्षा जर 'माहिती गोळा करण्याचे नेमून दिलेले काम करणे' एवढीच चिंता प्रशिक्षणार्थीला असेल तर या प्रक्रियेत अडथळे येतात.

(फ) नोंद घेण्याची पद्धत—बोलणी चालू असताना आणि नंतर. जर बोलणी चालू असताना माहिती नोंद करून ठेवायची असेल तर माहिती देणाऱ्यांची पूर्वपरवानगी घेणे.

(ग) माहिती देणाऱ्यांनी काही प्रश्न उपस्थित केल्यास त्यावर मते किंवा प्रतिक्रिया व्यक्त करण्याच्या पद्धती— त्यामुळे प्रक्रिया पुढे सरकते की लोक हमरीतुमरीवर येऊन बोलणे अकाली संपते?

(घ) विरोध आणि उदासीनतेवर मात करताना दाखवलेली चिकाटी.

६. आधीच्या चर्चेवरून 'वसाहतीची माहिती गोळा करण्यातील करा आणि टाळा'ची यादी तयार करा (चौकट: ११.३).

सूत्रसंचालकासाठी टिपण: ही यादी सूचक असून त्यात स्थानिक परिस्थितीनुसार काही नवीन घालता येईल किंवा या यादीत बदल करता येईल.

'प्रभावी समाजकार्यकर्ता होण्यासाठी लागणाऱ्या गुणवत्ता' याबद्दल सांगून (परिशिष्ट अ ११.४) प्रशिक्षणार्थींना त्यांच्यात यातील कोणते गुण आहेत आणि कोणते गुण अंगी बाणविण्याची आवश्यकता आहे याबद्दल अंतर्मुख होऊन विचार करण्यास सांगा.

भाग ३: वसाहतीचा नकाशा तयार करणे

पद्धती: मार्गदर्शक चर्चा आणि नंतर प्रात्यक्षिक करण्याचा सराव.
साहित्य: कच्चे कागद, पेन्सिली, तक्त्यांचे कागद, मार्कर्स, रेखाटन करण्यासाठी पेने.
सहभागी: सर्व.
उद्दिष्टे:

१. वसाहतीचा नकाशा तयार करण्यास आवश्यक कौशल्ये मिळवणे.
२. वसाहतीची परिस्थिती समजावून घेण्यासाठी आणि विश्लेषण करण्यासाठी नकाशाचा उपयोग कसा करावा याचे आकलन होणे.

प्रक्रिया:

१. आधीच्या सत्राची उजळणी करा आणि संपूर्ण वर्ग लहान गटात विभागा. ५ ते ६ एका गटात याप्रमाणे.
२. गटांबरोबर पुढील चर्चा करा:

चौकट ११.३ वसाहती/समाजाची माहिती मिळविण्यासाठी मार्गदर्शन:

हे करा

१. इतरांशी बोलताना तुमची वागणूक, नम्रतेची, सभ्यतेची आणि लोकांना प्रसन्न वाटेल अशी असू द्या.

२. संभाषणाची सुरुवात अकृत्रिम आणि सर्वसाधारण प्रश्नांनी करा.

३. माहिती गोळा करण्याचे कारण स्पष्ट करा आणि ही माहिती तुमच्या/संस्थेच्या सामाजिक कार्यासाठी कशी उपयोगी पडेल ते नीट समजावून सांगा.

४. लोकांनी शंका अगर संशय व्यक्त केल्यास प्रामाणिक उत्तरे द्या

५. लोकांच्या सवडीप्रमाणे संपर्क साधा: कामाच्या वेळेबाबत लवचीकपणा महत्त्वाचा आहे.

६. लोकांच्या वेळेची जाणीव ठेवा. ते विश्रांती घेत असतील, इतर कामात व्यग्र असतील, बाहेर पडण्याच्या तयारीत असतील वगैरे, तर त्यांना सोयीस्कर असलेल्या वेळी येण्याची तयारी दाखवा.

७. संभाषणात आदर दाखवणारे आणि संबंध वाढवणारे, जवळीक निर्माण करणारे शब्द वापरा. (उदा: ताई, भाऊ, मावशी/काकी, मामा/काका, आजी/आजोबा इ.)

८. प्रश्न साधे आणि समजण्यास सोपे करून विचारा.

९. रोजच्या वापरातली भाषा वापरा. स्थानिक भाषेची ओळख करून घ्या.

१०. लोकांना बोलू द्या. त्यांना त्यांची मते मांडू द्या.

११. तुम्हाला वैयक्तिक प्रश्न विचारले जातील. जरूरीपुरती पण स्वत:बद्दलची फारशी माहिती न देणारी उत्तरे द्या.

१२. वैयक्तिक आणि कामाशी निगडित असलेले संबंध अलग ठेवायला विसरू नका. भिन्नलिंगी व्यक्तीशी म्हणजे बाईने पुरुषाशी किंवा पुरुषाने बाईशी बोलताना हे लक्षात ठेवा.

हे टाळा

१. लोकांच्यावर उत्तरे देण्याची सक्ती करू नका. मन वळवण्याचा प्रयत्न करा, पण दबाव आणू नका.

२. पहिल्याच भेटीत तत्त्विक बाबतीत मतभेद असू शकणाऱ्या विषयावरील चर्चा टाळा. मैत्री झाल्यावरदेखील तुमची मते इतरांची मने दुखावणार नाहीत अशा रीतीने व्यक्त करा.

३. ऐकणाऱ्याला आक्रमक वाटतील अशा पद्धतीने नकारात्मक प्रश्न विचारू नका.

४. तुमच्यावरील अगर तुमच्या संघटनेवरील होणारी टीका थांबवू नका. टीकेची कारणे समजून घेण्याचा प्रयत्न करा.

५. 'सर', 'मॅडम' किंवा 'साहेब' ही संबोधने न वापरण्याची विनंती करा. त्यामुळे दुरावा निर्माण होतो.

६. परक्या भाषेतील (इंग्लिश इ.) शब्द अगर तांत्रिक भाषा वापरणे टाळा. त्यामुळे 'ते' आणि 'तुम्ही' यांच्यात दुरावा निर्माण होतो.

७. एखादी मुलाखत वाटेल अशा पद्धतीने माहिती जमवू नका. तुम्ही सर्वे करत असल्यास गोष्ट वेगळी.

८. उभे राहून वरिष्ठपणा गाजवू नका. कंपूबरोबर बसून बोला (उदाहरणार्थ, लोक जमिनीवर बसले असतील तर त्यांच्यात सामील व्हा. खुर्चीत बसू नका).

९. लोकांना खूश करण्याच्या भरीला पडून खोटेपणाचा आणि दांभिकतेचा संशय निर्माण करू नका.

१०. सर्व माहिती एकाच भेटीत गोळा करण्याचा अट्टाहास करू नका.

११. माहिती देणाऱ्याला अवघड वाटत असेल, अगर आधी परवानगी मिळवली नसेल तर माहिती लिहून अथवा टेप करून घेऊ नका.

(अ) नकाशा काढण्याचे महत्त्व

- कार्यकर्त्यांना वसाहतीच्या सर्वसाधारण मांडणीचा आणि तिच्या विस्ताराचा आणि अंदाज येतो.
- वसाहतीतील संरचना आणि सुविधा कोठे आहेत ते कळण्यास साह्य होते.
- प्राथमिक नकाशा गोष्टीची स्थाने दाखवून विश्लेषण करण्यास उपयुक्त ठरतो:

(ब) आर्थिक फरक दाखवण्यासाठी मार्गदर्शन (आर्थिक स्तर, उद्योग गट यानुसार इ.).

(क) स्थानिक आकृतिबंधांप्रमाणे सामाजिक भेद (प्रांतीय/जातीनुसार/धर्मावर आधारित घरांच्या पद्धतींचे विभाजन दाखवणारी वसाहतीची रचना.

(ड) संघटनेच्या लाभार्थींची आणि सहभागींच्या गटांची राहण्याची ठिकाणे कोठे आहेत ते नकाशाबद्ध करणे.

(ई) वस्तीतील महत्त्वाचे लोक, वस्तीची मने वळवणारे, जन मानस तयार करणारे लोक, प्रभावी नेते यांची निवासस्थाने नकाशात दाखवणे.

३. गटाला वेगवेगळ्या गृहसंकुलात जाण्यास सांगणे.

४. नकाशा तयार करण्याचा सराव कसा करावा साठी पुढील सूचना द्या.

(अ) दिशा निश्चित करा

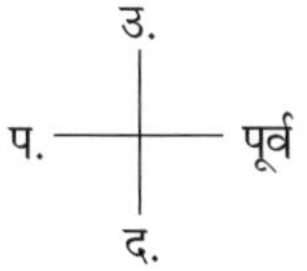

(ब) तुम्ही वसाहतीतून जात असताना, गट म्हणून जास्ती जास्त सर्वंकष पाहणी करून महत्त्वाच्या खुणा पाहून ठेवा. त्यांची नोंद करा (ग्रामीण मूल्यमापनाचे त्रिभुज चाल तंत्र).

(क) वसाहतीचे केंद्र आणि परीघ दाखवणारे बिंदू शोधून ते नकाशावर दाखवा.

(ड) चिन्हांची यादी करा. (किराणा मालाचे दुकान, अंगणवाडी, दवाखाना, न्हाव्याचे दुकान, ग्राम सभागृह, सार्वजनिक स्वच्छतागृहे, इ.)

(इ) नकाशातील सामाजिक आणि आर्थिक घटक दाखवण्यासाठी रंगसूची तयार करा.

(ई) कच्चा नकाशा तयार करा.

(फ) गावातील ज्या गटांशी तुम्ही संबंध प्रस्थापित केले आहेत, त्या सर्वांना हा नकाशा दाखवून त्यांच्याशी बोला. (उदा: महिला मंडळाच्या सदस्या, युवक गटाचे सदस्य, वस्तीमधील ज्येष्ठ नागरिक, संस्थांचे क्षेत्र कार्यकर्ते, मोठी मुले)

(ग) जरुरीनुसार बदल आणि दुरुस्त्या करा.

(घ) मोठ्या तक्त्यांवर हे नकाशे पक्के करा. (विषयाशी संबंधित नकाशासह) ते सर्व वसाहत रेखाटनाच्या कागदपत्रांना जोडा. नकाशा प्रमाणात असण्याची आवश्यकता नाही.

५. नकाशा तयार करण्याचा प्रात्यक्षिक सराव करा. योग्य जागा उपलब्ध असेल आणि जिथे प्रवेश करण्याची मुभा असेल तेथे हे प्रात्यक्षिक करता येईल.

(अ) शिक्षणसंस्थेच्या परिसरात.

(ब) संस्थेचे संबंध असलेल्या लहान वस्तीत प्रशिक्षणार्थींना पाठवून.

(क) प्रशिक्षणार्थींच्या स्वत:च्या वसाहतीत हे प्रात्यक्षिक करण्याचे मार्गदर्शन करावे आणि नंतर त्यांनी तो अनुभव सांगावा.

एका प्रशिक्षणार्थीने तयार केलेला नकाशा परिशिष्ट अ ११.५ मध्ये दिला आहे. वसाहतीची परिस्थिती समजून घेण्यासाठी एखाद्याला विविध प्रकारचे नकाशे तयार करता येतात.

सरावाच्या शेवटी प्राशिक्षणार्थींना त्यांचे अंतिम नकाशे दाखवून त्यांच्यावर तपशीलवार टीकात्मक चर्चा करायला सांगा. नकाशाचा आशय विश्लेषण करून कसा सांगता येतो त्याचे थोडे प्रात्यक्षिक दाखवा. खऱ्या क्षेत्रकार्यात वस्तीशी पहिल्यांदाच

ओळख करून घेताना नकाशा तयार करण्याचे काम कधीही करू नये; कारण त्यामुळे वस्तीमध्ये संशय आणि घबराट निर्माण होण्याची शक्यता असते. याबद्दल प्रशिक्षणार्थीं ना सावधगिरीची सूचना द्या.

सूत्रसंचालकासाठी टिपण: नकाशा बनवण्याचा अध्ययनसराव पूर्ण करण्यास बराच वेळ लागतो. कधीकधी अनेक दिवस लागतात. जर कार्यशाळेच्या सत्रात नकाशाचे क्षेत्रफळ ४५ मिनिटात नकाशा बनवता येईल एवढे अगदी लहान ठेवले तर तो सराव अधिक परिणामकारक होतो.

घटक ३: वस्तीत बैठक किंवा सभा घेणे

या घटकात बैठकी घेण्यासाठी योग्य विषय ठरवणे, बैठकीची योजना आणि तयारी, बैठकीसाठी सहभागी लोकांना बोलावणे आणि गोळा करून आणणे, बैठक आयोजित करून तार्किक समारोप घडवून आणणे याचा परामर्श घेतला आहे.

पद्धती: विचार मंथन, भूमिकानाट्य आणि गटचर्चा.

वेळ:

१. विचार मंथन आणि विषय निवड—१५ मिनिटे.
२. भूमिकानाट्य—२० ते ३० मिनिटे.
३. गटचर्चा आणि खुली वैचारिक (व अनुभवांची) देवाणघेवाण—४५ मिनिटे.

सहभागी संख्या: विचारमंथन आणि चर्चेसाठी सर्व. भूमिकानाट्यासाठी १० आणि उरलेले सर्व निरीक्षक.

साहित्य/साधने: जागा (शक्यतो व्यासपीठासारखी उंचावलेली किंवा गोलाकार रचना असलेल्या खोलीचा मध्यभाग) आणि फळा किंवा तक्त्याचा कागद.

उद्दिष्टे:

१. बैठक घेण्याचा हेतू आणि सार्थता समजणे.
२. बैठकीची तयारी कशी करावी आणि बैठक कशी घ्यावी याचे शिक्षण.
३. ज्या बैठकींचा समारोप एका तर्कसंगत निष्कर्षांनी होतो अशा बैठकीच्या आयोजनाचे टप्पे समजणे.
४. लोकांचा सहभाग असणाऱ्या बैठकी चालवण्यासाठी आवश्यक ती कौशल्ये विकसित करणे.

प्रक्रिया:

१. वसाहतीत/लोकसमूहात बैठकी घेण्यासाठी कोणते विषय घेता येतील याबद्दल वर्गाचे विचारमंथन सत्र घेऊन एकत्र चर्चा करावी.
२. जे विषय सुचतील ते फळ्यावर किंवा तक्त्यावर लिहावेत.
३. सर्वानुमते एक किंवा दोन विषय निवडावेत.
४. भूमिकानाट्य करण्यासाठी स्वयंसेवकाना पुढे येण्यास सांगावे आणि भूमिकानाट्य करण्यासाठी तयारी सुरू करावी.
५. निरीक्षक गटाला निरीक्षणे करण्यासाठी मार्गदर्शन करावे.
६. भूमिकानाट्य झाल्यावर वर्गाचे गट करून नाट्य सादरीकरणावर गटचर्चा करावी.

चर्चेत पुढील मुद्दे स्पष्ट करावेत:

१. लोकांना बैठकीला बोलावण्याची पद्धत.
२. बैठकीची व्यवस्था आणि त्यामुळे बैठक रंगली की लोकांचा सहभाग थोपवला गेला?
३. बैठकीच्या टप्प्यातून बैठक चालवताना दिसलेली कार्यकर्त्याची तयारी आणि त्याचे परीक्षण:

   (अ) सुरुवातीचा अनोळखी बर्फाळपणा जाऊन बैठक कशी वाहती केली?
   (ब) बैठकीचा हेतूची प्रस्तावना.
   (क) चर्चा चालवण्यासाठी केलेले सादरीकरण (शैली, आवाज आणि स्वर, स्पष्टता, साधेपणा इ.).
   (ड) बैठकीचा निष्कर्ष, समारोप आणि पाठपुरावा करण्याचा निर्णय.

४. सदस्यांचा सहभाग वाढवण्यासाठी वापरल्या गेलेल्या तंत्रांचे परीक्षण.
५. बैठकीतील गडबड, गोंधळ आणि परस्पर विरोधी हेतूंनी केलेली चर्चा हाताळण्याची पद्धत.
६. बैठकीत कोणाचे वर्चस्व होत असेल तर ते कसे हाताळले गेले?
७. बैठकीतील मतभिन्नता हाताळणे आणि त्यातून सर्वांना एका निर्णयाप्रत आणणे हे कसे केले गेले?
८. बैठकीस उपलब्ध वेळ, संसाधने आणि प्रेक्षकांची पार्श्वभूमी लक्षात घेऊन बैठकीत वापरल्या गेलेल्या तंत्रांचे परीक्षण.

या सत्राचा समारोप पुढील मुद्द्यांवर भर देऊन करावा:

१. पूर्वतयारी आणि सभेत बोलण्याचा सराव यांचे महत्त्व.
२. संदिग्धता, 'हो/ना' वृत्तीवर नियंत्रण ठेवून आत्मविश्वास दाखवणे.
३. प्रेक्षकांचा विचार करून (वयोगट, साक्षरता, सामाजिक आणि सांस्कृतिक पार्श्वभूमी, इ.) शैली आणि तंत्रे सादरीकरणाची भाषा जुळवून घेणे.
४. बैठक कोणत्यातरी निर्णयाप्रत, एकवाक्यतेप्रत येऊन पाठपुरावा, कृती आणि जबाबदाऱ्यांचे निर्णय, पुढील दिवस आणि वेळ ठरवणे, जागा ठरवणे, आणि मधल्या दिवसात कोणाला तरी संपर्क व्यक्ती म्हणून नेमणे या सर्वांची आवश्यकता आणि महत्त्व.

निष्कर्ष

यापूर्वीच उल्लेख केल्याप्रमाणे समाजाबरोबर काम करणे हा अत्यंत गुंतागुंतीचा व्यवसाय असून, त्यासाठी अनेकविध कौशल्ये विकसित करावी लागतात. कौशल्य प्रशिक्षण देण्याच्या थोड्या वेळात सर्व गुंतागुंतीच्या गोष्टी शिकवणे आणि प्रयोग शाळेत प्रशिक्षणार्थींना सर्वांगीणदृष्ट्या तयार करणे हे अवघड आहे. कारण प्रयोगशाळा प्रसंग हे मर्यादित असतात. प्रत्यक्ष जगातील प्रत्येक प्रसंग आणि परिस्थिती कल्पना करून आणि काय होईल याचे भाकीत करून जशीच्या तशी लुटूपुटीच्या—कृत्रिम तऱ्हेने निर्माण केलेल्या—वातावरणात प्रत्यक्षात आणता येत नाही. प्रत्येक वेळी जसा नवा अनुभव येत जातो त्याप्रमाणे नवीन संस्करणे करीत शिकवण्याचे आव्हान शिक्षकांसमोर असते.

परिशिष्ट अ ११.१ समाजाला समजावून घेण्यासाठी माहिती स्रोत

- समाज शिक्षण प्रशिक्षणार्थींची स्वत:ची निरीक्षणे.
- संस्थेचे पर्यवेक्षक, संस्थेत नेमलेले कार्यकर्ते
- स्थानिक मंडळे (पुरुष, स्त्रिया, तरुण)
- ज्येष्ठ नागरिक
- जनमत घडवणारे नेते/समाजावर प्रभाव असणाऱ्या व्यक्ती.
- औपचारिक नेते
- प्रभाग अधिकारी/समाजाच्या प्रश्नांचा प्रत्यक्ष सामना करणारे अन्य शासकीय अधिकारी.
- शाळेचे, बालवाडीचे शिक्षक आणि अंगणवाडीचे कार्यकर्ते.
- वस्तीत उपचार केंद्रे/दवाखाने चालवणारे डॉक्टर्स.
- उपलब्ध अहवाल/संस्थेने किंवा अन्य लोकांनी संकलित केलेली माहिती.
- मिळण्याजोगी असली तर नगरपालिकेची कागदपत्रे

स्रोत: या प्रकरणाचे लेखक.

परिशिष्ट अ ११.२ 'समाजाला/वस्तीतील लोकांना समजावून घेण्यासाठी' महत्त्वाच्या लोकांकडून माहिती गोळा करण्यासाठी भूमिकानाट्य

१. वस्तीमधील मुलांची माहिती घेण्यासाठी बालवाडी/अंगणवाडी कार्यकर्त्यांशी बोलणे.
२. प्रभाग कार्यालयात जा आणि वस्तीची अधिकृत माहिती घ्याः लोकसंख्या, रस्ते आणि संरचनात्मक सुविधा, घरांचे कायदेशीर स्थान, सर्वे क्रमांक, इ.
३. वस्तीच्या नेत्यांना भेटा आणि वस्तीत काम करणाऱ्या संस्था, मंडळे, शासकीय योजना, वस्तीतील व्यावसायिक आकृतिबंध, राजकीय प्रभाव, सर्वसामान्य सामाजिक समस्या, राजकीय पक्षाशी जवळीक, त्या पक्षांचे वस्तीतील योगदान इ. बद्दल माहिती मिळवा.
४. मंडळाचे सदस्य, स्वयंसेवी संस्थांचे कार्यकर्ते, आणि वस्तीवर आधारलेल्या अन्य सामाजिक संस्थांना भेटा आणि त्यांच्या कामाबद्दल आणि वस्तीतील लोकांबद्दल व त्यांच्या समस्यांबद्दल त्यांची समज कशी आहे ते जाणून घ्या.
५. वस्तीतील ज्येष्ठ नागरिक/पूर्वीपासूनचे रहिवासी यांना भेटा आणि वस्तीची ऐतिहासिक माहिती मिळवा.

स्रोत: या प्रकरणाचे लेखक.

परिशिष्ट अ ११.३ समाजाचे रेखाटन/वस्तीचे स्वरूप (मार्गदर्शक तत्त्वे)

माहिती मिळवण्याची पद्धत, वस्तीच्या सदस्यांशी आणि नेत्यांशी चर्चा, वस्तीच्या परिस्थितीची निरीक्षणे आणि अन्य माहिती स्रोतांकडून जमवलेली माहितीः

१. वस्तीचे नाव
२. भौगोलिक स्थानः (पुढील तपशील द्या)

  (क) सर्वेक्षण
  (ख) वस्तीजवळील ठळक खुणा

(ग) दिशा (उत्तर, दक्षिण, पूर्व, पश्चिम)
(घ) जर शक्य असेल तर त्या क्षेत्राच्या/शहराच्या नकाशावर वस्तीचे स्थान दाखवा.
(ड) वस्तीतील ठळक ठिकाणे: मंदिर, किराणा मालाचे दुकान, इ.

३. वस्तीचे मूळ आणि विकास

(क) ही वस्ती केव्हा आणि कशी प्रस्थापित झाली?
(ख) वस्ती वाढण्याच्या/विकासाच्या महत्त्वाच्या अवस्था;

४. वस्तीचा प्रकार: (नागरी/निमनागरी/ग्रामीण)

५. वस्तीची वैशिष्ट्ये (प्रमाण, टक्केवारी, जे शक्य असेल ते नोंद करा.)

(क) लोकसंख्येच्यासंबंधी: वयोगट, लिंग, धर्म, (किंवा मूळस्थान), जात इ. वर आधारित लोकसंख्येचे रचना.
(ख) व्यवसायांचे प्रकार (स्त्री-पुरुष अशी विभागणी करा): त्यातील कौशल्ये असलेले आणि नसलेले असे फरक दाखवा.
(ग) साक्षरता आणि शिक्षणाचे प्रमाण (वय आणि लिंगानुसार फरक करून नोंद करा).
(घ) फावल्या वेळेचे उद्योग, उपक्रम इ. (वयोगट आणि लिंगानुसार).
(ङ) सांस्कृतिक खास वैशिष्ट्ये (वसाहतीतील लोक ज्या सार्वत्रिक सणा उत्सवात भाग घेतात त्यांची माहिती. त्या उत्सवांचे सांस्कृतिक महत्त्व, ते साजरे करण्याचे प्रकार व पद्धती. इ.)

६. संरचनात्मक स्थिती (सोयी आणि सुविधा)

(लोकवस्तीच्या प्रमाणातील सोयी आणि साधनांची टक्केवारी, त्यांचा दर्जा आणि स्थाने—वस्तीत आहेत का बाहेर आहेत. वसाहतीपासून किती लांब आहेत इ तपशील वर्णन करा.)

(क) घराचे प्रकार व नमुने, आणि बांधणीचे प्रकार (पक्क्या बांधणीची, विटांची, मातीची इ.)
(ख) पाणीपुरवठा (दिवसातून किती वेळा आणि किती तास, कोठून येते, प्रत्येकाला जोडणी आहे की सार्वजनिक जोडणी आहे?)
(ग) स्वच्छता आणि सांडपाण्याची व्यवस्था: (स्वच्छता गृहे, गटारे आणि कचरा निचरा व्यवस्था)
(घ) रस्ते (प्रकार: कच्चे, पक्के किंवा डांबरी), रुंदी, (अरुंद की रुंद)
(ङ) विजेचा पुरवठा (घरगुती की सार्वजनिक)
(च) आरोग्यसेवा: (शासकीय आणि खाजगी, कोणत्या प्रकारचे डॉक्टर येतात: आयुर्वेदिक, MBBS, पारंपरिक वैदू, कोणत्या प्रकारचे आजारांवर उपचार केले जातात इ.इ.)
(छ) शैक्षणिक सेवासुविधा: (शासकीय, खाजगी, कोणत्या इयत्तेपर्यंत इ.)
(ज) दैनंदिन गोष्टी मिळण्याच्या सोयी: (बाजार, किराणा मालाचे दुकान, रेशनचे दुकान, पिठाची गिरणी, सार्वजनिक दूरध्वनी व्यवस्था, इ.)—उपलब्ध असलेल्या सर्व सुविधांची यादी करून त्यांची गावातली ठिकाणे नोंदवा.
(झ) अन्य संकीर्ण सुविधा आणि सोयी: (केश कर्तनालये/न्हाव्याची दुकाने, सायकल दुरुस्ती, प्रार्थनास्थळे इ.)
(ञ) परिवहन आणि संप्रेषण (सार्वजिनक व खाजगी दूरध्वनी व्यवस्था)
(ट) मनोरंजनाची ठिकाणे

७. औपचारिक आणि अनौपचारिक मंडळे: (वस्तीतील मंडळे)

याचे तपशील म्हणजे सदस्य संख्या आणि रचना (वय, व्यवसाय, राजकीय आणि सामाजिक कल आणि स्वरूप, इ.) त्यांचे उपक्रम आणि वसाहतीचे निरनिराळे वर्ग त्यांच्याकडे कोणत्या दृष्टीने पाहतात इ.

८. वसाहतीतील शासकीय आणि खाजगी समाजकार्य करणाऱ्या संस्था.

(क) संस्थेचा प्रकार

(ख) संस्थेचे स्वरूप

(ग) या वसाहतीत ही संस्था केव्हापासून काम करते

(घ) त्यांचे उपक्रम आणि कार्यक्रम

(ङ) समाजापर्यंत पोहोचण्यासाठी योजना आणि उपक्रम (वसाहतीतील कोणत्या वर्गांना फायदा होतो आणि सुमारे किती जणांना फायदा झाला आहे?

९. वसाहतीवर प्रभाव असणारे राजकीय गट आणि राजकीय पक्ष

१०. वसाहतीतील नेत्यांची माहिती.

(क) ते कोण आहेत?

(ख) त्यांची सामाजिक, आर्थिक, राजकीय पार्श्वभूमी आणि ते वसाहतीत केव्हापासून रहिवासी आहेत?

(ग) ते या वसाहतीतील कोणाच्या हितसंबंधांचे प्रतिनिधित्व करतात?

(घ) ते वसाहतीतील कोणत्या प्रकारचे प्रश्न हाताळतात?

(ङ) त्यांचे वसाहतीला काय योगदान आहे? (वस्तीतील विविध भागातील लोकांशी बोलून ही माहिती पुन्हा तपासून घ्यावी. विशेषत: हे नेते ज्यांचे प्रतिनिधत्व करण्याचा दावा करतात त्या लोकांशी बोलावे.)

(च) त्यांचे वसाहतीतील अन्य मानल्या गेलेल्या नेत्यांशी संबंध—सहकार्याचे/अलिप्त/संघर्षाचे/स्पर्धेचे

(छ) स. का. प्र. ला ज्या संस्थेने काम दिले आहे त्या संस्थेबरोबर या नेत्यांचे संबंध. किंवा त्या संस्थेविषयी मत.

या सर्व माहितीवरून प्रशिक्षणार्थीने वसाहतीतील नेतृत्व रचना आणि ते संस्थेच्या विकसन कार्यात अडथळे आणण्याची शक्यता आहे का संस्थेच्या प्रयत्नांना साथ देणारे आहेत याचे विश्लेषण करावे.

११. वसाहतीतील उपलब्ध स्रोत (विकसनासाठी होणाऱ्या हस्तक्षेपाच्या दृष्टिकोनातून साधने आणि माणसे या दोन्ही स्रोतांची यादी करावी.)

१२. वसाहतीत हस्तक्षेप करण्यात येणाऱ्या सर्वसामान्य समस्या (प्राधान्यक्रम यादी करावी.)

१३. यापैकी कोणत्या समस्या सोडवण्याचे तुमच्या संस्थेने ठरवले आहे आणि कोणत्या नाही? त्याची कारणे.

१४. वसाहतीसंबंधी निदानात्मक विधान.

(या समाजात काय काम आहे, त्याचा आवाका आणि व्याप्ती किती आहे याबद्दल प्रशिक्षणार्थीने काय चाचपणी केली आहे हे या विधानावरून समजते. तसेच ते काम करण्यासाठी कोणत्या संभाव्य धोरणांचा अवलंब करावा लागेल तेही यातून समजते.)

टीप: वसाहतीचे रेखाटन करताना पुढील गोष्टी स्पष्ट कराव्यात:

१. माहितीचे उगमस्थान कोणते आहे?

२. माहिती गोळा करण्यासाठी किती दिवस घालवले?

३. किती तास लागले?

सूत्रसंचालकासाठी सूचना: वसाहतीचे रेखाटन दोन सहामाही सत्रात केले जाते. पहिल्या सत्रात केवळ सर्वसाधारण आकलन अपेक्षित आहे. वर दिलेल्या मार्गदर्शनपर मुद्द्यांनुसार तपशीलवार टिपणे दुसऱ्या सहामाहीत पूर्ण करून द्यायची आहेत. अर्थात हे सूत्र स्थानिक प्रशिक्षणाच्या गरजांनुसार बदलता येईल.

स्रोत: या प्रकरणाचे लेखक.

परिशिष्ट अ ११.४ परिणामकारक वस्ती-कार्यकर्ता होण्यासाठी इष्ट गुणवत्ता

(टीपः ही यादी सुचलेल्या गुणांची आहे, सर्वंकष नाही. त्यामुळे ही यादी अधिक चर्चा करून वाढवता येईल.)

- सद्सद्विवेकी.
- उच्च दर्जाची सजगता असलेला आणि माहीतगार.
- दूरदृष्टी, वचनबद्धता, आणि प्रागतिक दृष्टिकोन असलेला..
- खुल्या मनाचा, निःपक्षपाती आणि लवचीक.
- निःस्वार्थी.
- कोणाची कड न घेणारा.
- उत्तम आयोजक.
- प्रेरणादायी व्यक्तिमत्त्व.
- आशावादी आणि उत्साही.
- न थकता काम करता येणारा.
- शांत वृत्तीचा.
- आत्मविश्वासू.
- शिष्टाचार आणि पोशाख यात साधेपणा असलेला.
- प्रेमळ आणि उत्स्फूर्तपणे सर्व प्रकारच्या लोकांशी जवळीक साधू शकणारा.
- समानता, लोकशाही मूल्यांवर विश्वास असलेला आणि सर्वांना समान लेखणारा.
- विश्वासार्ह. (शब्द पाळणारा)
- नेतृत्वाचे गुण आणि निर्णय क्षमता असलेला.
- ज्ञानाचा सतत शोध घेणारा आणि असलेले ज्ञान दुसऱ्यांना देण्याची तयारी असलेला.
- चांगला वक्ता.
- धैर्य आणि ठामपणा असलेला.
- दयाळू वागणारा आणि संवेदनशील.
- संयमी आणि चिकाटी असलेला.
- आपले विचार थेटपणे आणि साध्या शब्दात मांडता येणारा.

स्रोत: या प्रकरणाचे लेखक.

परिशिष्ट अ ११.५ वसाहतीचा नकाशा: उदाहरण

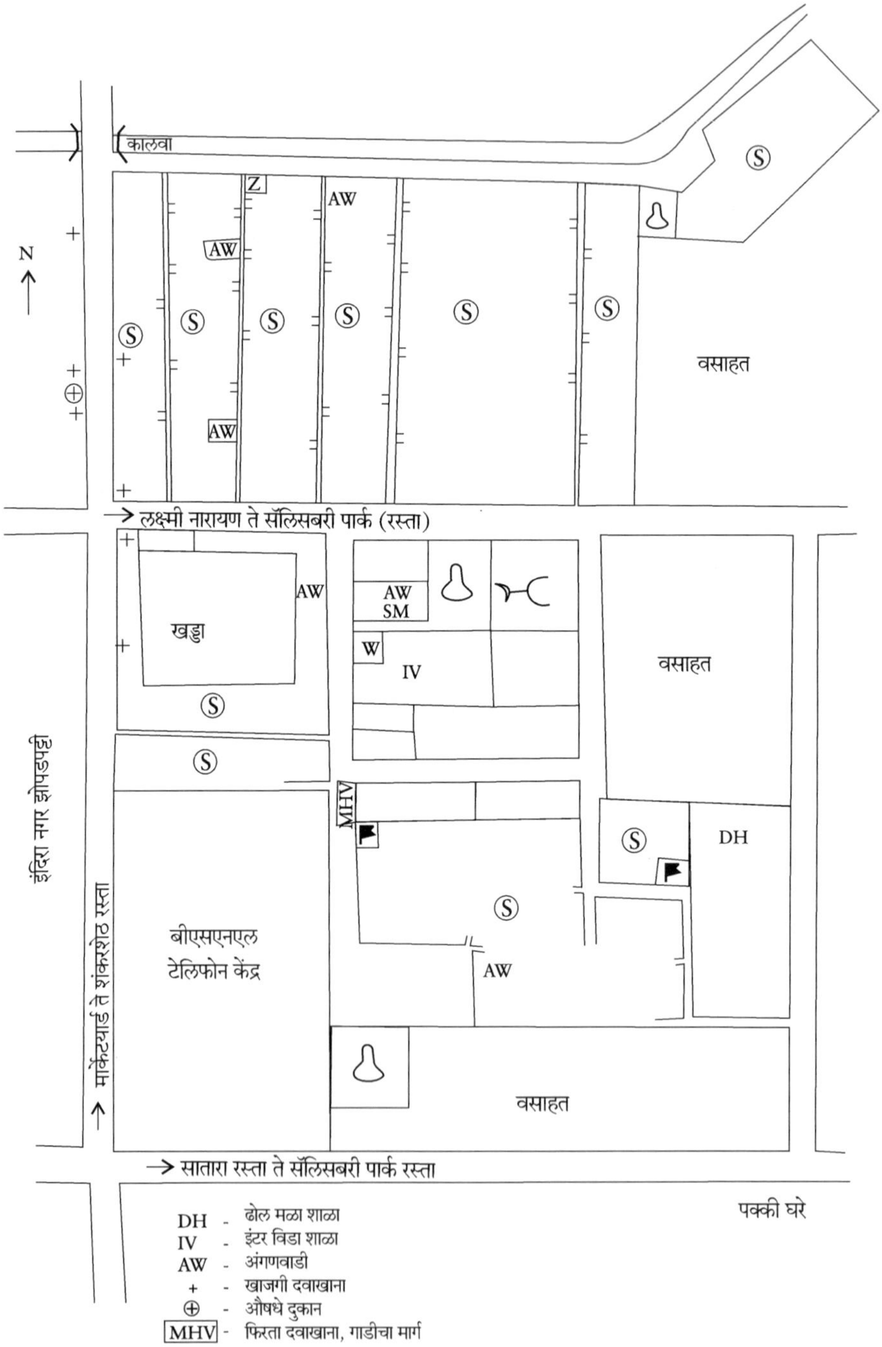

(परिशिष्ट अ ११.५ पुढे चालू)

(परिशिष्ट अ ११.५ पुढे चालू)

सर्वसाधारण नकाशाच्या खुणा	
झोपडपट्टी वस्ती	Ⓢ
हिंदू मंदिरे	
मशीद	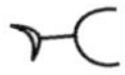
गल्ल्या	═
रस्ते	=
पूल	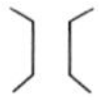
नगर शेड कार्यालय	[Z]
गाय गोठा	CS
उघडा सिमेंटचा कट्टा	CP
समाज मंदिर	SM
स्वच्छतागृहे	
कचरापेटी	•
आंबेडकर चौक	●

स्रोत: हा नकाशा एका प्रशिक्षणार्थीने त्याच्या क्षेत्र कार्याचा भाग म्हणून बनवलेला आहे.
टीप: तो प्रमाणात नाही व अधिकृत सीमा दाखवत नाही. हा फक्त नमुन्यादाखल दिलेला आहे.

शब्दसूची

अनुबंध	**Networking**	कुटुंबीय, शेजारी, अथवा मित्र, आणि सहयोगी यांच्यात कदाचित आधीच असलेले संबंध दृढ करून सामाजिक दुवा निर्माण करण्यासाठी कार्यकर्त्यांनी केलेले उपचारात्मक प्रयत्न.
अन्योन्यक्रिया तंत्रे	**Interactive techniques**	प्रशिक्षणात विद्यार्थ्यांचा सहभाग मिळवण्यासाठी प्रशिक्षकाने वापरण्याची तंत्रे. यामुळे प्रशिक्षणार्थींना स्वत:ला व्यक्त करण्यास वाव मिळण्यास साह्य होते आणि त्यांच्यातील क्षमता बाहेर येते.
अन्योन्यक्रियात्मक कौशल्ये	**Interactional skills**	गटातील अन्योन्यक्रिया ही एक नैसर्गिक घटना आहे; लोक एकमेकांसमोर आले की त्या सुरू होतात. या अन्योन्यक्रियात्मक कौशल्यात श्रवण (ऐकणे), प्रतिसाद देणे, भावना, (भावना निर्माण होणे), सारांश करणे, स्पष्टीकरण करणे, माहितीची देवाणघेवाण, मनन, चिंतन, आणि संदर्भ देणे अशा विविध गोष्टींचा समावेश होतो.
अभिप्राय	**Feedback**	ज्या व्यक्तीने कृती केली त्या व्यक्तीला त्या कृतीचा परिणाम काय झाला त्याबद्दल माहिती पुरवणे. आपल्याला जो संदेश मुळात प्रक्षेपित करायचा होता तो कितपत केला गेला की नाही याची तपासणी. त्यामुळे संदेश समजण्यात यश आले की नाही हे ठरवले जाते.
अर्थपूर्ण नातेबंध	**Meaningful relationship**	समस्येचे निराकरण करण्यासाठी अथवा प्रश्नाची तीव्रता कमी करण्यासाठी किंवा गटाबरोबर जुळवून घेण्यासाठी घडणारी अन्योन्यक्रिया.
अवलंबित वाहिनी	**Dependent aid**	संप्रेषण वाढवताना वीज किंवा अन्य तांत्रिक साह्यावर अवलंबून असलेली वाहिनी
अ-शाब्दिक संप्रेषण	**Non-verbal communication**	यात देहबोली म्हणजे शरीराच्या हालचाली, आवाजातील चढ-उतार किंवा चेहऱ्यावरील हावभावांवर आपण देत असलेला भर, आणि प्रेषक व ग्राहक यांच्यामधील अंतर या सर्वांचा समावेश या शब्दात होतो.
आंतरव्यक्ती संबंध	**Interpersonal relationship**	गटात कार्य करणारा आणि गटातील प्रत्येक सदस्य यांच्यातील तसेच सर्व सदस्यांचे आपसातील आंतरव्यक्ती संबंध यामुळे गटातील अन्योन्यक्रिया होण्यास साह्य होते. ही क्षमता विशिष्ट सामाजिक उद्दिष्टे साध्य करण्यासाठी इतरांबरोबर काम करण्याकरता तसेच त्यांच्याशी संबंध जोडण्याकरता लागते.
आकलन	**Cognition**	वस्तुविषयी ज्ञानमिळवून देण्याच्या प्रक्रिया, यात आकलन, स्मरण आणि कल्पनाशक्ती यांचा समावेश होतो.

आत्मसन्मान	**Self-esteem**	दुसऱ्यांनी केलेल्या स्तुती किंवा सन्मानापेक्षा स्वत:बद्दलचे अंतस्थ विचार, आणि जीवनमूल्ये यातून केलेले 'स्व'चे मूल्यमापन.
कल्याणकारी दृष्टिकोन	**Welfare approach**	शारीरिक आरोग्य, भावनिक स्वास्थ्य आणि आर्थिक सुरक्षिततेच्या स्थितीकडे पाहण्याचा दृष्टिकोन तसेच नागरिकांना ह्या स्थितीचा लाभ घेता यावा म्हणून समाजाचे साह्य. गरिबांच्या आर्थिक आणि समाजसेवेच्या गरजेची पूर्ती करणाऱ्या सार्वजनिक किंवा अन्य उपक्रमासाठीसुद्धा ही संज्ञा समानार्थाने वापरतात.
कृतिकौशल्ये	**Procedural skills**	कसे करावे याचे ज्ञान असणे म्हणजे कौशल्य. एखादी गोष्ट योग्य प्रकारे करण्याचा पद्धतशीर आणि स्पष्ट अनुक्रम असलेला मार्ग.
कृत्रिम खेळ	**Simulation game**	वास्तवातील परिस्थितीची अशी नक्कल निर्माण करणे की त्यामुळे शिक्षणार्थ्यास कमी धोक्याचे नियंत्रित वातावरण अनुभवता येते, त्यामुळे तो स्वत-चे वर्तन, विचार, दृष्टिकोन आणि प्रतिक्रिया याबाबत जागरूक होऊन चिकित्सक होतो, असे हे तंत्र आहे.
कौशल्ये	**Skills**	कला किंवा शास्त्र यांचे परिचित ज्ञान अमलात आणणे किंवा सादर करण्याची तयारी असणे किंवा ती हातोटी असणे, किंवा व्यवहारात शास्त्र किंवा कलांचे उपयोजन करणे, त्यांची पारख करून त्या अमलात आणणे, आकलन होऊन सादर करण्याची क्षमता; गणिती, शल्यविशारद, डॉक्टर, मेकॅनिक इ.च्या कौशल्याप्रमाणे निपुणता, कल असणे.
गट	**Group**	अनेक लोक अन्योन्यक्रिया घडण्यासाठी नियमितपणे एकत्र येतात असा समूह.
गट निर्मिती	**Group formation**	एक सामायिक ओळख, एकीची भावना, समान उद्दिष्टे आणि मानदंड असलेले लोक नियमितपणे अन्योन्यक्रिया घडण्यासाठी एकत्र आणणे.
गट विकास	**Group development**	गट अस्तित्वात असताना विशिष्ट प्रसंग आणि परिस्थितीच्या संदर्भात आणि काळाच्या ओघात गटातील नातेबंध कसे बदलतात त्याचा आलेख. सर्वसाधारणपणे गट विकासाच्या मान्यताप्राप्त प्रारूपात विकासाचे टप्पे एकरेषीय असतात असे मानले जाते. यात एकापुढे एक किंवा एकाआधी एक असे टप्पे येणे अपेक्षित असते. उदा: निर्मिती, झगडा, मान्यता, आविष्कार आणि विसर्जन.
गट विसर्जन	**Termination of group**	गटातील हस्तक्षेप थांबवणे. व्यक्तीच्या गट अवलंबित्वाचे काळजीपूर्वक मूल्यमापन करणे.
गटाकडून स्वीकार	**Group acceptance**	गटाच्या सदस्यांनी व्यक्तिगत कृतींना नाईलाज म्हणून माफ न करता माणूस म्हणून एकमेकांच्या सकारात्मक योग्यतेला मान्यता देणे.
गटाची गतिशीलता	**Group dynamics**	समाजातील गटसदस्यांमधील माहितीचा प्रवाह आणि त्यांच्यात एकमेकांवर एकमेकांचा प्रभाव पडणे. या देवाणघेवाणीत गटनेत्यांनी किंवा साह्य करणाऱ्या व्यावसायिकांनी सुधारणा केल्यास त्या सुधारणांचा समाज सदस्यांना लाभदायक ठरतील अशी विशिष्ट पूर्वनियोजित उद्दिष्टे साध्य करण्यासाठी उपयोग होऊ शकतो.

ग्रहणकर्ता	**Receiver**	ग्राहक/ग्रहण करणारा: ज्याच्यासाठी संदेश पाठवला जातो.
ग्राहक	**Client**	व्यावसायिक मदत शोधणारी आणि स्वीकारणारी व्यक्ती, गट, कुटुंब अथवा समाज.
छायाचित्रांची भाषा	**Photo language**	कृष्ण धवल छायाचित्रांची हेतूतः अशी रचना केलेली असते की त्यामधून लोकांच्या निवडीप्रमाणे प्रेरित करून चित्रे 'बोलू' लागतात. आपले विचार, भावना, दूरदृष्टी किंवा अनुभव लोक या छायाचित्र माध्यमातून 'व्यक्त' करतात.
दृक माध्यम	**Visual media**	समाजप्रबोधनासाठी किंवा सामाजिक वर्तनास मार्गदर्शनपर संदेश देण्यासाठी चिन्हे, संकेतचिन्हे आणि चित्रमय वर्णनांचा उपयोग करणारे माध्यम.
दृक श्राव्य माध्यमे	**Audio visual media**	या संप्रेषण वाहिनीत प्रेक्षकांना आकर्षक आणि अधिक गतीशील वाटेल अशा दृक्श्राव्य प्रतिमांचा एकत्रित वापर केलेला असतो.
दृक साहाय्य	**Visual aid**	चित्रे, चिन्हे आणि संकेतचिन्हे यांचा संप्रेषण स्पष्ट करण्यासाठी आणि प्रशिक्षणात पूरक म्हणून उपयुक्त असणारे साहित्य.
दृष्टिकोन	**Attitudes**	व्यक्ती अथवा परिस्थिती यांचे एका विशिष्ट प्रकारे आकलन करून वागण्याची शिकून घेतलेली स्थायी क्रिया. ही क्रिया तीन प्रकारच्या मूलभूत घटकांनी बनलेली असते. अ) बोधात्मक घटकः समजूती आणि कल्पना. ब) भावनात्मक घटकः जीवनमूल्ये आणि भावना. क) वर्तनात्मक घटक: एखादी कृती करण्याकडे ओढा आणि त्यानुसार कृती.
निरीक्षण	**Observation**	साधी निरीक्षण तंत्रे वापरून परिस्थिती समजावून घेण्याची व्यक्तीची क्षमता दर्शवणारा हा शब्द आहे. अन्य लोक ज्याकडे दुर्लक्ष करतात किंवा जे फार महत्त्वाचे नाही असे समजतात, अशा साध्या गोष्टीचे निरीक्षण करण्याची क्षमता सूक्ष्म निरीक्षकाकडे असते.
निर्णय घेणे	**Decision making**	या प्रक्रियेत व्यक्ती किंवा गट आणि संघटना कृती आणि धोरणे निश्चित करतात.
निष्कर्ष	**Inference**	निष्कर्ष काढण्याची कृती, माहीत असलेल्या किंवा सत्य म्हणून गृहीत धरलेल्या पूर्वपक्षानुसार तर्कशुद्ध निष्कर्ष काढण्याची कृती, पुराव्यावर किंवा वास्तव माहितीवर आधारलेला तर्क.
पथनाट्यमंच	**Street theatre**	मोठ्या जनसमूहात सामाजिक आणि राजकीय जाणीव निर्माण करण्यावर भर असलेला सादरीकरणाचा मंच. अगदी थोड्या संचानिशी रस्त्याच्या कोपऱ्यावर किंवा सामुदायिक ठिकाणी जनसमूहाला आकर्षित करून संवादातून अन्योन्यक्रियेच्या प्रक्रियेत सहभागी केले जाते.
परिणाम करणे	**Affect**	माणसाच्या शरीर-मनाच्या विशिष्ट अवस्थेचे वर्णन करणारी महत्त्वपूर्ण भावना, किंवा मनोवस्था निर्माण होणे
पारंपरिक माध्यमे	**Traditional media**	म्हणजे लोक माध्यमे, स्थानिक माध्यमे, सांस्कृतिक माध्यमे आणि जनमाध्यमे. ही माध्यमे म्हणजे धार्मिक अथवा सामाजिक जागृतीसाठी पिढ्यानपिढ्या वापरले जाणारे मौखिक संप्रेषण आहे.

पूर्वग्रहदूषित धारणा न बनवणारा	**Non-judgemental**	सामाजिक कार्यकर्ता आणि ग्राहक यांच्यामधील नातेबंध सुस्पष्ट करणारा मूलभूत घटक. यामध्ये कार्यकर्ता सहिष्णुता दर्शवतो आणि ग्राहकाच्या कोणत्याही कृतीकडे टीकात्मक दृष्टिकोनातून पाहत नाही. कार्यकर्ता आपले मत देणे टाळत नाही परंतु ग्राहकाला असे जाणवून देतो की कोणतीही संभाव्य नापसंती दर्शवण्यापेक्षा नातेसंबंध टिकवून ठेवणे अधिक महत्त्वाचे आहे.
प्रणालीतील/रचनात्मक बदल	**Systematic/ structural changes**	समाजातील सत्तासंबंध आणि समाजरचना यांच्यात बदल घडवून आणण्यासाठी समाजातील सामाजिक, राजकीय आणि आर्थिक संस्थांमध्ये बदल.
प्रतिसादात्मक वागणूक	**Response behaviour**	सर्वसाधारणपणे ह्या शब्दातून गुडघ्याला बसणारा झटका, लाळ गळणे, किंवा एखादी कळ दाबणे असे वेगळ्या प्रकारचे प्रतिसादात्मक वर्तन दर्शवले जाते. परंतु आपल्या जोडीदारासाठी फुले आणणे, किंवा एखाद्या सामाजिक कार्यकर्त्याने मदतीची विनंती न मानल्यामुळे आलेला राग व्यक्त करणे अशा व्यापक प्रकारच्या वर्तनासाठीसुद्धा हा शब्द लागू होतो.
प्रवक्तेपण	**Advocacy**	समर्थन करणे दुसऱ्यांचे थेट प्रातिनिधित्व करणे अथवा वकिली करण्याची क्रिया. सामाजिक कार्य करताना; हस्तक्षेप करून अथवा व्यक्ती/समूहाचे सबलीकरण करून त्यांचे हक्क त्यांना मिळवून देण्यासाठी त्यांचे समर्थन करणे.
प्रेरक	**Stimuli**	एखाद्या अवयवात अथवा संपूर्ण शरीरात अथवा प्रक्रियेत तात्पुरते चैतन्य किंवा उत्तेजना निर्माण करणारी गोष्ट.
भूमिका	**Role**	हा शब्द मूलतः समाजशास्त्राच्या सिद्धान्तातून घेतला आहे. समाजातील दर्जाचा वर्तनात्मक आणि दृष्टिकोनात्मक आशय म्हणजे भूमिका.
माध्यमवाहिनी	**Channel**	संदेश वाहून नेणारी माध्यमवाहिनी.
मूल्यमापन करणे	**Assessment**	समस्येचे स्वरूप, त्यामागील कारणे, समस्येची वाटचाल आणि पूर्वानुमान तसेच त्यात अंतर्भूत असलेल्या व्यक्ती आणि परिस्थिती ठरविण्याची प्रक्रिया; सामाजिक प्रश्न समजावून घेणे, त्यामागची कारणे समजून निराकरण करण्यासाठी अथवा त्यांची तीव्रता कमी करण्यासाठी काय बदल करावा हे सामाजिक कार्यकर्त्यांचे काम म्हणजे मूल्यमापन करणे
योजनाबद्ध हस्तक्षेप	**Planned intervention**	निदानावर आधारित अशा विचारपूर्वक आखलेल्या उपायांचा विचार याचा उपयोग समस्या थोपवण्यासाठी किंवा तिची तीव्रता कमी करण्यासाठी होतो.
लक्ष	**Attention**	लक्ष घालण्याची किंवा मनापासून लक्ष देण्याची कृती किंवा कार्यक्षमता; नोंद घेणे.
वर्तन	**Behaviour**	माणूस अथवा प्राण्याची निरीक्षण करता येण्यासारखी कृती. तो सजीवांनी भोवतालच्या वातावरणास दिलेला प्रतिसाद असतो. वर्तन हे प्रकट किंवा सूचक असू शकते. प्रतिक्रियेस कारणीभूत असलेली परिस्थिती प्रेरक असते. ही प्रेरणा अंतर्गत किंवा बाहेरून मिळू शकते.

वस्तुनिष्ठता	**Objectivity**	व्यक्ती, सामाजिक घटना अथवा परिस्थितीचे कोणत्याही पूर्व ग्रहांशिवाय किंवा व्यक्तीनिष्ठ विपर्यासाशिवाय मूल्यमापन करण्याची क्षमता.
विवेकशिक्षण	**Conscientisation**	व्यक्तीने सत्य दडपणाऱ्या घटकांविरुद्ध कृती करण्यासाठी पावले उचलावीत यासाठी व्यक्तीना सामाजिक, राजकीय आणि आर्थिक विरोधाभासांचे आकलन व्हावे व चिकित्सक दृष्टी त्यांच्यात निर्माण व्हावी, यासाठी त्यांचे शिक्षण.
विश्वास	**Trust**	विश्वास म्हणजे माणसावर अथवा यंत्रणेवर दाखवलेला विश्वास.
व्यक्तिमत्त्व	**Personality**	समाज जीवनाच्या आदान- प्रदानातून इतरांना दिसून येणारी, व्यक्तीचे शारीरिक, मानसिक, नैतिक आणि सामाजिक गुण एकवटलेली चैतन्यपूर्ण जडणघडण.
व्यक्ती अभ्यास	**Casework**	अभिमुखता, मूल्यव्यवस्था आणि व्यावसायिक समाजकार्यकर्ते उपयोगात आणत असलेल्या पद्धतीत मनोसामाजिक, वार्तनिक आणि व्यवस्था संकल्पनांचे रूपांतर कौशल्यात केले जाते. ती कौशल्ये व्यक्तींना आणि कुटुंबांना त्यांच्या आंतरमानसिक, आंतरवैयक्तिक समाज-आर्थिक आणि परिस्थिती जन्य समस्या प्रत्यक्ष समोरासमोर येऊन सोडवता याव्यात यासाठी साह्यभूत ठरतात.
व्यक्ती/मानवी एकक	**Person/individual**	समूह किंवा समाजाव्यतिरिक्त एकटा माणूस
व्यावसायिक समाजसुधारक	**Professional change agent**	समाजात काही सुधारणा करण्याचा उद्देश असलेला सामाजिक कार्यकर्ता अथवा अन्य व्यावसायिक व्यक्ती किंवा मदत करणारा गट.
व्यावसायिक 'स्व'	**Professional self**	यामध्ये व्यावसायिक व्यक्तिमत्त्व प्रतिबिंबित झालेले असते. त्या व्यक्तिमत्त्वामुळे सामाजिक कार्याच्या प्रक्रियेला एक रोख, आशय आणि दिशा दिली जाते. आणि समाजाप्रति उत्तरदायित्वाची हमी मिळते. सामाजिक कार्यकर्त्यासाठी ज्ञान, जीवनमूल्ये आणि कौशल्ये अत्यंत महत्त्वाची असतात आणि ती आत्मसात झाली की व्यावसायिक 'स्व'मध्ये प्रतिबिंबित होतात.
शब्दार्थ शास्त्र	**Semantics**	भाषाशास्त्राची शब्दाच्या अर्थाशी निगडित उपशाखा. शब्दांच्या किमान अर्थ दर्शवणाऱ्या घटकांना अर्थ देण्याचा आणि त्या घटकांच्या एकत्रीकरणामुळे निर्माण होणाऱ्या अधिक गुंतागुंतीच्या अर्थपूर्ण शब्दांचा पद्धतशीर अभ्यास या शास्त्रात केला जातो.
शाब्दिक संप्रेषण	**Verbal communications**	ग्राहकाला काय ऐकू येते व समजते त्याबद्दल त्याने दिलेला तात्काळ प्रतिसाद.
श्राव्य माध्यमे	**Audio media**	ही संप्रेषण वाहिनी फक्त संभाषणे आणि संगीत (सुगम, वाद्य), ध्वनी या श्राव्य माध्यमांवर अवलंबून असते.
संदेश	**Message**	प्रेषकाच्या संकेतबद्धतेतून साकारलेले प्रत्यक्ष मूर्त स्वरूप.
संप्रेषणप्रक्रिया	**Communication process**	प्रेषक आणि ग्राहक यांच्यातील देवाण-घेवाणीचा परिणाम म्हणजे अर्थाची अदलाबदली होऊन आकलन होते.
संवेदनक्षमता	**Sensitivity**	प्रेरकाला प्रतिक्रियात्मक प्रतिसाद देण्याची क्षमता किंवा कृती.

संस्था	**Agency**	विशिष्ट सामाजिक समस्येला सहज बळी पडणाऱ्या समाजातील लोकसंख्येच्या गटांना विविध समाजसेवा पुरवणारी संस्था. ही संस्था संचालक मंडळाने चालवलेली असते. संस्थेत सर्वसाधारणपणे समाज सेवा कर्मचारी (त्यात व्यावसायिक समाज सेवक, अन्य व्यावसायिक कर्मचारी, उपव्यावसायिक कर्मचारी, व व्यवसाय तज्ज्ञ येतात), लिपिक म्हणजे कारकून, आणि कधीकधी स्थानिक कार्यकर्ते असतात.
समस्या/प्रश्न	**Problem**	गुंतागुंत अथवा प्रश्न निर्माण करणारी परिस्थिती, बाब अथवा माणूस
समाजकार्यपद्धत	**Social work method**	सामाजिक कार्याचे ज्ञान आणि मूल्ये यावर आधारलेला पद्धतशीरपणे समाजात हस्तक्षेप करण्याचा नियोजित मार्ग.
समानुभूती	**Empathy**	दुसऱ्या व्यक्तीच्या परिस्थितीत स्वतःला कल्पून त्याच्या भावना आणि संवेदना समजून घेण्याची व्यक्तीची क्षमता
समाप्ती	**Termination**	कार्यकर्ता आणि ग्राहक यांच्यातील हस्तक्षेपाची समाप्ती. कार्यकर्ता आणि ग्राहक यांचे कार्यकारी संबंध संपवण्याची पद्धतशीर प्रक्रिया.
समूह	**Communities**	विशिष्ट सीमा, स्थळ आणि क्षेत्र यांच्यात कार्यरत असलेले सामाजिक नातेबंधांचे समूह.
सहभाग पद्धतीशास्त्र	**Participatory methodology**	शिक्षणार्थींना सक्रिय सहभाग घेण्यासाठी आणि योगदान देण्यासाठी प्रोत्साहन/प्रेरणा देणाऱ्या पद्धती यात येतात.
सहभागात्मक शिक्षण	**Participatory learning**	व्यक्तिगत आणि सर्वांसाठी असलेली शैक्षणिक उद्दिष्टे साध्य करण्यासाठी शिक्षणार्थी कोणत्या विविध प्रकारे योगदान करतो ते यात अंतर्भूत आहे. नवीन तंत्रज्ञानामुळे शिक्षणार्थींना (कोणत्याही वयोगटातील) विविध प्रकारे व्यक्तिगत आणि सर्वांसाठी असलेल्या शैक्षणिक उद्दिष्टात योगदान देता येते अशा मार्गांचा त्यात अंतर्भाव आहे. खेळ, विकिपीडियातील माहिती, महाजालावरील लेख (ब्लॉग्ज), आभासी दुनिया, सामाजिक अनुबंध संकेतस्थळे, म्हणजे सोशल नेटवर्किंग साईट्स, भ्रमणध्वनी, (सेल फोन्स), भ्रमण माध्यमे, (मोबिल डीवाईसेस) आणि अन्य अंकात्मक मंच म्हणजे डिजीटल प्लॅटफॉर्म यांच्या वापरातून शिक्षणार्थी आभासी समुदायांशी संपर्क साधू शकतात. तिथे ते कल्पनांची देवाणघेवाण करू शकतात, एकमेकांच्या प्रकल्पांवर मतप्रदर्शन करू शकतात. त्याद्वारे ते आपल्या प्रकल्पाचे नियोजन, मांडणी, प्रगती, अंमलबजावणी करू शकतात किंवा केवळ त्यांची उद्दिष्टे आणि कल्पना यांची एकत्रित चर्चा करू शकतात. सहभागी शिक्षणार्थी एकत्र येऊन त्यांच्या कल्पना एकत्रित करू शकतात, त्यामुळे अंतिमतः परिपूर्णत्वाची किमत अंशांच्या बेरजेपेक्षा अधिक होते.
सामाजिक कृती	**Social action**	गरज भागवणे, सामाजिक समस्या सोडवणे, अन्यायाला वाचा फोडून दुरुस्ती, किंवा मानवी आयुष्याचा दर्जा सुधारणे यासाठी समाजसंस्थेत बदल घडवण्यासाठी केलेले समन्वयित प्रयत्न

सामाजिक जाणीव	**Social awareness**	माहिती, ज्ञान आणि अंतर्दृष्टी यावर आधारित अशी स्वत:बद्दलच्या आणि समाजाबद्दलच्या वास्तवाची समज निर्माण करणे.
सामाजिक बदल	**Social change**	समाजातील कायदे, मानदंड, मूल्ये, आणि संस्थात्मक व्यवस्था यात कालानुरूप होणारे बदल; कोणत्याही समाज व्यवस्थेतील कोणत्याही निवडक पैलूतील काल व आज यातील फरक.
सामाजिक शिक्षण	**Social education**	मूल्ये, दृष्टिकोन आणि वर्तन यात लोकांमध्ये अपेक्षित बदल घडवून सामाजिक परिस्थितीविषयी त्यांना शिक्षित करण्यासाठी गटचर्चा, शैक्षणिक माध्यमे, आणि प्रयोगशाळा अशा औपचारिक नसलेल्या/अनौपचारिक पद्धती वापरणारे शैक्षणिक सिद्धान्त आणि पद्धती.
सामुदायिक कृती यंत्रणा	**Community action system**	समुदायात बदल घडवून आणण्यासाठी गटांची संघटना
सुसंगती	**Congruence**	एका गोष्टीची दुसऱ्या गोष्टीला पूरकता, परस्पर पूरकता,
स्रोत	**Source**	जिथून काही निर्माण होते अस्तित्वात येते तो बिंदू.
स्व	**Self**	व्यक्तीने स्वतः केलेली स्वतःबद्दलची मनोधारणा परंतु अपरिहार्यपणे ती सामाजिक अनुभवांनी बनलेली असते. त्यामुळे माणूस स्वतःला दुसऱ्यांनी परावर्तित केल्याप्रमाणे त्यांच्या प्रतिक्रियांतून पाहतो आणि त्याचा स्वआकलनाच्या झरोक्यातून अन्वयार्थ लावतो. MEAD (१९३४) चा 'स्व' बद्दलच्या संकल्पनेशी असा संबंध आहे की 'स्व'ची बांधणी ही समाजाच्या संदर्भात असते. 'स्व' हा समाजाशिवाय असू शकत नाही. जिथे ज्ञानाचे अधिष्ठान असते तो 'स्व'; परंतु ते ज्ञान समाजाबद्दलचे असते आणि तो समाज 'स्व'भोवती पसरलेला असतो.
स्व चे प्रकटीकरण/ आत्माविष्कार	**Self-disclosure**	स्वत:ची माहिती, जीवनमूल्यांची माहिती आणि वागणुकीची माहिती यांची ग्राहकाना ओळख करून देणे.
स्व प्रतिमा	**Self-image**	आपली भीती किंवा आपल्या प्रतिक्रियांना सामान्यरूप देऊन आपल्या बलस्थानांना आणि यशाला पुष्टी दिल्यास ती स्वप्रतिमेला आधारभूत ठरते.
स्व बद्दलची जाणीव/ आत्मभान	**Self-awareness**	यात स्वतःचे विचार, भावना, दृष्टिकोन, बलस्थाने, कमकुवतपणा, पूर्वग्रह, वागणूक आणि या सर्वांचे दुसऱ्यांवर होणारे परिणाम हे सर्व अंतर्भूत असते.
स्व संकल्पना/आत्म संकल्पना	**Self-concept**	स्वत:बद्दलच्या तपशीलवार आणि व्यापक कल्पनांचा संच. तो लहानपणी तयार होतो आणि जन्मभर टिकतो. आत्मसंकल्पना तयार होणे हे बोधात्मक पातळीवरील प्राप्त झाले तरी त्याची मुळे सामाजिक प्रतिक्रियेत खोलवर रुतलेली असतात.
स्वतंत्र वाहिनी	**Independent aid**	एक परिपूर्ण अशी वाहिनी जी आहे तशीच प्रेषकाला वापरता येते.
'स्व'स्वीकृती/आत्म स्वीकृती	**Self-acceptance**	'स्व'बद्दलच्या जाणिवेत आत्म-स्वीकृती गृहीत धरलेली असते. त्यातून आत्मसन्मान निर्माण होतो. स्वतःच्या बलस्थानांच्या जाणिवेतून आत्मसन्मान निर्माण होतो आणि सामाजिक कार्यकर्त्याला मदत कार्यात आत्मविश्वास आणि आशा वाटावी म्हणून आत्मसन्मानाची गरज असते.

स्वाभिमान	**Self-respect**	स्वाभिमान करण्यास आपण पात्र आहोत किंवा दुसऱ्याने मान देण्यास पात्र आहोत असे मानणे.

संदर्भग्रंथसूची

Alissi, A.D. 1980. *Perspectives on Social Group Work Practice: A Book of Readings*. New York: The Free Press.

American Association of Social Workers. 1931. *Social Casework: Generic & Specific*. New York: American Association of Social Works.

Balgopal, P.R. and T.V. Vassil. 1983. *Groups in Social Work—An Ecological Perspective*. New York: Macmillan Publishing Co. Inc., The Haworth Press.

Bales R.F. 1950. *Interaction Process Analysis: A Method for the Study of Small Groups*. Reading, Massachusetts: Addison–Wesley.

Batra, Pramod. 1992. *Management Thoughts—A Collection*. New Delhi: Thomson Press (India) Ltd.

Batten, T.R. 1965. *The Human Factor in Community Work*. London: Oxford University Press.

Biesteck, F.P. 1957. *The Casework Relationship*. London: Unwin University Book.

Boldock, P. 1974. *Community Work and Social Work*. London: Routledge & Kegan Paul.

Brandler, S. and C.P. Roman. 1999. *Group Work, Skills and Strategies for Effective Interventions*. New York: The Haworth Press.

Briscoe, C. and D.N. Thomson (eds). 1977. *Community Work: Learning and Supervision*. London: George Allen and Unwin Ltd.

Brisley, M.S. and V. Burton. 1934. *Social Casework*. New York: Y. W. C. A.

Brown, A. 1989. *Group Work*. England: Grower Publications.

Burnard, Philip. 1989. *Teaching Interpersonal: A Handbook of Skills: Experimental Learning for Health Professionals*. London: Chapman and Hall.

Calouste Gulbenkian Foundation. 1968. *Community Work and Social Change*. London: Longman Group Ltd.

Cannon, M.A. and P. Klein. 1933. *Social Casework*. New York: Cambridge University Press.

Claude, Shannon and Weaver Warren. 1949. *Mathematical Theory of Communication*. Urbana: University of Illinios Press.

Commonwealth Secretariat. 1998. *Handbook Working with Communities*. UK: Commonwealth Secretariat.

Commonwealth Secretariat. 1999. *Common Wealth Diploma in Youth Development Work: Tutor's Manual*. Commonwealth Youth Programme. UK: Commonwealth Secretariat.

Council on Social Work Education. 1959. *Social Casework Method in Social Work Education*, Vol. 10. New York: Council on Social Work Education.

Cournoyer, Barry. 2000. *Social Work Skills Workbook*, third edition. California: Wadsworth Publishing Company.

Darison, E.H. 1970. *Social Casework*. London: Bailliere, Jindal and Cassell.

David, W. Johnson. 1986. *Reaching Out-Interpersonal Effectiveness and Self Actualization*. New Jersey: Prentice Hall.

Dembar, William M. 1960. *Psychology of Perception*. New York: Henry Holt and Company.

Dickson, D.A., O. Hargie and N.C. Morrow. 1989. *Communication Skill Training for Health Professionals: An Instructors Handbook*. Chapman and Hall.

Doel, Mark and Steven M. Shardlow. 2005. *Modern Social Work Practice—Teaching and Learning in Practice Settings*. Aldershot, UK: Ashgate Publishing Company.

Douglas, Tom. 1977. *Group Work Practice*. UK: Tavistock Publications.

Dunham, A. 1970. *The New Community Organization*. New York: Crowell.

Elkins, Dov Peretz. 1972. *Teaching People to Love Themselves—A Leader's Handbook of Self-esteem & Affirmation Training*. New York: Growth Associates.

Ernest, Bharper and Arthur Dunham. 1966. *Community Organization Action—Basic Literature & Critical Comments*. New York: Association Press.

Ferard, M.L. and N.K. Hunnybyun. 1962. *Caseworkers Use of Relationship*. London: Tavistock Publications.

Fisher, J. 1978. *Effective Casework Practice an Electric Approach*. New York: McGraw Hill.

Flexner, A. 1975. 'Is Social Work a Profession?' Proceedings of 42nd National Conference on Charities.

Forbes-Greene, L.M. 1983. *The Encyclopaedia of Icebreakers*. USA: Jossey-Bass/Pfeiffer.

Gambrill, E. 1983. *Casework: A Competency Based Approach*. Englewood Cliffs: Prentice Hall Inc.

Gangrade, K.D. 1971. *Community Organization in India*. Bombay: Popular Prakashan.

Garland, J.A. (ed.). 1992. *Group Work Reaching Out: People, Places and Power*. New York: The Haworth Press.

Garwin, C. 1987. *Contemporary Group Work*. New York: Prentice-Hall Inc.

Goldstein, Bruce. 1999. *Sensation and Perception*. New York: Books/Cole Publishing Co.

Heun, Linda R. and Richard E. Heun. 1978. *Developing Skills for Human Interaction*, second edition. London: Charles E. Merrill Publishing Company/A. Bell and Howell Company.

Hollis, F. 1939. *Social Casework in Practice*. New York: Family Welfare Association of America.

Hollis, F. 1964. *Casework: A Psychological Therapy*. New York: Random House.

Jary, David and Julia Jary. 1991. *Collins Dictionary of Sociology*.

Johnson, David W. 1996. Reaching Out-interpersonal Effectiveness and Self Actualization 301.15 J50R Pg.22

Johnson L.C. 1995. *Social Work Practice–A General Approach* (5th edition). Newton: M.A., Allyn and Bacon.

Jones, D. and M. Mayo (eds). 1974. *Community Work*. London: Routledge and Kegan Paul.

Kadushin, Alfred. 1990. *The Social Work Interview*. New York: Columbia University Press.

Keats, Daphne. 2002. *Interviewing—A Practical Guide for Students and Professionals*. New Delhi: Viva Books Pvt Ltd.

Kemp, C.G. 1970. *Perspectives on the Group Process*. Boston: Houghton Mifflin Co.

Khera, S. 2002. *You Can Win*. India: Macmillan.

Klein, A.F. 1970. *Social Work Thought Group Process*. New York: School of Social Welfare-State University.

Konopka, G. 1970. *Social Group Work*. New Jersey: Prentice Hall Inc.

Konopka, G. 1983. *Social Group Work: A Helping Process*. Englewood Cliffs: Prentice Hall Inc.

Kurlnd, R. and R. Salmon. 1998. *Teaching a Methods Course in Social Work with Groups*. Alexandria: Council of Social Work Education.

Laxmi, K.S. (ed.). 2000. *Encyclopaedia of Guidance and Counselling*. New Delhi: Mittal Publication.

Leaper, R.A.B. 1970. *Community Work*. London: National Council of Social Service.

Lennox, Daphne. 1982. *Residential Group Therapy for Children*. London and New York: Tavistock Publications.

Mathew, Grace. 1992. *An Introduction to Social Case Work*. Bombay: Tata Institute of Social Sciences.

McCaughan, N. (ed.). 1978. *Group Works Learning and Practice*. National Institute, Social Service Lib No. 33. London: George Allen and Unwin.

Middleman, R.R. *The Non-verbal Method in Working with Groups*. New York: Associated Press.

Morgan, T., R. and A. King. 1986. *Introduction to Psychology*. New York: McGraw-Hill Book Company.

Munn, Norman L. 1969. *Introduction to Psychology*. Boston: Houghton Mifflin Co.

Murphy, C. 1954. *Community Organization Practice*. Boston: Houghton Mifflin Co.

Northen, H. 1969. *Social Work with Groups*. New York: Columbia University Press.

Nursten, Jean. 1974. *Process of Casework*. GB: Pitman Publishing.

Perlman, H.H. 1964 (1971). *Social Casework: A Problem Solving Process*. Chicago: University of Chicago Press.

Phillips, J. 2001. *Group Work in Social Care: Planning and Setting up Groups*. London and Philadelphia: Jessica Kingsley Publishers.

Pippins, J.A. 1980. *Developing Casework Skills*. California: Sage Publications.

Prasanna Counselling Centre. 2001. *A Manual on Counselling for Lay Counsellors*. Bangalore: Prasanna Counselling Centre.

Priestley, Philip and James McGuire. 1983. *Learning to Help—Basic Skills Exercises*. London and New York: Tavistock Publications.

Priestley, Philip, James McGuire, David Flegg, Valerie Hemsley and David Welham. 1978. *Social Skills and Personal Problem Solving—A Handbook of Methods*. London: Tavistock Publications.

Robinson, Reginald. 1975. *Serving the Small Community—the Story of the United Community Defense Services*. New York: Association Press.

Roland, Lwarren. 1965. *Studying Your Community*. New York: The Free Press.

Rogers, C.R. 1961. *On Becoming a Person*. Boston: Houghton Miffin.

Ross, Murray G. and B. W. Lappin. 1967. *Community Organization—Theory, Principle and Practice*. New York: Harper and Row Publication.

Sainbury, Eric. 1970. *Social Diagnosis in Case Work*. London: Routledge and Kegan Paul.

Sheafor, Bradford, Charles Horejsi and Gloria Horejsi. 1992. *Techniques and Guidelines for Social Work Practice*. London: Allyn & Bacon.

Stempler, B.L. and M. Glass. 1996. *Social Group Work Today and Tomorrow: Moving from Theory to Advanced Training & Practice*. New York: Haworth Press.

Sundel, M., P. Glasser, R. Sarri, and R. Vinter. 1985. *Individual Change through Small Groups*. New York: The Free Press.

Sussman, M.B. 1959. (ed.) *Community Structure and Analysis*. New York: Crowell.

Suttles, G.D. 1972. *The Social Construction of Communities*. Chicago: University of Chicago Press.

Taft, F. 1940. *Social Casework with Children*. Philadelphia: Pennsylvania School of Social Work.

Thompson, Neil. 2006. *People Skills*, second edition. New York: Palgrave McMillan.

Timms, N. 1964. *Social Casework: Principles and Practice*. London: Routledge and Kegan Paul.

Tata Institute of Social Sciences (TISS). 1998. *NACO—HIV/AIDS Counselling Training Manual*. Mumbai: TISS.

Toseland R.W. and R.F. Rivas. 1995. *Introduction to Group Work Practice*. Boston: Allyn and Bacon.

The Calouste Gulbenkian Foundation. 1973. *Current Issues in Community Work: A Study by the Community Work Group*. London and Boston: Routledge and Kegan Paul.

Trecker, H.B. 1950. *Social Group Work*. New York: Women's Press.

———. 1970. *Social Group Work: Principles and Practices*. New York: Association Press.

Twelvetress, A. 1982. *Community Work*. London: Macmillan.

Warren, R.L. 1995. *Studying your Community*. New York: Free Press.

Wilson, G. and G. Ryland. *Social Group Work Practice*: The Creative Use of the Social Process. Boston: Houghton Mifflin Company.

Yelaja. 1982. *Ethical Issues in Social Work*. Springfield, IL: Charles C. Thomas Publisher.

पुस्तकाचे संपादक आणि योगदानकर्ते यांच्याविषयी काही...

संपादक

रुमा बावीकर पुणे येथे कर्वे इन्स्टिट्यूट ऑफ सोशल सर्व्हिसच्या वरिष्ठ अध्यापक सदस्य होत्या. त्यांनी महाराष्ट्र शासनासाठी ग्रामीण क्षेत्रातील पिण्याच्या पाण्याच्या योजनांसाठी आंतरराष्ट्रीय संघटनांच्या सहकार्याने विविध समूहातील प्रशिक्षक व सल्लागार म्हणून काम केले आहे. बाल अधिकारांमध्ये कार्यरत असणाऱ्या विविध संस्थांच्या समूहात म्हणजे नेटवर्क्समध्ये काम करण्याचा त्यांना व्यापक अनुभव आहे. तसेच त्यांनी यूनिसेफ आणि महाराष्ट्र सरकारचे सामाजिक न्याय मंत्रालय आणि सक्षमीकरण मंत्रालयाद्वारे विविध योजनांचे आयोजन केले आहे.

स्व. सुधा दातार या कर्वे इन्स्टिट्यूट ऑफ सोशल सर्व्हिस या संस्थेत वरिष्ठ अध्यापक होत्या. मानसिक आरोग्य आणि समुदाय आरोग्याच्या क्षेत्रातील समुपदेशक म्हणून त्यांना व्यापक अनुभव होता आणि त्यांनी 'स्व आणि इतरांच्या स्वीकृती'वर विविध गटांबरोबर आणि विशेषत: समाजकार्य प्रशिक्षणार्थींबरोबर अनेक अभ्यासगट चालवले. Fulfilling Peoples Aspiration India (FPAI), पुणे, यासाठीही त्या सल्लागार होत्या.

गीता राव कर्वे इन्स्टिट्यूट ऑफ सोशल सर्व्हिस या संस्थेत वरिष्ठ प्राध्यापक होत्या. त्या 'वृद्धांची काळजी घेणे' या विषयावर विशेष लक्ष केंद्रित करून वैद्यकीय आणि मानसिक आरोग्य क्षेत्रात कार्यरत आहेत. त्या एक चांगल्या सांघिक नेत्या म्हणजे टीम लीडर आहेत आणि आरोग्य क्षेत्रात अनेक संशोधन आणि मूल्यांकन अभ्यास प्रकल्प चालवतात. त्या समुपदेशन क्षेत्रात; कौशल्य प्रशिक्षणातील एक तज्ज्ञ आहेत आणि व्यक्तिगत तसेच कौटुंबिक पातळीवर त्यांनी कार्य केले आहे. तसेच, त्या प्रांतीय मानसिक रुग्णालय येरवडा, पुणे आणि सिप्ला पॅलिएटिव्ह केअर आणि प्रशिक्षण केंद्र, पुणे येथे अभ्यागत समितीच्या सदस्य आहेत.

नागमणी राव ह्या गेली २१ वर्षे विकासाच्या क्षेत्रात काम करत आहेत आणि कर्वे इन्स्टिट्यूट ऑफ सोशल सर्व्हिसमध्ये अध्यापन करत होत्या. १९७८ पासून त्या महिला आंदोलनाच्या संघटन, संशोधन आणि प्रशिक्षण कार्यात सहभागी झाल्या आहेत. त्यांनी स्त्रियांचे प्रश्न, ग्रामीण कष्टकरी तसेच सामाजिक कार्य करणाऱ्या विद्यार्थ्यांना शिक्षित करण्यासंबंधी शैक्षणिक लेख या विषयांवर विस्तृतपणे लेखन केले आहे. त्या संशोधन आणि सामुदायिक विकास संस्थांबरोबर सल्लागार होत्या आणि त्या महिलांशी संबंधित संशोधन प्रकल्प, सामुदायिक विकास, शासकीय विभागांची कार्यात्मक समीक्षा आणि संपूर्ण साक्षरता मोहीम या विषयीच्या

संशोधन प्रकल्पात त्यांचा बराच सहभाग असतो. त्यांनी वरिष्ठ सरकारी कर्मचाऱ्यांसाठी, अशासकीय कार्यक्षेत्रीय कर्मचारी (NGO FieldStaff), शेतकीशास्त्र आणि अभियांत्रिकीच्या व्यावसायिक विद्यार्थ्यांसाठी, महाविद्यालयीन शिक्षक आणि विकास व्यावसायिक यांच्यासाठी विकसन व संशोधन या क्षेत्रातील प्रशिक्षण आयोजित केलेले आहे.

उज्ज्वला मसदेकर गेल्या काही वर्षांपासून कर्वे इन्स्टिट्यूट ऑफ सोशल सर्व्हिस संस्थेत अध्यापक आहेत. महाराष्ट्र शासनाच्या ग्रामीण भागातील पिण्याच्या पाण्याची योजनांसाठी आंतरराष्ट्रीय स्तरावरील आंतरराष्ट्रीय संस्थांद्वारे निधी गोळा केलेल्या विविध प्रकल्पांवर लिंग तज्ज्ञ (जेंडर एक्सपर्ट) आणि सल्लागार म्हणून त्यांनी काम केले आहे. स्त्रियांसाठी बचतगट व पतपुरवठा गटात सामील असलेल्या स्वयंसेवी संस्थांबरोबर काम करण्याचा त्यांना व्यापक अनुभव आहे. त्यांनी विविध संशोधन अभ्यासांचे आयोजन केले आहे. त्या अभ्यासासाठी किबी आंतरराष्ट्रीय विद्यापीठ, जपान, महिला आणि बालविकास मंत्रालयाचे महाराष्ट्र सरकार, महिला आर्थिक विकास महामंडळ (एमएव्हीआयएम), युनिसेफ यांच्याद्वारे निधी दिला जातो. त्यांनी स्वयंसेवी संस्थांकरिता आणि संघर्ष-निवारण, ग्रामीण भागात पिण्याचे पाणी आणि स्वच्छता कार्यक्रमातील सहभाग यांसाठी मार्गदर्शक तत्त्वे लिहिली आहेत. त्या वेगवेगळ्या स्वयंसेवी संस्थांकरिता लैंगिक संवेदनशीलता आणि समानतेवर प्रशिक्षक आहेत आणि एमएव्हीआयएमच्या पातळीवर प्रशिक्षक आहेत.

योगदानकर्ते

अनुराधा पाटील या कर्वे समाजसेवा संस्थेत वरिष्ठ प्राध्यापिका आहेत. त्या NACO या संस्थेत प्रमुख प्रशिक्षक म्हणून काम करतात. तिथे त्या समुपदेशकांना एच आय व्ही/एड्सच्या रुग्णांना हाताळताना आवश्यक ती जीवनमूल्ये आणि वागणुकींचे प्रशिक्षण देतात. कर्वे संस्थेतील MSW शिक्षणक्रमातील नवागतांसाठी आणि सेवा संस्थांच्या अधिकारी विकास कार्यक्रमात परस्परसंपर्क आणि संवादाच्या कार्यशाळा चालवतात. बी. जे. मेडिकल कॉलेजच्या राष्ट्रीय एड्स संशोधन संस्थेत नीतिमूल्य समितीच्या सदस्य आहेत. विभागीय मनोरुग्ण रुगणालयाच्या अभ्यागत समितीवर सदस्य म्हणून त्या काम करतात.

आनंद पवार, 'सम्यक' या लिंग आणि पौरुषत्व संशोधनावरील संवाद आणि संशोधन केंद्रात कार्यकारी संचालक आहेत. व्यावसायिक समाजकार्यासाठी असलेल्या प्रशिक्षण संस्थात ते अभ्यागत प्राध्यापक म्हणून काम करतात. लिंग, हिंसाचार, पौरुषत्व आणि परस्पर संवाद या विषयांवर त्यांनी शासकीय आणि खाजगी संस्थांसाठी अनेक प्रशिक्षण वर्ग चालवलेले आहेत. फेम (FEM: Forum for Engaging Men) आणि Men Engage सारख्या अनुबंध (नेटवर्क) संघटनांशी त्यांचा जवळून संबंध आहे. हे अनुबंध लिंग समानता आणि लिंगनिरपेक्ष अधिकार या विषयांवर काम करतात.

मंजुषा दोशी, सावित्रीबाई फुले पुणे विद्यापीठाची समाजकार्य विषयात मास्टर्स पदवी आणि पर्यावरण आणि पारिस्थितिकी विषयात पदव्युत्तर पदवी घेतल्यावर मंजुषा यांनी खाजगी समाजसेवा संस्थांबरोबर काम केले आहे. त्यांनी सामुदायिक विकास कार्यक्रम तयार करून ते राबवले आहेत. कौटुंबिक जीवन शिक्षण, आरोग्य, विकेंद्रीकरण, जनसबलीकरण, लोकांबरोबर काम करण्यास आवश्यक कौशल्ये या विषयांत मंजुषा दोशी तज्ज्ञ आहेत. German Technical Cooperation (GTZ) या महाराष्ट्र शासनाला आरोग्यसेवाबद्दल मदत करणाऱ्या संस्थेत उपक्रम अधिकारी म्हणून त्यांनी काम केले आहे. सध्या त्या Child Fund India या संस्थेच्या राजस्थानातील उदयपूर विभाग कार्यालयात विभागीय संचालक म्हणून काम करतात.

अंजली मायदेव, १९८१ पासून कर्वे समाजसेवा संस्थेत प्राध्यापक म्हणून काम करत आहेत. सामाजिक धोरण आणि समाज संघटन हे विषय त्या शिकवतात. पाणी, आरोग्य, मुलांचे अधिकार या क्षेत्रांतील विकास प्रकल्प आणि संस्थांची ताकद वाढवणे या क्षेत्रात त्या शासन आणि नागरी समाज संस्थांबरोबर सल्लागार म्हणून काम करतात. ग्रामसमित्या, विविध कार्यक्रमातील प्रशिक्षक, यांच्या क्षेत्रातील विकसन प्रकल्पावर आणि विविध प्रकारच्या कार्यकर्त्यांसाठी असलेल्या संदर्भ ग्रंथांमध्ये त्यांनी योगदान केले आहे. स्त्रियांच्या हक्कांविषयी काम करणाऱ्या संस्थांबरोबर काम करण्याचा त्यांना भरपूर अनुभव आहे. देणग्या देणाऱ्या संस्थांसाठी त्यांनी शासकीय विकसन प्रकल्प आणि अशासकीय संस्थांचे परीक्षण अभ्यास केले आहेत. सक्षमता वाढवणे, परीक्षणासाठी सहभाग तंत्रे व पद्धती, नियोजन आणि परीक्षण, मानवी हक्क समस्या, यात त्यांना विशेष रस आहे. विशेषतः स्त्रिया आणि दलित यांच्या बाबतीत.

समीर दात्ये, यांना दूरसंचार आणि माहिती तंत्रज्ञान क्षेत्रात काम करण्याचा अनुभव आहे. Identity Foundation या महाराष्ट्रातील रस्त्यावरच्या मुलांसाठी काम करणाऱ्या संस्थेचे ते संस्थापक आणि विश्वस्त आहेत.

विद्या घुगरी, पुणे विद्यापीठाच्या एम. फिल आहेत. Center for Learning Resources या पुण्यातील संस्थेत त्या प्रशिक्षण अधिकारी म्हणून काम करतात. त्याशिवाय त्या चैतन्य राजगुरुनगर, खेड तालुका येथेही प्रशिक्षण अधिकारी आहेत. त्या Door Step School, Pune आणि CASP-PLAN Project यावर कार्यक्रम समन्वयक म्हणून काम करतात. त्यांनी विविध झोपडपट्ट्यात मुलांसाठी स्वतंत्र शिबिरे घेतलेली आहेत. विविध संस्थांसाठी आणि समाजांसाठी त्यांनी कळसूत्री बाहुल्यांचे कार्यक्रम आणि कळसूत्री बाहुल्या बनवण्याच्या कार्यशाळा घेतल्या आहेत. ग्रामवार्धिनी, वंचित विकास आणि खोजा समाजाचे ज्येष्ठ नागरिक यांच्यासाठी काम करणाऱ्या तळागाळातील कार्यकर्त्यांसाठी त्यांनी प्राशिक्षण कार्यक्रम आणि कार्यशाळा घेतल्या आहेत.

Made in the USA
Monee, IL
18 October 2026

66048464R00176